सुधारित अभ्यासक्रमानुसार

महाराष्ट्र लोकसेवा आयोग
MPSC

राज्यसेवा मुख्य परीक्षा
सामान्य अध्ययन पेपर - ४

अर्थव्यवस्था व नियोजन, विकासविषयक अर्थशास्त्र आणि कृषि

डॉ. सतीश श्रीवास्तव

डायमंड पब्लिकेशन्स

महाराष्ट्र लोकसेवा आयोग : राज्यसेवा मुख्य परिक्षा

सामान्य अध्ययन पेपर - ४

अर्थव्यवस्था व नियोजन, विकासविषयक अर्थशास्त्र आणि कृषि

डॉ. सतीश श्रीवास्तव

MPSC : Rajyasewa Mukhya Pariksha
Samanya Adhyayan Paper-4
Aarthashashtra
Dr. Satish Shrivastav

प्रथम आवृत्ती - मे २०१३

ISBN 978-81-8483-507-6

© डायमंड पब्लिकेशन्स

मुखपृष्ठ :
शाम भालेकर

प्रकाशक

डायमंड पब्लिकेशन्स

२६४/३ शनिवार पेठ,३०२ अनुग्रह अपार्टमेंट

ओंकारेश्वर मंदिराजवळ, पुणे-४११ ०३०

☎ ०२०-२४४५२३८७, २४४६६६४२

info@diamondbookspune.com
www.diamondbookspune.com

प्रमुख वितरक

डायमंड बुक डेपो

६६१ नारायण पेठ, अप्पा बळवंत चौक

पुणे-४११ ०३० ☎ ०२०-२४४८०६७७

मनोगत

महाराष्ट्र राज्य लोकसेवा आयोगाच्या मुख्य परीक्षेतील 'अर्थव्यवस्था व नियोजन, विकास विषयक अर्थशास्त्र आणि कृषी' (सामान्य अध्ययन-४) या विषयाचे हे पुस्तक, महाराष्ट्र राज्याचे प्रशासन भविष्यात ज्यांच्या हाती राहील त्यांच्या हाती देताना आम्हाला आनंद होत आहे. मुख्य परीक्षा ही वस्तुनिष्ठ स्वरूपाची असेल हे अभ्यासक्रमात नमूद केले आहेच. अभ्यासक्रमातील सर्व अभ्यास घटकांचे अभ्यासक्रमातील क्रमानुसार विवेचन केलेले आहे.

या पुस्तकातील माहिती व सांख्यिकीय आकडेवारी अद्ययावत देण्याचा प्रयत्न केलेला आहे. यासाठी विविध संस्था, जागतिक बँक, जागतिक व्यापार संघटना, भारत सरकार व महाराष्ट्र सरकार यांची विविध मंत्रालये आणि विभाग यांच्या संकेतस्थळावरून शक्यतो माहिती दिलेली आहे. संदर्भ-साहित्याची सूची पुस्तकाच्या शेवटी दिलेली आहे. त्याचाही वापर अधिक अभ्यासासाठी स्पर्धक विद्यार्थ्यांना होऊ शकेल. स्वयं अध्ययनासाठी प्रत्येक प्रकरणाच्या शेवटी काही वस्तुनिष्ठ प्रश्न दिलेले आहे. वस्तुनिष्ठ प्रश्नांचे अनेक प्रकार आहेत. त्यातील काही निवडक प्रकार या पुस्तकात दिलेले आहेत. हे प्रश्न फक्त सरावासाठी आहेत. पुस्तके व ग्रंथ वाचनाबरोबरच राष्ट्रीय व राज्य स्तरावरील वृत्तपत्रे, नियतकालिके इ. चे पूरक वाचन करून आपले ज्ञान अद्ययावत राखणे गरजेचे आहे.

या पुस्तकातील प्रकरण क्र. १.१, १.२ आणि २.४, २.५, २.६ च्या लिखाणात मला प्रा. अशोक सोनवणे आणि प्रा. दिनकर भदाणे यांची मदत झाली. त्यांचा मी आभारी आहे. हे उपयुक्त पुस्तक प्रकाशित होऊ शकले ते डायमंड पब्लिकेशनचे प्रकाशक श्री. दत्तात्रेय पाष्टे यांच्या संयम, चिकाटी आणि व्यावसायिक निष्ठेमुळे. त्यांचे मी मनःपूर्वक आभार मानतो. तसेच डायमंड पब्लिकेशन्सचे सहकारी व मुद्रितशोधक यांचाही मी आभारी आहे.

विषयज्ञान, आकलन, विश्लेषण आणि निर्णय या क्षमता स्पर्धा परीक्षांमध्ये महत्त्वाच्या ठरतात. या पुस्तकामुळे वरील क्षमता निर्माण करण्याबाबत स्पर्धकांच्या मनात आत्मविश्वास निर्माण होईल असे वाटते. वाचकांकडून सूचना आल्यास त्या स्वागतार्ह आहेत.

– डॉ. सतीश श्रीवास्तव

डॉ. सतीश श्रीवास्तव

लेखक–परिचय

नाव : डॉ. सतीश श्रीवास्तव
३ फ्लोरा अपार्टमेंट, टिळकवाडी
शरणपूर रोड, नाशिक-४२२ ००२
भ्रमणध्वनी-९४२२२४५८५९

इ-मेल : satish.shree@gmail.com

शिक्षण : एम.ए., पीएच. डी. (अर्थशास्त्र).

➤ अर्थशास्त्र विभाग प्रमुख व उपप्राचार्य (निवृत्त) के.टी.एच.एम. कॉलेज, नाशिक.

➤ संचालक, मॅनेजमेंट कॉलेज, मानूर (नाशिक) २००९-१०.

➤ प्रोफेसर, आय.एम.आर.टी., नाशिक २०१०-२०११.

➤ सध्या समन्वयक पुणे विद्यापीठ नाशिक विभागीय कार्यालय, नाशिक म्हणून कार्यरत.

➤ ३६ वर्षे पदवी आणि पदव्युत्तर वर्गांना अध्यापन.

➤ पीएच.डी. पदवीचे मार्गदर्शक, ५ भारतीय व २ परदेशी विद्यार्थ्यांना पीएच.डी.

➤ एम. फीलसाठी अनेकांना मार्गदर्शन.

➤ अनेक राष्ट्रीय व आंतरराष्ट्रीय परिषदांमध्ये सहभाग व संशोधन निबंधांचे वाचन व प्रकाशन.

➤ अर्थशास्त्राच्या ६ पुस्तकांचे सहलेखक.

➤ इंडियन इकॉनॉमिक असोसिएशन (IEA) च्या कार्यकारणीमध्ये सदस्य म्हणून कार्य.

➤ महाराष्ट्र चेंबर ऑफ कॉमर्सच्या राज्यस्तरीय सी. डी. देशमुख स्मृती निबंध स्पर्धेत दोन वेळा प्रथम पुरस्कार.

➤ 'मला समजलेले विश्राम बेडेकर' या विषयावरील स्पर्धेत लोकसत्ता व पॉप्युलर प्रकाशनाचा साहित्य समीक्षा पुरस्कार.

➤ माणूस, लोकसत्ता, गावकरी, सकाळमधून अर्थशास्त्रीय तसेच ललित लेख, प्रवास वर्णन, समीक्षा, कविता, कथा या स्वरूपाचे साहित्यिक असे विपुल लेखन.

➤ पॅरिस विद्यापीठात 'मराठी साहित्यातील लघुकथा' आणि 'भारतीय अर्थव्यवस्था' या विषयावर व्याख्यान.

➤ 'अज्ञात प्रवासाचे पक्षी' हा कवितांचा संग्रह इ-बुक व लिखित स्वरूपात प्रकाशित.

अनुक्रम

१

अर्थव्यवस्था व नियोजन

१.१ भारतीय अर्थव्यवस्था
(Indian Economy)

१.१.१   भारतीय अर्थव्यवस्थेमधील आव्हाने (Challenges in Indian Economy)

जगातील विविध देशांचे आर्थिकदृष्ट्या वर्गीकरण 'विकसित', 'विकसनशील' व 'अविकसित' अशाप्रकारे केले जाते. वेगाने विकसित होणारी अर्थव्यवस्था असे जरी वर्णन भारतीय अर्थव्यवस्थेचे केले जात असले तरी आजची भारतीय अर्थव्यवस्थेची खरी ओळख विकसनशील अर्थव्यवस्था अशीच आहे. ज्या देशांचे दरडोई वास्तव उत्पन्न अमेरिका व पश्चिम युरोपमधील दरडोई वार्षिक वास्तव उत्पन्नाच्या तुलनेने १/४ पेक्षा कमी आहे, अशा देशांना अविकसित देश असे म्हटले जाते. भारताच्या अर्थव्यवस्थेचे 'विकासाकडे वेगाने झेपावणारी अर्थव्यवस्था' असे जरी वर्णन केले जात असले तरी तिच्या विकासाच्या मार्गात अनेक अडथळे आहेत. त्यांचा क्रमश: अभ्यास करणे क्रमप्राप्त आहे. त्या आव्हानांना नीट समजून घेतल्याशिवाय भारतीय अर्थव्यवस्थेचे आकलन होणार नाही.

भारतीय अर्थव्यवस्थेसमोरील आव्हाने

अ) गरिबी : अविकसित देशांत दरडोई उत्पन्न कमी असते. एवढेच नव्हे तर अशा देशांत गरिबीची समस्या

उद्भवते. 'जे लोक आपल्या दैनंदिन जीवनात राहणीमानाची किमान पातळी गाठू शकत नाहीत, त्यांना गरीब म्हणून संबोधिले जाते. अर्थात, राहणीमानाच्या किमान पातळीवरील जीवन जगण्यासाठी नेमके किती उत्पन्न आवश्यक आहे, यासंबंधी तज्ज्ञांमध्ये एकमत नाही. योजना आयोगाने सन १९६२ मध्ये भारतातील राहणीमानाची किमान उपभोग-पातळी निश्चित करण्यासाठी तज्ज्ञांचा एक अभ्यासगट नेमला होता. योजना आयोगाने दारिद्र्याची संकल्पना स्पष्ट करताना- ग्रामीण भागातील प्रतिदिनी प्रति माणशी २४०० कॅलरीज व शहरी विभागात प्रतिदिनी प्रतिमाणशी २१०० कॅलरीज अशा किमान राहणीमानाच्या गरजा निश्चित केल्या. प्रा. डॉ. वि. म. दांडेकर व प्रा. डॉ. नीळकंठ रथ यांच्या मते जीवनास आवश्यक असणाऱ्या किमान कॅलरीज उपलब्ध करून देणाऱ्या उपभोग खर्चाच्या संदर्भात दारिद्र्यरेषा निश्चित करणे योग्य होईल. दांडेकर व रथ यांच्या मते सन १९६०-६१ मध्ये भारताच्या ग्रामीण भागातील लोकांपैकी ४०% व शहरी भागातील लोकांपैकी ५०% लोक जीवन जगत होते. भारताचा आर्थिक विकास जरी वेगाने होत असला तरी भारतातील बहुसंख्य लोक अजूनही अतिशय दारिद्र्यात राहतात. भारतात संपत्तीची वाटणी अजूनही बरीच विषम आहे. आर्थिकदृष्ट्या उच्चवर्गीयांपैकी वरील १०% लोकांचे एकूण उत्पन्न ३३% एवढे आहे. गेल्या काही दशकांत गरिबीत जरी बरीच कपात झाली असली तरी अधिकृत आकड्यांनुसार २००४-०५ मध्ये भारतातील २७.५% लोक दारिद्र्यरेषेखाली होते. एन.सी.ई.यू.एस. (असंघटित क्षेत्रांतील उद्योगांचा राष्ट्रीय आयोग) या सरकारी संस्थेच्या २००७ मधील एका पत्रकानुसार ७९% भारतीय प्रतिदिवशी २० रुपये अथवा कमी इतक्या उत्पन्नावर निभावून नेतात.

सातव्या पंचवार्षिक योजनेपासून दारिद्र्यनिर्मूलनाच्या कार्यक्रमाला गती देण्यात आली. १९६८-६९ मध्ये ग्रामीण भागातील एकूण लोकसंख्येपैकी सुमारे ५४% लोक दारिद्र्यरेषेखाली जीवन जगत होते व शहरी भागांतील एकंदर लोकसंख्येपैकी ४१% लोक दारिद्र्यरेषेखाली जीवन जगत होते. १९८३-८५ मध्ये ग्रामीण भागातील ४०.४% लोक दारिद्र्यरेषेखाली, तर शहरी भागात २८.१% लोक दारिद्र्यरेषेखाली जीवन जगत होते. याचा अर्थ दारिद्र्यरेषेखाली जीवन जगणाऱ्यांच्या संख्येत घट घडून आली याचे प्रमुख कारण म्हणजे देशाच्या अर्थव्यवस्थेच्या विकासाचा वाढता दर, शेती क्षेत्रातील वाढलेले उत्पादन, समन्वित ग्रामीण विकास योजना (Integrated Rural Development Programme - IRDP), राष्ट्रीय ग्रामीण रोजगार योजना (National Rural Employment Programme - NERP), ग्रामीण बिगरजमीन श्रमिक रोजगार हमी योजना (Rural Landless Labour Employment Guarantee Programme - RLEGP), ही होत.

या सर्व योजनांचा अधिक कार्यक्षमतेने वापर झाला असता तर दारिद्र्याचे प्रमाण अजून कमी झाले असते. दारिद्र्यरेषेखालील जीवन कंठणाऱ्या भारतीय लोकांत पुढील गटांतील लोकांचा प्रामुख्याने समावेश होतो.

- स्वतःची जमीन नसलेला शेतमजुरांचा वर्ग, ज्यांची संख्या एकूण शेतमजुरांच्या ६०% इतकी आहे.
- ज्यांच्याजवळ स्वतःच्या मालकीची २ हेक्टरपेक्षा कमी जमीन आहे; अशा शेतमजुरांची कुटुंबे व ज्यांची संख्या एकूण शेतमजुरांच्या संख्येत सुमारे ४०% आहे.
- ग्रामीण भागातील शेतजमीन नसलेली कुटुंबे व ग्रामीण भागातील विविध प्रकारचे कारागीर जे पारंपरिक कारागिरीचा धंदा करीत आहेत व ज्यांच्या मालाला शहरी कारखान्यात तयार होणाऱ्या मालाबरोबर अयशस्वी स्पर्धा करावी लागत आहे.
- ५ एकर व विशेषत: फक्त २.५ एकर जमीन असलेली शेतकरी कुटुंबे

एक मात्र खरे की, देशाच्या प्रगतीच्या मार्गात गरिबी हा सर्वात मोठा अडथळा आहे; म्हणून पुढील काळात दारिद्र्याचे निर्मूलन होणे आवश्यक आहे.

भारतातील बेरोजगारी

भारतातील बेरोजगारीचे प्रामुख्याने ग्रामीण बेरोजगारी आणि शहरी बेरोजगारी असे वर्गीकरण करता येईल. आज भारतातील प्रामुख्याने सुमारे ६०% लोक ग्रामीण भागात राहतात. भारतात सुमारे ६ लाख खेडी आहेत, त्यामुळे भारतात ग्रामीण बेकारीचे प्रमाण खूपच मोठे आहे. भारतात सुमारे ६५% लोक शेती व्यवसायात आहेत. ग्रामीण बेरोजगारीचे– १) हंगामी बेरोजगारी २) कायम स्वरूपाची बेरोजगारी असे वर्गीकरण करता येईल.

भारताच्या ग्रामीण भागात शेती हाच प्रमुख व्यवसाय आहे. भारतातील बहुसंख्य शेती पावसावर अवलंबून आहे. देशातील एकूण लागवडीखालील क्षेत्रापैकी केवळ ३०% क्षेत्रालाच सिंचनाच्या सुविधा उपलब्ध आहेत. उर्वरित लागवडीखालील क्षेत्र लहरी मान्सूनवर अवलंबून आहे. शेतीचा हंगाम पेरणीपासून तर पीक कापणीपर्यंत पुरतो. या काळात उपलब्ध होणारी शेतीची कामे हंगामी स्वरूपाची असतात. इतरवेळी शेतीची कामे नसतात. मान्सूनचे प्रमाण, शेतीची पद्धती, पीक ग्रहणक्षमता, पिकांचे प्रकार इ. घटकांवर शेतीचा हंगाम प्रामुख्याने अवलंबून असतो. साधारणपणे ग्रामीण भागात ५ ते ७ महिने या कालावधीत शेतीचा हंगाम नसतो. त्या काळात शेती क्षेत्रात बेरोजगारी दिसून येते. दुष्काळी परिस्थितीत यापेक्षा अधिक काळ ही बेरोजगारी दिसून येते. ग्रामीण भागातील लोकांना ग्रामीण कुटिरोद्योगांच्या माध्यमातून काही प्रमाणात रोजगार उपलब्ध होऊ शकतो. मात्र, अंतिमत: हा रोजगारही शेतीक्षेत्राशीच निगडित असतो. सिंचनाच्या सर्वदूर सुविधा उपलब्ध करून शेती क्षेत्रातील रोजगार वाढविता येणे शक्य आहे. मात्र, सिंचनाच्या सुविधा वाढविण्यावर अनेक मर्यादा आहेत. कृषी-प्रक्रिया उद्योगांची मोठ्या प्रमाणात उभारणी करून ग्रामीण बेरोजगारी कमी करणे शक्य आहे. शेती क्षेत्रावर अवलंबून असणाऱ्यांची संख्या वाढत आहे. अमेरिकेसारख्या विकसित देशात केवळ २% लोक शेती क्षेत्रावर अवलंबून आहेत. भारतात हे प्रमाण ६०% पेक्षा अधिक आहे, त्यामुळे शेती क्षेत्रावरील अवलंबून असणाऱ्यांची संख्या कमी करण्यासाठी या क्षेत्रातील बरीचशी लोकसंख्या शेती व्यवसायातून काढून अन्य क्षेत्रांत सामावून घेतली पाहिजे. ग्रामीण भागातील लोकांना तांत्रिक शिक्षणाच्या सोयी उपलब्ध करून देणे आवश्यक आहे. तसे केल्यामुळे लघुउद्योगांसाठी किंवा ग्रामोद्योगांसाठी आवश्यक असणारे कौशल्य त्या भागातील लोकांना आत्मसात करता येईल.

नागरी भागातील बेरोजगारी :– नागरी भागातील बेरोजगारी प्रामुख्याने दोन प्रकारची आहे- १) औद्योगिक कामगारांमधील बेकारी २) मध्यमवर्गीय सुशिक्षितांची बेकारी

औद्योगिक कामगारांमधील बेकारी :– शहरी लोकसंख्या वाढत आहे. ग्रामीण भागातील असह्य परिस्थितीतून सुटका करून घेण्याच्या उद्देशाने अनेक कुटुंबे शहरांकडे धाव घेत आहेत. शहरीभागात रोजगार मिळेल असा त्यांच्या स्थलांतर करण्यामागचा दृष्टिकोन असतो. परंतु, नागरीभागात काम करण्यासाठीचे कौशल्य त्यांच्यापाशी नसते. या कारणांमुळे नागरी भागात औद्योगिक कामगारांच्या पुरवठ्यात प्रचंड वाढ घडून येत आहे.

प्रादेशिक असमतोल

सर्व भारताचा विचार केला तर सर्व प्रदेशांचा समान विकास झालेला नाही, त्यामुळे देशाच्या विविध भागांत दरडोई उत्पन्न, शिक्षणाचे प्रमाण, बेरोजगारीचे प्रमाण, उद्योगधंद्यांचा विकास, भांडवल गुंतवणूक इ. बाबतीत समानता दिसून येत नाही. जेव्हा भांडवल गुंतवणुकीचे देशाच्या विविध भागांत असमान वाटप होते तेव्हा प्रादेशिक असमतोल निर्माण होतो. प्रादेशिक विषमतेचे चित्र पुढील मुद्द्यांच्या आधारे अधिक स्पष्ट करता येईल.

- **दरडोई उत्पन्नातील विषमता :–** राज्या-राज्यातील दरडोई उत्पन्नात विषमता आहे. उदा. पंजाबचे ४२,७२७, महाराष्ट्र-५७,४५८, हरियाना-५४,८८४, तमिळनाडू-४६,६९२, गुजरात-४८,५११ असे आहे तर ओरिसा-२४,२७५, उत्तरप्रदेश-१६,३७४, बिहार-१२,०१२, राजस्थान-२४,१६६, मध्यप्रदेश-२१,०९५ अशा प्रकारचे आहे. यावरून प्रादेशिक विषमता लक्षात येते.

- **शेतीविकासाची पातळी :–** राज्यनिहाय अन्नधान्याच्या उत्पादनात आणि शेतीच्या विकासातही भिन्नता आहे. पंजाब, हरियाना, उत्तरप्रदेश ही शेती विकासात पुढे असलेली राज्ये आहेत; तर राजस्थान, मध्यप्रदेश, जम्मू काश्मीर, आसाम, ओरिसा ही तुलनेने शेतीच्या उत्पादकतेत मागे असलेली राज्ये आहेत. शेतीचा विकास हा प्रामुख्याने जलसिंचनाचे प्रमाण, रासायनिक खते व आधुनिक बी-बियाणे यांच्या वापरावर अवलंबून आहे.

- **औद्योगिक विकासाची पातळी :–** देशातील सर्व राज्यांचा औद्योगिक विकास हा एकसमान पातळीवर झालेला नाही. गुजरात, महाराष्ट्र, कर्नाटक ही राज्ये औद्योगिक विकासाच्या बाबतीत आघाडीवर आहेत तर ओरिसा, बिहार, आसाम, मध्यप्रदेश आदी राज्यांचा औद्योगिक विकास मर्यादित झालेला आहे. महाराष्ट्राच्या उत्पन्नात सेवाक्षेत्राचा वाटा ७०.४% तर औद्योगिक क्षेत्राचा वाटा २१% इतका आहे; तर बिहारचा औद्योगिक क्षेत्राचा त्या राज्याच्या एकूण उत्पन्नातील वाटा केवळ ४% इतका आहे.

- **लोकसंख्येची घनता :–** ज्या राज्याची लोकसंख्या अधिक त्या राज्याच्या विकासावर वाढत्या लोकसंख्येचा बोजा पडतो. रोजगाराच्या संधी किंवा पायाभूत सुविधा निर्माण करण्यावर मोठा बोजा पडतो. बिहार-उत्तरप्रदेशसारखी राज्ये जास्त लोकसंख्येची असल्यामुळे त्यांच्या विकासावर त्याचा विपरीत परिणाम झाला आहे.

- **इतर घटक :–** रस्ते, रेल्वे, विजेचा दर, शैक्षणिक व आरोग्यविषयक सुविधा इ. घटकांवरही राज्यांचा विकास अवलंबून असतो. महाराष्ट्र, गुजरात, कर्नाटक या राज्यांमध्ये या सुविधा इतर राज्यांच्या तुलनेत अधिक प्रमाणात आहेत.

१.१.२ नियोजन (Planning)

प्रत्येक उपक्रमात नियोजन हे सर्वांत महत्त्वाचे असते. नियोजनाची व्याख्या वेगवेगळ्या विचारवंतांनी वेगवेगळ्या प्रकारे केलेली आहे. डॉ. डाल्टन यांच्या मते, 'आर्थिक नियोजन म्हणजे पूर्वनियोजित उद्दिष्टे साध्य करण्यासाठी संसाधनाच्या मालकांनी जाणीवपूर्वक घेतलेले निर्णय, आर्थिक क्रियांना जाणीवपूर्वक दिलेली दिशा होय.'

डिकिनसन् यांच्या मते, 'संपूर्ण अर्थव्यवस्थेच्या पाहणीनंतर, आढावा घेतल्यानंतर शासनाने मूलभूत आर्थिक प्रश्नांसंबंधी घेतलेले निर्णय अथवा उपलब्ध साधनसंपत्तीचे विविध क्षेत्रांत वाटप होय.'

भारताने सुरुवातीला मिश्र अर्थव्यवस्था स्वीकारली. मिश्र अर्थव्यवस्थेत नियोजनाला सर्वाधिक महत्त्व असते. मुक्त अर्थव्यवस्थेत सरकारी नियंत्रणे कमी असतात. मिश्र अर्थव्यवस्थेत मात्र नियोजनाला महत्त्व असते. नियोजनबद्ध अर्थव्यवस्थेत सरकारकडून विकासाचे प्राधान्यक्रम ठरविले जातात. उपलब्ध असलेल्या साधनसंपत्तीचे विकासाच्या दृष्टीने वापर करण्याचे अग्रक्रम ठरविले जातात. समाजवादी अर्थव्यवस्थेत विकासाचे व संपूर्ण आर्थिक व्यवस्थेचे नियोजन केले जाते.

१.१.३ नियोजन प्रक्रिया (Planning Process)

नियोजन करणे आवश्यक असले तरी ते काही सोपे काम नाही. ती एक अवघड अशी प्रक्रिया आहे. नियोजन करताना विकासाचे अग्रक्रम ठरवावे लागतात. समाजातील सर्व घटकांच्या हितसंबंधांचा विचार प्राधान्याने करावा लागतो. समतोल आर्थिक विकासाच्या दृष्टीने नियोजन हे फार महत्त्वाचे असते. शेती, उद्योग, व्यापार, पायाभूत सुविधा आदींना विकासाचे नियोजन करताना महत्त्व द्यायला हवे. नियोजन करताना पुढील टप्पे महत्त्वाचे आहेत-

- नियोजन करण्यापूर्वी संबंधित घटकांचा प्रकल्प अहवाल तयार करणे आवश्यक आहे. आपण कोणती उद्दिष्टे साध्य करणार आहोत, त्यासाठी योग्य ती माहिती संकलित करणे आवश्यक आहे. आत्तापर्यंत साध्य केलेल्या उद्दिष्टांचाही विचार त्यात होणे आवश्यक आहे.

- प्रकल्प अहवाल तयार करताना त्या क्षेत्रातील तज्ज्ञ व्यक्तींच्या मतांचा विचार किंवा त्यांच्या संशोधनाची मदत घेणे आवश्यक ठरते. विकासाचा आराखडा तज्ज्ञांच्या मदतीनेच करणे आवश्यक ठरते.

- नियोजन करताना सर्वप्रथम प्राधान्यक्रम ठरवावे लागतात. अगदी महत्त्वाच्या बाबींना अग्रक्रम द्यावा लागतो. काही वेळा परिस्थितीनुसार हा प्राधान्यक्रम बदलू शकतो. प्राधान्यक्रम निश्चित केल्याशिवाय नियोजनाप्रमाणे विकासाचे काम करता येणार नाही.

- नियोजनाप्रमाणे विकासक्रम निश्चित केल्यानंतर काम उभे करण्यासाठी उपलब्ध असणाऱ्या साधन सामुग्रीचा आढावा घेतला जातो. उद्दिष्टांची पूर्तता करण्यासाठी उपलब्ध असणारी नैसर्गिक साधनसंपत्ती, गौण-खनिजसंपत्ती आदींचा प्राधान्याने विचार करावा लागतो. उपलब्ध असलेल्या संशोधनाचाही आधार घ्यावा लागतो. उद्दिष्टे साध्य करण्यासाठी विविध प्रकारची माहिती गोळा करावी लागते. नेमकी कोणती व किती साधनसंपत्ती गोळा करावी लागेल याचीही माहिती ठेवावी लागते. निधी किती लागेल व तो कसा उभा करण्यात येणार आहे, याचाही आराखडा तयार करावा लागतो.

- नियोजनात प्रकल्पाच्या मूल्यमापनालाही विशेष महत्त्व आहे. जेवढा पैसा किंवा साधनसामुग्री गुंतविण्यात आली त्या तुलनेत प्रकल्पाचा किती प्रमाणात लाभ होणार आहे याचाही अभ्यास या नियोजनात अत्यंत महत्त्वपूर्ण आहे. लाभ-हानीचा विचार केला नाही तर त्या प्रकल्पाचा काही उपयोग होणार नाही. त्या प्रकल्पातून योग्य ती फलनिष्पत्ती साध्य होणार नसेल तर त्या प्रकल्पाचे पुनरावलोकन करणे आवश्यक आहे.

- नियोजन प्रक्रियेत वेळेलाही अतिशय महत्त्वाचे स्थान आहे, त्यामुळे प्रकल्प साकार होत असताना वेळेचे नियोजन होणे आवश्यक आहे.

नियोजनाची प्रमुख उद्दिष्टे

देशातील परिस्थितीनुसार, गरजेनुसार, साधनसामुग्रीच्या उपलब्धतेनुसार आर्थिक नियोजनाची उद्दिष्टे वेगवेगळ्या देशांत वेगवेगळ्या प्रकारची असतात. भारतातील आर्थिक नियोजनाची उद्दिष्टे सर्वसाधारणपणे पुढीलप्रमाणे सांगता येतील-

- **राष्ट्रीय उत्पन्नात वाढ करणे :-** देशाच्या राष्ट्रीय उत्पन्नात वाढ झाली तर दरडोई उत्पन्नातही वाढ होते व देशाचा आर्थिक विकास होतो. राष्ट्रीय उत्पन्नाच्या वाढीवरच देशाचा विकास अवलंबून असतो, म्हणून आर्थिक विकास व राष्ट्रीय उत्पन्नात वाढ करणे हे नियोजनाचे मुख्य उद्दिष्ट असते. देशात उपलब्ध असलेल्या साधनसामुग्रीचा यथोचित वापर करून देशाचा सुयोग्य पद्धतीने विकास करण्यासाठी नियोजन अतिशय महत्त्वाचे आहे.

- **दारिद्र्य निर्मूलन :–** दारिद्र्यामुळे देशात अनेक गंभीर स्वरूपाच्या समस्या निर्माण होतात. त्याचा परिणाम देशाच्या विकासप्रक्रियेवर होतो, त्यामुळे शासनाची आर्थिक धोरणे फसण्याची शक्यता असते. दारिद्र्याचे प्रमाण जेवढे जास्त तेवढा देश मागासलेला असतो; म्हणून दारिद्र्याचे निर्मूलन करणे हे नियोजनाचे सर्वात महत्त्वाचे उद्दिष्ट आहे.
- **बेरोजगारी कमी करणे :–** वाढत्या लोकसंख्येमुळे बेरोजगारीची समस्या सतत वाढतच आहे. रोजगाराच्या संधी कमी प्रमाणात उपलब्ध होतात. बेरोजगारीमुळे देशातील मानवी साधनसंपत्ती वाया जाते. मानवी साधनसंपत्तीला काम न मिळणे धोक्याचे असते, म्हणून आर्थिक नियोजनात बेरोजगारी कमी करणे हे नियोजनाचे महत्त्वाचे उद्दिष्ट ठरविलेले आहे.
- **आर्थिक विषमता कमी करणे :–** साधनसामुग्रीचे विषम वाटप झाले की त्यामुळे समाजात आर्थिक विषमता वाढते. मूठभर लोकांकडे मोठ्या प्रमाणात साधनसंपत्तीचे केंद्रीकरण झाले की मग मोठा लोकसमुदाय गरीब राहतो. गरीब आणि श्रीमंत यांच्यातील अंतर कमी करण्यासाठी नियोजन हे सर्वात महत्त्वाचे आहे.
- **आर्थिक स्थैर्य निर्माण करणे :–** मागणी–पुरवठ्यातील तफावतीमुळे किमतीच्या पातळीत अस्थैर्य निर्माण होते व त्यातून आर्थिक अस्थैर्य निर्माण होते. आर्थिक अस्थैर्याचा आर्थिक क्षेत्रावर परिणाम होतो. हे दुष्परिणाम टाळण्यासाठी–आर्थिक स्थैर्य निर्माण करण्यासाठी–नियोजनाला सर्वाधिक महत्त्व आहे.
- **प्रादेशिक विषमता कमी करणे :–** देशातील काही राज्ये विकसित राज्ये तर काही राज्ये अविकसित राज्ये आहेत. अशा परिस्थितीत विकासाचा असमतोल निर्माण होतो. देशातील मागासलेल्या भागाचा विकास करण्यासाठी आर्थिक नियोजन करणे आवश्यक आहे; म्हणून प्रादेशिक विषमता नष्ट करणे हे नियोजनाचे महत्त्वाचे उद्दिष्ट आहे.
- **पर्यावरणाचे रक्षण करणे :–** आधुनिक काळात पर्यावरणाचा प्रश्न खूपच बिकट बनलेला आहे. वाढत्या प्रदूषणामुळे पर्यावरणाचा ऱ्हास होत आहे. पर्यावरणाचा ऱ्हास थांबविण्यासाठी आर्थिक नियोजन हे अत्यंत महत्त्वाचे आहे.
- **आधुनिकीकरण :–** जागतिकीकरणाच्या प्रक्रियेत टिकून राहायचे असेल तर अर्थव्यवस्थेचे आधुनिकीकरण करणे अत्यावश्यक आहे. आधुनिक शोध, संशोधन, तंत्रज्ञान यांच्या साहाय्याने उत्पादनात वाढ करणे आवश्यक आहे; म्हणून अर्थव्यवस्थेचे आधुनिकीकरण हे नियोजनाचे प्रमुख उद्दिष्ट आहे.

१.१.४ नियोजनाचे प्रकार (Planning Types)

- **अल्पकालीन नियोजन – दीर्घकालीन नियोजन :–** कालावधीनुसार नियोजनाचे अल्पकालीन व दीर्घकालीन हे दोन प्रकार पडतात. अल्पकालीन नियोजन हे १ ते ३ वर्षांचे असते तर दीर्घकालीन नियोजन जास्त कालावधीसाठी असते. भारतीय अर्थव्यवस्थेत एक वर्षाच्या अल्पकालीन योजना १९६६–६७, १९६७–६८, १९६८–६९ साली आखण्यात आल्या होत्या.
- **केंद्रित नियोजन :–** मध्यवर्ती नियोजन समितीमार्फत हे नियोजन केले जाते. संपूर्ण राष्ट्राचे व्यापक हित डोळ्यांसमोर ठेवून हे नियोजन केले जाते. मध्यवर्ती नियोजन मंडळ दूरदृष्टीने निर्णय घेणे व नियोजनाची उद्दिष्टेही ठरविते.

- **विकेंद्रित नियोजन :–** महत्त्वाचे निर्णय केंद्रीय पातळीवर होतात. इतर निर्णय स्थानिक क्षेत्राकडून घेतले जातात. उदा. जिल्हा नियोजन, तालुकापातळीवरील नियोजन, स्थानिक पातळीवरील नियोजन हे विकेंद्रित नियोजन होय.

- **हुकूमशाही नियोजन :–** हुकूमशाहीत सत्तेचे केंद्रीकरण झालेले असते. साम्यवादी चीन, रशिया या देशांत पूर्वी हुकूमशाही नियोजन होते. मध्यवर्ती समिती सर्व नियोजन करते व ते निर्णय वरून खाली लादले जातात.

- **लोकशाही नियोजन :–** लोकशाहीत विकेंद्रित स्वरूपाचे नियोजन असते. नियोजनाची कार्यवाही करताना लोकशाही तत्त्वांचा आधार घेतला जातो. खाजगी क्षेत्र व सार्वजनिक क्षेत्र परस्पर सहकार्याने कार्य करतात. आवश्यक सेवा आणि उत्पादने यांचे वेळप्रसंगी राष्ट्रीयीकरण केले जाते. परस्पर सहकार्य, समता, स्वातंत्र्य या जीवनमूल्यांचा पाठपुरावा केला जातो.

- **रचनात्मक नियोजन :–** नियोजन करताना नियोजनाच्या रचना बदलल्या जातात. अर्थव्यवस्थेचे स्वरूप बदलले जाते, त्यानुसार नियोजनाच्या रचनाही बदलल्या जातात. कालबाह्य झालेल्या रचनांऐवजी नवीन रचना या स्वीकारल्या जातात. समाजवादी समाजरचना प्रस्थापित करण्यासाठी रचनात्मक तंत्राचा वापर करण्यात आला. नियोजनाची कार्यवाही करण्यासाठी आवश्यक ते कायदे संमत करून त्याचा आधार घेतला आहे. उदा. कमाल जमीन धारणा कायदा, जमीनदारी नष्ट करणारा कायदा, मक्तेदारीवर नियंत्रण ठेवणारा कायदा

- **कार्यात्मक नियोजन :–** नियोजनाचा हेतू, समाजाची अर्थव्यवस्थेची रचना आहे तशीच ठेवून टिकवून ठेवण्याचा असतो. त्यास 'कार्यकारी नियोजन' म्हणतात. या रचनेत थोडीफार सुधारणा केली जाते. मात्र, या सुधारणेचा हेतू कार्यक्षमतेत वाढ करण्याचा असतो. मूळ स्वरूपाला धक्का न लावता बदल केले जातात असे नियोजन कार्यात्मक असते.

- **साखळी नियोजन :–** या नियोजनात प्रत्येक वर्षी केलेल्या कार्याचा आढावा घेतला जातो; मूल्यमापन केले जाते. त्याचा उपयोग पुढील काळातील नियोजनासाठी केला जातो. प्रत्येक वर्षी नियोजन करताना मागील वर्षाच्या नियोजनाशी सांगड घातली जाते, त्यामुळे नियोजन ही एक अखंड प्रक्रिया बनते. सर्व परिस्थितीचा विचार करूनच विकासाची पुढील उद्दिष्टे ठरविली जातात. विकसनशील देशांना अशा प्रकारच्या नियोजन पद्धतीचा निश्चितपणे उपयोग होतो.

- **आदेशात्मक नियोजन :–** देशाच्या नियोजनाची प्रक्रिया जेथून सुरू होते त्या मध्यवर्ती नियोजन मंडळाकडून संबंधितांना आदेश दिले जातात. त्यानुसार उत्पादनसामुग्री त्या त्या क्षेत्राकडे म्हणजे उदा.– शेती, उद्योग, दळणवळण, सेवाक्षेत्र यांच्याकडे गरजेनुसार वळविली जाते. हुकूमशाही किंवा एककेंद्री निर्णय प्रक्रिया असलेल्या साम्यवादी देशांत या प्रकारचे नियोजन केले जाते.

- **प्रेरित नियोजन :–** या नियोजनात प्रामुख्याने लोकांना उत्तेजन दिले जाते. लोकांनी शासनाला सहकार्य करावे असे आवाहन केले जाते. करसवलती, आकर्षक व्याजदर, सहज सुलभ परवाने अशा पद्धतींच्याद्वारा प्रेरणा दिली जाते. गुंतवणूकदारांना प्रवृत्त केले जाते. नियंत्रणे असतात पण त्यांचा फार त्रास नसतो. सामान्य माणूस आणि उद्योजक– व्यावसायिक यांना प्रेरणा देऊन नियोजन प्रक्रियेत त्यांना सामावून घेतले जाते.

- **प्रादेशिक नियोजन :–** प्रादेशिक नियोजनाची व्याप्ती स्थानिक पातळीवर असते. जिल्हा पातळीवर

किंवा स्थानिक पातळीवरही नियोजन केले जाते. एखाद्या स्थानिक पातळीवरील कामासाठी स्थानिक पातळीवरील नियोजन केले जाते. स्थानिक पातळीवर तेवढ्यापुरती स्वतंत्र योजना केली जाते. स्थानिक पातळीवरील प्रश्न सोडविण्यासाठी स्थानिक संसाधनांचा वापर केला जातो.

- **राष्ट्रीय नियोजन :–** संपूर्ण देशाचा विकास करण्यासाठी राष्ट्रीय पातळीवर नियोजन केले जाते. राष्ट्रीय नियोजन समिती किंवा मध्यवर्ती सत्ता या योजनेची आखणी केली जाते. राष्ट्रीय नियोजनाची उद्दिष्टे तयार केली जातात. दारिद्र्य, आत्मनिर्भरता यासाठी राष्ट्रीय नियोजन हे अत्यंत महत्त्वाचे असते.

- **आंतरराष्ट्रीय नियोजन :–** दोन किंवा अधिक देश एकत्र येतात व विकास प्रकल्प संयुक्तपणे राबवितात. उदा. आंतरराष्ट्रीय स्तरावरील रेल्वे प्रकल्प, रस्ता प्रकल्प, दोन देशांना जोडणारी गॅस पाईप लाईन आदी प्रकल्प पूर्ण करण्यासाठी आंतरराष्ट्रीय नियोजन करावे लागते. अशा प्रकारचे नियोजन करण्यासाठी राष्ट्राराष्ट्रांमध्ये सामंजस्य, समन्वय असावा लागतो, तरच आंतरराष्ट्रीय नियोजन यशस्वी होते.

- **भांडवलशाही नियोजन :–** भांडवलशाहीत आर्थिक नियंत्रण प्रक्रिया ही इतर नियोजनबद्ध नियोजनापेक्षा शासनापासून मुक्त असते. निर्णयप्रक्रियेत शासनाचा फारसा सहभाग नसतो. व्यक्तिस्वातंत्र्य असते, पूर्ण स्पर्धा असते, उत्पादक घटक आपापले निर्णय घेण्यास स्वतंत्र असतात. सरकारचा हस्तक्षेप अतिशय मर्यादित असतो. तो केवळ अंतर्गत सुरक्षा, परकीय आक्रमणापासून संरक्षण व न्यायव्यवस्था यांच्यापुरताच मर्यादित असतो. व्यापार चक्राचे अनिष्ट परिणाम टाळण्यासाठी सरकार चलनविषयक उपाययोजना करतो.

- **समाजवादी नियोजन :–** समाजवादी नियोजनात सरकारचा मोठा हस्तक्षेप असतो. रशियात १९१७ साली व चीनमध्ये १९४२ अशाप्रकारच्या नियोजनाची सुरुवात झाली. या नियोजनाचे स्वरूप व्यापक असते. राष्ट्रहितास सर्वोच्च प्राधान्य दिले जाते. नियोजनमंडळ व मध्यवर्ती समिती सर्व निर्णय घेतात. बँका, विमा, उद्योगांचे राष्ट्रीयीकरण केले जाते. सर्वांना समान न्यायाने वागविले जाते.

- **संमिश्र स्वरूपाचे नियोजन :–** या प्रकारचे नियोजन भारताने स्वातंत्र्यानंतर स्वीकारलेले आहे. भांडवलशाही नियोजन आणि समाजवादी नियोजन या दोन्हींमधील दोष टाळून व त्यांचा समन्वय साधून सदरचे नियोजन केले जाते. खाजगी व सार्वजनिक क्षेत्र या दोन्हींचे अस्तित्व या नियोजनात आहे. या नियोजनात उत्पादन साधनांच्या वापराला योग्य वळण दिले जाते. आर्थिक निर्णय घेण्याकरिता उत्पादन घटकांच्या मालकांना स्वातंत्र्य दिले जाते. उत्पादकांना काय उत्पादन करावे, किती प्रमाणात उत्पादन करावे याचे स्वातंत्र्य असते. खाजगी आणि सार्वजनिक क्षेत्रांना सहअस्तित्व असते. सार्वजनिक क्षेत्रावर सरकारची मालकी तर खाजगी क्षेत्रावर परवाना पद्धतीच्या माध्यमातून नियंत्रण ठेवले जाते. पायाभूत सुविधा निर्माण करण्याबाबत सरकार पुढाकार घेते. खाजगी उद्योगांना उत्पादन व विक्रीचे स्वातंत्र्य असते. मिश्र अर्थव्यवस्थेत कोणतेही निर्णय घेताना समाजहित लक्षात घेतले जाते. समाजाचे हित अबाधित राखण्यासाठी आवश्यक ते कायदे केले जातात. नियोजन हे विकेंद्रित स्वरूपाचे असते.

१.१.५ भारताच्या पहिल्या ते दहाव्या पंचवार्षिक योजनांचा आढावा व मूल्यमापन
(Review of India's First to Tenth Five year Plans.)

स्वातंत्र्योत्तर भारत सरकारने १९५० मध्ये नियोजन आयोगाची स्थापना केली. भारताची पहिली पंचवार्षिक योजना १ एप्रिल १९५१ पासून सुरू झाली. नियोजनाद्वारे आर्थिक विकास साध्य करण्याचे उद्दिष्ट भारताने स्वीकारले.

पंचवार्षिक योजनांची उद्दिष्टे ठरविणे व त्यानुसार उत्पन्नसाधने मिळविणे व उद्दिष्टातील अग्रक्रमानुसार खर्च करणे, उद्दिष्टांची नियोजित पाच वर्षांच्या काळात अंमलबजावणी करणे आवश्यक असते. उद्दिष्टपूर्ती किती झाली यावर योजनेचे यशापयश अवलंबून असते, त्यामुळे पहिल्या ते दहाव्या पंचवार्षिक योजनांची उद्दिष्टे काय होती हे समजून घेणे महत्त्वाचे ठरते.

पहिल्या पंचवार्षिक योजनेची उद्दिष्टे :- (१९५०-५१ ते १९५५-५६)

- दुसरे महायुद्ध व देशाची फाळणी यामुळे विसकळीत झालेल्या भारतीय अर्थव्यवस्थेचे पुनर्वसन घडवून आणणे
- अन्न समस्येची सोडवणूक करण्यास मदत करणे, कापूस, ताग अशा औद्योगिक कच्च्या मालाच्या पुरवठ्यात सुधारणा घडवून आणणे
- भारतातील चलनवाढीची परिस्थिती नियंत्रणात आणणे
- चालू असलेले जलसिंचन व जलविद्युत प्रकल्प पूर्ण करणे; रेल्वेच्या झिजून गेलेल्या भांडवली मालमत्तेचे नूतनीकरण करणे. या योजनेनंतरच्या काळातील योजनेत वेगाने आर्थिक प्रगती घडवून आणण्यासाठी मजबूत पाया घालणे
- भारतातील राज्यघटनेतील मार्गदर्शक तत्त्वांना अनुसरून सामाजिक न्याय प्रस्थापित करण्यासाठी उपाययोजना हाती घेणे
- आर्थिक विकासाचे निरनिराळे कार्यक्रम राबविण्यासाठी आवश्यक असलेल्या प्रशासकीय यंत्रणा व इतर संघटनांची उभारणी करणे

मूल्यमापन

पहिल्या योजनेला मोठ्या प्रमाणात यश मिळाले. राष्ट्रीय उत्पन्नात सरासरी २.१% वाढ करण्याचे लक्ष्य होते. प्रत्यक्षात ३.६% वाढ झाली. शेती क्षेत्रातील उत्पादन लक्ष्यापेक्षा अधिक झाले. निर्वासितांचे पुनर्वसन, अन्नाच्या बाबतीतील स्वयंपूर्णता व किमतीवरील नियंत्रण ही अल्पकालीन उद्दिष्टे काही प्रमाणात साध्य झाली.

दुसऱ्या पंचवार्षिक योजनेची उद्दिष्टे : (१९५६-६१)

- राष्ट्रीय उत्पन्नात प्रतिवर्षी ४.५% दराने वाढ घडवून आणणे
- योजना काळात १० ते १२ द.ल.नोकऱ्या निर्माण करून रोजगारसंधीत मोठ्या प्रमाणात वाढ करणे
- अवजड व मूलभूत उद्योगांच्या विकासावर विशेष भर देऊन देशाचे जलद औद्योगिकीकरण घडवून आणणे
- उत्पन्न व संपत्तीतील विषमता कमी करून आणि आर्थिक शक्तीचे समान वाटप घडवून आणून देशात समाजवादी समाजरचना प्रस्थापित करण्याच्या दिशेने वाटचाल करणे

मूल्यमापन

दुसरी योजना अधिक महत्त्वाकांक्षी होती. मात्र, परकीय चलनाच्या टंचाईमुळे या योजनेची पूर्णपणे अंमलबजावणी करता आली नाही. या योजनेच्या काळात राष्ट्रीय उत्पन्नात १९.५% व दरडोई उत्पन्नात ८% वाढ झाली. अन्नधान्याच्या उत्पन्नात ८० द.ल. टनांपर्यंत वाढविण्याचे लक्ष्य होते. प्रत्यक्षात ते ७८ द.ल. टनांपर्यंत वाढले. या काळात दुर्गापूर, भिलाई व रूरकेला येथे पोलादप्रकल्पाची स्थापना करण्यात आली. राष्ट्रीय उत्पन्नात ४.५% दराने वाढ करण्याचे उद्दिष्ट होते. प्रत्यक्षात ४.२१% दराने राष्ट्रीय उत्पन्नात वाढ झाली.

तिसऱ्या पंचवार्षिक योजनेची उद्दिष्टे :- (१९६१-६६)

- राष्ट्रीय उत्पन्नात प्रतिवर्षी ५.६% दराने वाढ घडवून आणणे
- अन्नधान्याच्या उत्पादनात स्वयंपूर्णता प्राप्त करणे आणि उद्योग व निर्यातीची गरज भागविण्यासाठी शेतमालाचे उत्पादन वाढविणे
- पोलाद, रसायने उद्योग, इंधन व ऊर्जा साधने अशा उद्योगांचा विस्तार घडवून आणणे आणि देशातील साधनसामुग्रीच्या आधारे पुढील सहा वर्षांच्या काळात औद्योगिकीकरणाची गरज भागविण्यासाठी यंत्रनिर्मिती क्षमता वाढविणे
- देशातील श्रमशक्ती साधनसामुग्रीचा अधिकाधिक वापर करणे आणि रोजगार संधीत मोठ्या प्रमाणावर वाढ घडवून आणणे

मूल्यमापन

- ५% राष्ट्रीय उत्पन्न वाढीचे लक्ष्य होते. मात्र, २.७२% दराने राष्ट्रीय उत्पन्नात वाढ झाली. १९६२ ते १९६५ या काळात दरडोई उत्पन्न ३२६ रुपयांवरून ३८४ रुपयांपर्यंत वाढले. १९६६ ला ते ३२५ रु. झाले.
- या पंचवार्षिक योजनेच्या काळात अन्नधान्य उत्पादनाचे लक्ष्य ७२% ने साध्य झाले. (संदर्भ-इंडियन अग्रीकल्चर अंडर फाईव्ह इयर प्लान्स, बुकलेट नं. ५३९)
- या योजनेत १२.८ द.ल. हेक्टर जमीन ओलिताखाली आणण्याचे लक्ष होते. प्रत्यक्षात ७ द.ल. एकर जमीन ओलिताखाली आणली गेली.
- ४३००० खेड्यांच्या विद्युतीकरणाचे लक्ष्य होते. प्रत्यक्षात ५४५०० खेड्यांचे विद्युतीकरण झाले.
- १४% दराने औद्योगिक वृद्धीचे लक्ष्य होते. प्रत्यक्षात वृद्धी दर हा ७% एवढाच होता.

चौथ्या पंचवार्षिक योजनेची उद्दिष्टे :- (१९६९-७४)

- प्रतिवर्षी ५.७% आर्थिक वृद्धिदर गाठणे
- आर्थिक स्थैर्य प्राप्त करणे
- स्वावलंबन प्राप्त करणे
- आर्थिक व सामाजिक न्याय प्रस्थापित करणे
- रोजगारसंधीत वाढ करणे
- समतोल प्रादेशिक विकास साधणे
- आर्थिक संस्थांची पुनर्रचना करणे
- सार्वजनिक क्षेत्राच्या कार्यक्षमतेत वाढ करणे

मूल्यमापन

- विकासाचा वेग प्रतिवर्षी ५.७% निश्चित केलेला होता. प्रत्यक्षात कमी दराने उद्दिष्टांची पूर्तता झाली.
- शेती विकासाचे उद्दिष्ट ५% होते; ते पूर्ण झालेले नाही. मात्र, अन्नधान्यांचे उत्पादन ९९.५० द.ल. टनांवरून १०३.६१ द.ल. टनांपर्यंत वाढले.
- औद्योगिक क्षेत्राच्या वाढीचा वेग ८% ठेवलेला होता. १९७०-१९७१ मध्ये ३% व १९७३-१९७४ मध्ये केवळ २.५% दराने औद्योगिक वृद्धी घडून आली.
- एकूण लक्ष्याच्या केवळ ४०% उत्पादन झाले.

- तांबे, जस्त, छपाईचा कागद, कापूस, ताग, छपाई यंत्रे यांचे उत्पादन ठरविलेल्या लक्ष्यापेक्षा खूपच कमी झाले.
- सुती कापडाचे उत्पादन कुंठितावस्थेत राहिले. साखर, विजेवर चालणारे पंप यांचे उत्पादनही लक्ष्यापेक्षा कमी झाले.

पाचव्या पंचवार्षिक योजनेची उद्दिष्टे :- (१९७४-७९)
- स्थूल देशांतर्गत उत्पादनात प्रतिवर्षी ४.४% दराने वाढ घडवून आणणे
- उत्पादक स्वरूपाच्या रोजगारात वाढ घडवून आणणे
- भूमिहीन शेतमजूर, वन्यजाती-जमाती आणि समाजातील इतर गरीब लोकांना प्राथमिक शिक्षणाच्या सोयी, पिण्याच्या पाण्याची सोय, वैद्यकीय सोयी, गृहनिर्माण, ग्रामीण विद्युतीकरण, झोपडपट्ट्यांची सुधारणा या गोष्टी पुरवून किमान गरजांच्या राष्ट्रीय कार्यक्रमांची यशस्वी अंमलबजावणी करणे
- सामाजिक कल्याण कार्यक्रमाचा विस्तार करणे
- शेती, पायाभूत उद्योग व उपभोग्य वस्तूंचे उत्पादन करणाऱ्या उद्योगांच्या विकासावर भर देणे
- समाजातील गरीब लोकांना आवश्यक अशा उपभोग्य वस्तूंचा रास्त किमतीला पुरवठा होण्यासाठी सार्वजनिक वितरणव्यवस्थेचा कार्यक्रम हाती घेणे
- निर्यात व आयात पर्यायीकरण यास प्रोत्साहन देणे
- किंमत, वेतन आणि उत्पन्न यात न्याय, समतोल प्रस्थापित करणे
- आर्थिक, सामाजिक आणि प्रादेशिक विषमता कमी करण्यासाठी संस्थात्मक, राजकोषीय आणि इतर विविध उपाययोजना करणे

मूल्यमापन
- पाचव्या योजनेच्या काळात स्थूल देशांतर्गत उत्पादनात प्रतिवर्षी ४.८३% दराने वाढ झाली.
- या योजनेच्या काळात अन्नधान्याच्या उत्पादनात पुरेशा प्रमाणात वाढ झाली नाही.

सहाव्या पंचवार्षिक योजनेची उद्दिष्टे :- (१९८०-८५)
- साधनसामुग्रीचा कार्यक्षमपणे वापर व उत्पादकतेत सुधारणा याद्वारे आर्थिक वृद्धीच्या दरात लक्षणीय वाढ घडवून आणणे
- आर्थिक व तांत्रिक बाबतीत स्वयंनिर्भरता मिळविण्यासाठी आधुनिकीकरण घडवून आणणे
- किमान गरजा कार्यक्रमाद्वारे देशातील सर्वसाधारण लोकांच्या जीवनमानात सुधारणा घडवून आणणे, आर्थिक व सामाजिकदृष्ट्या दुर्बल घटकांसाठी किमान गरजा कार्यक्रमासाठी विशेष प्रयत्न करणे
- दारिद्र्य व बेकारी यात मोठ्या प्रमाणावर घट घडवून आणणे
- ऊर्जेचा कार्यक्षम वापर व संवर्धन यावर भर देऊन देशातील ऊर्जास्रोतांचा वेगाने विकास घडवून आणणे
- उत्पन्न व संपत्तीच्या वाटपातील विषमता कमी करण्यासाठी पुनर्वितरण व्यवस्था सुधारणे
- विकासाच्या बाबतीतील प्रादेशिक असमानता कमी करणे आणि तंत्रज्ञानविषयक लाभ सर्व प्रदेशांना मिळवून देणे
- लहान कुटुंबांच्या ऐच्छिक स्वीकाराद्वारे लोकसंख्या वाढीचे नियंत्रण करण्याच्या धोरणाला प्रोत्साहन देणे

- विकासाच्या अल्पकालीन व दीर्घकालीन उद्दिष्टांत ऐक्य साधणे, त्यासाठी पर्यावरणाचे संरक्षण व त्यात सुधारणा घडवून आणणे
- योग्य शिक्षण, संदेशवहन आणि संस्थांद्वारे समाजातील सर्व गटांचा आर्थिक विकासाच्या प्रक्रियेत उत्साहपूर्वक सहभाग वाढविण्याच्या दृष्टीने प्रयत्न करणे

सातव्या पंचवार्षिक योजनेची उद्दिष्टे :- (१९८५-९०)

- स्थूल देशांतर्गत उत्पादनात प्रतिवर्षी ५% दराने वाढ घडवून आणणे
- प्रतिवर्षी ४% दराने शेती उत्पादनात वाढ घडवून आणणे
- प्रतिवर्षी ८.३% दराने औद्योगिक वृद्धी घडवून आणणे
- भांडवलाची उत्पादकता वाढ व क्षमतेचा वापर याद्वारे भांडवल उत्पादन गुणोत्तर कमी करणे
- स्वयंनिर्भरता प्राप्त करणे
- महत्त्वाच्या भारतीय उत्पादनाच्या आंतरराष्ट्रीय पातळीवरील स्पर्धा क्षमतेत सुधारणा करून निर्यातीला प्रोत्साहन देणे व आयात पर्यायीकरण घडवून आणणे
- दारिद्र्य निर्मूलनाच्या कार्यक्रमाची अंमलबजावणी करणे
- लोकसंख्या वाढीचा दर कमी करणे
- अर्थव्यवस्थेतील चलनवाढीचा दर नियंत्रित करणे

मूल्यमापन

- ५% दराने स्थूल राष्ट्रीय उत्पादनात वाढ करण्याचे लक्ष्य होते. प्रत्यक्षात ६.२% दराने वाढ झाली.
- शेती उत्पादनाचे ४% दराने उत्पादनवाढीचे लक्ष्य होते. प्रत्यक्षात ४.१% दराने शेती उत्पादन झाले.
- १२.९ द.ल. हेक्टर्स नवीन जमीन ओलिताखाली आणण्याचे उद्दिष्ट होते. प्रत्यक्षात १२.२ द.ल. जमीन ओलिताखाली आणली गेली.
- सातव्या योजनेच्या काळात ९.८% दराने ऊर्जानिर्मितीत वाढ घडून आली. ही वाढ सहाव्या योजनेतील वाढीपेक्षा थोडी अधिक आहे.
- उद्योग व खाणींच्या बाबतीत ८.७% वार्षिक वृद्धीचे लक्ष्य होते. प्रत्यक्षात हा दर ८.५% एवढाच राहिला. खाण क्षेत्राच्या वृद्धीचा दर सहाव्या योजनेत १२.७% होता; तो ५.६% पर्यंत घसरला.

आठवी पंचवार्षिक योजना :- १९९२-९७

१ एप्रिल १९९२ पासून आठव्या पंचवार्षिक योजनेची सुरुवात झाली. १९९१ च्या नवीन आर्थिक धोरणाचा ठळक प्रभाव या योजनेवर होता. सर्वांत महत्त्वाचे वैशिष्ट्य म्हणजे उद्योगांवरील निर्बंध या नवीन औद्योगिक धोरणाने शिथिल करण्यात आले. विदेशी चलनातील टंचाई, प्रचंड भाववाढ, औद्योगिक मंदी, राजकोषीय तूट इ. कारणांमुळे अर्थव्यवस्थेवर प्रचंड ताण होता. आर्थिक विकासासाठी दर ५.६% एवढा ठरविण्यात आला होता. देशाचा जलद औद्योगिक विकास घडविण्याच्या उद्देशाने ७५०९५ कोटी रु. म्हणजे १७.३% एवढी तरतूद करण्यात आली तर शेतीवर ६२८७० कोटी रुपयांची म्हणजे १४.५% तर सिंचनावर २६५४८ कोटी रु. म्हणजे ६.१% तरतूद करण्यात आली होती. आठव्या योजनेत सार्वजनिक क्षेत्रात ४३४१०० कोटी रुपये व खाजगी क्षेत्रात ४३७००० कोटी रुपये असे एकूण ७९८००० कोटी रुपये खर्च करण्याचे उद्दिष्ट होते.

आठव्या योजनेत शेती उत्पादनात दरसाल ४% वाढ करण्याचे उद्दिष्ट निश्चित करण्यात आले होते. कृषी उत्पादनात स्वयंपूर्णता प्राप्त करण्याच्या उद्देशाने कोरडवाहू शेतीच्या विकासावर भर देण्यात आला होता. आठव्या योजनेने १९९४-९५ साली ८% विकासदर साध्य केला. शेती उत्पादनात २.९% एवढे उद्दिष्ट साध्य केले. अन्न-धान्य उत्पादन वाढीचा वेग ३.२% एवढा होता. मात्र, ऊर्जानिर्मितीचे उद्दिष्ट पूर्ण करता आले नाही. सरकारला सतत वाढणाऱ्या भाववाढीवर प्रभावीपणे नियंत्रण ठेवता आले नाही. १९९४-९५ मध्ये घाऊक किमतीचा निर्देशांक १०.५% एवढा झाला. या योजनेत रोजगारवाढीचा दर १२.६ % एवढा राहिला.

उद्दिष्टे

- २० व्या शतकाच्या अखेरपर्यंत पूर्ण रोजगार प्रस्थापित करण्याच्या दृष्टीने रोजगारसंधी वाढविणे
- विविध प्रोत्साहन योजनांच्याद्वारे लोकसंख्यावाढ नियंत्रित करण्यासाठी लोकांचे सहकार्य मिळविणे
- प्राथमिक शिक्षणाचे सार्वत्रिकीकरण आणि १५ ते ३५ वयोगटातील लोकांमधील निरक्षरता दूर करणे
- पिण्याचे पाणी, प्राथमिक आरोग्य केंद्र अशा सेवा तळागाळापर्यंत पुरविणे
- अन्नधान्याच्या बाबतीत स्वयंपूर्णता मिळविणे व निर्यातीसाठी वाढावा निर्माण करणे व यासाठी शेतीच्या वृद्धीच्या बाबतीत विविधता आणणे
- खाजगी गुंतवणुकीला प्रेरणा देण्यासाठी देशातील पायाभूत सेवा-सुविधांत वाढ करणे
- स्थूल देशांतर्गत उत्पादनात ५.६% वार्षिक दराने वृद्धी घडवून आणणे

मूल्यमापन

- आठव्या योजनेत ६.६८% वार्षिक दराने आर्थिक वृद्धी घडून आली.
- सातव्या योजनेच्या तुलनेत आठव्या योजनेत औद्योगिक क्षेत्राची, शेती संबंधित औद्योगिक क्षेत्राची वाढ अधिक झाली.
- आठव्या योजनेत आयात व निर्यातीत मोठ्या प्रमाणात वाढ झाली.
- केंद्र सरकारची वित्तीय तूट मोठ्या प्रमाणात कमी झाली.
- भाववाढीचे प्रमाण कमी झाले.
- दूरसंचार वगळता रस्ते व राष्ट्रीय महामार्ग, रेल्वे या बाबतीत फारशी प्रगती झाली नाही.

नववी पंचवार्षिक योजना :- (१९९७-२००२)

उद्दिष्टे

- स्थिर किमतीसह आर्थिक वृद्धीच्या दरात वाढ घडवून आणणे
- पुरेशा प्रमाणात उत्पादक रोजगारनिर्मिती व दारिद्र्यनिर्मूलन करण्याच्या दृष्टीने शेती आणि ग्रामीण विकासास प्राधान्य देणे
- सर्व व विशेषत: समाजातील दुर्बल गटांना अन्नसुरक्षा मिळवून देणे
- कालबद्ध रीतीने सर्वांना सुरक्षित असे पिण्याचे पाणी, प्राथमिक आरोग्य सुविधा, सार्वत्रिक प्राथमिक शिक्षण, निवारा या मूलभूत सेवा पुरविणे
- लोकसंख्य वाढीला आळा घालणे
- स्त्रिया व सामाजिक लाभापासून वंचित अशा अनुसूचित जाती, अनुसूचित जमाती, इतर मागासवर्ग अशा गटांना अधिकार मिळवून देणे

- लोकांचा सहभाग असलेल्या पंचायतराज, सहकारी स्वयं मदत गट यांना प्रोत्साहन देणे व त्यांचा विकास करणे
- आत्मविश्वास वाढीसाठीच्या प्रयत्नात वाढ करणे

काही समलक्ष्यी आर्थिक लक्ष्ये पुढीलप्रमाणे

- स्थूल राष्ट्रीय उत्पादनात ७% दराने वाढ घडवून आणणे
- शेतीक्षेत्राच्या बाबतीत ४% दराने विकास घडवून आणणे
- औद्योगिक क्षेत्राच्या बाबतीत ९.३% दराने वाढ साध्य करणे
- स्थूल राष्ट्रीय उत्पादनाच्या २८.६% एवढी गुंतवणुकीत व २६.२% एवढी बचतीत वाढ करणे

मूल्यमापन

- नवव्या योजनेच्या काळात स्थूल देशांतर्गत उत्पादनात वार्षिक ५.३५% दराने वाढ घडून आली. मात्र, या योजनेत ६.५% दराने वाढ घडवून आणण्याचे उद्दिष्ट ठरविण्यात आले होते.
- शेती क्षेत्राची २.१% वृद्धी झाली; उद्दिष्ट ४.७% दराच्या वृद्धीचे ठरविण्यात आलेले होते.
- कारखानदारी क्षेत्राची वृद्धी ४.५१% दराने घडून आली. आठव्या योजनेत ती ७.५८% दराने झालेली होती.
- बचतीचे लक्ष्य २६.३% दराचे होते. प्रत्यक्षात २३.३% एवढाच बचतीचा दर राहिला.
- गुंतवणुकीचे लक्ष्य २८.३% दराचे होते. प्रत्यक्षात गुंतवणुकीचा दर २४.२% एवढाच राहिला.
- निर्यात वाढीचे लक्ष्य ११.८% ठेवण्यात आले. प्रत्यक्षात ५.६% दराने वाढ झाली.
- बेकारीचा दर १९९९-२००० या काळात ७.३२% एवढा होता. २००१-०२ मध्ये तो ९.२१% पर्यंत वाढला.
- ९ व्या योजना काळात केंद्र व राज्य सरकारच्या वित्तीय तुटीत वाढ झाली.

१० वी पंचवार्षिक योजना :- (२००२-२००७)
उद्दिष्टे व लक्ष्ये

- दारिद्र्याचे प्रमाण २००७ पर्यंत ५% व २०१२ पर्यंत १५% कमी करणे
- १० व्या योजनेच्या काळात वाढणाऱ्या श्रमदलाला फायदेशीर आणि उच्च दर्जाच्या रोजगारसंधी पुरविणे
- २००७ पर्यंत सर्व मुलांना प्राथमिक शिक्षणाची संधी मिळवून देणे
- २००१ ते २०११ या दशकात लोकसंख्या वाढीचा वेग १६.२% पर्यंत खाली आणणे
- साक्षरतेच्या प्रमाणात वाढ करून ती २००७ पर्यंत ७५% पर्यंत वाढ करवणे
- बालमृत्यूच्या दरात २००७ पर्यंत ४५ आणि २०१२ पर्यंत २८ इतकी घट करणे
- प्रसूतीनंतरच्या मृत्युदरात २००७ मध्ये २ पर्यंत, तर २०१२ मध्ये १ पर्यंत घट करणे
- जंगल व वृक्षांखालील क्षेत्रांत २००७ पर्यंत २५% व २०१२ पर्यंत ३३ % इतकी वाढ करणे
- सर्व खेड्यांना पिण्याचे पाणी उपलब्ध करून देणे
- प्रमुख प्रदूषित नद्यांची २००७ पर्यंत स्वच्छता करणे

तक्ता क्र.१

१० व्या योजनेतील क्षेत्रनिहाय वृद्धिदर

अ.क्र.	क्षेत्रे	वृद्धिदर शेकडा
१.	शेती व संलग्न क्षेत्रे	३.९७
२.	खाणकाम व दगडाच्या खाणी	४.३०
३.	कारखानदारी	९.८२
४.	वीज, गॅस व पाणी	७.९९
५.	बांधकाम	८.३४
६.	व्यापार	९.४४
७.	रेल्वे वाहतूक	५.४०
८.	इतर वाहतूक	७.५४
९.	दळणवळण	१५.००
१०.	वित्तीय सेवा	११.६९
११.	सार्वजनिक प्रशासन	६.४३
१२.	इतर सेवा	९.२६

(संदर्भ : प्लॅनिंग कमिशन)

१० वी पंचवार्षिक योजना (२००२-२००७) उद्दिष्टे, कामगिरी व अपयश

१९५१ पासून भारतात पंचवार्षिक नियोजनाचे आणि आर्थिक विकास करण्याचे धोरण निश्चित करण्यात आले. त्यानुसार १९५१ मध्ये पहिली पंचवार्षिक योजना (१९५०-५१ – १९५५-५६) सुरू करण्यात आली. २००२-२००७ या वर्षांत १० वी पंचवार्षिक योजना राबविण्यात आली. १० व्या, ११ व्या पंचवार्षिक योजनांची उद्दिष्टे कामगिरी व अयपश याचा अभ्यास आपल्याला करायचा आहे. तसेच १२ व्या पंचवार्षिक योजनेची (२०१२ ते २०१७) तोंडओळख करून घ्यायची आहे. १० वी पंचवार्षिक योजना (२००२-२००७).

उद्दिष्टे :

१० व्या पंचवार्षिक योजनेची उद्दिष्टे पुढीलप्रमाणे होती-

१) सकल राष्ट्रीय उत्पादनात दरवर्षी ८% वाढ घडवून आणणे.

२) रोजगार वाढ घडवून आणणे.

३) उपभोग्य वस्तूंच्या उत्पादनात वाढ घडवून आणणे.

४) आरोग्य, शिक्षण इ. सेवांमध्ये वाढ घडविणे.

५) २००७ पर्यंत सार्वत्रिक शिक्षणाच्या संधी निर्माण करणे आणि २००७ पर्यंत ७५% साक्षरता निर्माण करणे.

६) २००७ पर्यंत दरिद्री व्यक्तींच्या संख्येत ५% पर्यंत घट घडवून आणणे.

७) २०१२ पर्यंत देशातील सर्व गावांना पिण्याचे शुद्ध पाणी पुरविणे.

कामगिरी :

१० व्या पंचवार्षिक योजनेची कामगिरी पुढीलप्रमाणे :

१) सकल राष्ट्रीय उत्पादनात वाढ : सरासरी राष्ट्रीय उत्पन्नात ७५% वाढ घडून आली. ९ व्या पंचवार्षिक योजनेत सकल राष्ट्रीय उत्पादन वाढीचा सरासरी वार्षिक वेग ५.५% इतका होता. १० व्या पंचवार्षिक योजनेत त्यात वाढ झाली.

२) बचतीत वाढ : भांडवल गुंतवणूक देशातील बचतीत अवलंबून असते. १० व्या पंचवार्षिक योजनेच्या काळात सकल राष्ट्रीय उत्पादनाच्या ३०% इतकी वाढ झाली.

३) गुंतवणुकीत वाढ : भांडवल गुंतवणुकीवर देशाचा औद्योगिक विकास अवलंबून असतो. नवव्या पंचवार्षिक योजनेत भांडवल गुंतवणुकीचे प्रमाण सरासरी राष्ट्रीय उत्पन्न (GDP) च्या २३.८% एवढे होते. त्यात १० व्या पंचवार्षिक योजना काळात ३२.०% एवढी वाढ झाली.

४) परकीय चलनात वाढ : परकीय चलनात या पंचवार्षिक योजनेच्या काळात मोठ्या प्रमाणात वाढ झाली. १६५.३ अब्ज डॉलर एवढी परकीय चलनाच्या संख्येत वाढ झाली.

५) परकीय गुंतवणूक : भारत परकीय चलन गुंतवणुकीत वाढ झाली. विदेशी कंपन्या व गुंतवणूकदार यांनी २००५-०६ मध्ये भारतात २०.२ अॅब्ज डॉलरची भांडवली गुंतवणूक केली.

अपयश :

१) दारिद्र्य निवारणात अपयश : भारतातील दरिद्री व्यक्तींच्या लोकसंख्येचे प्रमाण योजना काळात ५% कमी करण्याचे उद्दिष्ट या योजनेला पूर्ण करण्यात अपयश आले.

२) बेरोजगारी दूर करण्यात अपयश : २००६-०७ पर्यंत बेरोजगारीचे प्रमाण ९.११ टक्क्यांवरून ५.११ टक्क्यांपर्यंत कमी करण्याचे उद्दिष्टही या योजनेला साध्य करता आले नाही.

३) कृषी क्षेत्रातील कामगिरी : कृषी क्षेत्रात योजनेच्या कालावधीत ४% वाढीचे उद्दिष्ट होते परंतु कृषी क्षेत्रात फक्त १.७% एवढीच वाढ झाली. याचा अर्थ कृषी क्षेत्रात योजना काळात निराशाजनक कामगिरी झाली.

४) प्रादेशिक विषमतोल. प्रादेशिक विषमता दूर करणे हे १०व्या पंचवार्षिक योजनेतील एक उद्दिष्ट होते. परंतु, महाराष्ट्र, गुजरात, कर्नाटक, आंध्रप्रदेश, उत्तरांचल अशी काही मोजकी राज्ये वगळल्यास अन्य प्रांतांचा विकास फारसा होऊ शकला नाही.

५) उत्पन्न विषमतेत वाढ : नवव्या पंचवार्षिक योजनेत दारिद्र्य निर्मूलनावर भर देण्यात आलेला होता. प्रत्यक्षात दरिद्री लोकांची संख्या एकूण लोकसंख्येत २७.५% इतकी होती. बेरोजगारीचे प्रमाण २००४-०५ मध्ये ८.३% होते. यामुळे उत्पन्न विषमतेत वाढ झाली.

११ वी पंचवार्षिक योजना (२००७-२०१२) उद्दिष्टे, कामगिरी व अपयश

उद्दिष्टे :

१) दरवर्षी ९% दराने सकल राष्ट्रीय उत्पादनात वाढ घडवून आणणे.

२) जलद व सर्वसमावेशक आर्थिक वृद्धी घडवून आणणे.

३) दारिद्र्य निर्मूलन व रोजगार निर्मिती करणे.

४) गरीब व्यक्तींसाठी शिक्षण व आरोग्य सुविधा पुरविणे.

५) शिक्षण व कौशल्ये विकसित करून सक्षमीकरण करणे.

६) राष्ट्रीय रोजगार हमी योजनेअंतर्गत रोजगार निर्मिती करणे.

७) पर्यावरणाचे संरक्षण करण्यासाठी उपाययोजना करणे.

८) स्त्री-पुरुष विषमता (Gender Inequality) दूर करणे.

९) प्रशासनात सुधारणा करणे.

कामगिरी :

१) सकल राष्ट्रीय उत्पादन वाढ : २००४ – ०५ च्या किमती लक्षात घेता सकल राष्ट्रीय उत्पादनात सरासरी वार्षिक वाढ ७.८६% इतकी होती. २००७-०८ या काळात जगभर मंदी असूनही भारताचा सरासरी राष्ट्रीय उत्पन्न (GDP) वाढीचा वेग ७.८६% इतका होता.

२) कृषी उत्पादनात वाढ २००७-०८ ला अन्नधान्याचे उत्पादन २३०.८ द.ल. टन इतके होते. २०११-२०१२ मध्ये यात २५०.४ द.ल.टन इतकी वाढ झाली. अर्थात, कृषी क्षेत्रातील वार्षिक सरासरी वाढ ३.३४% म्हणजे उद्दिष्टांपेक्षा कमी होती.

३) शैक्षणिक प्रगती : ११ व्या पंचवार्षिक योजनेत प्राथमिक, माध्यमिक व उच्च माध्यमिक शाळांमध्ये विद्यार्थी संख्या वाढविण्यावर तसेच शैक्षणिक सुविधा पुरविण्यावर भर देण्यात आलेला होता. या पंचवार्षिक योजना काळात सर्व शिक्षा अभियानांतर्गत विद्यार्थी संख्येत वाढ झाली.

४) सरकारच्या उत्पन्नात वाढ : सकल राष्ट्रीय उत्पन्नात वाढ झाल्यामुळे केंद्र व राज्य सरकारांच्या उत्पन्नातही वाढ झाली त्यामुळे केंद्र व राज्य सरकारांना वित्तीय बळकटी प्राप्त झाली.

५) दरडोई उत्पन्नात वाढ : सकल राष्ट्रीय उत्पन्नात वाढ झाल्याने दरडोई उत्पन्नातही ११ व्या पंचवार्षिक योजना काळात वाढ झाली.

अपयश :

१) दारिद्र्य निर्मूलनात अपयश : ११ व्या पंचवार्षिक योजनेतील दारिद्र्य निर्मूलनाचे उद्दिष्ट पूर्ण होऊ शकले नाही.

२) बेरोजगारी : ११ व्या पंचवार्षिक योजना काळात बेरोजगारीची समस्या दूर होऊ शकली नाही.

३) कृषी क्षेत्रातील अपयश : २०११-१२ मध्ये कृषी क्षेत्राच्या वाढीचा वार्षिक दर २.८% इतका होता. ११ व्या पंचवार्षिक योजनेच्या उद्दिष्टात तो ४% इतका व्हावा ही अपेक्षा होती.

४) भांडवल निर्मिती कमी : या योजनेच्या पहिल्या वार्षिक २००७ भांडवलनिर्मिती सकल राष्ट्रीय उत्पादनाच्या ३८.१% होती. ती २०११-१२ पर्यंत ३५.५% झाली.

५) औद्योगिक उत्पादनाचा मंद वेग : २००७ – ०८ या वर्षी औद्योगिक उत्पादनाचा निर्देशांक १५.५% इतका होता. २०१०-१२ या वर्षी तो ८.२% इतका कमी झाला.

१२ व्या पंचवार्षिक योजनेची रूपरेषा (२०१२-२०१७)

भारताच्या योजना आयोगाने १२ व्या पंचवार्षिक योजनेची रूपरेषा प्रसिद्ध केली आहे. जलद, सातत्यपूर्ण व अधिक सर्वसमावेशक 'वृद्धी' (Faster, Sustainable and More Inclusive Growth) हा दृष्टिकोन या

योजनेत स्पष्ट केलेला आहे. १२ व्या पंचवार्षिक योजनेत सकल राष्ट्रीय उत्पादन वाढीचा दर हा ९.५% इतका अपेक्षित आहे. शिक्षण, आरोग्य, रोजगार, कौशल्य विकास, दारिद्र्य निर्मूलन, राहणीमानातील दर्जात वाढ, स्त्री-पुरुष समानता इ. चा अंतर्भाव सर्वसमावेशक वृद्धीत होतो. यासाठी १३ विविध कार्यक्रमांवर ही पंचवार्षिक योजना भर देणार आहे. मनरेगा, इंदिरा आवास योजना, राष्ट्रीय सामाजिक साहाय्यता कार्यक्रम, प्रधानमंत्री ग्रामसडक योजना, राष्ट्रीय ग्रामीण आरोग्य योजना, आरोग्य व कुटुंब कल्याण, स्त्री व बालक कल्याण, दुपारचे भोजन (Midday Meal), सर्व शिक्षा अभियान, शालेय शिक्षण व साक्षरता अभियान, नगर विकास योजना, जलसिंचन, राजीव गांधी ग्रामीण विद्युतीकरण योजना, राजीव गांधी पेयजल योजना, स्वच्छतागृह योजना, कृषी विकास योजना इ. कार्यक्रमांवर भर देणारी ही योजना आहे. यामुळे सर्वसमावेशक वृद्धी होईल असे या योजनेच्या मसुद्यात नमूद केलेले आहे. यातील बहुतेक सर्व कार्यक्रम केंद्र सरकार पुरस्कृत परंतु राज्य सरकारांनी अंमलबजावणी करण्यासंबंधीचे आहेत.

लोकसंख्या कमी करणे, रोजगार निर्मिती यावरही या योजनेत भर दिलेला आहे. कृषी क्षेत्राची वाढ ११ व्या योजनेत ३% पेक्षा कमी होती. त्यामुळे कृषी क्षेत्रात अधिक गुंतवणूक करण्यावर या योजनेत तरतूद केलेली आहे. या योजनेत पायाभूत सेवांवर अधिक खर्च केला जाईल.

कारखानदारी क्षेत्रात योजना काळात ११.५% वाढीचे उद्दिष्ट निश्चित केलेले आहे. बचतीचा दर ३८.९% इतका राहिल असे अपेक्षित आहे. यामुळे औद्योगिक विकासाला चालना मिळेल. सार्वजनिक व खाजगी भागीदारीद्वारे पायाभूत सुविधा उभारण्यावर या योजनेतही भर दिला आहे. योजना काळात ४८६६०३ कोटींचे १०१७ प्रकल्प उभारले जातील.

पंचवार्षिक योजनांचे मूल्यमापन (Evaluation of Five year Plans)

१९५०-५१ ला नियोजनावर आधारित मिश्र अर्थव्यवस्थेचा स्वीकार करण्यात आला. आत्तापर्यंत ११ पंचवार्षिक योजना पूर्ण करण्यात आल्या. या काळात पंचवार्षिक योजनांनी जे काम पूर्ण केले त्याचे यशापयश थोडक्यात असे मांडता येईल :-

यश

१) अन्नधान्याच्या बाबतीत स्वयंपूर्णता गाठण्यात यश मिळविलेले आहे. १९७५ पर्यंत अन्नधान्याची आयात करावी लागत होती. हरित क्रांती यशस्वीपणे राबविल्यामुळे भारत आज अन्नधान्याची निर्यात करीत आहे.

२) औद्योगिक क्षेत्रातही उत्पादनक्षमता वाढलेली आहे. उपभोग्य वस्तू, भांडवली वस्तू सर्वांची निर्मिती करणारे कारखाने आपल्या देशात आहेत. रसायने, प्लॅस्टिक्स, औषधे, कापड, संगणक यंत्रे, संरक्षण साहित्य, यंत्रसामुग्रीचे उत्पादन, सिमेंट, इलेक्ट्रॉनिक्स वस्तू आदी उत्पादने देशात होत आहेत.

३) स्वातंत्र्यानंतर भारतात परकीय चलनाची टंचाई होती. आयात-निर्यात व्यापारात असमतोल होता. आज परकीय चलनाची उपलब्धता चांगली आहे. आयात-निर्यात व्यापार वाढलेला आहे. भारतीय वस्तू आणि तंत्रज्ञान यांचा दर्जा उच्च प्रतीचा आहे. विशेषत: संगणक क्षेत्रात मोठी प्रगती केलेली आहे.

४) संशोधन आणि विकास क्षेत्रातही मोठी सुधारणा झालेली आहे. अवकाश संशोधन, संरक्षणक्षेत्र सामुग्री, खनिज तेलाचा शोध, सागरी संपत्तीचा शोध, वैद्यकीय शाखा, अणुशक्तीचा विकास आदी क्षेत्रांत भारतीय संशोधकांनी प्रगती केलेली आहे.

५) भारताच्या भांडवली बाजारात, नाणे बाजारात प्रगती झालेली आहे. वित्तीय संस्था, व्यापारी बँकांचा विकास झालेला आहे. परकीय गुंतवणूक आकर्षक होत आहे. बहुराष्ट्रीय कंपन्या अनेक उद्योग उभे करीत आहेत.

६) देशांतर्गत बचतीचे प्रमाण व गुंतवणुकीचे प्रमाण वाढते आहे. बचत व गुंतवणुकीचा दर १०% वरून २५% पर्यंत पोहोचला आहे.

७) साक्षरतेचे प्रमाण वाढलेले आहे. आरोग्य सुविधांमध्ये वाढ झाली. राष्ट्रीय उत्पन्न व दरडोई उत्पन्न वाढले. सरासरी आयुर्मानात वाढ झाली. पायाभूत सेवा-सुविधांमध्ये वाढ झाली. आकाशवाणी, दूरदर्शन, दूरसंदेश, दळणवळण, मोबाईल सेवा, माहिती तंत्रज्ञान, संगणक सॉफ्टवेअर आदी क्षेत्रांत नेत्रदीपक प्रगती झालेली आहे. भारतीय तंत्रज्ञ-शास्त्रज्ञांनी जगभर आपला प्रभाव प्रस्थापित केलेला आहे.

८) २००० पासून भारत हा एक वेगाने प्रगती करणारा देश अशी भारताची जगभर ओळख तयार झालेली आहे. विज्ञान-तंत्रज्ञान, शेती, उद्योग, व्यापार क्षेत्र, सेवा क्षेत्र या क्षेत्रांतील प्रगतीबरोबरच एक लोकशाही प्रधान देश म्हणून भारताने जगभर आपली एक ओळख निर्माण केलेली आहे.

अपयश

१) विकासाचा दर गाठण्यास प्रत्येक पंचवार्षिक योजनेमध्ये पूर्णपणे यश मिळालेले नाही.

२) दारिद्र्यनिर्मूलन, बेरोजगारी या समस्या सुटू शकलेल्या नाहीत.

३) आर्थिक विकासाचे लाभ सर्वसामान्यांपर्यंत पोहोचलेले नाहीत. आर्थिक विषमता, सामाजिक विषमता या समस्या अजूनही सुटलेल्या नाहीत. बेरोजगारीच्या समस्या सुटल्या नाहीत तर गुन्हेगारी वाढते व अवास्तव वाढणारी शहरे व त्यांचे बकालीकरण ही फार मोठी समस्या होत जाते. विकासाचा प्रादेशिक असमतोल मोठा आहे.

४) आपल्या देशाचे नियोजन लोकसंख्येवर नियंत्रण ठेवण्यात अपयशी ठरलेले आहे. वाढती लोकसंख्या हेच अनेक समस्यांचे मूळ आहे.

५) शिस्त आणि कर्तव्यतत्परतेचा अभाव, लाल फितीचा कारभार, राजकीय हस्तक्षेप, काळ्या पैशांचा मोठ्या प्रमाणावरील वापर, भ्रष्टाचार यामुळे नियोजनप्रक्रिया अपेक्षित वेग गाठू शकलेली नाही.

१.१.६ विकासाचे सामाजिक – आर्थिक निर्देशक (Social and Economic Indicators of Development)

सामाजिक निर्देशक

आपल्या देशातील लोकांच्या विकासाचे मोजमाप करण्यासाठी काही कसोट्या वापरतो. आंतरराष्ट्रीय पातळीवरही UNDP - United Nations Development Programme- तयार करताना या कसोट्या वापरतात. त्या कसोट्या पुढीलप्रमाणे-

● **दीर्घायुष्य :–** एखाद्या देशातील लोकांचे सरासरी आयुर्मान किती आहे यावर विकास मोजला जातो. दीर्घायुष्याच्या मूल्यमापनासाठी किमान २५ वर्षे व कमाल ८५ वर्षे या मर्यादा विचारात घेऊन विकासाचे मूल्यमापन केले जाते. विकसित देशातील लोकांचे सरासरी आयुर्मान हे विकसनशील देशातील लोकांच्या आयुर्मानापेक्षा अधिक असते.

- **शिक्षणसंपादन :–** शिक्षण हा माणसाच्या सामाजिक विकासाचा निदर्शक आहे. शिक्षणाच्या संदर्भात प्रौढ साक्षरतेला २/३ भार दिला जातो तर प्राथमिक, माध्यमिक व उच्च शिक्षणाला एकत्रितपणे १/३ भार दिला जातो. त्यानुसार शिक्षणाचे मानवविकासाच्या संदर्भात मूल्यांकन केले जाते.
- **जीवनमान :–** जीवनमानाचा निर्देशांक म्हणून क्रयशक्ती समतेवर आधारलेले अमेरिकन डॉलर्समध्ये व्यक्त केलेले दरडोई देशांतर्गत उत्पन्न विचारात घेतले जाते.

विकासाचे आर्थिक निर्देशक

आर्थिक विकासाचे निदर्शक पुढीलप्रमाणे–

१) **वास्तव राष्ट्रीय उत्पन्नात वाढ :–** वास्तव राष्ट्रीय उत्पन्नात जसजशी वाढ होते तसतसा देशाचा आर्थिक विकास होतो. राष्ट्रीय उत्पन्न हा विकासाचा सर्वांत जुना निदर्शक आहे. प्रगत देशांच्या बाबतीत तो योग्य निदर्शक होता. भारताच्या संदर्भात हा निदर्शक विचारात घेतला तर अल्पविकसित अर्थव्यवस्थेकडून विकसनशील अर्थव्यवस्थेकडे देशाची वाटचाल झाली असा निष्कर्ष निघतो. पंचवार्षिक योजना स्वीकारताना उत्पन्नात वाढ करणे हे महत्त्वाचे उद्दिष्ट होते. नियोजनाच्या ६० वर्षांत राष्ट्रीय उत्पन्नात निश्चितच वाढ झाली. उदा. १९५०–५१ साली देशाचे राष्ट्रीय उत्पन्न २,२३,८९९ कोटी रुपये होते. ते २००९–१० साली ४४,९३,७४३ कोटी रुपये एवढे वाढले. राष्ट्रीय उत्पन्नवाढीचा वेग १९५०–५१ ते ६०–६१ या पहिल्या दशकात ४.२% एवढा होता. २०००–०१ ते २००४–०५ या काळात तो ७.५% पर्यंत वाढला. देशाच्या अर्थव्यवस्थेची गेल्या ६० वर्षांत प्रगती झाली. राष्ट्रीय उत्पन्न वाढले, पण त्याप्रमाणात दरडोई उत्पन्नात मात्र वाढ झाली नाही; कारण लोकसंख्येतही याच काळात वाढ झाली. बाजारातील चालू किमतीची आधारभूत वर्षातील किमतीशी तुलना केल्यास वास्तव उत्पन्न मिळते. किंमतवाढ सातत्याने होत राहिल्यास वास्तव उत्पन्नात घट होते.

२) **औद्योगिक प्रगती :–** देशाचा आर्थिक विकासाचा हा महत्त्वाचा निर्देशक आहे. औद्योगिकीकरणाचा वेग जर जास्त असेल तर उत्पन्न, उत्पादन व रोजगार या क्षेत्रांत मोठ्या प्रमाणावर वाढ होते. देशाची भांडवल गुंतवणूक, बचतदर, मागणी व पुरवठा या सर्व घटकांवर औद्योगिकीकरणाचा परिणाम दिसून येतो.

३) **तांत्रिक प्रगती :–** तांत्रिक प्रगती, संशोधन व विकासावर अवलंबून असते. नवप्रवर्तन व तांत्रिक प्रगतीमुळे कार्यक्षमता व उत्पादकता यात वाढ होते. ज्या देशात तांत्रिक प्रगतीचा वेग जास्त असतो त्या देशाचा आर्थिक विकासही जलद होतो.

४) **राहणीमानाच्या दर्जात वाढ :–** उत्पन्नात वाढ झाल्यास राहणीमानाच्या दर्जातही वाढ होते. देशांतर्गत उत्पन्न व दरडोई उत्पन्नात वाढ होत असल्यास राहणीमानाच्या दर्जात वाढ होते. आरोग्य, शिक्षण, सामाजिक सुरक्षा यात वाढ होऊ लागते.

५) **उत्पादनसाधनांचा पर्याप्त वापर :–** प्रत्येक देशातील उत्पादन साधने कमी–अधिक प्रमाणात असतात. भांडवल, श्रम, नैसर्गिक साधने, संयोजनकौशल्य, मनुष्यबळ इ.चा पर्याप्त वापर केला जात असल्यास देशांतर्गत स्थूल उत्पादनात वाढ होते.

१.१.७ राज्य व स्थानिक स्तरावरील नियोजन (State and Local Level Planning)

केंद्र सरकारप्रमाणेच घटक राज्यांचीही स्वत:ची नियोजन प्रक्रिया असते. केंद्राची नियोजन प्रक्रिया आणि राज्यांची नियोजन प्रक्रिया परस्परांशी संबंधित असतात. केंद्रीय पातळीवर ही नियोजन मंडळ असते. केंद्रीय नियोजनमंडळाचा अध्यक्ष हा पंतप्रधान असतो. राज्य नियोजन मंडळाचा अध्यक्ष हा राज्याचा मुख्यमंत्री असतो. पूर्णवेळ काम करणारा एक कार्यकारी अध्यक्ष असतो. राज्य नियोजन मंडळाची रचना पुढीलप्रमाणे-

- राज्य नियोजन मंडळाचे अध्यक्ष (राज्याचे मुख्यमंत्री)
- कार्यकारी अध्यक्ष (उपाध्यक्ष)
- शासकीय सदस्य – (कॅबिनेट मंत्री)
- अशासकीय सदस्य – अर्थकारण, बँकिंग, कृषी व सिंचन, उद्योग व ऊर्जा, नगरविकास, आदिवासी-मागासवर्गीयांचे कल्याण, शिक्षण व आरोग्यक्षेत्रातील तज्ज्ञ व्यक्ती
- सदस्य – राज्याचे मुख्य सचिव, वित्त विभागाचे अप्पर मुख्य सचिव, आदिवासी विकास विभागाचे सचिव
- सदस्य सचिव – नियोजन विभागाचे प्रधान सचिव

नियोजन प्रक्रिया :– केंद्रीय नियोजनप्रक्रिया सुरू होण्यापूर्वीच राज्यांच्या नियोजनप्रक्रियेला सुरुवात होते. राज्यांची विविध खाते राज्यांच्या नियोजनप्रक्रियेची सुरुवात करतात. केंद्रीय नियोजन आयोगाकडून पंचवार्षिक योजनेचा कच्चा मसुदा राज्यांकडे पाठविला जातो. राज्ये त्यावर आपल्या सूचना पाठवितात. त्या सूचना राष्ट्रीय विकास मंडळाने मंजूर केल्यानंतर राज्ये आपला पंचवार्षिक योजनांचा आराखडा तयार करतात. या आराखड्यात राज्ये आपल्या विकासाचे अग्रक्रम व उपलब्ध साधनसामुग्री यांचा विचार करतात.

राज्ये आपले नियोजन करताना स्थानिक आणि जिल्हा पातळीवरील नियोजनालाही महत्त्व देतात. जिल्हा नियोजन आणि विकासमंडळ जिल्ह्याच्या नियोजनाचा आराखडा तयार करतात. जिल्ह्याचे पालकमंत्री हे जिल्हा नियोजन आणि विकास मंडळाचे अध्यक्ष असतात, तर जिल्हाधिकारी हे सदस्य सचिव असतात. सर्व जिल्ह्यांचा विकास आराखडा गृहीत धरून राज्य सरकार आपला विकासाचा आराखडा तयार करते.

जिल्हानियोजन व विकासमंडळ – DPDC

ज्या जिल्ह्याची लोकसंख्या २० लाखांपेक्षा कमी असते त्या जिल्ह्याच्या जिल्हा नियोजन आणि विकास मंडळाच्या सदस्यांची संख्या ३० असते तर जिल्ह्याची लोकसंख्या ३० लाखांच्या दरम्यान असेल तर सदस्यांची संख्या ४० असते व ४० लाखांपेक्षा अधिक एखाद्या जिल्ह्याची लोकसंख्या असेल तर जिल्हा नियोजन आणि विकासमंडळातील सदस्यांची संख्या ५० असते. जिल्हा नियोजन आणि विकास मंडळावर काही सदस्य हे नियुक्त असतात तर काही विशेष आमंत्रित असतात.

१.१.८ विकेंद्रीकरण : ७३ वी व ७४ वी घटना दुरुस्ती (Decentralisation- 73rd and 74th Constitutional Amendments)

१९९२ साली ७३ वी, ७४ वी घटना दुरुस्ती करण्यात आली. ही घटनादुरुस्ती करण्याचा मुख्य हेतु पंचायत राजव्यवस्था बळकट करणे हा होता. ७३ व्या घटनादुरुस्तीमधील महत्त्वाच्या तरतुदी पुढीलप्रमाणे सांगता येतील –

- राज्यघटनेच्या ४० व्या कलमानुसार प्रत्येक खेड्यात ग्रामपंचायत स्थापन करण्याची तरतूद करण्यात आली होती. या घटनादुरुस्तीनुसार प्रत्येक खेड्यात ग्रामसभा स्थापन करण्याची तरतूद करण्यात आली.
- ग्रामपंचायतींच्या निवडणुकांमध्ये अत्यंत महत्त्वपूर्ण बदल करण्यात आले. ग्रामपंचायतींचा कार्यकाल ५ वर्षांचा ठरविण्यात आला. एखादी ग्रामपंचायत बरखास्त झाल्यास ६ महिन्यांत तेथे निवडणुका घेण्याची तरतूद करण्यात आली.
- ग्रामपंचायतींच्या निवडणुका घेण्याचा अधिकार राज्य निवडणूक आयोगाकडे देण्यात आला.
- ग्रामपंचायतींना अनेक महत्त्वाच्या विषयांवर कायदे करण्याचा अधिकार प्राप्त झाला. विशेषत: रस्ते, शिक्षण, ग्रामीण घरबांधणी, सार्वजनिक वितरणप्रणाली इ. विषयांसंबंधी निर्णय घेण्याचा अधिकार ग्रामपंचायतींना देण्यात आला.
- ७३ व्या घटनादुरुस्तीमुळे ग्रामपंचायतींना विशेष अधिकार प्राप्त झाले.
- पंचायत राज संस्थांमध्ये ३३% जागा महिलांसाठी राखीव ठेवण्यात आल्या, त्यामुळे ग्रामीण भागाच्या सत्ताकारणात महिलांना संधी मिळाली.
- सत्तेच्या आर्थिक, राजकीय विकेंद्रीकरणामुळे आर्थिक व सामाजिक विकासाला महत्त्व प्राप्त झाले. ग्रामीण भागाच्या सामाजिक, आर्थिक विकासाची प्रक्रिया गतिमान झाली.
- पंचायत राज संस्थांना घटनात्मक दर्जा प्राप्त झाला. गावपातळीवर ग्रामसभांना महत्त्व प्राप्त झाले.

७४ वी घटना दुरुस्ती : महत्त्वाच्या तरतुदी

ही घटना दुरुस्तीदेखील १९९२ साली करण्यात आली. २४३ व्या कलमाचा विस्तार करण्यात आला. ७३ वी घटनादुरुस्ती ही ग्रामीण भागातील पंचायत राज संस्थांसाठीच आहे तर ७४ वी घटनादुरुस्ती ही नगरपालिका, महानगरपालिकांसारख्या शहरी भागातील स्थानिक स्वराज्य संस्थांसाठी आहेत. या घटनादुरुस्तीमधील महत्त्वाच्या तरतुदी पुढीलप्रमाणे आहेत.

- नगरपालिका-महानगरपालिकांमध्ये ३३% जागा स्त्रियांसाठी राखून ठेवण्यात आल्या.
- ७३ व्या व ७४ व्या घटनादुरुस्तीने स्थानिक संस्था स्थापन करणे. उदा. ग्रामपंचायत, न्याय पंचायत, पंचायत समिती, जिल्हा परिषद तसेच नगरपंचायत, नगरपालिका, महानगरपालिका आदी. ही राज्य सरकारची जबाबदारी आहे.
- राज्य निवडणूक आयोगामार्फत शहरी स्थानिक स्वराज्यसंस्थांच्या निवडणुका घेतल्या जाव्यात.
- अनुसूचित जाती-जमातींनाही स्थानिक प्रशासनात राखीव जागा ठेवण्यात आलेल्या आहेत.
- स्थानिक प्रशासन हे स्वयंप्रशासन व्हावे ही मुख्य अपेक्षा आहे.
- स्थानिक पातळीवरील स्वच्छता, कचरा व्यवस्थापन, रस्ते, सांडपाण्याची व्यवस्था, पाणी पुरवठा, स्थानिक शहर वाहतूक, आरोग्य सुविधा, शिक्षण इ. कामे स्थानिक संस्थांनी करावीत.
- स्थानिक पातळीवरील विकासाचे नियोजन स्थानिक पातळीवरच करण्यात यावे.
- स्थानिक प्रश्नांची सोडवणूक स्थानिक पातळीवरच करणे; सत्तेचे विकेंद्रीकरण करणे; त्यासाठी स्थानिक स्वराज्यसंस्था बळकट करणे व स्थानिक पातळीवरील नागरिकांचा राजकीय सहभाग वाढविणे हे ७३ व्या व ७४ व्या घटनादुरुस्तीचे मुख्य उद्देश आहेत.

स्वाध्यायासाठी प्रश्न

अ) गाळलेल्या जागेसाठी योग्य पर्याय निवडा.

१) योजना आयोगाच्या तज्ज्ञ गटानुसार ग्रामीण भागात .... उष्णांक (कॅलरीज) किमान राहणीमानाची गरज निश्चित केलेली होती.
(अ) २४०० (ब) २५०० (क) २१००

२) मध्यवर्ती नियोजन समितीमार्फत .... नियोजन केले जाते.
(अ) विकेंद्रित (ब) हुकूमशाही (क) केंद्रीय नियोजन

३) पहिल्या पंचवार्षिक योजनेच्या उद्दिष्टात .... या उद्दिष्टावर भर देण्यात आला होता.
(अ) अन्नधान्य उत्पादनात वाढ (ब) अवजड उद्योगांची स्थापना (क) सेवा क्षेत्रांचा विकास

४) तिसऱ्या पंचवार्षिक योजनेत राष्ट्रीय उत्पन्नात .... वाढ घडवून आणण्याचे उद्दिष्ट स्वीकारण्यात आले.
(अ) ५.६% (ब) ६.५% (क) ७.५%

५) १० व्या पंचवार्षिक योजनेचे महत्त्वाचे उद्दिष्ट म्हणजे ....
(अ) दारिद्र्याचे प्रमाण १५% कमी करणे
(ब) मूलभूत सोयीत वाढ घडवून आणणे
(क) तंत्रज्ञानात वाढ घडवून आणणे

६) राज्य नियोजन मंडळाचे अध्यक्ष .... हे असतात.
(अ) मुख्यमंत्री (ब) अर्थमंत्री (क) महसूल मंत्री

७) जिल्हा नियोजन व विकास मंडळाच्या सदस्यांची संख्या .... असते.
(अ) ४० (ब) ३० (क) ५०

८) पंचायत राज्यव्यवस्था बळकट करण्यासाठी .... व .... घटना दुरुस्ती करण्यात आली.
(अ) ७३ वी, ७४ वी (ब) ५० वी, ५१ वी (क) ६० वी, ६४ वी

९) ७३ व्या घटना दुरुस्तीनुसार पंचायत राज्यात .... जागा महिलांसाठी राखीव ठेवण्यात आल्या.
(अ) ३४ % (ब) ३३% (क) ३५%

१०) ७४ वी घटना दुरुस्ती ही .... साठी करण्यात आली.
(अ) तालुका पंचायत (ब) जिल्हा परिषद (क) नगरपालिका

ब) योग्य पर्याय निवडा.

१) लोकशाही नियोजनात पुढील प्रकारचे नियोजन असते.
(अ) विकेंद्रित (ब) केंद्रित (क) साखळी

२) चौथ्या पंचवार्षिक योजनेत पुढील उद्दिष्टांना अग्रक्रम देण्यात आला.
(अ) आर्थिक स्थैर्य व स्वावलंबन (ब) मूलभूत उद्योगांचा विकास (क) सामाजिक न्याय

३) केंद्रीय नियोजन मंडळाचा पदसिद्ध अध्यक्ष म्हणजे –
(अ) अर्थमंत्री (ब) पंतप्रधान (क) उद्योगमंत्री

४) किंमतवाढ सतत होत राहिल्यास वास्तव उत्पन्नात
(अ) वाढ होते. (ब) घट होते. (क) स्थैर्य निर्माण होते.

५) ७३ व्या व ७४ व्या घटना दुरुस्तीचा मुख्य उद्देश होता–
(अ) पंचायत राज्य बळकट करणे (ब) रोजगार निर्मिती करणे (क) उत्पन्न वाढ घडवून आणणे

क) पुढील विधाने चूक की बरोबर ते लिहा.

१) दरडोई उत्पन्नाचा विचार करता भारतात प्रादेशिक असमतोल दिसून येतो.
२) हुकूमशाही पद्धतीचे आर्थिक नियोजन विकेंद्रित नियोजन असते.
३) संमिश्र स्वरूपाच्या नियोजनात भांडवलशाही व समाजवादी नियोजन या दोहोंची वैशिष्ट्ये दिसून येतात.
४) भारताच्या पंचवार्षिक योजनांची सुरुवात १९५५–५६ या वर्षी झाली.
५) अन्नधान्याच्या बाबतीत सध्या (२०११–१२) भारत स्वयंपूर्ण नाही.

ड) जोड्या लावा.

१)	पंचायत राज	अ) दीर्घायुष्य
२)	दहावी पंचवार्षिक योजना	ब) राष्ट्रीय उत्पन्नात वाढ
३)	विकासाचा सामाजिक निदर्शक	क) १९५१–५२ ते १९५५–५६
४)	विकासाचा आर्थिक निदर्शक	ड) २००२–२००७
५)	पहिली पंचवार्षिक योजना	इ) ७३ वी व ७४ वी घटना दुरुस्ती

उत्तरे

अ)	१. (अ)	२. (अ)	३. (अ)	४. (अ)	५. (अ)
	६. (अ)	७. (ब)	८. (अ)	९. (ब)	१०. (क)
ब)	१. (अ)	२. (अ)	३. (ब)	४. (ब)	५. (अ)
क)	१. बरोबर	२. चूक	३. बरोबर	४. चूक	५. चूक
ड)	१–इ	२–ड	३–अ	४–ब	५–क

१.२ नागरी व ग्रामीण पायाभूत सुविधांचा विकास
(Urban and Rural Infrastructure Development)

१.२.१   गरजा व महत्त्व

१.२.२   पाणीपुरवठा व स्वच्छता

१.२.३   गृहनिर्माण

१.२.४   परिवहन

१.२.५   संसूचना

१.२.६   भारतातील पायाभूत सुविधांशी संबंधित पेचप्रसंग, समस्या व धोरण

१.२.७   खाजगी क्षेत्राची भागीदारी, बी. ओ. एल. टी. व बी. ओ. टी.

१.२.८   भारतीय वित्त विकास

१.२.९   पायाभूत सुविधांच्या विकासाचे खाजगीकरण

१.२.१0   केंद्र व राज्य शासनाची धोरणे

१.२.११   केंद्र सरकारचे उपक्रम

१.२.१   गरजा व महत्त्व (Need and Significance)

शेती, उद्योग, व्यापार वगैरेंच्या प्रगतीवर आर्थिक विकास अवलंबून असतो. मात्र, शेती, उद्योग, व्यवसाय, व्यापार अशा क्षेत्रांच्या प्रगतीसाठी वाहतूक, दळणवळण अशा विविध पायाभूत सुविधांची आवश्यकता असते. शेती, उद्योगक्षेत्रातील उत्पादनांसाठी ऊर्जा, पतपुरवठा, वाहतूक, सेवा, दळणवळण, विपणन सुविधा, बँक आणि विमा सुविधा अशा अनेक बाबींची आवश्यकता असते. या सर्व सुविधांना पायाभूत सुविधा असे म्हणतात. मर्यादित अर्थाने पाहिल्यास ऊर्जा, वीजनिर्मिती, वाहतूक व दळणवळण यांना पायाभूत सुविधा म्हणता येईल; व्यापक अर्थाने विचार केल्यास आरोग्य, शिक्षण वगैरे बाबींचाही या संकल्पनेत समावेश होतो.

पायाभूत सुविधांचे आर्थिक विकासातील महत्त्व पुढीलप्रमाणे स्पष्ट करता येईल.

- **भांडवली साठ्यात वाढ :**– अर्थव्यवस्थेतील पायाभूत सुविधांमध्ये वाढ झाल्यामुळे भांडवलसाठ्यात वाढ होते. वाहतूक व दळणवळण साधनांची उपलब्धता, ऊर्जा साधनांची उपलब्धता, वित्त पुरवठा यासारख्या सुविधांमुळे आर्थिक विकासाला प्रेरणा मिळते.

- **नवप्रवर्तनासाठी योग्य परिस्थिती :**– पायाभूत सुविधांमध्ये केलेल्या गुंतवणुकीमुळे नवप्रवर्तनासाठी योग्य अशी परिस्थिती निर्माण होते. त्यातून नवीन कल्पनांची उत्क्रांती, उत्पादन घटकांचे नवीन संयोग, नवीन उत्पादनपद्धती अशा गोष्टींना प्रेरणा मिळून वस्तूंचे उत्पादन वाढते. नवीन वस्तूंचे उत्पादन वाढते; आर्थिक विकासाच्या दृष्टीने पोषक वातावरण निर्माण होते.

- **उत्पादन वाढीला गती :–** पायाभूत सुविधांच्या उपलब्धतेमुळे देशातील वेगवेगळ्या आर्थिक क्षेत्रांतील उत्पादनवाढीला गती मिळते. वाहतूक सुविधांत वाढ झाल्यामुळे उत्पादन कार्यासाठी आवश्यक असलेल्या कच्च्या मालाची वाहतूक शक्य होते, त्यामुळे उद्योग व्यवसाय क्षेत्राला पुरेशा प्रमाणात व वेळेवर कच्चा माल उपलब्ध होऊन उत्पादनवाढीला चालना मिळते.

- **गुंतवणूक वाढ :–** पायाभूत सुविधा वाढल्यामुळे कच्च्या-पक्क्या मालाच्या वाहतुकीसाठी आवश्यक असलेली वाहतूक व्यवस्था, दळणवळण व्यवस्था व ऊर्जा साधनांची उपलब्धता होते, त्यामुळे उद्योग व्यवसाय क्षेत्राच्या दृष्टीने योग्य परिस्थिती निर्माण होते; उद्योगांमध्ये व शेतीक्षेत्रामध्ये मोठी गुंतवणूक होते व आर्थिक विकासाला मदत होते.

- **उत्पादकता वाढ :–** पायाभूत सुविधांची सुविधा वाढली की शेती, उद्योगातील उत्पादकता वाढण्यास मदत होते. वाहतूक साधने, ऊर्जा साधनांची उपलब्धता यामुळे शेती–उद्योग क्षेत्रातील उत्पादकता वाढण्यास मदत होते.

- **बाजाराचा विस्तार :–** वाहतूक व दळणवळणाच्या सुविधांमध्ये वाढ झाल्यामुळे बाजाराचा विस्तार होतो, त्यामुळे वस्तूंच्या मागणीत वाढ होते. उत्पादनवाढीला वेग येतो व विकासाच्या प्रक्रियेला गती मिळते.

- **उत्पादक कार्याला प्रेरणा :–** पायाभूत सुविधांच्या विकासामुळे उत्पादक कार्याला प्रेरणा मिळते. पायाभूत सुविधांशिवाय उत्पादक कार्ये शक्य होत नाहीत. रस्ते, रेल्वे व हवाई व जलवाहतुकीच्या सुविधांमुळे आर्थिक कार्यात वाढ होते.

- **शेती, उद्योग व सेवा क्षेत्राचा विकास :–** शेती–उद्योग व सेवा क्षेत्रे हे परस्परांशी संबंधित आहेत. पायाभूत सुविधांच्या विकासामुळे त्यांच्यात वाढ होते. शेती क्षेत्राचा विकास झाल्यास कच्च्या मालासाठी शेती क्षेत्रावर अवलंबून असणाऱ्या उद्योगांना कच्चा माल उपलब्ध होतो. तसेच शेती क्षेत्राची यंत्रे, अवजारे, खते, कीटकनाशके यांची मागणी वाढून अशा वस्तूंचे उत्पादन करणाऱ्या उद्योगांच्या प्रगतीला मदत होते, यामुळे आर्थिक प्रगती होण्यास मदत होते.

ऊर्जा

स्वातंत्र्यानंतर योजनाकारांनी अगदी पहिल्या योजनेपासूनच संरचनात्मक विकासाला प्राधान्य दिले. प्रत्येक योजनेत संरचनात्मक विकासासाठी एकूण योजनाखर्चाच्या जवळपास ५०% खर्च करण्यात आला, त्यामुळे कृषी उत्पादन ३ पटींनी तर औद्योगिक क्षेत्रात ७ पटींनी वाढ झाली. भारतात कोळसा, तेल आणि नैसर्गिक वायू, जळाऊ लाकूड अशा अनेक स्रोतांपासून ऊर्जा मिळते.

ऊर्जानिर्मिती :– आर्थिक विकासाला चालना देणारा ऊर्जा हा एक सर्वांत महत्त्वाचा घटक आहे. आर्थिक विकास आणि दरडोई विजेचा वापर यांचा अन्योन्य संबंध आहे. जसजसा विकास वाढतो तसतशी ऊर्जेची गरज वाढते. निवडक विकसित देशांशी तुलना करता भारतातील ऊर्जेचा वापर हा अगदीच मर्यादित आहे हे पुढील तक्त्यावरून दाखविता येईल.

तक्ता क्र. १

ऊर्जेचा वापर

देश	दरडोई उत्पन्न (डॉलर्समध्ये २००४)	ऊर्जेचा दरडोई वापर (तेलाच्या समकक्ष कि.ग्रॅ. २००७)
अमेरिका	४६,७९०	७,७६६
जपान	३५,१९०	४,०१९
इंग्लंड	३६,२४०	३,४०४
चीन	६०१०	१४८४
भारत	२९३०	५२९

संदर्भ :- वर्ल्ड डेव्हलपमेंट रिपोर्ट, इंडियन इकॉनॉमी, दत्त महाजन, पृ. ११२

भारतातील ऊर्जेचे स्रोत : एकूण तीन ऊर्जास्रोत भारतात आहेत-

अ) **व्यापारी स्रोत :-** व्यापारी तत्त्वावर जे ऊर्जास्रोत वापरले जातात, त्यास व्यापारी स्रोत म्हणतात. ते पुढीलप्रमाणे -

१) **कोळसा आणि लिग्नाईट :-** देशातील कोळशाचा साठा हा ६०,००० मिलियन टन आणि लिग्नाईटचा साठा ३,३०० मिलियन टन आहे. २००९-१० मधील वार्षिक उत्पादन ५६६ मि.टन आहे.

२) **तेल आणि गॅस :-** भारतात तेलाचे साठे ५५० मिलियन टन असून येत्या २० वर्षांना पुरतील एवढेच तेलाचे साठे आहेत.

३) **वीजनिर्मिती :-** देशात अणुऊर्जा, औष्णिक, जलविद्युत हे वीजनिर्मितीचे पारंपरिक स्रोत आहेत. पवन ऊर्जा, समुद्राच्या लाटांपासून ऊर्जा, बायोमासपासून ऊर्जा इ. वीजनिर्मितीचे अपारंपरिक स्रोत आहेत. देशातील जलविद्युत निर्मितीची क्षमता ९०,००० मे.वॅ. इतकी आहे. त्यापैकी प्रत्यक्षात १८,००० मे.वॅ. विजेची जलविद्युत निर्मिती होते. याचा अर्थ एकूण क्षमतेच्या केवळ २०% एवढीच जलविद्युत निर्मिती होते. देशातील एकूण वीज निर्मितीमधील जलविद्युत निर्मितीचा वाटा केवळ १३% एवढाच आहे. औष्णिक ऊर्जेचा वाटा ८४% एवढा असून आण्विक ऊर्जेचा वाटा केवळ ३% एवढाच आहे.

ब) **व्यापारेतर मार्ग :-** यात प्रामुख्याने अपारंपरिक ऊर्जास्रोतांचा समावेश होतो. उदा. जळाऊ लाकूड, शेतीतील टाकाऊ वस्तू, जनावरांचे शेण इत्यादी. ग्रामीण भागातील स्वयंपाकाच्या इंधनाची मोठी गरज जळाऊ लाकडापासून भागविली जाते, परंतु भविष्यकाळात जळाऊ लाकडाचे मोठेच दुर्भिक्ष्य निर्माण होईल. शेती उत्पादनातील टाकाऊ वस्तूंचा इंधन म्हणून दरसाल ६५ द.ल. टन इतका वापर होतो. ३२४ द.ल. टन शेणापैकी ७३ द.ल. टन शेणाचा इंधन म्हणून वापर होतो.

क) **अपारंपरिक ऊर्जास्रोत :-** सौर ऊर्जा, पवन ऊर्जा, समुद्राच्या लाटांपासून तयार होणारी ऊर्जा म्हणजे अपारंपरिक ऊर्जा होय. अपारंपरिक ऊर्जा विशेषत: सौर ऊर्जा व पवन ऊर्जा निर्मितीची मोठी संधी भारतात आहे. सौर ऊर्जेत ३५,००० मे.वॅ. एवढी निर्मितीक्षमता आहे. मात्र, अपारंपरिक ऊर्जानिर्मिती फारच कमी आहे.

ऊर्जा ही मानवाची गरज आहे, तशीच ती व्यावसायिक-औद्योगिक आणि शेतीचीही गरज आहे. ऊर्जेअभावी देशाच्या प्रगतीवर प्रतिकूल परिणाम होतो. नियोजनकाळात सर्व प्रकारच्या ऊर्जानिर्मितीसाठी उपयोग करण्यात आला. कोणताही एकच मार्ग देशाच्या ऊर्जानिर्मितीची गरज भागवू शकणार नाही म्हणून नियोजनात सर्वच ऊर्जानिर्मितीच्या मार्गांवर भर देण्यात आला.

ऊर्जा निर्मितीला जास्तीतजास्त चालना देण्याचा शासनाचा प्रयत्न आहे, त्यामुळेच झपाट्याने औद्योगिक विकास होईल. शेतीचाही विकास होईल. ग्रामीण भागात पुरेशा प्रमाणात विजेचा पुरवठा झाला तर ग्रामीण भागाच्या विकासाला निश्चितपणे चालना मिळेल. भारतात पुढीलप्रमाणे विजेचा वापर केला जातो.

तक्ता क्र.२

ऊर्जेचा क्षेत्रवार वापर

ऊर्जा वापर	१९५३-५४	१९७०-७१	२००५-०६
घरगुतीवापर	१०	१२	१२
शेतीक्षेत्र	०१	०३	०९
औद्योगिक क्षेत्र	४०	५०	४२
वाहतूक	४४	२८	२२
इतर	०५	०७	१५

(संदर्भ : नववी पंचवार्षिक योजना, इंडियन इकॉनॉमी, दत्त महाजन, पृ. १२०)

भारतातील ऊर्जा वापराच्या समस्या

१) विजेचे उत्पादन गरजेपेक्षा कमी आहे.

२) इंधनाची मोठी गरज खनिज तेलापासून भागविली जाते, मात्र एकूण गरजेच्या ७५% खनिज तेल आयात केले जाते.

३) देशांतर्गत खनिजतेलाची उपलब्धता मर्यादित आहे.

४) आंतरराष्ट्रीय बाजारात खनिजतेलाच्या किमती वाढल्या की त्याचा फटका भारताला बसतो. प्रतिबॅरल १ डॉलरने जरी खनिज तेलाचे भाव वाढले तरी भारताला सुमारे २५,००० डॉलर्स अधिक तेल आयातीचा खर्च वाढतो.

५) ऊर्जा पुरवठ्याची मागणी सतत वाढत आहे. उदा. विजेची मागणी- विजेच्या उत्पादनात आणि वितरणात खूपच अडचणी आहेत. वीज चोरी आणि वीज गळतीची समस्या मोठी आहे. किमान १६% विजेची गळती चालू असते.

६) भारतात व्यापारी इंधनाची मागणी मोठ्या प्रमाणात वाढत आहे, त्यामुळे इंधनाच्या पुरवठ्यातील असमानताही वाढत आहे.

७) खनिजतेलाच्या जागतिक साठ्याच्या केवळ ०.३ % एवढाच साठा भारताकडे आहे, त्यामुळे इंधनाची समस्या फार मोठी आहे.

८) अलीकडच्या काळात कोळसा उत्पादनात घट होत आहे. दरवर्षी कोळसा आयात करावा लागतो.

९) भारतात जो कोळसा उपलब्ध आहे त्याचा दर्जा पूर्णत: शुद्ध स्वरूपात नाही, त्यामुळे पुरेशा क्षमतेने वीजनिर्मितीही होत नाही.

१०) एकीकडे आर्थिक विकास होत असताना विकासाला चालना देणाऱ्या इंधनांचा पुरेशा प्रमाणात पुरवठा झाला नाही तर विकासप्रक्रियेवर त्याचा प्रतिकूल परिणाम होतो.

१.२.२ पाणीपुरवठा व स्वच्छता :– (Water supply and sanitation)

पायाभूत सुविधांमध्ये लोकांना पिण्याचे स्वच्छ पाणी मिळणे आणि स्वच्छतागृहे उपलब्ध असणे याला विशेष महत्त्व आहे. किंबहुना, राहणीमानाचा दर्जा निश्चित करण्याचा हा महत्त्वाचा निकष आहे. भारतातील एकूण लोकसंख्येपैकी किती टक्के लोकांना पिण्याच्या पाण्याच्या सुधारित सोयींचा लाभ होतो हे तक्ता क्र. ३ वरून दिसून येते. यावरून अधिकाधिक लोकांना या सोयीचा लाभ होत आहे, हे स्पष्ट होते.

तक्ता क्र. ३
एकूण लोकसंख्येपैकी पिण्याच्या पाण्याचा पुरवठा होणारी लोकसंख्या (%)

वर्ष	शहरी	ग्रामीण	एकूण
१९९०	८८	६३	६९
१९९५	९०	७०	७५
२०००	९३	७७	८१
२००५	९५	८३	८६
२०१०	९७	९०	९२

संदर्भ :– डब्ल्यू. एच. ओ. / युनिसेफ (२०१२)

तक्ता क्र. ४ मध्ये स्वच्छतागृहांची सोय उपलब्ध असलेल्या व स्वच्छतागृहाची सोय उपलब्ध नसलेल्या लोकांची टक्केवारी दिलेली आहे. स्वच्छतागृहे बांधण्याची अधिक गरज देशात आहे; ही गोष्ट यातून स्पष्ट होते.

तक्ता क्र. ४
भारतातील स्वच्छतागृहांची सोय उपलब्ध असलेली लोकसंख्या (%)

वर्ष	सुधारित स्वच्छतागृहांची सोय असलेली लोकसंख्या (%)			स्वच्छतागृहांची सोय नसलेली लोकसंख्या		
	शहरी	ग्रामीण	एकूण	शहरी	ग्रामीण	एकूण
१९९०	५१	७	१८	२८	९१	७५
१९९५	५३	१०	२१	२५	८६	७०
२०००	५५	१४	२५	२२	७९	६३
२००५	५६	१९	३०	१८	७८	५७
२०१०	५८	२३	३४	१४	६७	५१

संदर्भ : डब्ल्यू. एच. ओ./युनिसेफ २०१२

१.२.३ गृहनिर्माण (Housing)

गृह बांधणी व गृहनिर्माण हा आर्थिक विकासाच्या प्रक्रियेतील महत्त्वाचा भाग आहे. अन्न, वस्त्र आणि

निवारा या माणसाच्या प्राथमिक गरजा आहेत. लोकसंख्या वाढीबरोबर गृहनिर्माणाचे प्रश्नही बिकट होतात. भारत सरकारच्या २००६ मध्ये नेमलेल्या एका तांत्रिक अभ्यासगटाच्या अंदाजानुसार १० व्या पंचवार्षिक योजनेच्या सुरुवातीला (२००७-०८) भारतात एकूण २ कोटी ४७ लाख एवढ्या घरांची टंचाई होती. ११ व्या योजनेत आणखी १ कोटी ८२ लाख घरे निर्माण होण्याची आवश्यकता होती.

ग्रामीण भागात इंदिरा आवास योजनेद्वारे गरीब व्यक्ती व कुटुंबांना घर उपलब्ध करून देण्याचे धोरण सरकारने स्वीकारलेले आहे. हाऊसिंग डेव्हलपमेंट फायनान्स कार्पोरेशन व राष्ट्रीकृत बँका यांच्याद्वारे शहरी भागात गृहकर्जे उपलब्ध करून दिली जातात. शहरीकरणाचा वेग भारतात दरवर्षी ३.८% इतका आहे. शहरांच्या लोकसंख्येत वाढ होत आहे, त्या प्रमाणात घरांच्या मागणीतही वाढ दिसून येते. (तक्ता क्र.५)

तक्ता क्र. ५

शहरी भागातील घरांची टंचाई

(Urban Housing Shortage)

वर्ष	घरे (दशलक्ष)
१९६१	३.६०
१९७१	३.००
१९८१	७.००
१९९१	८.२०
२००२	८.८९

संदर्भ : १० वी पंचवार्षिक योजना, आराखडा

१.२.४ परिवहन (Transport)

कोणत्याही व्यवस्थेत वाहतुकीचे व दळणवळणाचे स्थान महत्त्वाचे आहे. शेती, उद्योग, व्यापार इ. च्या विकासासाठी कार्यक्षम अशा वाहतूक व्यवस्थेची आवश्यकता असते. वाहतुकीमुळे श्रम व वस्तू यांना गतिशीलता प्राप्त होते.

अर्थव्यवस्थेतील वाहतूक व्यवस्थेचे महत्त्व व भूमिका पुढीलप्रमाणे -

१) **उत्पादनास मदत :-** आधुनिक काळात उत्पादनांसाठी मोठ्या प्रमाणात कच्चा माल लागतो; यंत्रांचीही आवश्यकता असते. वाहतुकीमुळे कच्च्या मालाची सहज उपलब्धता होऊ शकते. कार्यक्षम वाहतूक व्यवस्थेमुळे कमी पैशांत-कमी वेळेत मुबलक कच्चा माल कारखान्यांपर्यंत अगदी सहजपणे पोहीचविता येतो व सातत्यपूर्ण उत्पादनासाठी वाहतूक हा घटक सर्वांत महत्त्वाचा आहे.

२) **नाशवंत मालाच्या उत्पादनास मदत :-** शेती विकासाच्या दृष्टीने वाहतूकव्यवस्था महत्त्वाची आहे. शेतीमाल हा नाशवंत असतो. तो त्वरित बाजारात किंवा कारखान्यात पोहीचायला हवा. चांगल्या वाहतूक व्यवस्थेमुळे शेतीमाल त्वरित ग्राहकांपर्यंत पोहीचविता येईल.

३) **बाजारपेठांचा विस्तार :-** जलद व कार्यक्षम वाहतुकीमुळे मागणीनुसार देशाच्या विविध भागांत वस्तूंचा पुरवठा करता येतो. वाहतुकीमुळे बाजारपेठेचा मोठा विस्तार होतो. ग्रामीण भागातील शेतमाल त्वरित शहरात पाठविता येतो.

४) **व्यापारवाढीस मदत :–** वाहतुकीमुळे वस्तूंची एका ठिकाणाहून दुसऱ्या ठिकाणी ने-आण करणे शक्य होते. देशांतर्गत व्यापाराबरोबरच आंतरराष्ट्रीय व्यापारालाही चालना मिळते.

५) **मागणी व पुरवठा यात समानता :–** अर्थव्यवस्थेत काही वस्तूंचे उत्पादन होते. काही वस्तूंचे उत्पादन होत नाही. जेथे ज्या वस्तूंचे उत्पादन होत नाही, तेथे ते वाहतुकीच्या साधनांमुळे पोहीचविता येते. दुष्काळी भागात जीवनावश्यक वस्तूंचा पुरवठा करता येतो.

६) **औद्योगिक विकासास हातभार :–** जलद विकासाच्या साधनांमुळे जलद औद्योगिक विकास होतो. लोखंड व पोलाद, सिमेंट अशा पायाभूत उद्योगांच्या उभारणीसाठी वाहतूकव्यवस्था उपयोगी पडते. वाहतुकीमुळे उद्योगांची उभारणी, विकास, आधुनिकीकरण याबाबतीत मदत होते.

७) **उत्पादन साधनसामुग्रीची गतिशीलता :–** वाहतुकीमुळे मनुष्यबळ, यंत्रे, भांडवल अशी उत्पादन साधनसामग्री एका ठिकाणाहून दुसऱ्या ठिकाणी हलविता येते. वाहतुकीमुळे श्रम हा घटक गतिशील बनलेला आहे. उत्पादन साधन सामुग्रीच्या गतिशीलतेत झालेल्या वाढीमुळे उत्पादकता वाढीस मदत होते.

८) **उपभोगासाठी वस्तूंची उपलब्धता :–** ग्राहकांना आवश्यक असलेल्या वस्तू एका ठिकाणाहून दुसऱ्या ठिकाणी पोहीचविण्यासाठी वाहतूक अत्यंत महत्त्वाची आहे, त्यामुळे बाजारांचा विस्तार होऊन ग्राहकांना आवश्यक त्या वस्तू मिळू शकतात.

९) **वस्तूंचे कार्यक्षम वितरण :–** उत्पादित झालेल्या वस्तूंचे वितरण होणे आवश्यक आहे. त्यासाठी वाहतूक व्यवस्थेची मदत होते. सार्वजनिक वितरण व्यवस्थेसाठी वाहतूक आवश्यक आहे.

१०) **समतोल आर्थिक विकास :–** देशाचा विकास वाहतूक विकासावरच अवलंबून असतो. मागासलेल्या भागात वाहतुकीचे जाळे निर्माण झाले की त्या भागाचाही विकास होतो.

११) **किंमत पातळी स्थिर ठेवणे :–** वस्तूंच्या मागणी-पुरवठ्यात होणाऱ्या बदलानुसार किंमत पातळीत बदल होतो. एखाद्या भागात वस्तूंना मागणी जास्त आहे व पुरवठा कमी आहे अशी स्थिती असेल, तर तेथे त्या वस्तूंच्या किमती वाढतात. वाहतूक व्यवस्थेमुळे आवश्यक त्या ठिकाणी गरजेनुसार वस्तूंचा पुरवठा करता येऊन किमतीत होणारे चढ-उतार रोखता येतात.

१२) **इतर :–** वाहतुकीमुळे वस्तूंमध्ये स्थान व समय उपयोगिता निर्माण होते तसेच भांडवल गुंतवणुकीला प्रेरणा देण्याचे कार्य वाहतूक करते. नैसर्गिक साधन-सामुग्रीचा अधिकाधिक वापर करणे वाहतुकीमुळे शक्य होते. पर्यटन क्षेत्राचा विकास होतो.

नियोजन काळात रस्ते वाहतूक, रेल्वे वाहतूक, विमान वाहतूक व जलवाहतूक या सर्व प्रकारच्या वाहतुकींचे देशभर जाळे निर्माण करण्याच्या दृष्टीने प्रयत्न झाला आहे. सर्व महत्त्वाची शहरे परस्परांना रस्ते वाहतुकीने जोडण्यासाठी केंद्र आणि राज्य सरकारांनी नियोजन काळात प्रयत्न केला आहे, त्यामुळे हजारो लोकांना रोजगार उपलब्ध झालेला आहे. राज्यपातळीवरील ग्रामीण भागसुद्धा परस्परांना जोडले जावेत यासाठी रस्ते विकास महामंडळ काम करते. दुर्गम भागात रस्ते पोहीचल्यामुळे नैसर्गिक आपत्ती प्रसंगी अन्न, औषधे, कपडे आदी मदत तातडीने पोहीचविता येते. विमान वाहतुकीमध्ये सरकारी कंपन्यांबरोबरच खाजगी कंपन्यांनीही

प्रवेश केल्यामुळे हवाई वाहतुकीचेही जाळे निर्माण झाले आहे, त्यामुळे जलद गतीने विकास, वस्तुमालाची वाहतूक यांच्याबरोबरच पर्यटनाचीही वाढ झालेली आहे.

भारतातील रस्ते वाहतूक

नियोजनकाळात रस्ते वाहतुकीत सुधारणा करण्याचे प्रयत्न करण्यात आले, त्यामुळे रस्ते वाहतुकीची प्रगती झाली.

रस्ते वाहतुकीचे फायदे

१) **कमी भांडवल :–** रेल्वे वाहतुकीच्या तुलनेत रस्ते वाहतूक ही कमी खर्चीक असते.

२) **लवचिकता :–** इतर वाहतुकीच्या तुलनेत रस्ते वाहतूकही जलद, लवचीक असते. वैयक्तिक सेवा पुरवू शकते.

३) **खर्च व वेळेची बचत :–** रस्ते वाहतूक वेळेची बचत करते. इतर वाहतुकीच्या तुलनेत कमी खर्चीक असते.

४) **ट्रक, टेम्पो आदी लहान साधनांद्वारे वाहतूक :–** रेल्वे वाहतूक ही प्रचंड अवजड वाहतूक आहे. रस्ते वाहतूक सहज, सोपी असते.

५) **रस्ते वाहतूक बहुविध :–** ट्रक, बस, रिक्षा, सायकल आदी सर्वच वाहनांसाठी उपयुक्त.

६) **शेतीविकासास मदत :–** शेतापर्यंत केवळ रस्ते जाऊ शकतात व शेतमालाची व शेतीसाठी लागणाऱ्या निविष्ठांची वाहतूक रस्त्यांमुळे सहज शक्य होते.

७) **नाशवंत वस्तूंची वाहतूक :–** दूध, फळे, भाजीपाला अशा नाशवंत वस्तूंची वाहतूक रस्त्यांमुळे त्वरित होते.

८) **औद्योगिक क्षेत्राच्या विकासास मदत :–** कारखान्यांना लागणारा कच्चा माल त्वरित पोहीचविणे व कारखान्यात तयार झालेला पक्का माल बाजारात त्वरित पोहीचविण्यासाठी रस्ते वाहतूक उपयुक्त आहे.

९) **रोजगारनिर्मिती :–** रस्ते वाहतूक हे रोजगार निर्माण करणारे क्षेत्र आहे.

रस्ते वाहतुकीच्या समस्या

१) **खर्चीक वाहतूक :–** मोठ्या अंतराची रस्ते वाहतूक खर्चीक आहे.

२) **अनियमित साधन :–** रस्ते वाहतूक हे अनियमित साधन आहे.

३) **खराब व अपुरे रस्ते :–** भारतात पुरेशा प्रमाणात रस्ते नाहीत. अनेक गावांना बारमाही जोडणारे रस्ते नाहीत. अनेक रस्ते खराब आहेत.

४) **कराचा वाढता बोजा :–** भारतात मोटार वाहतुकीवर मोठ्या प्रमाणात करांचा बोजा आहे.

५) **योग्य देखभालीचा अभाव :–** भारतात रस्त्यांच्या देखभालीचा अभाव आहे. भारताच्या तुलनेत जपानमध्ये रस्त्यांवर अधिक खर्च केला जातो. त्यामुळे भारतातील रस्ते खराब आहेत.

६) **पावसाळी हंगामाचा परिणाम :–** भारतातील अनेक रस्ते कच्चे आहेत. पावसाळ्यात बहुतेक रस्ते खराब होतात.

७) **समन्वयाचा अभाव :–** रस्ते वाहतुकीच्या बाबतीत राज्या-राज्यांत समन्वय नाही, त्यामुळे मोटार वाहतुकीच्या बाबतीत समस्या निर्माण होतात.

८) **केंद्र–राज्य संबंध :–** रस्ते कुणी बनवायचे? यावरून केंद्र-राज्य यांच्यात समन्वय नाही. रस्ते विकासाच्या बाबतीतील योग्य भूमिका केंद्र व राज्यांनी घेतली नाही.

९) **ग्रामीण भागात रस्त्यांचा अभाव :–** भारत हा खेड्यांचा देश आहे. अजून अनेक खेडी रस्त्याने परस्परांशी जोडलेली नाहीत.

१०) **अतिथीगृहांचा अभाव :–** रस्त्यांवर अतिथीगृहे नाहीत. मोठ्या प्रवासांच्या दृष्टीने अशा सोयींची गरज असते.

११) रस्त्यांची रुंदी कमी आहे. १५% राष्ट्रीय महामार्ग व ७५% राज्यमहामार्ग एकमार्गी आहेत.

१२) रस्त्यांची जाडी कमी आहे.

१३) रस्ते बांधणीसाठी निकृष्ट साहित्याचा वापर करून त्यात मोठा भ्रष्टाचार केला जातो.

१४) रस्त्यांवर कमकुवत व अरुंद पूल आहेत.

१५) शहरी भागात अरुंद रस्ते ही मोठी समस्या आहे.

१६) रस्ते वाहतुकीमुळे प्रदूषण वाढलेले आहे.

१७) रस्ते सुरक्षितता, सावधानता याकडे दुर्लक्ष, कडक नियमांचा अभाव

१८) रस्ते देखभालीसाठी ढिसाळपणा, टिकाऊ रस्त्यांचे कमी प्रमाण

१९) रेल्वे क्रॉसिंगस् व्यवस्थित नाहीत.

तक्ता क्र. ६
नियोजन काळातील गुंतवणूक : वाहतूक क्षेत्र

योजना	रु. कोटी
पहिली	५२०
दुसरी	१,३००
तिसरी	२,१२०
चौथी	३,२४०
पाचवी	६,८७०
सहावी	१७,६८०
सातवी	४१,०००
आठवी	१,०५,५७०
नववी	१,६८,९४०
दहावी	२,५,९९७
अकरावी	५,७२,४१३

(संदर्भ :– आर्थिक सर्वेक्षण २००९-१०)

तक्ता क्र. ७
भारतातील वाहतूक क्षेत्राची वाढ

	१९५०–५१	१९७०–७१	२००५–०६	२००९–१०
१) रेल्वे मार्गांची लांबी	५३,६०० कि.मी.	५९,००० कि.मी.	६३,००० कि.मी.	६४,००० कि.मी.
२) रस्ते एकूण लांबी	४०० कि.मी.	९१५ कि.मी.	२,७१३ कि.मी.	४,२३६ कि.मी.
माल वाहतूक वाहनांची संख्या ००० कि.मी.	८२	३४३	४,७८२	–
३) जलवाहतूक–आंतरराष्ट्रीय	०.२	२.२	७.०	९.७
जलवाहतूक (दहा लक्ष टन)	१९	–	४२४	५६२.७
बंदरे वाहतूक (दहा लक्ष टन)				
४) हवाई वाहतूक– प्रवासी संख्या (लाखात)	–	२६	३१८	५६९

(संदर्भ :– दहावी पंचवार्षिक योजना व आर्थिक सर्वेक्षण २००९-१०)

तक्ता क्र. ८
रस्ते बांधणीची प्रगती (कि.मी.)

वर्ष	रस्त्यांची लांबी	राष्ट्रीय महामार्गांची लांबी	राज्य महामार्गांची लांबी
१९५१	४००	२२.२	–
१९७१	९१५	२४	५६.८
१९९१	१९९८.२	३३.७	१२७.३
२००१	३३७३.५	५७.७	१३२.१
२००८	४२३६.४	६६.८	१५४.५

(संदर्भ : आर्थिक सर्वेक्षण – २००९-१०)

देशातील ८०% प्रवासी वाहतूक आणि ६५% मालाची वाहतूक रस्त्यांवरून होते. भारतातील ५९% रस्ते पक्के आहेत. राष्ट्रीय महामार्गांचे प्रमाण १.५% असले तरी त्यावरील वाहतुकीचे प्रमाण एकूण वाहतुकीच्या ४०% एवढे आहे.

रेल्वे वाहतूक

देशात रेल्वेचे स्वतंत्र मंत्रालय असून, स्वतंत्र अंदाजपत्रक सादर केले जाते. १९०० ला भारतात ४०,००० कि.मी. लांबीचे रेल्वेमार्ग होते. २००९ पर्यंत ६४,००० कि.मी. लांबीचे रेल्वे मार्ग होते. रेल्वेचे १७ विभाग कार्यरत आहेत. भारत रेल्वेच्या बाबतीत आशिया खंडातील दुसरा तर जगात चौथ्या क्रमांकाचा देश आहे.

तक्ता क्र. ९

भारतातील रेल्वेची प्रगती

अ.क्र.	तपशील	वर्षाअखेर			
		१९५०-५१	१९७०-७१	२००७-०८	२००८-०९
१.	रेल्वेमार्ग ००० कि.मी.	५३,६००	५९,८००	६३,२७३	६४,०००
२.	विद्युतीकरण कि.मी.	३९०	३,७००	१८,२७४	१८,६००
३.	लोकांची वाहतूक द.ल.	१,२९०	२,४३०	६,५२४	७,०४७
४.	माल वाहतूक द.ल. टन	९३	१९७	७९४	८३३

(संदर्भ : रेल्वे बजेट २००९-१०)

जलवाहतूक

इतर वाहतुकीच्या तुलनेत जलवाहतूक ही तुलनेने स्वस्त व श्रमप्रधान आहे, त्यामुळे रोजगार उपलब्ध होण्याची शक्यता अधिक. देशांतर्गत जलवाहतूक ही प्रामुख्याने नद्यांच्या व कालव्यांच्या माध्यमातून केली जाते. स्वातंत्र्योत्तर काळातच प्रामुख्याने जलवाहतुकीची प्रगती झाली. १९४७ साली केंद्र सरकारने जलवाहतुकीचे धोरण ठरविण्यासाठी एक समिती नेमली. भारताला ४२०० मैलांचा समुद्रकिनारा लाभलेला आहे. स्वातंत्र्यानंतरच्या काळात भारताच्या आंतरराष्ट्रीय व्यापारात ६२ पटीने वाढ झाली. भारताला ऑस्ट्रेलिया, युरोप आणि आशिया खंडातील देशांबरोबर समुद्रमार्गे व्यापार करण्यास मोठा वाव आहे.

विमान वाहतूक

भारतासारख्या साधनसामुग्रीची कमतरता असलेल्या देशात हवाई वाहतूक ही व्यवस्थापनदृष्ट्या, तांत्रिकदृष्ट्या व प्रशासकीयदृष्ट्या अधिक कौशल्य व कार्यक्षमता निर्माण करणारी आहे. वेळेची बचत आणि नाशवंत वस्तू जलद गतीने आणि सुव्यवस्थितपणे सर्वदूर पोहोचविण्याचे ते उत्तम साधन आहे. विशेषतः नवीन आर्थिक धोरण स्वीकारल्यानंतर विमान वाहतुकीच्या क्षेत्रात खऱ्या अर्थाने प्रगती झाली. हवाई मार्गे प्रवासी आणि मालवाहतुकीच्या प्रमाणात वाढ झाली आहे. ती पुढीलप्रमाणे स्पष्ट करता येईल.

तक्ता क्र. १०

भारतीय हवाई वाहतुकीची प्रगती

अ.क्र.	बाब	मोजणी	२०००-२००१	२००९-१०
१.	देशांतर्गत विमानसेवा			
	अ. ताशी उड्डाण	००० तास	२५०	८२०
	ब. प्रवासी वाहतूक	००० संख्या	१३,९६२	४६,०२५
	क. माल वाहतूक	००० टन	२०९	२९८
२.	विदेशी विमानसेवा			
	अ. ताशी उड्डाण	००० तास	९८	४३२
	ब. प्रवासी वाहतूक	००० संख्या	३,८२८	११,६९७
	क. माल वाहतूक	००० टन	१०२	२२४

(संदर्भ : डायरेक्टोरेट जनरल ऑफ सिव्हिल एव्हिएशन)

नवीन आर्थिक धोरण स्वीकारल्यानंतर विमान वाहतूक क्षेत्रात अनेक खाजगी कंपन्या आलेल्या आहेत.

सुरुवातीला एअर इंडिया आणि इंडियन एअर लाईन्स या दोनच सरकारी कंपन्या होत्या. खुल्या आर्थिक धोरणानंतर विमान वाहतुकीचा विस्तार झाला.

विमान वाहतुकीच्या समस्या

१. प्रगत देशांच्या तुलनेत विमान वाहतूक सुविधा गरजेच्या मानाने अपुरी आहे.

२. विमानतळांची संख्या कमी आहे; त्यांची गुणवत्ता खूपच कमी आहे.

३. विमानांच्या फेऱ्या, विमानांतर्गत सेवा-सुविधा कमी आहेत. आंतरराष्ट्रीय दर्जाची विमानतळे खूपच कमी आहेत.

४. विमान वाहतुकीचा खर्च तुलनेने जास्त आहे.

५. दीर्घकाळ एअर इंडिया व इंडियन एअर लाईन्स या दोन सरकारी मक्तेदारी असलेल्या विमान वाहतूक कंपन्या होत्या, त्यामुळे इतर कंपन्यांना संधी नव्हती, म्हणून विमान वाहतूक क्षेत्राचा विस्तार होऊ शकला नाही. तुलनेने विमान वाहतूक महाग असूनही त्यांचा तोटा व खर्च वाढतच गेला.

वेगाने आर्थिक प्रगती साधण्यासाठी तुलनेने विमान वाहतुकीला अधिक प्राधान्य देणे आवश्यक आहे.

१.२.५ संसूचना

आकाशवाणी, दूरदर्शन, तार सेवा, टेलिफोन सेवा, माहिती तंत्रज्ञान सेवा इ. सेवांचा दळणवळणाच्या सुविधांमध्ये समावेश होतो. देशातील सामान्य नागरिकांना, ग्राहकांना आणि विक्रेत्यांना अत्यावश्यक सुविधा पुरविणे, खरेदी-विक्रीसाठी ग्राहकांना प्रोत्साहन देणे या दृष्टीने दळणवळणाच्या साधनांना महत्त्व आहे. जगभरातील माहिती वाचकांपर्यंत पोहीचविणे, देशविदेशातील घडामोडींची माहिती देणे हे आधुनिक काळातील सर्वांत महत्त्वाचे कार्य आहे. जगभरातील संशोधन, अनुभव व ज्ञान यांची देवाणघेवाण ही केवळ दळणवळणाच्या साधनांमुळे होते. आज वैद्यकीय क्षेत्रातही दळणवळणाच्या सुविधांचे महत्त्व वाढलेले आहे. विज्ञान आणि तंत्रज्ञान हा देशाच्या विकासातील सर्वांत महत्त्वाचा घटक आहे. त्यांची देवाणघेवाण होणे हे सर्वांत महत्त्वाचे आहे; ते केवळ दळणवळणाच्या साधनांमुळेच शक्य होते. देशाच्या जलद आर्थिक विकासासाठी दळणवळणाच्या साधनांचा विकास होणे आवश्यक आहे. आज दूरसंदेश दळणवळणाला खूपच महत्त्व प्राप्त झाले आहे. इंटरनेट सुविधांमुळे जग खूपच जवळ आलेले आहे. संदेशवहनाची प्रक्रिया वेगाने होणे आवश्यक आहे. खुले आर्थिक धोरण स्वीकारल्यानंतर तर दूरसंदेश दळणवळणाचा अधिक विकास झालेला आहे. भविष्यकाळात या सुविधांचा विकास होण्यास अजून मोठा वाव आहे.

भारतातील टपालसेवा

भारतात इंग्रजांनी टपालसेवा सुरू केली. स्वातंत्र्यानंतर या सेवेचा विकास करण्याचा प्रयत्न झाला. १९७२ सालानंतर टपालसेवा अधिक गतिमान होण्यासाठी टपाल सेवेत पिनकोड नंबर सुविधा सुरू केली. ग्रामीण भागात टपाल कचेऱ्यांची संख्या वाढविण्यात आली. पोस्ट आणि टपालाच्या बाबतीत भारताचा देशात प्रथम क्रमांक लागतो. वित्तीय सेवा पुरविण्याच्या बाबतीतही टपाल सेवेने महत्त्वाची भूमिका बजावलेली आहे. पोस्टामध्ये बचत सुविधाही उपलब्ध केलेली आहे. इ-बिल व EMO ही सेवा २००८ सालापासून सुरू करण्यात आली आहे. या सेवेमध्ये मनीऑर्डर्सचे वितरण, इलेक्ट्रॉनिक्सच्या माध्यमातून शक्य होत आहे.

दळणवळण व संपर्क साधण्यासाठी पोस्ट सेवा, दूरध्वनी सेवा, आकाशवाणी, दूरदर्शन, इंटरनेट ही महत्त्वाची दळणवळणाची साधने आहेत. दळणवळण व्यवस्थेचे महत्त्व पुढीलप्रमाणे-

१) दळणवळणामुळे आर्थिक विकासास मदत होते.

२) औद्योगिकीकरणाची गती वाढते.

३) देशांतर्गत व आंतरराष्ट्रीय व्यापारात वाढ होते.

४) खरेदीदार आणि विक्रेते यांना एकत्र आणण्याचे कार्य करून दळणवळण व्यवस्था बाजाराच्या विस्तारास हातभार लावते.

५) दळणवळण व्यवस्थेमुळे व्यक्ती, संस्था व सरकार यांना आवश्यक ती माहिती उपलब्ध होते.

६) व्यवसायाचे यशस्वी संचालन शक्य होते.

७) मानवी जीवनाला गती प्राप्त होते व श्रमांच्या गतिशीलतेत वाढ होते.

जगातील सर्वांत मोठी पोस्ट व्यवस्था भारतात आहे. देशात सरासरी २१.२६ चौ.कि.मी. ला एक टपाल कचेरी असे प्रमाण असून, सरासरी ५,४६२ व्यक्तींना एक टपाल कचेरी सेवा पुरविते. १९८६ पासून स्पीड पोस्ट सेवा सुरू करण्यात आली. स्पीड पोस्ट सेवेचे जाळे १०० राष्ट्रीय व ४९४ राज्य स्पीड पोस्ट केंद्र व ९७ परकीय देश यांना जोडण्याचे काम करते. १९९५ मध्ये सर्व राज्यांच्या राजधान्या दिल्लीशी स्पीडपोस्टने जोडण्यात आलेल्या आहेत. तार कार्यालयांची देशातील संख्या ३०,००० एवढी आहे. दूरध्वनी केंद्रांची संख्या ३६,७७२ आहे. ती सर्व इलेक्ट्रॉनिक आहेत. सध्या दूरसंचार नेटवर्कबाबत जगात भारताचा ५ वा क्रमांक असून ६१ द.लक्ष दूरध्वनी कनेक्शनस् व १.४८ द.ल. सार्वजनिक संपर्क केंद्रे (PCO) आहेत. या क्षेत्रात ५१% पर्यंत परकीय गुंतवणुकीला परवानगी देण्यात आलेली आहे. सुमारे ५ लाख खेड्यांत सार्वजनिक दूरध्वनी सेवा पुरविण्यात आलेली आहे. ग्रामीण भागात टेलिफोन जोडण्याचा वेग २१% नी वाढला.

आकाशवाणी–दूरदर्शन

भारतात १९२० साली आकाशवाणीचे प्रसारण सुरू झाले तर १९५९ साली भारताचे पहिले दूरदर्शन प्रसारण करण्यात आले. ऑल इंडिया रेडिओची स्थापना १९३६ साली करण्यात आली. सध्या भारतात २०० आकाशवाणी केंद्रे संपूर्ण देशभर प्रसारण करतात. १९७२ मध्ये मुंबई दूरदर्शन केंद्राची स्थापना करण्यात आली. २००४ ला शासनाने DTH (Direct to Home) ही सेवा सुरू केली.

माहिती तंत्रज्ञान क्षेत्रात भारताने प्रगती केली. उपग्रह अवकाशात सोडल्यानंतर देशभर आकाशवाणी, दूरदर्शन व इंटरनेट सेवांचे जाळे विकसित झाले. जगभरात घडलेली एखादी घटना क्षणार्धात सर्वत्र पोहोचते. आकाशवाणी आणि दूरदर्शन ही साधने समाज प्रबोधनाची साधने झालेली आहेत. आवश्यक सुविधा म्हणून ही साधने घराघरांत पोहोचली आहेत. इंटरनेटचा वापर शैक्षणिक संस्था व व्यावसायिक संस्थांना फारच उपयुक्त ठरत आहे.

माहिती तंत्रज्ञान

संगणकाच्या साहाय्याने माहितीचे प्रसारण करणे म्हणजे माहिती तंत्रज्ञानाचा एक महत्त्वाचा भाग होय. समाजातील विविध गटांना, घटकांना लागणारी माहिती व त्या माहितीचे विश्लेषण आधुनिक तंत्राच्या साहाय्याने केले जाते; ते सर्व माहिती तंत्रज्ञानाचे क्षेत्र होय. दळणवळण क्षेत्रातील अलीकडच्या काळातील वेगाने वाढणारे, राष्ट्रीय उत्पन्नात विशेष भर घालणारे हे महत्त्वाचे क्षेत्र आहे. देशाच्या आर्थिक विकासात माहिती तंत्रज्ञान क्षेत्राला अतिशय महत्त्वाचे स्थान आहे. जमीन, श्रम, भांडवल यांच्या बरोबरीने उत्पादन क्षेत्रात माहिती तंत्रज्ञानाला महत्त्व प्राप्त झालेले आहे.

तक्ता क्र. ११

माहिती व संपर्काचे निवडक देशांतील स्वरूप (२००९) दरहजारी

देश	वृत्तपत्रे	दूरदर्शन संच	टेलिफोन मुख्य लाईन	मोबाईल	ब्रॉडबँड वापरणारे	इंटरनेट
अमेरिका	१९४	९९०	५००	९७०	२७०	७८०
इंग्लंड	२३९	९८०	५४०	१३००	२९०	८३०
फ्रान्स	१६३	९४०	५५०	९२०	३००	६९०
जपान	५५१	९९०	३४०	९००	२४०	७७०
रशिया	९२	९८०	३१०	१६२४	९०	४२०
चीन	७४	८९०	२३०	५६०	७७८	२८०
भारत	७१	३२०	३२	४५०	६७	५३

(संदर्भ : वर्ल्ड डेव्हलपमेंट इंडिकेटर - २०१०)

माहिती तंत्रज्ञान क्षेत्राकडून मिळणारे उत्पन्न दिवसेंदिवस वाढत आहे. उदा. १९९४ ते २००९ या काळात ६,३४५ कोटी रुपयांवरून या क्षेत्राचे उत्पन्न ३,४५,७६१ कोटी रुपयांवर पोहोचले. राष्ट्रीय उत्पन्नातील माहिती-तंत्रज्ञान क्षेत्राचा वाटा याच काळात ०.६३% वरून ६.१% इतका वाढला. सुरुवातीला निर्यात ६,५३० कोटी रुपये होती ती २,३५,०८० कोटी रुपयांपर्यंत पोहोचली. देशाच्या अर्थव्यवस्थेत या क्षेत्राचे महत्त्व वाढत आहे.

१.२.६ भारतातील पायाभूत सुविधांशी संबंधित पेचप्रसंग, समस्या व धोरण (Problems related to Instructure in India)

१९९० पूर्वी पायाभूत सुविधा पुरविण्याची जबाबदारी केंद्र व राज्य सरकारांची होती. मोठ्या प्रमाणावरील भांडवलगुंतवणूक, उत्पादन किंवा सेवा पुरविण्यासाठी लागणारा प्रदीर्घ काळ (gestation period) गुंतवणुकीतील धोक्याचे प्रमाण, गुंतवणुकीवरील कमी उत्पन्न यामुळे पायाभूत सुविधा पुरविण्याची जबाबदारी सरकारने स्वत:कडे घेतली, परंतु अकार्यक्षमता, भ्रष्टाचार, दिरंगाई यामुळे पायाभूत सुविधा पुरविण्याचा वेग हा अतिशय मंद होता. रस्त्यांची कमतरता, विजेची टंचाई, पाणीपुरवठ्यातील टंचाई, दूरसंचार व दळणवळण क्षेत्रातील पीछेहाट इ. अनिष्ट परिणाम झाले, यामुळे आर्थिक विकासाची गतीही मंदावली. आर्थिक विकासाचा दर किमान ७% गाठायचा असेल तर त्यासाठी पायाभूत सुविधांमधील गुंतवणूक वाढविणे आवश्यक होते. वित्त मंत्रालयाच्या पायाभूत सुविधा प्रकल्प तज्ज्ञ गटाने (१९९६) सूचित केल्याप्रमाणे १९९६ ते २००० या काळासाठी ४० ते ४५ हजार कोटी रुपयांची गुंतवणूक करणे आवश्यक होते. या शिवाय २००१-०६ या काळासाठी आणखी रु.७५,००० कोटींची सरकारने तरतूद करणे गरजेचे आहे, असे मत तज्ज्ञ गटाने व्यक्त केले. एवढ्या मोठ्या प्रमाणावर सरकारला गुंतवणूक करता येणे अशक्य होते, यामुळे सरकार व खाजगी गुंतवणूक (PPP) यांची भागीदारी करण्याचा निर्णय पुढे आला. तंत्रज्ञानातील प्रगती व कार्यक्षम व्यवस्थापन इ.मुळे अनेक देशी व विदेशी खाजगी गुंतवणूकदारांनी सरकारशी भागीदारी करण्याची तयारी दर्शविली.

१.२.७ खाजगी क्षेत्राची भागीदारी (Private Sector Partnership-PPP)

१९९० च्या दशकापासून खाजगी आणि सार्वजनिक भागीदारीतून मोठे संरचनात्मक प्रकल्प उभारण्यास

सुरुवात झालेली आहे. सर्वच सुविधा सरकारकडून उभारल्या जाऊ शकणार नाहीत, त्यामुळे काही प्रमाणात खाजगी क्षेत्राला वाव दिला आहे, त्यामुळे पायाभूत सुविधांमधील संरचनेतील सरकारी मक्तेदारी कमी होत आहे. १९९० च्या दशकापासून सार्वजनिक व खाजगी भागीदारीतून मोठे संरचनात्मक प्रकल्प उभारण्यास सुरुवात झाली व संरचनात्मक विकासातील सरकारी मक्तेदारी कमी होत गेली. या क्षेत्राचा उत्पादन खर्च, फलकाल मोठा, प्रचंड भांडवल गुंतवणूक, बाह्य खर्चाचे मोठे प्रमाण, मोठी जोखीम आणि परताव्याचा कमी दर इ. कारणांमुळे सरकारलाच पुढाकार घेऊन संरचनात्मक विकास करावा लागला, पण या योजनांमधील भ्रष्टाचार, संथगती, वाढता खर्च, नियोजनाचा अभाव इ. कारणांमुळे संरचनात्मक विकासात भारत मागे राहिला. संरचनात्मक विकासाची मागणी आणि पुरवठा यातील असमतोल कमी करण्यासाठी खाजगी उद्योगांच्या सहभागाला मान्यता देण्यात आली.

सरकारी-खाजगी संयुक्त भागीदारीच्या दृष्टीने पुढील पावले उचलली गेली.

- सन १९९७ मध्ये सरकारकडून संरचनात्मक विकास अर्थपुरवठा मंडळाची स्थापना करण्यात आली. या मंडळाचे अधिकृत भांडवल ५००० कोटी रुपयांचे होते.
- ज्या कंपन्या संरचनात्मक उद्योगांचा विकास, विस्तार व देखभाल करणार असतील, त्यांना उदा. रस्ते, पूल, नवीन विमानतळ, बंदरे, रेल्वे इ. अशा कंपन्यांना करात सवलत दिली आहे.
- संरचनात्मक सेवांमध्ये गुंतवणूक करणाऱ्या कंपन्यांच्या लाभांशावर किंवा दीर्घकालीन भांडवली लाभावर आयकर सवलत दिली आहे.
- अलीकडच्या काळात क्षेत्रनिहाय सुधारणा सरकारने स्वीकारल्या आहेत, त्या अंतर्गत टेलिकॉम प्रकारांचाही समावेश संरचना उद्योगात करण्यात आला आहे. या क्षेत्रालाही अनेक वित्तीय सवलती देण्यात आल्या आहेत.
- सरकारने महामार्ग 'बांधा-वापरा आणि हस्तांतरित करा' या तत्त्वानुसार (BOT) बांधकाम करण्याचे ठरविले. या योजनेची रूपरेषा व तत्त्वे केंद्र सरकारने तयार केली.
- केंद्र सरकार आणि खाजगी उद्योगांमध्ये एक प्रकारची संरचनात्मक स्पर्धा निर्माण होणे आवश्यक आहे. पर्यावरणाचे संरक्षण व ग्राहकांचे हित जपण्याच्या दृष्टीने नियामकाच्या भूमिकेतून सेबीच्या धर्तीवर नियंत्रण ठेवणारी यंत्रणा उभी करणे आवश्यक आहे.
- संरचनात्मक क्षेत्रात खाजगी आणि सार्वजनिक अशा दोन्हीही घटकांना वाव दिलेला असला तरी खाजगी क्षेत्रापेक्षा सार्वजनिक क्षेत्रालाच महत्त्वाचे स्थान राहाणार आहे. अधिकचा वाटा सार्वजनिक क्षेत्रालाच उचलावा लागणार आहे. सार्वजनिक क्षेत्राला विकासाच्या बाबतीत फारसे यश आले नाही, म्हणून यापुढील काळात सार्वजनिक क्षेत्राला आपल्या व्यवस्थापनात आमूलाग्र बदल घडवून आणावा लागणार आहे, त्यामुळे कामाची गुणवत्ता सुधारण्यास मदत होईल व संरचनात्मक कामांची गुणवत्ता सुधारेल.

विकसनशील देशांत किंवा अविकसित देशांत पायाभूत सुविधा निर्माण करणे अत्यंत आवश्यक असते. त्यांचा दर्जा चांगला असणे अत्यंत आवश्यक असते. रस्ते, रेल्वे, शिक्षण, आरोग्य, पाणीपुरवठा, आदी पायाभूत सुविधा निर्माण करणे आवश्यक असते. सार्वजनिक क्षेत्रातील पैसा पुरेसा पडणार नाही, त्यामुळे त्यास खाजगी क्षेत्राची मदत उपलब्ध करून देण्यात आली आहे. वीजनिर्मिती आणि पाणीपुरवठा या महत्त्वाच्या पायाभूत सुविधा आहेत, त्यासाठी लागणारी गुंतवणूक केवळ सार्वजनिक व खाजगी क्षेत्रातूनच उपलब्ध होऊ शकेल.

खाजगी भागीदारीच्या कराराचे दोन प्रकार आहेत, ते पुढीलप्रमाणे:-

१) **बांधा–वापरा–भाड्याने द्या – हस्तांतरित करा** (Build-Operate-Lease Transfer) यात खाजगी कंपनी पूर्ण बांधकाम करते व सरकारला तो प्रकल्प भाडेपट्ट्याने देते. अशा प्रकारे प्रकल्पाचे नियंत्रण भाडेकऱ्याकडे (Lessee) येते. म्हणजेच प्रकल्पाची मालकी कंपनीच्या भागधारकाकडे राहते, परंतु नियंत्रण सरकार करते. भाडेपट्ट्याची मुदत संपल्यावर पूर्व निश्चित किमतीनुसार सदर प्रकल्प सरकारकडे हस्तांतरित केला जातो.

२) **बांधा–वापरा–हस्तांतरित करा** (Build-Operate-Transfer) या प्रकारच्या करारात खाजगी कंपनी प्रकल्प बांधते व पूर्ण करते. प्रकल्पाचे नियंत्रण कंपनीकडे असते. ठरावीक मुदतीनंतर पूर्व निर्धारित किमतीस सदर प्रकल्प सरकारकडे हस्तांतरित केला जातो. विशिष्ट कालखंडात जी किमान गुंतवणूक असते ती वसूल केली जाते.

खाजगी क्षेत्राची भागीदारी–केंद्र व राज्य सरकारांनी अनेक पायाभूत सेवा क्षेत्रात खाजगी भागीदारी स्वीकारली आहे. विमानतळ विकास, ऊर्जा, बंदरे, रस्ते, शहरी भागातील विकासात्मक कार्यक्रम इ. क्षेत्रांत सरकारची व खाजगी क्षेत्रांची भागीदारी आहे.

तक्ता क्र.१२

क्षेत्रवार सरकारी–खाजगी भागीदारी (२००८–०९)

	क्षेत्र	संख्या	रु. २५० कोटींपेक्षा कमी	रु.२५० ते ५०० कोटी	रु. ५०० कोटींपेक्षा अधिक	कराराचे एकूण मूल्य (कोटी रु.)
१.	विमानतळ	५	0	३०३	१८,८०८	१९,१११
२.	ऊर्जा	२४	७३४	२,६६९	१३,७०८	१७,१११
३.	बंदरे	४३	१,०६६	२,४४०	६२,९९३	६६,४९९
४.	रस्ता	२७१	८,६८९	३२,८६२	६०,४५४	१,०२,००५
५.	शहरी विकास	७३	२,७५३	२,४०४	१०,१३२	१५,२८८
६.	इतर	३४	१,६१३	९०५	१,६४४	४,१६२

संदर्भ : आर्थिक सर्वेक्षण २००९–१०

१.२.८ भारतातील वित्त विकास

देशाच्या आर्थिक विकासात वित्तीय सेवांचा वाटा हा अत्यंत महत्त्वाचा असतो. विकासाचा मार्ग प्रशस्त बनवायचा असेल तर वित्तीय सेवा कार्यक्षम बनविणे अत्यंत आवश्यक आहे. देशातील वित्तीय रचना आणि संरचना हा पायाभूत सुविधांचा एक भाग आहे. बचत, भांडवल निर्मिती, भांडवलाची उभारणी, भांडवलाचे चलनवलन, भांडवलाचा उत्पादक घटकांसाठी होणारा वापर, भांडवल निर्मितीसाठी होणारा खर्च, भांडवलाच्या वापरातून होणारा विकास–विस्तार इ. गोष्टी वित्तीय सेवांच्या दृष्टीने अत्यंत महत्त्वाच्या आहेत. भारताला स्वातंत्र्य मिळाले तेव्हा भारताजवळ वित्तीय संरचना या अतिशय मर्यादित स्वरूपाच्या होत्या. स्वातंत्र्यानंतरच्या काळात वित्तीय संरचना जाणीवपूर्वक वाढविण्यावर भर देण्यात आला. बचतीला प्रोत्साहन देण्यासाठी बचतीच्या

अनेक वेगवेगळ्या योजना, बँकांचे राष्ट्रीयीकरण, सहकारी संस्थांचा विकास, ग्रामीण भागात सहकारी, सरकारी, नागरी बँकांचा विस्तार, ग्रामीण बँक, अग्रणी बँक, विकास बँक, युनिट ट्रस्ट, परकीय विनिमय बँका, खाजगी बँका, संघटित वित्तीय क्षेत्रे आदींच्या सुविधा वाढविण्यावर जाणीवपूर्वक भर देण्यात आला. आधुनिक काळातील विज्ञान-तंत्रज्ञानाच्या क्षेत्रातील प्रगतीमुळे संगणक, ए.टी.एम., बँकिंग, इंटरनेट बँकिंग, आयकर चेक इ. मुळे वित्तीय व्यवहारांची गतिमानता वाढत आहे. सुरक्षितता आणि कार्यक्षमता वाढत आहे. सरकारने वित्तीय व्यवस्था अधिक गतिमान करण्याच्या उद्देशाने रुपयाचे अवमूल्यन, रुपयाची परिवर्तनीयता, परकीय भांडवल गुंतवणुकीला मुक्त प्रवेश, पार्टीसिपेटरी नोटसूची सुविधा इ. धोरणे स्वीकारलेली आहेत. परकीय गुंतवणूक वाढविण्यासाठी थेट परकीय गुंतवणुकीलाही सरकारने मान्यता दिली आहे, परंतु अजूनही देशाच्या सर्वांगीण विकासासाठी मोठ्या प्रमाणात भांडवलाची उपलब्धता होणे आवश्यक आहे.

भारतातील वित्तीय सुविधांच्या मर्यादा

१. वित्तीय संस्थांमध्ये बँकिंग क्षेत्राचा वाटा हा फार मोठा आहे. परंतु, अद्यापही बँकिंग क्षेत्र हे पुरेसे कार्यक्षम झालेले नाही. बँकिंग व्यवसायात नॉन परफॉर्मिंग अकाऊंटचे प्रमाण वाढत आहे. बँकिंग क्षेत्रातील घोटाळे, कर्जाची वाढती थकबाकी, भ्रष्टाचार आदी प्रकार दिवसेंदिवस वाढताना दिसत आहेत. बँकिंग व्यवहारातील लवचिकतेचा अभाव ही वित्तीय सेवा अधिक गतिमान करण्याच्या मार्गातील मोठीच अडचण आहे.

२. ग्रामीण भागात वित्तीय सुविधांचा अजून मोठ्या प्रमाणात अभाव आहे. ग्रामीण विकासाच्या योजना राबविण्यातही मोठा भ्रष्टाचार आहे; अकार्यक्षमता आहे. ग्रामीण भागात सर्वसामान्य माणसांची पिळवणूक होते.

३. बँकेशिवाय इतर वित्तीय संस्थांवर प्रभावी नियंत्रण नाही. शेअरबाजारातही अनेक घोटाळे झालेले आहेत. गुंतवणूकदारांचीही मोठ्या प्रमाणात फसवणूक झालेली आहे.

४. भारतातील जनतेमध्ये अजून गुंतवणूक, विकासप्रक्रिया, बचत आदी संदर्भातील आर्थिक साक्षरता आणि सजगता निर्माण झालेली नाही.

५. विकसित झालेल्या बाजारयंत्रणांचा अभाव ही मोठी अडचण आहे.

देशात २०१० साली व्यापारी बँकांचा विस्तार ८४,६०४ एवढा होता; तर ठेवी ४४,९२,८२६ कोटी रुपयांपर्यंत वाढल्या. बँकिंग सुविधा वाढल्या तरी अजूनही ग्रामीण भागातील अनेक खेड्यांमध्ये बँक सुविधा नाहीत. थोडक्यात, वित्तीय सुविधांच्या विकासास अजून मोठाच वाव आहे.

१.२.९ पायाभूत सुविधांच्या विकासाचे खाजगीकरण (Privatisation of Infrastructure Development)

पायाभूत सुविधांचा विकास केल्याशिवाय देशाच्या सर्वांगीण विकासाला खऱ्या अर्थाने चालना मिळणार नाही. परंतु, सर्वच पायाभूत सुविधांचा विकास करण्याची जबाबदारी ही मुळात शासनाची आहे. मात्र, ही कामे पूर्ण करण्यास शासनापुढे अनेक अडचणी आहेत. सरकारी निधीची अपूर्णता, वाढती लोकसंख्या आणि सुविधांची वाढती मागणी यामुळे सर्वच पायाभूत सुविधांचा अपेक्षेइतका व वाढत्या गरजेप्रमाणे पायाभूत सुविधांचा विकास झालेला नाही. पायाभूत सुविधांचा अपुरेपणा- विशेषतः शिक्षण, आरोग्याच्या सुविधांची कमतरता, उद्याने, करमणूक केंद्रांची अपुरी सुविधा, स्वच्छ आणि शुद्ध पिण्याच्या पाण्याची अपुरी सुविधा,

उपलब्ध- पायाभूत सुविधांचा अत्यल्प आणि अकार्यक्षमतेने वापर, त्या क्षेत्रात काम करणाऱ्यांची उदासीनता व अधिकारीवर्गाचा निष्काळजीपणा या कारणांमुळे उपलब्ध पायाभूत सुविधांचा कार्यक्षमतेने वापर होत नाही. ग्रामीण भागातील विजेचे भारनियमन, दूरध्वनी सेवा व सरकारी कार्यालयात मिळणारी वागणूक, पाणीपुरवठा, विजेचा पुरवठा, दूरसंचार सेवा यांच्या कारभारात नसलेली सुसूत्रता, त्यात असलेला समन्वयाचा अभाव, पायाभूत सुविधा उपलब्ध करण्याचा खर्च दिवसेंदिवस वाढतच चाललेला आहे. रस्त्यांचे जाळे अपूर्ण आहे. विकास कामांसाठी घेतलेल्या अनेक सामुग्रीचा योग्य प्रकारे वापर होत नाही. सरकारी सुविधा चांगल्या आणि दर्जेदार नाहीत, त्यामुळे या सुविधा खाजगी क्षेत्राशी स्पर्धा करू शकत नाहीत. देशात सर्वदूर सारख्याच प्रमाणात या सुविधा उपलब्ध नाहीत. शहरी भागातील व ग्रामीण भागातील पायाभूत सुविधा यांत मोठी तफावत आहे. पायाभूत सुविधा उपलब्ध करून देण्यासाठी अत्यल्प आर्थिक तरतूद केली जाते, त्यामुळे पुरेशा प्रमाणात पायाभूत सुविधा उपलब्ध होऊ शकल्या नाहीत. या सर्व पार्श्वभूमीवर अधिक चांगल्या प्रकारच्या व कार्यक्षमतेने सेवा देऊ शकतील अशा पायाभूत सुविधा उभारण्यासाठी पायाभूत सुविधांसाठी सार्वजनिक आणि खाजगी भागीदारी हा एक पर्याय आहे किंवा खाजगीकरणाच्या आधारे पायाभूत सुविधा उभारणे हाही मार्ग आहे.

परकीय गुंतवणूक व पायाभूत संरचनेचा विकास

पायाभूत संरचना उभी करण्यासाठी सुरुवातीच्या काळात सरकारनेच गुंतवणूक केली. परंतु, प्रत्यक्षातील गरज आणि प्रत्यक्षात उभारल्या जाणाऱ्या पायाभूत सुविधा यात मोठीच तफावत पडली. अपेक्षेइतका वेग त्या क्षेत्रात गाठता आला नाही. मोठ्या प्रमाणात पायाभूत सुविधांचा विकास करण्यास चालना मिळाली ती प्रामुख्याने १९९१ ला नवीन आर्थिक धोरण स्वीकारल्यानंतरच. नवीन आर्थिक धोरण स्वीकारल्यानंतर खाजगी क्षेत्राला पायाभूत सुविधांच्या क्षेत्रात काम करण्याची संधी मिळाली. १९९१ नंतर आर्थिक धोरणानंतर भारत सरकारने पायाभूत सुविधांच्या विकासाला अतिशय महत्त्व दिले. परकीय गुंतवणुकीला १९९१ नंतर सरकारने प्राधान्य दिले. त्यादृष्टीने सरकारने काही पावलेही उचलली.

- देशात पायाभूत सुविधा उभारण्यासाठी १९९७ साली केंद्र सरकारने पायाभूत वित्तीय विकास कंपनीची स्थापना केली. त्यासाठी सुरुवातीलाच ५००० कोटी रुपयांच्या भांडवलाची तरतूद केली.
- रस्ते, पूल, विमानतळे इ. ठिकाणी गुंतवणूक करणाऱ्या परकीय क्षेत्राला फार मोठ्या प्रमाणात सूट देण्यात आली.

पायाभूत सुविधांच्या क्षेत्राच्या विकासासाठी ज्याप्रमाणे केंद्र सरकारने खाजगी क्षेत्राला परवानगी दिली त्याचप्रमाणे थेट परकीय गुंतवणुकीलाही (FDI) परवानगी दिली.

१.२.१० केंद्र व राज्य शासनाची धोरणे (Centre and State Government Initiatives)

पायाभूत सुविधांच्या विकासासाठी केंद्र व राज्य शासनाने अनेक धोरणे आखली आहेत.

१) १९९७ मध्ये इन्फ्रास्ट्रक्चर डेव्हलपमेंट फिनान्स कंपनी सरकारने स्थापन केली आहे. या कंपनीचे अधिकृत भाग भांडवल ५००० कोटी रुपये आहे.

२) रस्ते, पूल, विमानतळ, बंदरे, रेल्वे, पाणीपुरवठा, स्वच्छता व मलनिस्सारण इ.साठी प्रकल्प उभारणी, देखभाल इ. करणाऱ्या कंपनीला सरकारने करांमध्ये सूट दिलेली आहे.

३) नॅशनल हाय-वे ॲथॉरिटी ऑफ इंडिया लि.ची स्थापना करून केंद्रशासनाने २०० कोटी रु. चा निधी उभारून भांडवलबाजारात नोंदणी करून अधिक भांडवल उभारणी करण्याचे योजिले आहे.

४) पायाभूत सुविधा प्रकल्पाच्या भाग भांडवल व कर्जरोख्यात गुंतवणूक करणाऱ्या व्यक्ती व संस्थांना करांमध्ये सवलत दिली जाते.

५) एशियन डेव्हलपमेंट बँक, देशातील खाजगी बँका, भारतीय वित्तीय महामंडळ, राज्य वित्तीय महामंडळ इ.कडून केंद्र व राज्य सरकारे यांना कर्जाऊ निधीची पूर्तता करता येण्यासाठी आवश्यक ती तरतूद केलेली आहे.

१.२.११ केंद्र सरकारचे उपक्रम (Centre and State Government Programmes)

२०११-१२ मध्ये केंद्र सरकारची रु. ३,३२,३५५ कोटी रुपयांची भांडवल गुंतवणूक अपेक्षित होती, तर खाजगी क्षेत्रातून रु. १,४६,७६२ कोटी रुपये गुंतविले जातील असा अंदाज होता. (डेव्हलपमेंट ऑफ इन्फ्रास्ट्रक्चर, प्लॅनिंग कमिशन, पृ.२५७) केंद्र सरकार दहाव्या पंचवार्षिक योजनेअंतर्गत निरनिराळ्या पायाभूत सुविधांमध्ये जी भांडवल गुंतवणूक करणार होते ते तक्ता क्र. १३ मध्ये दर्शविलेले आहे.

तक्ता क्र.१३

१० व्या पंचवार्षिक योजनेतील क्षेत्रवार भांडवल गुंतवणूक (%)

क्षेत्र	गुंतवणूक (%)
वीज	३३.४९
रस्ते/पूल	१६.६३
दूरसंचार	११.८६
रेल्वे	१३.७३
पाणीपुरवठा (धरणे)	१२.८०
पिण्याचे पाणी व स्वच्छता	७.४४
बंदरे	१.६१
विमानतळ	०.७८
साठवणगृहे	०.५५
गॅस	१.११
एकूण	१००.००

(संदर्भ : प्लॅनिंग कमिशन)

स्वाध्यायासाठी प्रश्न

अ) गाळलेल्या जागेसाठी योग्य पर्याय निवडा.

१) भारतात .... या क्षेत्रात ऊर्जेचा सर्वाधिक वापर होतो.

    (अ) घरगुती   (ब) कृषी   (क) औद्योगिक

२) २०१० पिण्याच्या पाण्याचा पुरवठा एकूण लोकसंख्येपैकी .... टक्के लोकांना केला जात होता.

    (अ) ९२   (ब) ९३   (क) ७०

३) स्वच्छतागृहांची सोय नसलेली लोकसंख्या .... भागात अधिक आहे.
(अ) शहरी (ब) ग्रामीण (क) निमशहरी

४) .... या योजनेद्वारे ग्रामीण भागात गरीब कुटुंबांना घरे उपलब्ध करून दिली जातात.
(अ) मनरेगा (ब) राष्ट्रीय सामाजिक साहाय्यता कार्यक्रम
(क) इंदिरा आवास योजना

५) देशातील ८०% प्रवासी वाहतूक .... होते.
(अ) रस्त्याद्वारे (ब) रेल्वेद्वारे (क) हवाई मार्गे

६) भारतात पहिले दूरदर्शन प्रसारण .... मध्ये झाले.
(अ) १९५८ (ब) १९५९ (क) १९६०

७) २००९ मध्ये भारतात दरहजारी मोबाईलधारकांची संख्या .... इतकी होती.
(अ) ४५० (ब) ५०० (क) ६००

८) इन्फ्रास्ट्रक्चर डेव्हलपमेंट फिनान्स कं. ची स्थापना भारत सरकारने .... या वर्षी केली.
(अ) १९९८ (ब) १९९१ (क) १९९७

ब) योग्य पर्याय निवडा.

१) ऊर्जेचा दरडोई वापर सर्वाधिक करणारा देश म्हणजे –
(अ) अमेरिका (ब) रिपब्लिक ऑफ चायना (क) भारत

२) भारतात सुधारित स्वच्छतागृहांची सोय असलेल्या लोकसंख्येचे प्रमाण २०१० मध्ये पुढीलप्रमाणे होते.
(अ) ३४% (ब) ५०% (क) ६०%

३) २००८–०९ मध्ये भारतात रेल्वेने जी प्रवासी वाहतूक केली, तिची संख्या होती–
(अ) ७०७४ द.ल. (ब) ८०८० द.ल. (क) ९०९१ द.ल.

३) २००९ मध्ये भारतात इंटरनेट वापरणाऱ्यांची संख्या दरहजारी पुढीलप्रमाणे होती.
(अ) ५९ (ब) ६० (क) ५३

४) 'बांधा–वापरा–हस्तांतरित करा' या प्रकारच्या भागीदारीत–
(अ) प्रकल्प भाडेपट्ट्याने दिला जातो.
(ब) प्रकल्पाचे नियंत्रण सरकारकडे असते.
(क) खाजगी कंपनी प्रकल्प बांधते.

५) १० व्या पंचवार्षिक योजनेत सर्वात जास्त भांडवल गुंतवणूक भारत सरकारने ज्या क्षेत्रात केली आहे ते क्षेत्र म्हणजे–
(अ) वीज (ब) साठवणगृहे (क) गॅस

क) पुढील विधाने चूक की बरोबर ते लिहा.

१) पायाभूत सुविधांमुळे आर्थिक व सामाजिक विकास होतो.
२) वीजनिर्मिती ही केवळ पारंपरिक स्रोतांमधूनच निर्माण होते.
३) पाणीपुरवठा व स्वच्छता हा राहणीमानाचा दर्जा ठरविणारा महत्त्वाचा निकष आहे.
४) ग्रामीण भागात गरीब व्यक्तिंना इंदिरा आवास योजनेद्वारे घरे उपलब्ध करून दिली जातात.

५) बांधा-वापरा-भाड्याने द्या-हस्तांतरित करा (BOLT) यात प्रकल्पाची मालकी कंपनीच्या भागधारकांकडे असते.

ड) जोड्या लावा.

१) पायाभूत सुविधा   अ) वस्तूंचे कार्यक्षम वितरण

२) वाहतूक   ब) माहिती व तंत्रज्ञान

३) संसूचना   क) सरकार-खाजगी भागीदारी

४) 'बांधा, वापरा, हस्तांतरित करा' ड) सौर ऊर्जा

५) अपारंपरिक स्रोत   इ) उत्पादनवाढीला गती

उत्तरे

अ)   १. (क)   २. (अ)   ३. (ब)   ४. (क)   ५. (अ)

      ६. (ब)   ७. (अ)   ८. (क)

ब)   १. (अ)   २. (अ)   ३. (क)   ४. (क)   ५. (अ)

क)   १. बरोबर   २. चूक   ३. बरोबर   ४. बरोबर   ५. क

ड)   १-इ   २-अ   ३-ब   ४-क   ५-ड

१.३ उद्योग
(Industry)

१.३.१ उद्योग : गरज, महत्त्व आणि आर्थिक व सामाजिक विकासात उद्योगांची भूमिका (Industry : Need-importance and role of industries in economic and social development)

देशाच्या अर्थव्यवस्थेत उद्योगाचे स्थान विशेष महत्त्वाचे असते. आर्थिक आणि सामाजिक विकासासाठी उद्योगधंद्यांचा विकास होणे आवश्यक असते. उद्योगाची गरज, महत्त्व आणि आर्थिक व सामाजिक विकासात उद्योगांची भूमिका पुढीलप्रमाणे विशद करता येते.

(१) रोजगारात वाढ :– उद्योगांमुळे रोजगाराच्या संधी मोठ्या प्रमाणात निर्माण होतात. नव्याने रोजगार निर्माण करण्याची क्षमता उद्योगांमध्ये असते. प्रत्यक्ष रोजगाराबरोबर पूरक सेवांमुळेही रोजगार उपलब्ध होतो.

(२) उत्पन्न विषमता कमी :– उद्योगांमुळे रोजगारात वाढ होते. दरडोई उत्पन्न तसेच राष्ट्रीय उत्पन्नातही वाढ होते. परिणामी देशातील गरीब व श्रीमंत यांच्यातील उत्पन्न विषमता कमी होते.

(३) कृषी क्षेत्राचा विकास :– उद्योगांना लागणारा कच्चा माल कृषी क्षेत्रातून मिळतो. (उदा. साखर कारखान्यांसाठी ऊस, कापड कारखान्यांसाठी कापूस, तेल गाळप करणाऱ्या उद्योगांसाठी तेलबिया इ.) उद्योगांच्या विकासाबरोबर कृषी क्षेत्राचाही विकास होतो.

(४) विविध वस्तूंचे उत्पादन :– देशात विविध प्रकारच्या वस्तूंचे उत्पादन उद्योगांमुळे शक्य होते. यंत्रसामग्री, उपकरणे, जीवनावश्यक वस्तू, उद्योग, कृषी, सेवा क्षेत्रांसाठी लागणाऱ्या असंख्य वस्तूंचे उत्पादन उद्योगांमुळे होते. देशांतर्गत वस्तू उत्पादित होत असल्यास दुर्मीळ परकीय चलनही वाचते.

(५) परकीय चलन वृद्धी :– उद्योगांमुळे निर्यातक्षम वस्तू उत्पादित होतात. वस्तूंच्या निर्यातीमुळे परकीय चलन उपलब्ध होते. दुर्मीळ कच्चा माल, तंत्रज्ञान, खनिज, तेल, यंत्रसामुग्री इ.ची आयात करण्यासाठी परकीय चलनाची आवश्यकता असते. यामुळे उद्योगांच्याही विकासास मदत होते. देशाचा आंतरराष्ट्रीय देण्याघेण्याचा समतोल राखला जातो.

(६) औद्योगिक संस्कृती :– उद्योगांच्या विकासामुळे लोकांमध्ये शिस्त, स्वावलंबन, सहकार्याची भावना, स्पर्धात्मकता, उद्योजकता, शास्त्रीय दृष्टिकोन इ.ची वाढ होते. यामुळे सामाजिक विकासाला उद्योगधंद्याचा विकास पूरक ठरतो.

(७) भांडवल वाढ :– उद्योगांमुळे उत्पन्न, उत्पादन व रोजगारात वाढ होते. बचतीत वाढ होते. परिणामी भांडवल संचय वाढतो. यामुळे औद्योगीकरणास चालना मिळते.

(८) पायाभूत उद्योग व सेवांचा विकास :– उद्योग व पायाभूत सेवा यांचा विकास हा एकमेकास पूरक असतो. वाहतूक व दळणवळण, बँका, विमा, वीज निर्मिती, सेवा व्यवसायांचा विकास उद्योगांमुळे होतो. यातूनही रोजगार वाढ होते.

(९) उपलब्ध साधनसामग्रीचा वापर :– देशातील नैसर्गिक साधने, मनुष्यबळ इ.चा जास्तीत जास्त वापर उद्योगांमुळे होतो. देशाचे सकल राष्ट्रीय उत्पादन वाढते.

तक्ता क्र. १

निवडक राज्यातील मंजूर झालेले औद्योगिक प्रस्ताव
(ऑगस्ट १९९१ ते ऑक्टोबर २०११)

(गुंतवणूक – रु. कोटी)
(रोजगार – लाख)

	महाराष्ट्र	गुजरात	तमिळनाडू	आंध्रप्रदेश	उत्तरप्रदेश	भारत
औद्योगिक निवेदन पत्र संख्या	१५,९९७	१०,३२८	७,२६१	६,७२३	६,९६४	८७,५५४
गुंतवणूक (रु. कोटी)	८,४६,९२३	१०,०३,३४७	३,७०,०३७	७,७३,७२०	२,३९,९८१	८९,४३,५५८
रोजगार (लाख)	४१.०	१९.८	२१.८	१३.०	१८.५	२०५.१
इरादा पत्र संख्या	६०३	४७१	८७४	५५०	३७७	४,५०७
गुंतवणूक (रु. कोटी)	१८,९८१	२७,५३४	१४,३२८	१५,८३९	९,९५६	१,३७,१०१
रोजगार (लाख)	१.४	०.८	१.५	१.०	१.०	९.७
निर्याताभिमुख उद्योग संख्या	६०७	५०९	६७६	४५८	२२९	४,२६१
गुंतवणूक (रु. कोटी)	८,१४९	८,६२७	६१,१९९	४२,४४०	१६,८३९	२,३५,६३२
रोजगार (लाख)	०.९	०.७	१.१	०.७	०.४	६.७
एकूण संख्या	१७,२०७ (१७.९)	११,३०८ (११.७)	८,८११ (९.२)	७,७३१ (८.०)	७,५७० (७.९)	९६,३२२
गुंतवणूक (रु. कोटी)	८,७४,०५३ (९.४)	१०,३९,५०८ (११.२)	४,४५,५६४ (४.८)	८,३१,९९९ (८.९)	२,६६,७७६ (२.९)	९६,१६,२९१
रोजगार (लाख)	४३.४ (१९.६)	२१.२ (९.६)	२४.४ (११.०)	१४.७ (६.७)	१९.९ (९.०)	२२१.५

संदर्भ :– डिरेक्टोरेट ऑफ इंडस्ट्रीज, गव्हर्न्मेंट ऑफ महाराष्ट्र.

टीप :– कंसातील आकडे भारताच्या संदर्भातील टक्केवारी दर्शवितात.

तक्ता क्र. २

महाराष्ट्रातील लघुत्तम, लघु, मध्यम व मोठे उद्योग व रोजगार (२०११)

विभाग	लघुत्तम, लघु, मध्यम उद्योग	रोजगार (लाख)	मोठे उद्योग	रोजगार (लाख)
मुंबई	१७,२३५ (१०.६)	२.४९ (१७.८)	३११ (६.३)	०.४७ (४.२)
कोकण	२१,३८७ (१३.१)	२.०३ (१४.५)	३,७०,०३७ (२४.९)	७,७३,७२० (२१.८)
नाशिक	२५,१९४ (१५.५)	२.०७ (१४.८)	६६५ (१३.५)	१.५२ (१३.५)
पुणे	६६,५८८ (४०.९)	४.३८ (३१.३)	१,४९० (३०.३)	४.०७ (३६.२)
औरंगाबाद	१२,२७१ (७.५)	१.१७ (८.४)	५३८ (११.०)	१.११ (९.९)
अमरावती	४,६८९ (२.९)	०.३४ (२.४)	१४८ (३.०)	०.३२ (२.८)
नागपूर	१५,६०९ (९.६)	१.५१ (१०.८)	५४१ (११.०)	१.३१ (११.६)
महाराष्ट्र	१,६२,९७३ (१००.०)	१३.९९ (१००.०)	४,९१५ (१००.०)	११.२५ (१००.०)

संदर्भ :– डिरेक्टोरेट ऑफ इंडस्ट्रीज, गव्हर्न्मेंट ऑफ महाराष्ट्र

टीप :– कंसातील आकडे टक्केवारी दर्शवितात.

वाढीचा आकृतिबंध :– तक्ता क्र. १ मध्ये महाराष्ट्र व इतर प्रमुख राज्यांच्या औद्योगिक वाढीची आकडेवारी दिलेली आहे यावरून असे आढळते की, उद्योगांची संख्या, गुंतवणूक आणि रोजगार या सर्व बाबतीत महाराष्ट्र हा अन्य राज्यांच्या तुलनेने आघाडीवर आहे.

१.३.२ महाराष्ट्र राज्याच्या संदर्भात मोठ्या उद्योगांची संरचना (Structure of Large-scale Industries in India with special reference to Maharashtra)

तक्ता क्र.२ मध्ये महाराष्ट्रातील निरनिराळ्या विभागात मोठ्या उद्योगांची संख्या व त्यापासून झालेली रोजगार निर्मिती यासंबंधी आकडेवारी दिलेली आहे. पुणे, नाशिक, कोकण व मुंबई या विभागात हे मोठे उद्योग मोठ्या प्रमाणात स्थापन झालेले यावरून दिसून येते.

२००९–१० या वर्षात नोंदणी झालेल्या उद्योगांची संरचना पाहिली असता असे आढळून येते की महाराष्ट्रात एकूण उद्योगांपैकी ५७% उद्योग हे मध्यस्थ वस्तू (Intermediate goods) १३% उपभोग्य वस्तू ३०% भांडवली वस्तू उत्पादित करणारे आहेत.

१.३.३ लघुउद्योग, कुटीरोद्योग व ग्रामोद्योग : समस्या व भवितव्य (Small-scale, Cottage and Village industries, their problems and prospects)

लघुउद्योग, कुटीरोद्योग व ग्रामोद्योग यांच्या समस्यांचा विचार करण्याआधी या संज्ञांचा अर्थ समजून घेणे आवश्यक आहे. लघुउद्योग म्हणजे असे उद्योग की ज्यांत ५ कोटी रुपयांपर्यंत भांडवल गुंतवणूक झालेली आहे. कुटीरोद्योग हे प्रामुख्याने घरगुती स्वरूपाचे असतात. उदा. हातमाग, गालिचे विणणे, वेत वा बांबूपासून वस्तू तयार करणे, लाकूड काम, लाकडी खेळणी, चित्रकारी, हिऱ्यांना पैलू पाडणे, शोभेच्या वस्तू तयार करणे इ. ग्रामोद्योगात प्रामुख्याने ग्रामीण भागातील व स्थानिक बाजारपेठ असलेल्या उद्योगांचा समावेश होतो. उदा. गुळाचे उत्पादन, चामड्याच्या वस्तू, लोकरीच्या वस्तू, हातकागद, मधमाश्यापालन, आगपेटी उत्पादन इ.

(अ) लघुउद्योगांच्या समस्या

(१) कच्च्या मालाची टंचाई :- लघुउद्योगांची प्रमुख समस्या म्हणजे त्यांना लागणारा कच्चा माल पुरेसा व वेळेवर उपलब्ध न होणे ही होय. लघुउद्योजकांकडे कच्चा माल साठवून ठेवण्याची आर्थिक क्षमता नसते. यामुळे त्यांना प्रसंगी जादा भाव देऊन कच्चा माल विकत घ्यावा लागतो. परिणामी उत्पादन खर्च वाढतो.

(२) भांडवल टंचाई :- कच्च्या मालाची खरेदी, विक्री खर्च, वाहतूक खर्च, यंत्रसामग्री इ. साठी लघुउद्योजकांना भांडवलाची गरज भासते. लघुउद्योगांना खेळत्या भांडवलाची टंचाई नेहमी भासते.

(३) जुनाट उत्पादन तंत्र :- जुनाट उत्पादनतंत्रामुळे लघुउद्योग दर्जेदार व गुणवत्तापूर्ण वस्तूंचा सातत्याने पुरवठा करू शकत नाही. त्यामुळे त्यांची स्पर्धाशक्ती कमी होते.

(४) विक्रीच्या समस्या :- प्रमाणीकरणाचा अभाव, विक्रय. कलेचा अभाव, आधुनिक तंत्रज्ञान इ. लघुउद्योगांना वस्तूंची विक्री करताना अडचणी निर्माण होतात.

(५) वीज टंचाई :- विजेच्या टंचाईमुळे लघुउद्योगांच्या उत्पादनक्षमतेवर अनिष्ट परिणाम होतो. विजेचे भारनियमन केले जात असल्याने उत्पादन क्षमता पूर्णपणे वापरता येत नाही. उत्पादनखर्चात वाढ होते.

(ब) कुटीरोद्योगाच्या समस्या

(१) भांडवल टंचाई :- कुटीरोद्योगांना भांडवलाची टंचाई भासते. छोटी-मोठी उपकरणे, वाहतूक खर्च, कच्च्या मालाची खरेदी इ.साठी कुटीरोद्योगांना भांडवलाची गरज असते.

(२) कच्च्या मालाची टंचाई :- कुटीरोद्योगांना अनेक प्रकारचा कच्चा माल आवश्यक असतो. उदा. गालिच्यांसाठी रेशीमधागे, वनस्पतीजन्य रंग, हातमागासाठी सूत इ. परंतु अनेक कुटीरोद्योगांना कच्च्या मालाची टंचाई जाणवते.

(३) विक्री सुविधेच्या अडचणी :- कुटीरोद्योगांचा विकास हा विक्री व्यवस्थेवर अवलंबून असतो. यात मध्यस्थांची साखळी मोठी असल्यास प्रत्यक्ष उत्पादन करणाऱ्या कारागिरास अल्प मोबदला मिळतो.

(४) प्रशिक्षणाचा अभाव :- कुटीरोद्योगांच्या बाबतीत प्रशिक्षणाच्या सोयींचा अभाव जाणवतो.

तक्ता क्र. ३

जागतिकीकरणापूर्वी व नंतर लघुउद्योगांची वाढ

वर्ष	लघुउद्योग	मागील वर्षापेक्षा वाढ (%)	वर्ष	लघुउद्योग	मागीलवर्षापेक्षा वाढ (%)
१९७३-७४	०.४२	-	१९९०-९१	६.७९	२७३.०८
१९७४-७५	०.५०	१९.०५	१९९१-९२	७.०६	३.९८
१९७५-७६	०.५५	१०.००	१९९२-९३	७.३५	४.११
१९७६-७७	०.५९	७.२७	१९९३-९४	७.६५	४.०८
१९७७-७८	०.६७	१३.५६	१९९४-९५	७.९६	४.०५
१९७८-७९	०.७३	८.९६	१९९५-९६	८.२८	४.०२
१९७९-८०	०.८१	१०.९६	१९९६-९७	८.६२	४.११
१९८०-८१	०.८७	७.४१	१९९७-९८	८.९७	४.०६
१९८१-८२	०.९६	१०.३४	१९९८-९९	९.३४	४.१२
१९८२-८३	१.०६	१०.४२	१९९९-००	९.७२	४.०७
१९८३-८४	१.१६	९.४३	२०००-०१	१०.११	४.०१
१९८४-८५	१.२४	६.९०	२००१-०२	१०.५२	४.०६
१९८५-८६	१.३५	८.८७	२००२-०३	१०.९५	४.०९
१९८६-८७	१.४६	८.१५	२००३-०४	११.४०	४.११
१९८७-८८	१.५८	८.२२	२००४-०५	११.८६	४.०४
१९८८-८९	१.७१	८.२३	२००५-०६	१२.३४	४.०५
१९८९-९०	१.८२	६.४३	२००६-०७	१२.८४	४.०५
वार्षिक सरासरी वाढ	९.३६		वार्षिक सरासरी वाढ	४.०७	

संदर्भ :- लघुत्तम, लघु व मध्यम उद्योग मंत्रालय, भारत सरकार

तक्ता क्रमांक ४

लघुउद्योगांचे उत्पादन **(उत्पादन – कोटी रु.)**

वर्ष	उत्पादन (चालू किमती)	(%) वाढ	वर्ष	उत्पादन (चालू किमती)	(%) वाढ
१९७३-७४	७२००	–	१९९०-९१	७८८०२	-४०.४४
१९७४-७५	९२००	२७.७८	१९९१-९२	८०६१५	२.३०
१९७५-७६	११०००	१९.५७	१९९२-९३	८४४१३	४.७१
१९७६-७७	१२४००	१२.७३	१९९३-९४	९८७९६	१७.०४
१९७७-७८	१४३००	१५.३२	१९९४-९५	१२२१५४	२३.६४
१९७८-७९	१५८००	१०.४९	१९९५-९६	१४७७१२	२०.९२
१९७९-८०	२१६००	३६.७१	१९९६-९७	१६७८०५	१३.६०
१९८०-८१	२८१००	३०.०९	१९९७-९८	१८७२१७	११.५७
१९८१-८२	३२६००	१६.०१	१९९८-९९	२१०४५४	१२.४१
१९८२-८३	३५०००	७.३६	१९९९-००	२३३७६०	११.०७
१९८३-८४	४१६००	१८.८६	२०००-०१	२६१२९७	११.७८
१९८४-८५	५०५००	२१.३९	२००१-०२	२८२२७०	८.०३
१९८५-८६	६१२००	२१.१९	२००२-०३	३१४८५०	११.५४
१९८६-८७	७२३००	१८.१४	२००३-०४	३६४५४७	१५.७८
१९८७-८८	८७३००	२०.७५	२००४-०५	४२९७९६	१७.९०
१९८८-८९	१०६४००	२१.८८	२००५-०६	४९७८४२	१५.८३
१९८९-९०	१३२३००	२४.३४	२००६-०७	५८५११२	१७.५३
वार्षिक सरासरी वाढ	१९.४५		वार्षिक सरासरी वाढ	१३.५७	

संदर्भ :- लघुत्तम, लघु व मध्यम उद्योग मंत्रालय, भारत सरकार.

(क) ग्रामोद्योगाच्या समस्या

(१) भांडवल टंचाई

(२) कच्च्या मालाची टंचाई

(३) संशोधन, प्रशिक्षणाचा अभाव

(४) उपकरणे, यंत्रसामग्रीचा अभाव

(५) विक्री व्यवस्थेचा अभाव

भवितव्य

लघुउद्योगाच्या विकासासाठी केंद्र व राज्य शासनाच्या पातळीवर अनेक महत्त्वपूर्ण संस्थांची स्थापना करण्यात आली आहे. स्मॉल इंडस्ट्रीज डेव्हलपमेंट बँक (सिडबी) या शिखर बँक केंद्रीय पातळीवर स्थापना करण्यात आली आहे. राज्य स्तरावर स्मॉल इंडस्ट्रीज डेव्हलपमेंट कॉर्पोरेशन्स तसेच स्टेट इंडस्ट्रियल ॲण्ड इन्व्हेस्टमेंट कॉर्पोरेशन्स स्थापन करण्यात आलेल्या आहे. लघुउद्योगांना बीज भांडवल, कमी व्याजदराने

भांडवल, प्रदर्शने, सरकारी खरेदीत अग्रक्रम इ. मार्गांनी सरकार लघुउद्योगांना प्रोत्साहन देत आहे.

कुटीरउद्योग व ग्रामोद्योगांना चालना देण्यासाठी खादी व ग्रामोद्योग मंडळे राज्यात स्थापन झालेली आहे. या उद्योगांना कमी व्याजदराने कर्जपुरवठा केला जातो. राष्ट्रीयकृत व्यापारी बँकाही या उद्योगांना अग्रक्रमाने कर्जपुरवठा करतात.

भारतात कुटीरोद्योग व ग्रामोद्योग यांची प्रदीर्घ परंपरा आहे. काश्मिरचे गालिचे व शाल व्यवसाय, मुरादाबादच्या कलाकुसरीच्या पितळी वस्तू, अलीगडची कुलपे, शोभेच्या दारूकामाचा शिवकाशीचा उद्योग, हिऱ्यांना पैलू पाडण्याचा नवसारी (गुजरात)चा उद्योग, येवल्याचा पैठणी उद्योग अशा अनेक कुटीरोद्योगांनी व ग्रामोद्योगांनी जगभर प्रशंसा मिळविली आहे. या उद्योगांच्या समस्या दूर झाल्यास या उद्योगांना जगभर मोठी बाजारपेठ उपलब्ध होऊ शकते.

१.३.४ उदारीकरण, खाजगीकरण व जागतिकीकरणाचा लघुउद्योगांवर परिणाम (Impact of liberalisation, privatisation and globalisation in SSIs.)

१९९१ मध्ये भारताने नवीन औद्योगिक धोरणाचा पुरस्कार केला. या धोरणानुसार उदारीकरण, खाजगीकरण व जागतिकीकरणाचे धोरण भारताने स्वीकारले. याचा परिणाम लघुउद्योगांवर होणे अपरिहार्य होते.

तक्ता क्र. ४ वरून असे आढळून येते की जागतिकीकरणापूर्वी (१९९०-९१) लघुउद्योगांची वार्षिक सरासरी वाढ ९.३६% इतकी झाली. जागतिकीकरणानंतर यात ४.०७% इतकी घट झाली. तसेच उत्पादनाच्या बाबतीतही जागतिकीकरणापूर्वी वार्षिक सरासरी वाढ १९.४५% होती. जागतिकीकरणानंतर यात १३.५७% घट झाली. निर्याताभिमुख लघुउद्योगांनी मात्र चांगली कामगिरी केल्याचे दिसून येते. जागतिकीकरणापूर्वी निर्यातीत वार्षिक सरासरी वाढ १८.६६% होती. जागतिकीकरणानंतर १७.५६% एवढी वाढ लघुउद्योगांनी नोंदविलेली आहे. जागतिकीकरणामुळे नवीन बाजारपेठा लघुउद्योगांना उपलब्ध झाल्या. परंतु, स्पर्धात्मकता, उत्पादनतंत्र, भांडवलक्षमता इ.ची कमतरता असल्यामुळे लघुउद्योगांवर जागतिकीकरणाचा एकूण परिणाम अनिष्ट झाला असे म्हणावे लागेल.

१.३.५ लघुउद्योगांचा विकास, प्रोत्साहन व नियंत्रण (Maharashtra's Policy, measures and programmes for development, promotion and monitoring of SSIs.)

महाराष्ट्राचे धोरण

लघुउद्योगांचा विकास व्हावा यासाठी लघुउद्योगांना प्रोत्साहन देण्याचे महाराष्ट्राचे धोरण आहे. यासाठी महाराष्ट्र सरकारने महाराष्ट्र औद्योगिक विकास महामंडळाद्वारे संस्थात्मक संरचना निर्माण केली आहे. महाराष्ट्र औद्योगिक विकास महामंडळ (M.I.D.C.) कडे औद्योगिक क्षेत्र विकासाचे काम सोपविलेले आहे. वीज, पाणीपुरवठा, औद्योगिक भूखंड विकसित करणे इ. कामे एम.आय.डी.सी. करते. २०११पर्यंत विकसित झालेले ८०% प्लॉट्स उद्योजकांना देण्यात आलेले होते.

तसेच महाराष्ट्र लघुउद्योग विकास महामंडळ (Maharashtra Small Scale Industries Development Corporation) या महामंडळाद्वारे विक्री साहाय्य व कच्च्या मालाचे प्रापण (procurement) इ. कार्ये केली जातात. २०११-१२ पर्यंत रु. ५४.९४ कोटीचे कच्च्या मालाचे प्रापण आणि रु. ३७५.३३ कोटीचे विक्री साहाय्य या महामंडळाने केले होते.

महाराष्ट्र राज्य खादी व ग्रामोद्योग मंडळाकडून ग्रामोद्योगांना अनुदाने दिली जातात. २०१०-११मध्ये या मंडळाने रु. ३२ कोटीचे अनुदान ग्रामोद्योगांना दिले.

१.३.६ लघु उद्योग व कुटीरोद्योगाची निर्यात संभाव्यता (Export Potential of Small scale and cottage industries. SEZs, SPVs.)

लघु उद्योगांनी निर्यातीच्या संदर्भात महत्त्वपूर्ण कामगिरी बजावलेली आहे. भारताच्या एकूण निर्यातीच्या सरासरी ३५% निर्यात लघु उद्योगांकडून होते. (तक्ता क्रा. ५) निर्यात प्रधान उद्योगांना सुटे भाग, मध्यस्थ वस्तू पुरविण्याचे कामही लघु उद्योग करतात. या प्रकारे अप्रत्यक्षरित्याही लघु उद्योग निर्यातीस हातभार लावतात. प्रामुख्याने खेळाचे साहित्य, तयार कपडे, लोकरी कपडे, प्लॅस्टिक वस्तू, प्रक्रियाकृत अन्नपदार्थ, चामड्याच्या वस्तू इ. वस्तूंची लघु उद्योगांकडून मोठ्या प्रमाणावर निर्यात होते.

गृहोद्योगांकडून होणारी निर्यात

भारतातील गालिचे, शाली, लोणची/पापड, कलाकुसरीच्या वस्तू, हातमागावरील कापड, चामड्याच्या वस्तू, दागिने, अगरबत्ती इ. वस्तूंना जगभर मोठी मागणी आहे. २००६-०७ मध्ये हस्तोद्योगाकडून रु. २७६१.२९ कोटीच्या वस्तूंची निर्यात झाली. (www.india-exports.com/handicraft.html) खादी व ग्रामोद्योग मंडळांकडून ग्रामोद्योगांना विशेष प्रोत्साहनपर योजना व अर्थसाहाय्य देण्यात येते.

तक्ता क्र. ५

लघुउद्योगांनी केलेली निर्यात

वर्ष	लघुउद्योगांनी केलेली निर्यात (रु. कोटी)	एकूण निर्यातीत शेकडा हिस्सा (%)
१९९०-९१	१३८८३.००	३१.०५
१९९१-९२	१७७८५.००	३३.०१
१९९२-९३	२५३०७.००	३६.०४
१९९३-९४	२९०६८.००	३५.०१
१९९४-९५	३६४७.००	३४.०२
१९९५-९६	३९२४९.००	३३.०४
१९९६-९७	४३९४६.००	३५.१९
१९९७-९८	४८९७९.००	३४.५९
१९९८-९९	५३९७५.००	३३.९७
१९९९-००	६९७९६.०५	३४.४७
२०००-०१	७१२४४.००	३४.२९
२००१-०२	८६०१२.००	३४.०३
२००२-०३	८६०१३.००	३४.०३
२००३-०४	९७६४४.००	३३.४९
२००४-०५	१२४४१६.००	३३.१५
२००५-०६	१५०२४२.००	३२.९२

संदर्भ :- आर्थिक सर्वेक्षण व परफॉर्मन्स टेबल, एम.एस.एम.ई., भारत सरकार.

१.३.७ विशेष आर्थिक क्षेत्र (Special Economic Zone - SEZ)

विशेष आर्थिक क्षेत्र (सेझ) चा कायदा सरकारने २००५ मध्ये संमत केला. तसेच विशेष आर्थिक क्षेत्र नियम २००६ मध्ये संमत करण्यात आले. कर व शुल्करहित औद्योगिक क्षेत्र म्हणजे 'सेझ' होय. परदेशी गुंतवणूक, निर्यात, व्यापार, उत्पादन, कर व प्रशुल्क इ.बाबत अनेक प्रकारच्या सवलती व सूट सेझला देण्यात आलेली आहे.

सेझचे प्रमुख उद्देश म्हणजे वस्तू व सेवेच्या निर्यातीस प्रोत्साहन देणे, देशी व विदेशी भांडवल गुंतवणुकीस चालना देणे, रोजगार निर्मिती करणे, पायाभूत सुविधांची निर्मिती करणे इ. होय.

सेझचे अनेक फायदे आहेत. १००% विदेशी गुंतवणुकीस परवानगी, प्राप्ती करात सवलत, प्रशुल्करहित आयात व निर्यात, व्यवसाय करात सूट, कर्जसुविधा, विक्री करात सूट इ.

१० फेब्रुवारी २००६ पासून महाराष्ट्र शासनाने सेझ धोरण स्वीकारले आहे. २०११ पर्यंत महाराष्ट्र शासनाकडे विशेष आर्थिक क्षेत्रासंबंधीचे २३३ प्रस्ताव आलेले आहेत. यापैकी ११६ सेझना मान्यता देण्यात आली.

स्वाध्यायासाठी प्रश्न

अ)   गाळलेल्या जागी योग्य पर्याय निवडा

१)   औद्योगिक क्षेत्रात सर्वांत जास्त गुंतवणूक ----- या राज्यात झालेली आहे.

   (अ) महाराष्ट्र   (ब) गुजरात   (क) उत्तरप्रदेश

२)   महाराष्ट्रातील औद्योगिक संरचनेत ----- या उद्योगांचा वाटा सर्वाधिक आहे.

   (अ) मध्यस्थ   (ब) उपभोग वस्तू   (क) भांडवली वस्तू

३)   गालिचे विणणे हा ----- उद्योग आहे.

   (अ) कुटीरोद्योग   (ब) लघुउद्योग   (क) लघुत्तम उद्योग

४)   जागतिकीकरणानंतर लघुउद्योगांच्या संख्येत ----- हा बदल दिसून येतो.

   (अ) वाढ होणे   (ब) घट होणे   (क) स्थैर्य निर्माण होणे

५)   सेझ म्हणजे ----- क्षेत्र होय.

   (अ) कर व शुल्करहित   (ब) लघुउद्योग   (क) मोठ्या उद्योगांचे

ब)   योग्य पर्याय निवडा

१)   लघुउद्योग म्हणजे -

   (अ) रु. ५० लाख गुंतवणूक असलेले उद्योग

   (ब) रु. १ कोटी गुंतवणूक असलेले उद्योग

   (क) रु. ५ कोटी गुंतवणूक असलेले उद्योग

२)   जागतिकीकरणामुळे लघुउद्योगावर

   (अ) इष्ट परिणाम झाला.   (ब) अनिष्ट परिणाम झाला.   (क) परिणाम झाला नाही.

३) महाराष्ट्र औद्योगिक विकास मंडळ

   (अ) वित्तीय मदत करते   (ब) पायाभूत सुविधा पुरविते   (क) वस्तू व सेवा निर्यात करते.

४) कुटीरोद्योगात पुढील उद्योगाचा समावेश होतो.

   (अ) वाहन उद्योग   (ब) हिऱ्यांना पैलू पाडणे   (क) गॅस सिलिंडर तयार करणे

५) ग्रामोद्योगात पुढील उद्योगाचा समावेश केला जातो.

   (अ) गुळाचे उत्पादन   (ब) हातमाग   (क) प्लॅस्टिक वस्तूंचे उत्पादन

स्वाध्याय २

(क) पुढील विधाने चूक की बरोबर ते लिहा

(१) उद्योगधंद्यांच्या विकासामुळे उत्पन्न विषमतेत वाढ होते.

(२) महाराष्ट्रात मुंबई विभागात सर्वांत जास्त रोजगार निर्मिती होते.

(३) कुटीरोद्योग हे प्रामुख्याने घरगुती स्वरूपाचे असतात.

(४) जागतिकीकरणामुळे लघुउद्योगांच्या निर्यात क्षमतेत वाढ झाली.

(५) सेझ म्हणजे शुल्क व जकातविरहित औद्योगिक क्षेत्र होय.

(ड) जोड्या लावा

(अ) लघुउद्योग	१) वित्तपुरवठा करणारी संस्था
(ब) सिडबी	२) औद्योगिक भूखंड विकसित करणे.
(क) सिकॉम	३) शुल्क व जकात विरहित क्षेत्र
(ड) एम.आय.डी.सी.	४) शिखर बँक
(इ) सेझ	५) ५ कोटी रु.पर्यंत भांडवल गुंतवणूक

उत्तरे

अ) १. (ब)   २. (अ)   ३. (अ)   ४. (ब)   ५. (अ)

ब) १. (क)   २. (ब)   ३. (ब)   ४. (ब)   ५. (अ)

क) १. चूक   २. चूक   ३. बरोबर   ४. बरोबर   ५. बरोबर

ड) अ-५   ब-४   क-१   ड-२   इ-३

१.४ सहकार
(Co-operation)

१.४.१ सहकाराची संकल्पना, अर्थ व उद्दिष्टे (Concept, Meaning, Objectives, Old and new principles of co-operation)

एकमेकांना सहकार्य करून आर्थिक प्रश्न सोडविता येतात. अनेक व्यक्ती एकत्र आल्यास सर्वांचे समान आर्थिक प्रश्न सुटू शकतात; या जाणिवेतून सहकाराचा व सहकारी चळवळीचा उगम झाला. उत्पादन, वितरण, अर्थसाहाय्य, गृहबांधणी, खरेदी–विक्री इ. अनेक क्षेत्रांत आर्थिकदृष्ट्या दुर्बल घटक एकत्र आल्यास सहकारातून समृद्धी व विकास साध्य करता येतो. ऐच्छिक व लोकशाही मार्गाने संघटन करून सहकारी तत्त्वावर अनेक आर्थिक उपक्रम यशस्वी करता येतात.

- **सहकाराचा अर्थ**

Co-Operari या लॅटिन शब्दापासून सहकार या शब्दाची उत्पत्ती झाली आहे. Co याचा अर्थ 'सह' आणि Operari याचा अर्थ 'काम करणे'. सहकार म्हणजे सहकार्याने काम करणे होय. सहकाराच्या अनेक व्याख्या दिल्या जातात. त्यापैकी काही महत्त्वाच्या व्याख्या पुढीलप्रमाणे –

१) एच. कलव्हर्ट :– 'सहकार हा संघटनाचा असा प्रकार आहे की, ज्यामध्ये जात, धर्म, वंश इ. लक्षात न घेता केवळ मानव म्हणून समानतेच्या तत्त्वावर आर्थिक उन्नत्तीसाठी व्यक्ती एकत्र येतात.'

२) पॉल लॅम्बर्ट :– 'लोकशाही नियमानुसार चालविलेली व सभासदांच्या आणि समाजाच्या सेवेसाठी व्यक्ती समूहाने स्थापन केलेली व्यवसाय संस्था म्हणजे सहकारी संस्था होय.'

३) व्ही. एल. मेहता :– ''सहकार ही व्यापक चळवळ असून तिच्यामध्ये समान गरजा असलेल्या व्यक्ती आपले समान आर्थिक ध्येय साधण्यासाठी स्वेच्छेने संघटित होतात.'

४) आंतरराष्ट्रीय श्रम संघटना :– (ILO) 'मर्यादित साधने असलेल्या व्यक्तींनी स्वेच्छेने एकत्र येऊन आपली समान आर्थिक उद्दिष्टे साध्य करण्यासाठी लोकशाही पद्धतीने व्यवसाय संघटनेचे नियंत्रण करण्यासाठी जी संस्था स्थापन केली जाते तिला सहकारी संघटन असे म्हटल जाते.'

५) भारतीय सहकार कायदा (१९१२) :– 'सहकारी तत्त्वानुसार आपल्या सभासदांचे आर्थिक हितसंवर्धन करणारी संस्था म्हणजे सहकारी संस्था होय.'

● **सहकाराची उद्दिष्टे**

१) सहकारी संस्थांचे प्राथमिक उद्दिष्ट म्हणजे संस्थेच्या सभासदांना वस्तू वा सेवा पुरविणे

२) सभासदांचे उत्पन्न, बचत, गुंतवणूक, उत्पादकता, क्रयशक्ती यात वाढ घडवून आणणे

३) मिळणाऱ्या नफ्याचे किंवा उत्पन्नाचे सभासदांत समान वाटप करणे

४) सहकारी संस्थेच्या सभासदांना जास्तीतजास्त आर्थिक लाभ पोहोचविणे

५) सहकार्य भावना वाढीस लावणे

६) व्यवसाय आणि व्यवस्थापन सहकारी तत्त्वे अंमलात आणणे

७) आर्थिकदृष्ट्या दुर्बल घटकांना आर्थिकदृष्ट्या स्वावलंबी व सक्षम करणे

● **सहकाराची जुनी व नवीन तत्त्वे**

सहकारी तत्त्वांचा उगम प्रामुख्याने इंग्लंड व जर्मनी या देशांत झाला. सहकाराच्या तीन प्रमुख पद्धती निर्माण झाल्या.

१) राश्डेल पद्धती :– यात ग्राहक सहकारी संस्थांच्या तत्त्वांचा समावेश होतो.

२) रायफझन पद्धती :– यात शेतकऱ्यांना कर्जपुरवठा करणाऱ्या सहकारी तत्त्वांचा विचार केलेला आहे.

३) शुल्झ–डेलिश पद्धती :– यात व्यापाऱ्यांना कर्जपुरवठा करणाऱ्या सहकारी संस्थांच्या तत्त्वांचा समावेश होतो.

१९३४ मध्ये आंतरराष्ट्रीय सहकार गटाने (International Co-operative Alliance) सहकारी तत्त्वांचा अभ्यास करण्यासाठी नेमलेल्या समितीने सहकारी तत्त्वांची पुढीलप्रमाणे विभागणी केली.

अ) आवश्यक तत्त्वे :– १) खुले सभासदत्व २) लोकशाही नियंत्रण ३) मर्यादित व्याज ४) लाभांशवाटप

ब) दुय्यम तत्त्वे :– १) धार्मिक व राजकीय तटस्थता २) रोख व्यवहार ३) शिक्षण प्रसार

दुसऱ्या महायुद्धानंतर अनेक युरोपियन देशांच्या अर्थव्यवस्थेत बदल झाले. सामाजिक परिस्थिती बदलली. अनेक देश स्वतंत्र झाले. नियोजनाद्वारे आर्थिक विकास साधण्याचे उद्दिष्ट अनेक राष्ट्रांनी अंगीकारले. कल्याणकारी राज्य (Welfare State) ची संकल्पना अमलात आली. या पार्श्वभूमीवर आंतरराष्ट्रीय सहकार गटाने नेमलेल्या डी.जी.कर्वे समितीने १९६६ मध्ये सहकारी तत्त्वांची नव्याने मांडणी केली. ती तत्त्वे पुढीलप्रमाणे :–

अ) मूलभूत तत्त्वे

१) खुले व ऐच्छिक सभासदत्व

२) लोकशाही व्यवस्थापन

३) भांडवलावर मर्यादित व्याज/लाभांश

४) नफ्याचे/वाढाव्याचे सभासदांत समान वाटप

५) सहकारी शिक्षण व प्रशिक्षण

६) सहकारी संस्थांचे परस्पर सहकार्य

ब) सहकाराची सर्वसाधारण तत्त्वे

१) स्वावलंबन   २) रोखीने व्यवहार   ३) राजकीय व धार्मिक तटस्थता

४) सेवेचे तत्त्व   ५) काटकसर

१.४.२ भारतातील सहकारी चळवळीची वाढ व विविधीकरण (Growth and diversificationof co-oprative movement in India)

भारतात १९०४ मध्ये पहिला सहकारी पतसंस्था कायदा संमत झाला. सहकारी चळवळीची सुरुवात या कायद्यामुळे भारतात झाली. १९१२ मध्ये सहकारी संस्थांबाबतचा दुसरा कायदा संमत झाला. यामुळे कोणत्याही व्यवसायात सहकारी संस्था स्थापन करण्यास परवानगी मिळाली.

भारतातील सहकारी चळवळीचा वाढ आणि विकास खऱ्या अर्थाने स्वातंत्र्योत्तर काळात झाला. भारताच्या मध्यवर्ती बँकेने १९५१ मध्ये ग्रामीण भागातील कर्जपुरवठ्याची पाहणी करण्यासाठी 'अखिल भारतीय ग्रामीण पतपुरवठा पाहणी समिती' (All India Rural Credit survey committee) ए.डी.गोरवाला यांच्या अध्यक्षतेखाली स्थापन केली. या समितीचा अहवाल १९५४ मध्ये प्रसिद्ध झाला. या समितीचा अभ्यास व शिफारशी महत्त्वाच्या मानल्या जातात. या समितीने अशी शिफारस केली की, सहकारी संस्थांबरोबर सरकारने भागीदारी करावी. तसेच मध्यवर्ती बँकेने (RBI) शेतीला दीर्घकालीन कर्जपुरवठा करण्यासाठी दीर्घकालीन कृषी पतपुरवठा निधी स्थापन करावा. शेतकऱ्यांना पीक कर्जे द्यावी. सहकारी कर्जपुरवठा व सहकारी विपणन यात निकट संबंध असावा. नियंत्रण, हिशोब तपासणी व प्रशिक्षण यासंबंधी सोय करण्यात यावी. इ.

शासनाने वरील अ.भा.ग्रामीण पतपुरवठा पाहणी समितीच्या शिफारशी स्वीकारल्या.

भारतातील ९९% खेडी आज सहकारी कार्यक्षेत्रात येतात. तक्ता क्र. १ वरून असे आढळते की, अर्थव्यवस्थेत सहकार क्षेत्राचा वाटा हा लक्षणीय स्वरूपाचा आहे.

तक्ता क्र. १

अर्थव्यवस्थेत सहकार क्षेत्राचा वाटा

सहकार क्षेत्र	शेकडा वाटा
१) कृषी कर्जपुरवठा	१८
२) खतांचा पुरवठा	३६
३) साखर उत्पादन	२५
४) सूत चाती (Spindleage)	१०
५) दूध खरेदी	८
६) सूत उत्पादन	२२
७) हातमाग	५४
८) गहू खरेदी	३
९) मच्छीमारी सहकारी संस्था	२१
१०) साठवणगृहे (गाव पातळीवरील)	६४

संदर्भ :- रिपोर्ट ऑफ हाय पॉवर कमिटी ऑन कोऑपरेशन, मिनिस्ट्री ऑफ ॲग्रि, गव्ह. ऑफ इंडिया, २००९

तक्ता क्र. २ मध्ये प्राथमिक कृषी सहकारी पतसंस्थांच्या प्रगतीचा आढावा घेतलेला आहे. प्रा. कृ. सह. पतसंस्था या १९०४ च्या कायद्यानुसार स्थापन झाल्या. कृषी व सहकार हे विषय राज्य सरकारच्या अखत्यारीत येतात. सहकारी संस्थांचे नियमन करण्यासाठी राज्यांनी सहकार कायदे केलेले आहे. कृषी सहकारी पतसंस्था ह्या शेतकऱ्याला अल्पकालीन कर्जपुरवठा करीत असल्याने भारतासारख्या कृषी अर्थव्यवस्थेवर आधारित देशात

त्यांचे विशेष महत्त्व असते. तक्ता क्र. २ वरून असे आढळून येते की या सहकारी पतसंस्थांच्या कर्जपुरवठ्यात वाढ झालेली असली तरी यांच्या थकबाकीतही मोठ्या प्रमाणात वाढ झालेली आहे.

तक्ता क्र. २

पंचवार्षिक योजना काळातील प्राथमिक कृषी सहकारी पतसंस्थांची प्रगती (रु. लाख)

वर्ष	प्रा.कृ.स.सं.	सभासद	दिलेली कर्जे	कर्ज वसुली	एकूण कर्ज	थकबाकी
१९५०-५१	१,१५,७४८	५,३६९	७,१४८	५,८८५	७,५90	९७८
पहिली पंचवार्षिक योजना १९५५-५६	१,६८,४१0 (४५.४९)	८,८३५ (६४.५५)	१२,३९८ (७३.४४)	१0,४८0 (७८.0८)	१३,२३१ (७४.३२)	२,१६0 (१२0.८५)
दुसरी पंचवार्षिक योजना १९६0-६१	२,२२,00४ (३१.८२)	१८,९५९ (११४.५९)	३४,२३२ (१७६.११)	२८,५७0 (१७२.५५)	३६,१८0 (१७३.४४)	५,४६0 (१५२.७२)
तिसरी पंचवार्षिक योजना १९६५-६६	२,00,१४८ (-९.८४)	२८,३१४ (४९.३४)	६५,५९५ (९१.६२)	५४,0६९ (८९.२५)	७७,0२८ (११२.९0)	१४,४३७ (१६४.४१)
चौथी पंचवार्षिक योजना १९७३-७४	१,६0,१३८ (-१९.९९)	३९,६८२ (४0.१५)	१,६३,३४९ (१४९.0२)	१,५७,५१६ (१९१.३२)	२,0४,५५३ (१६५.५५)	४९,५२५ (२४३.0४)
पाचवी पंचवार्षिक योजना १९७७-७८	१,२२,0६४ (-२३.७७)	५३,९१८ (३५.८७)	२,४४,५९७ (४९.७४)	२,१७,२५५ (३७.९२)	३,३७,११८ (६४.८४)	९४,४९२ (९0.७९)
वार्षिक योजना १९७८-७९	१,0१,६७९ (-१६.७0)	५८,६७१ (८.८१)	२,९0,0६३ (१८.५९)	२,५१,0४८ (१५.५५)	३,८७,६८२ (१0४.९७)	१,१0,५५४ (१७.00)
वार्षिक योजना १९७९-८0	१,00,४८६ (-१.१७)	६१,५३६ (४.८८)	३,४0,५७४ (१७.४१)	२,८९,0९६ (१५.१५)	४,५१,४0९ (१६.४३)	१,३२,११८ (१९.५0)
सहावी पंचवार्षिक योजना १९८४-८५	९0,९३७ (-९.५0)	७३,४८५ (१९.४१)	७,२३,६४५ (११२.४८)	६,९0,४८१ (१३८.८४)	९,१३,0५३ (१0२.२६)	२,२२,७३९ (६८.५९)
सातवी पंचवार्षिक योजना १९८९-९0	७२,३७९ (-२0.४६)	७५,८६९ (३.२४)	१३,१९,५४४ (८२.३४)	१0,१४,८२३ (४६.९७)	१६,३१,0४९ (७८.६३)	४,१७,६0८ (८७.४८)
वार्षिक योजना १९९0-९१	७0,८७६ (-२.0७)	६६,२0७ (-१२.९३)	११,३९,५६९ (-१३.६४)	१0,३९,३६७ (0.४४)	१६,३९,0४५ (0.४९)	३,५५,३७५ (-१४.९0)
वार्षिक योजना १९९१-९२	६७,४८६ (-४.७८)	७३,३४४ (१0.७८)	१३,४0,४0४ (१७.६२)	१0,९९,६५९ (५.८0)	१९,८0,0९४ (२0.८0)	४,६0,0१९ (२९.४४)
आठवी पंचवार्षिक योजना १९९६-९७	९३,९३२ (३९.१८)	१,0६,१४४ (४४.७२)	४२,७३,१९0 (२१८.८0)	३४,0३,५५६ (२0९.५१)	४३,३५,४९५ (११८.९५)	८,१६,१८३ (७७.४२)
नववी पंचवार्षिक योजना २00१-0२	९५,७४८ (१.९३)	१,१३,१५५ (६.६0)	१,0५,९७,२५४ (१४७.९९)	९९,६९,४६८ (१९२.९१)	९९,४६,२३८ (१२९.४८)	१८,७२,६८१ (१२९.४४)
दहावी पंचवार्षिक योजनेचे पहिले वर्ष २00२-0३	७९,३४७ (-१६.७८)	१,0३,४४९ (-८.५७)	१,0६,३५,८६७ (0.३६)	७९,६५,७३४ (-२0.0२)	१,२0,८३,९२७ (२१.४९)	२३,४८,६५५ (२५.४१)

संदर्भ :- स्टॅटिस्टीकल स्टेटमेंट रिलेटिंग टू को-ऑप.मूव्हमेंट इन इंडिया, पार्ट-१, नाबार्ड, प्रा.कृ.स.सं. प्राथमिक कृषी सहकारी पतसंस्था

भारतातील ७५% ग्रामीण कुटुंबे सहकाराच्या कार्यक्षेत्रात येतात. एकूण सर्व सहकारी संस्थांची भारतातील संख्या २००९ पर्यंत ५,४५,००० होती. २३६ दशलक्ष सदस्य संख्या असलेल्या या संस्थांचे भांडवल रु. ३,४०,०५५ दशलक्ष एवढे होते. यात पतसंस्था व बिगर पतसंस्था या दोन्हींचा समावेश आहे.

● सहकारी संस्थांचे विविधीकरण

भारतात विविध प्रकारच्या सहकारी संस्था कार्यरत आहेत. यातील मुख्य प्रकार पुढीलप्रमाणे :-

(१) उत्पादन सहकारी संस्था :- कृषी व औद्योगिक उत्पादन व प्रक्रिया करणाऱ्या सहकारी संस्थांचा यात समावेश होतो. उदा. सहकारी कृषी संस्था, सहकारी औद्योगिक संस्था, सहकारी प्रक्रिया संस्था इ.

(२) विपणन सहकारी संस्था (Marketing Co-operative Societies) :- विपणन सहकारी संस्था म्हणजे जिचा उद्देश मुख्यत: खाजगी व्यापारापेक्षा अधिक फायदेशीर खरेदी–विक्री करण्याच्या दृष्टीने सभासदांना मदत करणे हा असतो. अशी शेतकऱ्यांनी एकत्रित येऊन स्थापन केलेली संस्था होय. भारतात राष्ट्रीय पातळीवर 'नाफेड' (National Agricultural Co-operative Marketing Federation) राज्य पातळीवर राज्य विपणन सहकारी संघ, जिल्हा पातळीवर जिल्हा सहकारी विपणन संघ आणि तालुका पातळीवर प्राथमिक विपणन सहकारी संघ स्थापन झालेले आहेत.

(३) सेवा सहकारी संस्था (Service Co-operative Societies) :- समान आर्थिक गरजांच्या पूर्ततेसाठी व शेती उत्पादन वाढविण्यासाठी शेतीपूरक वस्तू व सेवा उपलब्ध करण्याच्या उद्देशाने ग्रामस्थांनी स्वेच्छेने स्थापन केलेली संस्था म्हणजे सेवा सहकारी संस्था होय. शेतीला बी–बियाणे, खते, अवजारे इ. पुरविण्यासाठी तसेच जीवनावश्यक वस्तू पुरविणे इ. या संस्थेची कार्ये होत.

(४) बहुउद्देशीय सहकारी संस्था (Multi purpose Co-operatives) :- ग्रामीण भागातील जनतेच्या विविध गरजा असतात. ग्रामीण भागातील सहकारी संस्थेचे आकारमान व व्यवहार लहान असतो, त्यामुळे या संस्था आर्थिकदृष्ट्या सक्षम होऊ शकत नाही. यासाठी विविध प्रकारच्या गरजा पूर्ण करण्यासाठी एकच सहकारी संस्था स्थापन करण्याची कल्पना पुढे आली. यातूनच बहुउद्देशीय सहकारी संस्थांचा उगम झाला. विविध कार्यकारी सहकारी संस्था या नावानेही या संस्था ओळखल्या जातात.

(५) पत सहकारी संस्था (Credit Co-operative Societies) :- समाजातील आर्थिकदृष्ट्या दुर्बल घटकांना कर्जपुरवठा करणाऱ्या सहकारी संस्थांना 'पत सहकारी संस्था' असे म्हणतात. पंचवार्षिक योजनाकाळात प्राथमिक कृषी सहकारी पतसंस्थांच्या प्रगतीचा आढावा तक्ता क्र. २ मध्ये घेतलेला आहे. ग्रामीण भागात कृषी क्षेत्राला अल्पकालीन कर्जपुरवठा करणाऱ्या सहकारी पतसंस्था ज्याप्रमाणे स्थापन झालेल्या आहेत त्याचप्रमाणे नागरी भागात नागरी सहकारी पतसंस्थाही स्थापन झालेल्या आहेत. जिल्हा मध्यवर्ती सहकारी बँकेकडून वरील दोन्ही पतसंस्थांना कर्जपुरवठा केला जातो.

१.४.३ महाराष्ट्रातील सहकारी संस्था, प्रकार, भूमिका, महत्त्व व विविधीकरण (Co-operative institution in Maharashtra-types role, importance and diversification.)

महाराष्ट्र राज्यात सहकाराचा अनेक क्षेत्रांत विकास झालेला आहे. प्राथमिक कृषी पतसहकारी संस्था, कृषी प्रक्रिया (सहकारी साखर कारखाने), दुग्ध व्यवसाय, मच्छीमारी, साठवण, विपणन, बँकिंग आणि

गृहबांधणी या सर्व क्षेत्रांत महाराष्ट्रातील सहकारी चळवळीची प्रगती झालेली दिसून येते. तक्ता क्र. ३ वरून असे आढळून येते की, महाराष्ट्र राज्यात सर्व प्रकारच्या सहकारी संस्थांची संख्या २०११ मध्ये २,२४,३०६ इतकी होती, तर या सर्व सहकारी संस्थांचे भांडवल १५,५०५ कोटी रु. इतके होते. तोट्यात चालणाऱ्या सहकारी संस्थांची संख्याही ६१,०३८ इतकी होती.

तक्ता क्र. ३

महाराष्ट्रातील सहकारी संस्था (रु. कोटी)

तपशील	३१ मार्च २०१०	३१ मार्च २०११
१) सहकारी संस्था	२,१८,३२०	२,२४,३०६
२) सभासद (लाख)	५४२	५६०
३) वसूल भाग भांडवल	१५,०१२	१५,५०५
४) राज्य सरकारचा भांडवलातील हिस्सा	२,०३७	२,१९७
५) खेळते भांडवल	२,४३,१६२	२,४८,३४१
६) ठेवी	१,२८,५७९	१,३६,६९६
७) एकूण कर्जे	८१,६८०	९५,४८४
८) तोट्यातील सहकारी संस्था	६०,२१५	६१,०३८
९) एकूण तोटा (रु.)	३,८६७	३,८२०
१०) थकबाकी	१,१२,९६८	१,१७,२०६

(संदर्भ :- इकॉनॉमिक सर्व्हे ऑफ महाराष्ट्र - २०११-१२, पृ. १२४)

तक्ता क्र. ४ मध्ये महाराष्ट्रातील सर्व प्रकारच्या सहकारी संस्थांची सांख्यिकीय माहिती दिलेली आहे. १९६०-६१ ते २०११-१२ पर्यंत महाराष्ट्रातील सर्व प्रकारच्या (कृषी व बिगर कृषी) सहकारी संस्थांची वाढ झाल्याचे दिसून येते.

तक्ता क्र. ४

महाराष्ट्र राज्यातील सर्व सहकारी संस्थांची सांख्यिकीय माहिती

१.	१९६०-६१ (२)	१९७०-७१ (३)	१९८०-८१ (४)	१९९०-९१ (५)	२०००-०१ (६)	२००९-१० (७)	२०१०-११ (८)
१. सहकारी संस्थांची संख्या							
१. शिखर व मध्यवर्ती कृषी व बिगर कृषी	३९	२९	३१	३४	३४	३४	३४
२. प्राथमिक कृषी पतपुरवठा संस्था	२१,४००	२०,४२०	१८,५७७	१९,५६५	२०,५५१	२१,३९२	२१,४५१
३. बिगर कृषी पतसंस्था	१,६३०	२,९६४	५,४७४	११,२९१	२२,०१४	२३,८३९	२३,४३४
४. विपणन संस्था	३४४	४१०	४२३	९३१	१,११५	१,७५४	१,७७९
५. कृषी प्रक्रिया संस्था	४,३०६	६,८१०	१४,३२७	२८,९५४	३९,०७०	४७,९५३	४८,८४८
६. सामाजिक सेवा व इतर सह. संस्था	३,८४६	११,९६४	२१,११५	४३,८४५	७५,२३२	१,२३,३४८	१,२८,७६०
एकूण	३१,५६५	४२,५९७	६०,७४७	१,०४,६२०	१,५८,०१६	२,१८,३२०	२,२४,३०६

२.	१९६०-६१ (२)	१९७०-७१ (३)	१९८०-८१ (४)	१९९०-९१ (५)	२०००-०१ (६)	२००९-१० (७)	२०१०-११ (८)
२. सभासदांची संख्या							
१. शिखर व मध्यवर्ती कृषी व बिगर कृषी	७६	७०	१,०१४	१,४८५	१,३७१	२४१	२४७
२. प्राथमिक कृषी पतपुरवठा संस्था	२,१७०	३,७९४	५,४१६	७,९४२	१०,१२५	१४,९२३	१५,०१७
३. बिगर कृषी पतसंस्था	१,०८७	२,४३८	३,७५९	९,३०२	१८,४६७	२३,९१२	२५,३३१
४. विपणन संस्था	१४१	२८२	४७१	७४५	८४०	१,८५१	१,५५५
५. कृषी प्रक्रिया संस्था	३२३	९५९	२,१२४	३,९७४	६,३३९	६,६४८	७,५६२
६. सामाजिक सेवा व इतर सह. संस्था	३९४	१,०३८	१,९९९	३,४५५	५,८८०	६,३९५	६,३२३
एकूण	४,१९१	८,५८१	१४,७८३	२६,९०३	४३,०२२	५३,९७०	५६,०३५

३.	१९६०-६१ (२)	१९७०-७१ (३)	१९८०-८१ (४)	१९९०-९१ (५)	२०००-०१ (६)	२००९-१० (७)	२०१०-११ (८)
३. खेळते भांडवल (रु.कोटी)							
१. शिखर व मध्यवर्ती कृषी व बिगर कृषी	११९	६१३	१,८३१	८,८०६	३९,२६७	५८,०५८	८९,७१९
२. प्राथमिक कृषी पतपुरवठा संस्था	५८	३४३	५२७	१,८५१	६,९८८	१५,१४७	१६,२५५
३. बिगर कृषी पतसंस्था	४६	१६८	१,२०९	७,५०८	६६,८८७	१,३१,३०७	१,०७,८७९
४. विपणन संस्था	६	३९	१८८	३४०	१,५१८	६,३८३	२,५०१
५. कृषी प्रक्रिया संस्था	४१	२१९	१,०२९	४,५८८	१३,२८८	१८,८९१	२८,८३८
६. सामाजिक सेवा व इतर सह. संस्था	२१	१०७	४२६	१,१९१	६.४९२	९,११५	३.१४९
एकूण	२९१	१,४८९	५,२१०	२४,२८४	१,३४,४४०	२,३८,९०९	२,४८,३४१

४.	१९६०-६१ (२)	१९७०-७१ (३)	१९८०-८१ (४)	१९९०-९१ (५)	२०००-०१ (६)	२००९-१० (७)	२०१०-११ (८)
४. एकूण कर्जे							
१. शिखर व मध्यवर्ती कृषी व बिगर कृषी	१७५	७५१	१.५२८	९,०८५	२८,७०९	२८,२५९	४०,४३६
२. प्राथमिक कृषी पतपुरवठा संस्था	४३	१३३	२५०	८००	३,७३४	४,३८४	६,१५८
३. बिगर कृषी पतसंस्था	४७	२०४	१,१२९	५,१७८	३९,२६८	५२,२१९	४५,७२८
४. विपणन संस्था	३	३	३	८	१८	१५	१२
५. कृषी प्रक्रिया संस्था	१	३	१२	१७	१०३	३१२	२,९६६
६. सामाजिक सेवा व इतर सह. संस्था	१	४	१२	६०	२३५	१७२	१८४
एकूण	२७०	१,०९८	२,९३४	१५,१४८	७२,०६७	८५,३६१	९५,४८४

संदर्भ :- इकॉनॉमिक सर्व्हे ऑफ महाराष्ट्र - २०११-१२, पृ. १३७

१.४.४. राज्यधोरण सुधारणा व सहकारक्षेत्र (State Policy and Co-operative Sector)

महाराष्ट्र राज्याचे सहकारविषयक धोरण हे नेहमी सहकाराला उत्तेजन देण्याचे होते व आहे. संयुक्त राष्ट्राच्या सर्वसाधारण सभेने (The United Nation's General Assembly) २०१२ हे वर्ष आंतरराष्ट्रीय सहकार वर्ष म्हणून घोषित केले आहे. सहकारामुळे दारिद्र्य निर्मूलन, रोजगारनिर्मिती, सामाजिक अभिसरण (Social Integration) आणि आर्थिक विकास साध्य करता येतो. यामुळे महाराष्ट्र राज्याने सहकार क्षेत्राला अधिक गती देण्यासाठी पुढील धोरण अवलंबिण्याचे निश्चित केले आहे.

१) सहकार विभागाकडून अल्पकालीन कर्जपुरवठ्याच्या रचनेच्या संदर्भात तिमाही कार्यक्रम आयोजित केला जाईल. तसेच शहरी भागातील कर्जपुरवठा, हातमाग व यंत्रमाग, विपणन, निर्यातीसाठी विशेष कार्यक्रम हाती घेतले जातील.

२) साखर आयुक्तालय, विपणन विभाग यांच्याकडून सहकार क्षेत्रासाठी विशेष कार्यक्रम आयोजित केले जातील.

३) प्रत्येक जिल्ह्यात किमान एक कार्यक्रम आयोजित केला जाईल.

४) अल्पकालीन कर्जाची वेळेवर परतफेड करणाऱ्या शेतकरी सभासदांना व्याज अनुदान 'डॉ. पंजाबराव देशमुख व्याज सवलत' योजनेखाली दिले जाते.

५) सहकारी जलउपसा संस्थांना १ कोटी किंवा प्रकल्प खर्चाच्या २५% इतके वित्तीय साहाय्य महाराष्ट्र शासनाकडून दिले जाते.

६) वित्तीय अडचणी असलेल्या जिल्हा मध्यवर्ती सहकारी बँकांना शासनाने वित्तीय साहाय्य दिलेले आहे.

७) १९६० च्या सहकारी कायद्यात महाराष्ट्र शासनाने सुधारणा केलेली असून १९ फेब्रुवारी २०१३ पासून नव्या सुधारित सहकारी कायद्याची अंमलबजावणी केली जाईल असे शासनातर्फे घोषित केलेले आहे.

८) नवीन कायद्यानुसार संचालक मंडळाची संख्या कमी (२१) करण्यात आलेली आहे. तसेच 'अ' वर्ग असणाऱ्या सहकारी संस्था आता निर्देशित, राष्ट्रीय व नागरी सहकारी बँकांमध्ये त्यांचा निधी ठेवू शकतात.

१.४.५ कायदा–पर्यवेक्षण (तपासणी) लेखा परीक्षण व साहाय्य (Legislation, Supervision, Audit and Aid)

सहकारी संस्थांची पाहणी व तपासणी होणे आवश्यक असते. महाराष्ट्र सहकारी संस्था कायदा १९६० च्या कलम ८१ नुसार सहकारी संस्थांची हिशेब तपासणी होणे आवश्यक असते. त्याचप्रमाणे या कलमाप्रमाणे सहकारी संस्थांच्या कामकाजाची चौकशी करण्याचे अधिकार नोंदणी अधिकाऱ्याकडे असतात.

प्रत्येक सहकारी संस्थेने वर्षातून एकदा हिशेब तपासणी करून घेणे आवश्यक असते. नोंदणी अधिकारी संबंधित संस्थेकडून परीक्षणाचे शुल्क वसूल करतात.

वार्षिक हिशेबतपासणी व कार्यालयीन तपासणीचा उद्देश सहकारी संस्थांचे कामकाजावर नियंत्रण रहावे, तसेच कामकाज, सहकारी कायदे व नियम यानुसार व्हावे हा असतो.

तपासणी भेटीची तयारी व नियोजन

सहकारी संस्थेचे लेखापरीक्षण करण्यासाठी नोंदणी अधिकाऱ्याने नेमलेल्या हिशेबतपासनिसाकडून हिशेब तपासणी केली जाते. यासाठी विहित नमुन्यातील हिशेबपुस्तके, पावती पुस्तके, भाग नोंदणी पुस्तक, किर्द, खतावणी, सदस्य नोंदणी पुस्तके, बँकेचे पासबुक, रोकड पुस्तके इ. सहकारी संस्थांनी ठेवणे आवश्यक असते.

नोंदणी पावत्या, दोष दुरुस्ती, चेकबुक, शिल्लक मालाची तपासणी करण्याचे अधिकार हिशेबतपासनिसाला असतात. सहकारी संस्थांनी ३१ मार्च अखेर हिशेब पूर्ण करावयाचे असतात. ३१ मार्च अखेर पूर्ण झालेल्या हिशेबाची तपासणी हिशेबतपासनीस करतो व विहित नमुन्यात अहवाल नोंदणी अधिकाऱ्याला करतो. हिशेब तपासनीस पुढील गोष्टींचीच तपासणी करतो.

(१) सहकारी संस्थेची थकबाकी (२) रोख शिल्लक व सहकारी संस्थेच्या येणे व देणे असलेल्या मालमत्तेचे मूल्यनिर्धारण (३) कर्जे देताना योग्य तारण दिले आहे काय? तसेच कर्जे देताना सभासदांच्या बाबतीत पक्षपात केलेला नाही याची खात्री करून घेणे (४) हिशेब पुस्तकातील व्यवहार योग्य रीतीने झाले आहेत किंवा नाही हे तपासणे (५) खर्च योग्य रीतीने झालेला आहे किंवा नाही हे तपासणे (६) सरकार आणि विविध वित्तीय संस्था, बँका यांनी ज्या कारणांसाठी कर्ज दिले आहे त्याच कारणासाठी संस्थेने कर्जे दिली आहेत किंवा नाही हे बघणे (७) सहकारी संस्था, तिची उद्दिष्टे व जबाबदाऱ्या यानुसार कार्य करीत आहे किंवा नाही हे बघणे.

वरीलप्रमाणे हिशेब तपासनिसाला तपासणी करावी लागते. सभासदांच्या हितासाठी अशी तपासणी करणे आवश्यक असते. सहकारी संस्थांच्या हिशेबात चूक आढळल्यास त्या दुरुस्त करण्यासंबंधी हिशेबतपासनीस सूचना करतो. तसेच हिशेबाच्या बाबतीत तो सहकारी संस्थांना मार्गदर्शन करतो.

सहकारी संस्थांना वरील सर्व हिशेब तसेच हिशेबतपासनीस जी माहिती अगर स्पष्टीकरण मागेल ती देणे बंधनकारक आहे.

महाराष्ट्र सहकारी कायदा ८९ (अ) नुसार नोंदणी अधिकाऱ्याला सहकारी संस्थेच्या कामकाजाची तपासणी करण्याचा अधिकार आहे. प्रामुख्याने पुढील कारणासाठी ही तपासणी करण्याचे अधिकार नोंदणी अधिकाऱ्याला देण्यात आलेले आहेत.

अ) सहकारी संस्थेचे नियम, उपविधी व सहकारी कायदा यानुसार सहकारी संस्थेचे कामकाज होत आहे किंवा नाही हे तपासणे

ब) सहकारी संस्थेच्या सर्व नोंदी व हिशेब व्यवस्थितरीत्या ठेवल्या जात आहेत किंवा नाही हे पाहणे

क) व्यावसायिक तत्त्वाचे पालन सहकारी संस्थेकडून होत आहे किंवा नाही यावर देखरेख ठेवणे

ड) सहकारी तत्त्वानुसार सहकारी संस्थेचे कार्य होत आहे किंवा नाही हे पाहणे

तपासणी भेटीची कार्यवाही

नोंदणी अधिकारी अगर नोंदणी अधिकाऱ्याने नियुक्त केलेल्या हिशेबतपासनिसास सहकारी संस्थेने सर्व हिशेब पुस्तके, संबंधित कागदपत्रे, रोख शिल्लक, मालमत्ता इ. संबंधी नोंदणी पुस्तके उपलब्ध करून दिली पाहिजेत. सहकारी संस्थेच्या मध्यवर्ती कार्यालयात अगर कोणत्याही शाखेत अशी हिशेब पुस्तके व संबंधित कागदपत्रे संस्थेने हिशेब तपासनिसास दिली पाहिजेत. नोंदणी अधिकारी सहकारी संस्थेच्या कामकाजाची अचानक पाहणी करण्यासाठी अधिकाऱ्यांची नेमणूक करू शकतात. अशा पाहणी पथकाने केलेला अहवाल हा हिशेबतपासनिसाने केलेल्या अहवालाइतकाच महत्त्वाचा मानला जातो.

नोंदणी अधिकारी अगर त्यांनी नियुक्त केलेल्या अधिकाऱ्याला सहकारी संस्थेच्या कामकाजाबद्दल संस्थेच्या सभासदाकडून माहिती मिळविता येते.

हिशेबतपासनिसाला सहकारी संस्थेच्या वार्षिक सर्वसाधारण सभेस हजर राहता येते.

पाहणी काळात जर हिशेबतपासनिसाला सहकारी संस्थेच्या एखाद्या सेवकाबद्दल संशयास्पद व्यवहाराचा पुरावा आढळून आल्यास त्याबाबत त्वरित नोंदणी अधिकाऱ्याला कळविले जाते. संशयास्पद व्यवहाराचा

पुरावा हिशेबतपासनीस ताब्यात घेऊन त्याची पोचपावती संस्थेस देतात.

थकबाकीची रक्कम, तसेच थकबाकीची येणे रकमेशी टक्केवारी इ. बद्दलही आकडेवारी व माहिती मिळविली जाते.

वार्षिक सर्वसाधारण सभा व संचालक मंडळाच्या सभा यांची वृत्तान्त पुस्तके तपासून महत्त्वाच्या निर्णयाचा पाठपुरावा होतो किंवा नाही याबाबतही माहिती सहकारी संस्थांना द्यावी लागते.

तपासणीतारखेला ठेवी किती होत्या, ठेवींचे प्रकार, खात्यांची संख्या, व्याजदर इ. बद्दल माहिती घेतली जाते.

संस्थेचा एकूण सेवक वर्ग व सेवा नियमानुसार तरतुदी याची माहिती नोंदणी अधिकारी मिळवितात.

उदा. प्राथमिक सहकारी कर्जपुरवठा संस्था, औद्योगिक सहकारी संस्था, प्रक्रिया सहकारी संस्था इ. कार्याच्या स्वरूपानुसार त्या त्या संस्थेची माहिती मिळविली जाते. सामान्य स्वरूपाची माहिती उदा. ठेवी, कर्जे, भांडवल, सभासदसंख्या, नफा, तोटा इ. सर्व सहकारी संस्थांना लागू पडते.

वरील माहितीचा अहवाल लिहून नोंदणी अधिकाऱ्याला देणे आवश्यक असते. नोंदणी अधिकाऱ्याला स्वत: अगर त्याने नेमलेल्या हिशेबतपासनिसास अगर अधिकाऱ्यास वरील माहिती व आकडेवारी मिळविता येते.

हिशेबतपासनिसाचा अहवाल

सध्याच्या पद्धतीनुसार सहकारी संस्थांना त्यांचे हिशेब ३१ मार्च पूर्वी पूर्ण करावे लागतात. सहकारी संस्थांचे हिशेब हिशेबतपासनीस तपासतो. या संबंधीचा अहवाल नोंदणी अधिकाऱ्यालाही सादर केला जातो. हिशेबात काही त्रुटी अगर उणिवा असल्यास त्या दुरुस्त करण्याबद्दल सूचना हिशेबतपासनीस करतात. हिशेबतपासनिसाच्या अहवालाची दोन विभागांत विभागणी करता येते – (१) सर्वसामान्य माहिती देणारा अहवाल (२) दोष दाखवणारा अहवाल

सर्वसामान्य अहवाल

या अहवालात प्रथमत: तपासनिसाचा कालावधी दिला जातो. सर्वसाधारणपणे ही तपासणी ३१ मार्च अखेर केली जाते. उदा. १ एप्रिल १९९२ ते ३१ मार्च १९९३ या काळातील हिशेब तपासले जातात. मागील वर्षी अगर तपासणीच्या काळातील सभासद संख्या, अधिकृत भाग भांडवल, वसूल भांडवल इ. बद्दल माहिती नमूद केली जाते. भाग प्रमाणपत्रे सभासदांना दिली नसल्यास त्याबाबत पूर्तता करून घेण्यास सांगितले जाते. तपासणी काळात संस्थेने किती कर्जे दिली, पैकी थकबाकी किती? थकबाकीचे येणे बाकीशी प्रमाण किती? थकबाकीच्या बाबतीत संस्थेने काय कार्यवाही केली? याबद्दल नोंद केली जाते. तपासणी काळातील तारणावर दिलेल्या कर्जाची रक्कम किती? खर्च योग्य प्रकारे झालेला आहे काय? खर्चाची योग्य ती बिले सादर करण्यात आलेली आहेत काय? तपासणी काळात संचालक मंडळाच्या झालेल्या सभा, वार्षिक सभेस हजर असलेले सभासद किती याबद्दलची माहिती लिहिली जाते. संचालक मंडळाच्या सभांची वृत्तान्त पुस्तके तपासून महत्त्वाच्या निर्णयाचा पाठपुरावा होतो किंवा नाही याचा आढावा घेतला जातो. महाराष्ट्र सहकारी संस्था अधिनियमाप्रमाणे सहकारी संस्थेचे कामकाज होत आहे किंवा नाही हे अहवालात लिहिले जाते. तपासणीतारखेस ठेवी किती होत्या, तसेच खातेदारांची संख्या, व्याजदर इ. बद्दलही अहवालात नोंद केली जाते.

हिशेबतपासनीस स्वत:ची सही करून हिशेब व इतर माहितीचा अहवाल सहकारी संस्था व नोंदणी अधिकाऱ्यास पाठवितात. संस्थेचे हिशेब, नफा–तोटा पत्रक व ताळेबंद तपासल्याबद्दल तसेच तपासण्यात

आलेल्या संस्थेकडून सहकारी कायदा व अधिनियम यानुसार सर्व माहिती पुरविण्यात आली असून संस्थेचे कामकाज योग्य व उचित आहे असा दाखला द्यावा लागतो.

हिशेबतपासणीत काही दोष दिसून आल्यास ते हिशेबासंबंधीचा हिशेबतपासनिसाचा अहवाल सादर झाल्यापासून तीन महिन्यांच्या आत दुरुस्त करणे आवश्यक असते. दोष दुरुस्ती केल्याबद्दल सहकारी संस्थेने नोंदणी अधिकाऱ्याला कळविणे बंधनकारक असते.

सहकारी संस्थेच्या १/३ सभासदांनी मागणी केल्यास नोंदणी अधिकारी संस्थेची घटना, कार्यपद्धती यांची चौकशी करू शकतात. अशी तपासणी करण्यापूर्वी नोंदणी अधिकाऱ्याने ठरवून दिलेली विशिष्ट रक्कम तपासणी खर्च म्हणून नोंदणी अधिकाऱ्याकडे द्यावी लागते. सहकारी संस्थेसंबंधी केलेल्या तक्रारीत सत्यता आढळून आल्यास ही रक्कम अर्जदार सभासदांना परत दिली जाते. परंतु, तक्रारी द्वेषमूलक भावनेतून अगर खोडसाळपणे केलेली आहे असे आढळल्यास ही रक्कम अर्जदारास परत मिळत नाही. तक्रार योग्य असून पुराव्यानिशी सिद्ध करता येत नाही, अशी स्थिती असल्यास सरकार तपासणीखर्च सहन करते.

आवश्यक ती कागदपत्रके, पुस्तके, नोंदणी पूर्वसूचना देऊनही सादर न केल्यास तसेच याबाबतचे समाधानकारक स्पष्टीकरण न मिळाल्यास पाचशे रुपयांपर्यंत संस्थेला दंड करण्याचा अधिकार नोंदणी अधिकाऱ्याला असतो.

महाराष्ट्र सहकारी कायदा ८९ इ नुसार अधिकाऱ्याला सहकारी संस्थेच्या तपासणीसंबंधी पुढील अधिकार आहेत.

अ) सहकारी संस्थेच्या सर्व नोंदी व हिशेब तपासण्याचा अधिकार नोंदणी अधिकाऱ्याला आहे. नोंदी व हिशेब पुस्तके नोंदणी अधिकारी गरज भासेल तेव्हा तपासू शकतात.

ब) सहकारी संस्थेने नोंदणी अधिकारी मागेल तेव्हा ती उपलब्ध करून दिली पाहिजेत.

सहकारी संस्थेचे कार्यक्षेत्र, उद्देश, कार्ये इ. लक्षात घेऊन अशा संस्थांकडून विशिष्ट तपासणी शुल्क आकारले जाते.

तपासणी भेटीच्या वेळी जमा करण्यात येणारी माहिती व सांख्यिकीय माहिती

सहकारी संस्थेचा उद्देश व कार्ये लक्षात घेऊन तपासणीच्यावेळी माहिती व आकडेवारी गोळा केली जाते.

सहकारी संस्थांच्या सर्व महत्त्वपूर्ण बाबींसंबंधी माहिती मिळविली जाते. सहकारी संस्थेचे कार्य सहकारी तत्त्वानुसार आणि राज्य सरकारच्या मार्गदर्शनानुसार चालले आहे किंवा नाही यासंबंधी माहिती जमा केली जाते. सभासदांची संख्या किती, त्यापैकी नियमित आणि नाममात्र किती याबाबत आकडेवारी गोळा केली जाते.

संस्थेचे अधिकृत भाग भांडवल, प्रत्यक्ष वसूल भाग भांडवल, भागाची दर्शनी किंमत याबाबत माहिती मिळविली जाते.

संचालक मंडळाची संख्या आणि दुर्बल घटक, स्त्री, राखीव इ. ची संख्या नोंदणी अधिकाऱ्याला द्यावी लागते.

सहकारी संस्थेने कोणत्या प्रकारची कर्जे दिली, तारण कोणते घेतले, तारणावर कर्जे किती दिली यासंबंधी तपशील द्यावा लागतो. निव्वळ नफ्याचे शेकडा प्रमाणे इ. बाबतही अहवालात माहिती दिली जाते. नियमबाह्य गोष्ट हिशेबतपासनिसाला आढळल्यास त्यांची नोंद अहवालात केली जाते. हिशेबतपासनिसाने स्वत:च्या सहीने केलेले संस्थेचे नफा-तोटा पत्रक व ताळेबंद हा अधिकृत मानला जातो. हे अहवाल नोंदणी अधिकारी व सहकारी संस्था यांना दिले जातात.

दोष दाखविणारा अहवाल

हिशेबतपासनीस सहकारी संस्थेच्या हिशेबातील दोष आपल्या अहवालात दाखवीत असतात. तसेच हिशेबांची पुस्तके ठेवण्याबाबत काही कमतरता असेल तर तीही नमूद करतात. संस्थेच्या कारभाराबाबत इतरही काही सामान्य सूचना व शेरे लिहितात. त्यानंतर आपला एकत्रित अहवाल संबंधित सहकारी संस्थेला पाठवून देतात.

दोष दुरुस्ती अहवाल

हिशेबतपासनिसांचा अहवाल सहकारी संस्थेकडे आल्यानंतर संस्थेने तीन महिन्यांच्या आत ऑडिटरने दाखविलेले दोष व केलेल्या सूचना याबाबत काय कारवाई केली यासंबंधी अहवाल तयार करून तो निबंधकाकडे पाठवावयाचा असतो. या अहवालास 'दोष दुरुस्ती अहवाल' असे म्हणतात.

वार्षिक अहवाल

सहकारी संस्थांकडून नोंदणी अधिकाऱ्याला ठरावीक नमुन्यातील वार्षिक अहवाल दिला जातो. यात संस्थेचे नाव, नोंदणी क्रमांक, संचालक मंडळाची सदस्य संख्या, अधिकृत भागभांडवल, भरणा झालेले भांडवल, राखीव निधी, इतर निधी, येणे कर्ज, थकबाकी, येणे कर्जाशी थकबाकीचे प्रमाण, ठेवी, कर्जे, गुंतवणूक इ.बाबत माहिती द्यावी लागते. तसेच या अहवालात लेखा परीक्षण कुठपर्यंत झाले व सहकारी संस्थेचा वर्ग इ. उल्लेख करावा लागतो. त्याचप्रमाणे खेळते भांडवल, नफा इ. माहिती अहवालात असते.

१.४.६ महाराष्ट्रातील सहकारी संस्थांच्या समस्या (Problems of Co-operatives in Maharashtra)

(१) आर्थिकदृष्ट्या दुर्बल संस्था :– बचतीचे कमी प्रमाण, अयोग्य गुंतवणूक, थकबाकीचे वाढत जाणारे प्रमाण, चुकीचे व्यवहार यामुळे अनेक सहकारी संस्था या आर्थिकदृष्ट्या अक्षम (non-viable) झालेल्या आहेत.

(२) बचतीचे कमी प्रमाण :– बचतीला प्रोत्साहन देणे हे सहकारी संस्थेचे महत्त्वाचे तत्त्व असते. परंतु, आर्थिक गैरव्यवहारामुळे सहकारी संस्था लोकांच्या बचती आकर्षित करू शकलेल्या नाहीत.

(३) थकबाकी :– वाढत जाणारी थकबाकी हा सहकारी संस्थांचा प्रमुख दोष आहे. थकबाकीचे प्रमाण वाढल्यास सहकारी संस्था आर्थिकदृष्ट्या कमकुवत होतात. महाराष्ट्रातील सहकारी संस्थांच्या एकूण थकबाकीचे प्रमाण २०११–१२ मध्ये रु. १,१७,२०६ कोटी रुपये इतके होते.

(४) तोट्यातील सहकारी संस्था :– महाराष्ट्रातील एकूण सहकारी संस्थांपैकी ६१,०३८ एवढ्या सहकारी संस्था तोट्यात होत्या. हे प्रमाण एकूण सहकारी संस्थांच्या २७% इतके आहे.

(५) हितसंबंधी गटांचा प्रभाव :– सहकारी संस्थांवर आर्थिक व सामाजिकदृष्ट्या प्रबळ व संपन्न गटाचे वर्चस्व दिसून येते. त्यामुळे अशा गटांकडून हितसंबंध जपण्यासाठी सहकारी संस्थांचा गैरवापर होतो व सहकारी चळवळीची हानी होते.

(६) अकुशल व्यवस्थापन :– सहकारी संस्थांमध्ये प्रशिक्षित व तज्ज्ञ व्यवस्थापन नसल्यामुळे अकार्यक्षमता वाढीस लागलेली दिसून येते.

(७) नवीन परिस्थितीशी जुळवणूक नाही :– नवीन तंत्रज्ञान, नवीन व्यवस्थापन इ. शी सहकारी

संस्थांची जुळवणूक न झाल्याने सहकारी संस्थांचे कामकाज व प्रशासकीय व आर्थिक व्यवस्थापन जुनाट व मागासलेले आहेत.

जागतिक स्पर्धेच्या युगात सहकारी संस्थांचे भवितव्य

सहकारी चळवळीत अनेक दोष असले तरी भारतात सहकारी चळवळीची स्थापना होऊन आज १०८ वर्षे झालेली आहे. महाराष्ट्राने सहकार क्षेत्रात विशेष कामगिरी केलेली आहे. (तक्ता क्र. ४ पाहा.) सहकारी चळवळीतील दोष दूर झाल्यास आर्थिक व सामाजिक विकासाचे, सहकार हे प्रभावी माध्यम ठरू शकते. महाराष्ट्रातील सहकारी साखर कारखान्यांनी देशाच्या एकूण साखर उत्पादनात सर्वाधिक भर घातलेली आहे. २०११-१२ मध्ये महाराष्ट्रात एकूण २०२ सहकारी साखर कारखाने होते.

१९९१ मध्ये भारताने नवीन आर्थिक धोरणांचा स्वीकार केला. उदारीकरण, खाजगीकरण आणि जागतिकीकरणाचे तत्त्व भारताने स्वीकारले. खुल्या अर्थव्यवस्थेमुळे सहकारी चळवळीसमोरही अनेक आव्हाने आहेत. उदा. स्पर्धा, गुणवत्ता, कार्यक्षम व्यवस्थापन, खर्चाचे व्यवस्थापन इ. आजच्या स्पर्धात्मक परिस्थितीत टिकून राहण्यासाठी सहकारी संस्थांना, कार्यक्षमता, उत्पादकता व नफा या दृष्टीने विचार करावा लागेल. १९६० च्या सहकारी कायद्यात महाराष्ट्र सरकारने सुधारणा केलेल्या आहेत. यामुळे या संस्था स्पर्धात्मक आणि आर्थिकदृष्ट्या किफायतशीर होतील असा प्रयत्न केला जाणे आवश्यक आहे. सहकार ही एक जीवनपद्धती आहे. डेन्मार्कसारख्या देशांनी कृषी सहकाराच्या बाबतीत नेत्रदीपक कार्य केलेले आहे. स्वार्थी व हितसंबंधी गटाचे उच्चाटन, थकबाकीचे कमी प्रमाण, प्रशिक्षित नोकरवर्ग, उत्पादकता व कार्यक्षमतेत वाढ इ. चा अवलंब झाल्यास सहकारी चळवळ यशस्वी होऊ शकते.

१.४.७ महाराष्ट्रातील सहकारी चळवळीचा आढावा व भवितव्य (Review, Reforms and prospects of cooperative movement in Maharashtra)

या पूर्वीच्या विवेचनातून महाराष्ट्रातील विविध प्रकारच्या सहकारी संस्था, त्यांचे भांडवल, संख्या, थकबाकी, सभासद संख्या, भारतीय अर्थव्यवस्थेतील त्यांचे योगदान आणि सहकारी चळवळीच्या समस्या व त्यांचे भवितव्य यासंबंधी विस्तृत माहिती देण्यात आलेली आहेच. नियोजनकाळात विशेषत: महाराष्ट्र राज्याची स्थापना १९६० मध्ये झाल्यानंतर सहकार क्षेत्रात महाराष्ट्राने केलेल्या कामगिरीची चर्चा यापूर्वीच्या विवेचनातून झालेली आहे. महाराष्ट्रातील सहकारी चळवळीचे अनेक प्रत्यक्ष व अप्रत्यक्ष लाभ महाराष्ट्राला झालेले आहेत. ते पुढीलप्रमाणे :-

अ) आर्थिक लाभ

१) शेतकऱ्यांना कमी व्याजाने कर्जपुरवठा झाला.

२) सहकारी संस्थांनी उत्पादक कामासाठी कर्जे दिली.

३) सहकारी खरेदी-विक्री संस्थांमुळे शेतकऱ्यांना शेतमालाची उचित किंमत मिळू लागली.

४) बचतीत वाढ झाली.

५) सहकारी सूत गिरण्या, प्रक्रिया संस्था, साखर कारखाने इ. मुळे उद्योजकतेला चालना मिळाली, रोजगार वाढला.

६) आधुनिक शेती, अवजारे, बी-बियाणे, पाणीपुरवठा योजना इ. ना उत्तेजन मिळाले.

७) जलसिंचन, अन्नधान्य, फळे, दूध, मासे, वाहतूक, मुद्रण, कुक्कुटपालन, घरबांधणी, जीवनावश्यक वस्तू इ. बिगर कृषी सहकारी संस्था स्थापन झाल्या. आर्थिकदृष्ट्या दुर्बल घटकांचा त्यामुळे लाभ झाला.

ब) सामाजिक लाभ

१) समाजातील विविध घटकांत एकात्मता, बंधुभाव व सहकार्य वाढले.

२) सहकारामुळे जबाबदारीच्या जाणिवेत वाढ झाली.

३) आर्थिक व सामाजिक बदल घडून आले.

क) शैक्षणिक लाभ

१) सहकाराची तंत्रे, कौशल्ये, हिशेब इ. चे शिक्षण मिळाले.

२) लोकशाही तत्त्वांची जोपासना सहकारामुळे झाली.

३) ग्रामीण भागात नवीन नेतृत्व निर्माण झाले.

१.४.८ कृषी पणन यातील उपक्रमशीलतेविषयी पर्यायी धोरण (Alternative Policy Initiatives in Agricultural Marketing)

शेतकऱ्याला त्याच्या शेतीमालाची उचित किंमत मिळण्यासाठी खरेदी-विक्रीच्या योग्य सोयी उपलब्ध असणे आवश्यक असते. भारतात प्रामुख्याने आठवडे बाजार/हाट/मंडी आणि कृषी उत्पन्न बाजार समित्यांमधून शेतीमालाची खरेदी-विक्री होते. भारत सरकारच्या नियोजन आयोगाने विपणनसंबंधी नेमलेल्या कृती गटानुसार (अध्यक्ष गोकुळ पटनायक) भारतात २०१०मध्ये नियंत्रित बाजारपेठांची संख्या ७१५७ होती. २२२२१ एवढे नियमित बाजार/हाट याच काळात होते. ११५ स्क्वे. कि.मी.ला एक ग्रामीण बाजार तर ४५४ स्क्वे. कि.मी.ला एक कृषी उत्पन्न बाजार समिती (नियंत्रित बाजार) असे प्रमाण होते. राष्ट्रीय कृषी आयोगाच्या मते ५ स्क्वे. कि.मी.ला एक बाजार असे हे प्रमाण असायला हवे. शेतीमालाच्या खरेदी-विक्री व्यवस्थेत अनेक मध्यस्थ, पायाभूत सुविधांचा अभाव, किमतीच्या बाबतीत पारदर्शकतेचा अभाव, माहितीचा अभाव, साठवणगृहे, वाहतूक व्यवस्था इ.चा अभाव असे दोष आहेत.

वरील दोष दूर करण्यासाठी काही नवीन उपक्रम आखून पर्यायी धोरणांचा विचार करण्याची आवश्यकता सरकारला भासू लागली. या दृष्टीने जे उपक्रम हाती घेण्यात येत आहेत ते पुढीलप्रमाणे :-

(१) उत्पादक - उपभोक्ते प्रत्यक्ष संपर्क :- प्रत्यक्ष शेतकऱ्यांनी उपभोक्त्यांना शेतीमालाची विक्री करणे यामुळे शेतकरी व उपभोक्ते दोहोंचा फायदा होऊ शकतो. मध्यस्थांच्या साखळीशिवाय शेतीमालाची या प्रकारे खरेदी-विक्री होऊ शकते. पंजाबमध्ये 'एप्रिल मंडी', महाराष्ट्रात 'शेतकरी बाजार', आंध्रात 'रायथू बाजार' या प्रकारे हे बाजार स्थापन झालेले आहेत. शेतकऱ्यांच्या २५०-३०० च्या गटाने उत्पादकांचा एक गट स्थापन करून त्याची नोंदणी (Registration) करून शेतीमालाची खरेदी-विक्री करावी ही संकल्पना उत्पादक गट (Producer's Gorup) या मागे आहे. शेतीला लागणारी आदाने, बी-बियाणे, अवजारे, खते इ. उत्पादक गटात वितरित करता येतील.

(२) ई-ट्रेडिंग :- कृषी मालाच्या खरेदी-विक्रीबाबत ई ट्रेडिंग करता येणे शक्य आहे. नॅशनल कमॉडिटी ॲण्ड डेरिव्हेटिव्हज् एक्स्चेंज लि., मल्टी कमॉडिटी एक्स्चेंज लि. आणि नॅशनल स्पॉट एक्स्चेंज लि. या संस्था कृषी मालाच्या संदर्भात ई-ट्रेडिंगची पद्धती विकसित करीत आहेत.

(३) पुरवठा साखळीत सुधारणा :– (Supply value chain) असंख्य पुरवठादार, वाहतूक खर्चातील वाढ, अनेक मध्यस्थ यामुळे शेतकऱ्यांच्या शेतीमालाला योग्य ती किंमत मिळत नाही यासाठी या पुरवठा साखळीत सुधारणेची गरज प्रतिपादन केली जाते. घाऊक प्रमाणावर शेतकऱ्यांनी एकत्र येऊन विक्री करावी आणि घाऊक प्रमाणात खरेदी व्हावी असे सुचविले जाते.

(४) उत्पादक शेतकरी व प्रक्रिया करणारे आणि निर्यातदार यांचा थेट संबंध :– उत्पादक शेतकऱ्यांचा निरनिराळ्या प्रक्रिया उद्योजकांशी तसेच शेतीमाल निर्यातदारांशी थेट संबंध प्रस्थापित करणे

१.४.९ रोजगार हमी योजना (Employment Guarantee Scheme)

महाराष्ट्र शासनाने ग्रामीण भागात उत्पादक कामातून रोजगार पुरविण्यासाठी व दारिद्र्य निर्मूलनासाठी २८ मार्च १९७२ रोजी रोजगार हमी योजनेबाबतचा ठराव मंजूर केला. १९७७ मध्ये याचे महाराष्ट्र रोजगार हमी योजना असे कायद्यात रूपांतर करण्यात आले.

भारत सरकारने महाराष्ट्र रोजगार हमी कायद्याची उपयुक्तता व महत्त्व लक्षात घेऊन राष्ट्रीय स्तरावर राष्ट्रीय ग्रामीण रोजगार हमी योजना कायदा २००५ मध्ये संमत केला. जी व्यक्ती ग्रामीण भागात स्वेच्छेने काम मागेल त्याला वर्षातील १०० दिवस काम देण्याची हमी या कायद्यामुळे मिळाली. केंद्र शासनाच्या या 'नरेगा' 'National Rural Employment Guarantee Act' नुसार 'महाराष्ट्र ग्रामीण रोजगार हमी योजना २००६' अस्तित्वात आली. 'क' वर्ग नगरपालिकांचे क्षेत्रही या योजनेअंतर्गत समाविष्ट करण्यात आले.

या योजनेचा मुख्य उद्देश ग्रामीण भागातील अकुशल व्यक्तीस उत्पादक स्वरूपाच्या मानवी श्रमांवर आधारित कामाची हमी देणे हे आहे. या कामातून ग्रामीण व 'क' वर्ग नगरपालिका क्षेत्रांत उत्पादक संपत्ती (productive Assets) तयार व्हावेत. तसेच ते समाजासाठी उपयुक्त ठरणारे असावे. यातून रोजगार निर्मिती व दारिद्र्य निर्मूलनही होऊ शकेल या उद्देशातून ही योजना कार्यान्वित करण्यात आली.

योजनेची वैशिष्ट्ये

१) ग्रामीण भाग व 'क' वर्ग नगरपालिका क्षेत्रातील व्यक्तीस वर्षातील १०० दिवस मानवी श्रमांवर आधारित काम पुरविले जाईल.

२) या योजनेवरील केंद्र व राज्य सरकारांच्या खर्चाचे प्रमाण ९०:१० असे राहील.

३) पंचायत समिती क्षेत्रांत काम पुरविले जाईल. काम करू इच्छिणाऱ्या व्यक्तीच्या घरापासून ५ कि.मी. परिक्षेत्रात काम पुरविले जाईल.

४) पंचायत राज संस्था तसेच सरकारची इतर खाती उदा. पाणीपुरवठा, सार्वजनिक बांधकाम, कृषी व वनविभाग आणि निर्देशित बिगर सरकारी संघटना (NGO) यांच्याकडून ही योजना राबविण्यात येईल.

१९९७ मध्ये रोजगार हमी योजनेअंतर्गत ९० दशलक्ष मनुष्य दिवस (Mandays) रोजगार निर्मिती झाली. २००३-०४ मध्ये एकूण योजना खर्चाच्या ४% एवढी रक्कम या योजनेवर खर्च करण्यात आली. २००६-०७ मध्ये या योजनेवर ७०४ कोटी रु. खर्च करण्यात आले. २००२-०६ या काळात एकूण ७३.०५ कोटी मनुष्य दिवसांचा रोजगार या योजनेच्या अंतर्गत उपलब्ध करून देण्यात आला.

स्वाध्यायासाठी प्रश्न

अ) गाळलेल्या जागी योग्य पर्याय निवडा.

१) भारतात पहिला सहकार कायदा ---- या वर्षी झाला.

अ) १९१४ ब) १९०४ क) १९१२ ड) १९१३

२) ---- या पद्धतीत शेतकऱ्यांना कर्जपुरवठा करणाऱ्या सहकारी तत्त्वांचा विचार केला जातो.

अ) राइडेल पद्धती ब) रायफझन पद्धती क) शुल्झ डेलिश पद्धती ड) अ आणि क

३) ---- मध्ये सहकारी तत्त्वांची नव्याने मांडणी करण्यात आली.

अ) १९६६ ब) १९६५ क) १९६० ड) १९६१

४) अखिल भारतीय ग्रामीण पतपुरवठा पाहणी समिती ---- यांच्या अध्यक्षतेखाली १९५१ मध्ये नेमण्यात आली.

अ) धनंजयराव गाळगीळ ब) गोरवाला

क) डॉ. बाबासाहेब आंबेडकर ड) महालनोबिस

५) भारतातील ---- ग्रामीण कुटुंबे सहकाराच्या कार्यक्षेत्रात येतात.

अ) ७५% ब) ६०% क) ५०% ड) ८०%

ब) योग्य पर्याय निवडा.

१) संयुक्त राष्ट्राच्या सर्वसाधारण सभेने (युनायटेड नेशन्स जनरल असेंब्लीने) पुढीलपैकी कोणत्या वर्षाची आंतरराष्ट्रीय सहकार वर्ष म्हणून घोषणा केली?

अ) २०१२ ब) २०१० क) २०१३ ड) २०११

२) महाराष्ट्र सहकारी संस्था कायदा १९६० च्या कोणत्या कलमानुसार सहकारी संस्थांची वार्षिक हिशेब तपासणी करणे अनिवार्य आहे?

अ) कलम ८० ब) कलम ८१ क) कलम ७० ड) कलम ७९

३) महाराष्ट्रातील एकूण सहकारी संस्थांपैकी तोट्यातील सहकारी संस्थांचे प्रमाण किती आहे?

अ) २०% ब) ३०% क) ४०% ड) २७%

४) कृषी पणन मधील पर्यायी धोरणांचा भाग म्हणून आंध्रप्रदेशात कोणत्या बाजाराची स्थापना झाली?

अ) एप्रिल मंडी ब) शेतकरी बाजार क) रायथू बाजार ड) किसान बाजार

५) महाराष्ट्र रोजगार हमी योजना कायदा कोणत्या वर्षी मंजूर झाला?

अ) १९७७ ब) १९७५ क) १९७६ ड) १९७८

क) पुढील विधाने चूक की बरोबर ते लिहा.

१) राश्डेल पद्धतीत ग्राहक सहकारी संस्थांच्या तत्त्वांचा समावेश केला जातो.

२) कृषी व सहकार हे विषय केंद्र सरकारच्या अखत्यारीत येतात.

३) नवीन सुधारित सहकारी कायद्यानुसार सहकारी संस्थेच्या संचालक मंडळाची संख्या ३० इतकी करण्यात आली आहे.

४) नवीन सुधारित सहकारी कायद्यानुसार सहकारी संस्था निर्देशित राष्ट्रीय बँकांमध्ये ठेवी ठेवू शकतात.

५) ई-ट्रेडिंग हा कृषी पणन यातील उपक्रमशीलतेविषयी पर्यायी धोरणातील उपक्रम आहे.

ड)   **जोड्या लावा.**

अ) १९०४   १) सहकाराचे मूलभूत तत्त्व

ब) खुले व ऐच्छिक सभासदत्व   २) अखिल भारतीय ग्रामीण पतपुरवठा पाहणी समिती

क) १९५१   ३) सहकारी संस्थांची पाहणी व तपासणी

ड) सहकारी कायदा कलम ८१   ४) रोजगार हमी योजना

इ) १९७७   ५) सहकारविषयक पहिला कायदा

उत्तरे

अ)   १. (ब)   २. (ब)   ३. (अ)   ४. (ब)   ५. (अ)

ब)   १. (अ)   २. (ब)   ३. (ड)   ४. (क)   ५. (अ)

क)   १. बरोबर   २. चूक   ३. चूक   ४. बरोबर   ५. बरोबर

ड)   अ−५   ब−१   क−२   ड−३   इ−४

१.५ आर्थिक सुधारणा
(Economic Reforms)

१.५.१ पार्श्वभूमी (Background)

१९८० च्या दशकात साम्यवादी देशात सार्वजनिक क्षेत्रातील उद्योगासंबंधी पुनर्विचार सुरू झाला. रशियात 'पेरिस्त्योयिका' किंवा आर्थिक सुधारणा करण्यास सुरुवात झाली. पूर्व युरोपातील अनेक राष्ट्रांनी आर्थिक सुधारणा करण्यास सुरुवात केली. बाजाराधिष्ठित अर्थव्यवस्थेचा हळूहळू पुरस्कार करण्यात येऊ लागला. साम्यवादी तसेच मिश्रअर्थव्यवस्था असलेल्या देशातील सार्वजनिक क्षेत्रातील उद्योगाची अकार्यक्षमता आणि खाजगी क्षेत्रातील त्याच उद्योगांची कार्यक्षमता यामुळे खाजगी क्षेत्र, बाजाराधिष्ठित उत्पादन, खर्चाधारित उत्पन्न व किमती आणि नफ्यांची प्रेरणा यामुळे देशाचा आर्थिक विकास साध्य होऊ शकतो हा विचार नव्वदच्या दशकात प्रबळ झाला. बंद अर्थव्यवस्थेपेक्षा खुली अर्थव्यवस्था विकासाला अधिक चालना देऊ शकते आणि यासाठी आंतरराष्ट्रीय व्यापारावरील जकाती व शुल्क दूर करणे, मुक्त अर्थव्यवस्था निर्माण करणे, जागतिकीकरण, उदारीकरण आणि खाजगीकरण करणे या उद्देशातून १९९५ मध्ये जागतिक व्यापार संघटनेची स्थापना करण्यात आली. २४ ऑगस्ट २०१२ पर्यंत जागतिक व्यापार संघटनेच्या सदस्य देशांची संख्या १५२ इतकी होती. पूर्वीच्या जकाती व व्यापार या संबंधीचा सर्वसाधारण करार (General Agreement on Tariff and Trade - GATT) ची जागा जागतिक व्यापार संघटनेने घेतली.

१.५.२ शिथिलिकरण (Liberalisation)

अर्थ– एका देशातून दुसऱ्या देशात जाणाऱ्या वस्तू व सेवांच्या मुक्त प्रवाहास प्रतिबंध करणाऱ्या व्यापारावरील निर्बंध (जकाती, शुल्क व जकातेतर निर्बंध) दूर किंवा कमी करणे म्हणजे शिथिलीकरण होय.

जागतिक व्यापार संघटनेची स्थापना होण्यापूर्वी 'गॅट' हा आंतरराष्ट्रीय करार अस्तित्वात होता. निरनिराळ्या देशांमध्ये आंतरराष्ट्रीय व्यापार होताना द्विपक्षीय किंवा बहुपक्षीय (bilateral or multilateral) करार होत. निरनिराळ्या देशांत निरनिराळे शुल्क व जकाती आस्तित्वात होत्या. तसेच अनेक देश मक्तेदारी निर्माण करण्यासाठी किंवा स्पर्धात्मक किमतीसाठी निर्यात अनुदाने देत. त्याचप्रमाणे आयात-निर्यात कोटा लायसन्स याप्रकारे आंतरराष्ट्रीय व्यापारावर निर्बंध लादत. या कारणांमुळे आंतरराष्ट्रीय व्यापारात अनेक अडथळे निर्माण होत. मुक्त व्यापार करण्यात अडचणी निर्माण होत. या दूर करण्यासाठी गॅटची स्थापना झालेली असली तरी

अंमलबजावणीचे किंवा एखाद्या देशाविरुद्ध कारवाई करण्याचे कोणतेही अधिकार गॅटकडे नव्हते. जागतिक व्यापार संघटनेच्या स्थापनेनंतर (१९९५) मात्र असे अधिकार निर्माण झाल्यामुळे शिथिलीकरणाचे धोरण जागतिक व्यापार संघटनेला अधिक प्रभावीपणे करता येणे शक्य झालेले आहे. अर्थात, अद्यापही काही देशांत जकातेतर निर्बंधांचा अडथळा आहे. उदा. आरोग्यविषयक नियम, पर्यावरणीय निर्बंध, मानवाधिकार नियम इ.

खाजगीकरण (Privatisation)

अर्थ– सार्वजनिक क्षेत्रातील उद्योग व व्यवसायाची मालकी आणि अधिकार खाजगी क्षेत्राला सुपूर्त करणे म्हणजे खाजगीकरण होय.

या पूर्वी उल्लेख केल्याप्रमाणे साम्यवादी देशातील सार्वजनिक क्षेत्राच्या कार्यक्षमतेबद्दल आणि उत्पादन क्षमतेबद्दल प्रश्नचिन्हं निर्माण झाली होती. मागणी आणि नफा या प्रेरणेवर चालणारी बाजाराधिष्ठित अर्थव्यवस्था ही अधिक कार्यक्षमतेने कार्य करू शकते. तसेच किंमत यंत्रणेचे कार्य अशा अर्थव्यवस्थेत अधिक सुलभतेने होते असा अनुभव जगातील मुक्त अर्थव्यवस्था असलेल्या देशांचा असल्यामुळे खाजगीकरणासही १९९५नंतर चालना मिळाली. चीनसारख्या साम्यवादी देशानेही प्रत्यक्ष परकीय गुंतवणुकीद्वारे खाजगी कारखानदारीला परवानगी दिली.

जागतिकीकरण (Globalisation)

अर्थ– आर्थिक, वित्तीय, व्यापारी आणि दळणवळणविषयक घटकांचे जागतिक स्तरावरील एकात्मीकरण म्हणजे जागतिकीकरण होय.

जागतिकीकरणात वस्तू, सेवा, भांडवल, मानवी संसाधने यांच्या गतिशीलतेवर कोणतीही भौगोलिक बंधने वा नियंत्रणे नसतात. संगणक क्रांतीमुळे जग हे अधिक जवळ आले आहे. या जागतिक एकात्मीकरणामुळे जग हे एक गाव (Global Village) झाले आहे.

जागतिकीकरणाचे परिणाम सर्व जगावर होतात. उत्पादनसाधने, कच्चा माल, मानवी श्रम, भांडवल, तंत्रज्ञान, संयोजन कौशल्य यांच्या गतिशीलतेत वाढ होते. वस्तू व सेवांच्या उत्पादनात वाढ होते. स्पर्धेत वाढ होते. असंख्य व निरनिराळ्या वस्तूंच्या उपलब्धतेत वाढ होते. जागतिकीकरणाचे केवळ आर्थिकच नव्हे तर सामाजिक व सांस्कृतिकही परीणाम होतात.

१.५.३ केंद्र व राज्य स्तरावरील सुधारणा (Economic Reforms at Centre and State Level)

केंद्र स्तरावरील सुधारणा

१) **औद्योगिक परवाना पद्धती :–** संरक्षण, पर्यावरण व लघु उद्योगांसाठी संरक्षित क्षेत्र वगळता इतर सर्व उद्योगांच्या बाबतीत परवाना धोरण संपुष्टात आणण्यात आले. परवान्याची आवश्यकता असणाऱ्या उद्योगांची व सार्वजनिक क्षेत्रात राखीव उद्योगांची यादी प्रसिद्ध करण्यात आली.

२) **परदेशी भांडवल गुंतवणूक :–** प्राधान्यक्रम असणाऱ्या उद्योगात ५१ टक्के परदेशी भांडवल गुंतवणुकीस परवानगी देण्यात आली.

३) **विदेशी तंत्रज्ञान :–** प्राधान्यक्रम उद्योगात तंत्रज्ञान आयात करणाऱ्या करारांना मान्यता देण्यात आली.

४) **सार्वजनिक क्षेत्रातून निर्गुंतवणूक :–** भारतातील सार्वजनिक क्षेत्रातील उद्योगांपैकी ५०% उद्योग हे तोट्यात चालणारे होते, त्यामुळे अशा उद्योगांची पुनर्रचना करण्यासाठी औद्योगिक व वित्तीय पुनर्रचना

मंडळाची मदत घेऊन अशा उद्योगांचे पुनर्वसन करणे, काही सार्वजनिक उद्योगांमध्ये खाजगी भांडवल गुंतवणुकीला चालना देण्यासाठी अशा उद्योगातून निर्गुंतवणूक करणे अशा उपाययोजना करण्यात आल्या.

५) **मक्तेदारी प्रतिबंधक कायदा :-** मक्तेदारी प्रतिबंधक कायद्याची नवीन औद्योगिक धोरणात गरज नसल्याने त्या कायद्यात बदल करण्यात आले. अनुचित व्यापारापुरतेच या कायद्याचे महत्त्व राहिले.

राज्यस्तरावरील सुधारणा

उदारीकरण, खाजगीकरण आणि जागतिकीकरणाला योग्य असे अनुकूल बदल राज्य सरकारांनी केले आहेत. असे बदल पुढीलप्रमाणे-

१) मूलभूत सुविधांच्या बाबतीत बांधा-वापरा व हस्तांतरित करा (BOT) हे धोरण स्वीकारण्यात आले. रस्ते, उड्डाणपूल इ. बाबत असे धोरण स्वीकारले गेले.
२) विशेष आर्थिक क्षेत्र (सेझ) निर्माण करण्यात आले. अशी आर्थिक क्षेत्रे ही शुल्करहित असतात. तसेच सर्व पायाभूत सुविधा त्यांना पुरविण्यात येतात.
३) सवलतीच्या दरातील कर्जे, विद्युत पुरवठा, आय.टी.पार्क, वित्तीय सुविधा इ. उपलब्ध करून दिल्या.
४) विदेशी गुंतवणूक आकर्षित करण्यासाठी विदेशात अनेक राज्यांनी शिष्टमंडळे पाठविली.
५) प्रशासकीय दिरंगाई टाळण्यासाठी उपाययोजना केल्या.

असोचेम (Associated Chamber of Commerce and Industry of India) यांच्या अभ्यासानुसार २०११-१२ मध्ये १,७८,००० कोटी रुपयाचे ७६३ विदेशी भांडवल गुंतवणुकीचे प्रस्ताव भारतातील निरनिराळ्या राज्यांत आले. ओडिशात सर्वाधिक (२७%), आंध्रात १९% तर गुजरातमध्ये ११%, विदेशी भांडवल गुंतवणूक झाल्याचे या अभ्यासात नमूद केले आहे. ('द हिंदू', २८ ऑगस्ट २०१२)

१.५.४ जागतिक व्यापार संघटना (World Trade Organisation)

जागतिक व्यापार संघटनेची स्थापना १९९५ मध्ये झाली. जनरल ॲग्रीमेंट ऑन टेरिफ ॲण्ड ट्रेड- गॅटची जागा जागतिक व्यापार संघटनेने घेतली. गेल्या ५० वर्षांत आंतरराष्ट्रीय व्यापारात मोठ्या प्रमाणात वाढ झाली. उरूग्वे परिषदे(१९८६-१९९४) नुसार जागतिक व्यापार संघटनेची १९९५ मध्ये स्थापना करण्यात आली. जागतिक व्यापार संघटनेचे मुख्य कार्यालय जिनिव्हा (स्वित्झर्लंड) येथे आहे. जुलै २००८ पर्यंत जगातील १५३ राष्ट्रे जागतिक व्यापार संघटनेची सदस्य होती.

जागतिक व्यापार संघटनेची कार्ये :- जगातील आंतरराष्ट्रीय व्यापार सुलभपणे, मुक्तपणे आणि उचित प्रकारे व्हावा या प्रमुख उद्दिष्टानुसार जागतिक व्यापार संघटनेला जी कार्ये करावी लागतात ती पुढीलप्रमाणे आहेत-

१) व्यापार करारांची अंमलबजावणी करणे
२) व्यापारासंबंधीची बोलणी ठरविण्यासाठी व्यासपीठ म्हणून कार्य करणे
३) आंतरराष्ट्रीय व्यापारातील तंटे/वाद मिटविणे
४) आंतरराष्ट्रीय व्यापार धोरणांचा आढावा घेणे
५) तांत्रिक मदत व प्रशिक्षण याद्वारे विकसनशील देशांच्या व्यापारास मदत करणे
६) जगातील इतर आंतरराष्ट्रीय संस्थांशी सुसंवाद निर्माण करणे

जागतिक व्यापार संघटनेची रचना

जगातील एकूण आंतरराष्ट्रीय व्यापाराच्या ९५% व्यापाराचे नियंत्रण जागतिक व्यापार संघटनेच्याद्वारे केले जाते.

मंत्री परिषद (Ministerial Conference) ही जागतिक व्यापार संघटनेचे निर्णय घेणारी सर्वोच्च मंडळ आहे. दोन वर्षांतून एकदा यांची सभा होते. ह्या परिषदेत प्रत्येक सभासद देशाचा व्यापारमंत्री सदस्य म्हणून काम करतो. त्या खालोखाल सर्वसाधारण मंडळ (General Council) हे दैनंदिन कामकाज बघते. या मंडळातील आंतरराष्ट्रीय व्यापारातील वाद/तंटे सोडविणे (Dispute Settlement) आणि व्यापार धोरण आढावा घेणारी दोन स्वतंत्र मंडळे कार्यरत आहेत.

सर्वसाधारण मंडळास वस्तू मंडळ (Goods Council) सेवा मंडळ (Service Council) आणि बौद्धिक संपदा मंडळ हे अहवाल सादर करतात.

जागतिक व्यापार संघटनेचे करार

१९८६ ते १९९४ या काळात उरूग्वे परिषदेत निश्चित केल्याप्रमाणे आंतरराष्ट्रीय व्यापाराबाबतचे नियम सदस्य राष्ट्रांनी मान्य केले. त्यानुसार जे करार करण्यात आले ते सदस्य राष्ट्रांवर बंधनकारक आहेत. या करारान्वये प्रत्येक राष्ट्राला आयात-निर्यातीच्या बाबतीत अशी हमी मिळते की सर्व राष्ट्रांना समान, उचित आणि भेदाभेदरहित वागणूक मिळेल. विकसनशील राष्ट्रांच्या बाबतीत जागतिक व्यापार संघटनेने लवचीक धोरण स्वीकारलेले आहे. ज्या मुख्य क्षेत्रात करार करण्यात आले आहेत ते पुढीलप्रमाणे-

१) **वस्तू :-** १९९४ ते १९९७ या काळात गॅटने जकार्ता व इतर निर्बंधात्मक तरतुदींच्या संदर्भात अनेक करार केलेले होते. विशेषतः आंतरराष्ट्रीय व्यापाराच्या बाबतीत विभेदात्मक वागणूक असता कामा नये असा गॅटचा आग्रह होता. १९९५ मध्ये जागतिक व्यापार संघटना स्थापन झाल्यावर हे सर्व करार जागतिक व्यापारी संघटनेच्या अमलाखाली आले. यात प्रामुख्याने शेतीसंबंधी करार (Agreement on Agriculture- AOA) सुती कापडासंबंधी करार, उत्पादनाचे प्रमाणीकरण, अनुदाने व अवपुंजनाविरुद्ध (Anti-dumping) उपाययोजना इ.चा समावेश होतो.

२) **सेवा :-** जागतिक व्यापार संघटनेने सेवा व्यापारांसंबधी सर्वसाधारण करार (General Agreement on Trade in Services) अमलात आणला. बँका, विमा, शिक्षण, दळणवळण, पर्यटन, हॉटेल, वाहतूक इ. सेवांच्या व्यापाराबाबतही तीच तत्त्वे अमलात आणली जी वस्तू व्यापाराला लागू होती.

३) **बौद्धिक संपदा हक्क :-** जागतिक व्यापार संघटनेचा बौद्धिक संपदाविषयक करार हा कल्पना, सर्जनशीलता, नवीन शोध, अनुसंधान इ. बाबत आहे. स्वामित्व हक्क (Copy Right), बोधचिन्ह (Trade Mark), औद्योगिक आराखडे, व्यापार गुपिते (Trade Secrets) इ. बाबत हा करार करण्यात आलेला आहे. वरील बाबींसंबंधी नक्कल किंवा शोध/संशोधन यांची चोरी करून वा त्यात बदल करून उत्पादनाची विक्री करता येणार नाही.

तक्रार निवारण :- सदस्य राष्ट्रांना, त्यांनी केलेल्या करारातील अटींचा भंग झाला आहे किंवा करारातील अधिकारांचे उल्लंघन झालेले आहे असे निदर्शनास आल्यास सदस्य राष्ट्रे जागतिक व्यापार संघटनेच्या वादविवाद निवाडा (Dispute Settlement Body) मंडळाकडे तक्रार करू शकतात.

व्यापार धोरण आढावा :- आंतरराष्ट्रीय व्यापारात पारदर्शिता असावी म्हणून सदस्य राष्ट्रांच्या व्यापार धोरणाचा आढावा घेण्याची यंत्रणा जागतिक व्यापार संघटनेने विकसित केली आहे.

भारतीय अर्थव्यवस्थेवरील परिणाम व समस्या

जकाती व व्यापार या संबंधीचा सर्वसाधारण करार किंवा गॅटच्या स्थापनेपासून भारत हा संस्थापक सदस्य होता. गॅटची आठवी परिषद १९८६ रोजी उरूग्वे (लॅटीन अमेरिका) येथे झाली. या परिषदेचा समारोप १९९३ मध्ये झाला.

गॅटचे डायरेक्टर जनरल आर्थर डंकेल यांनी जकात व व्यापारासंबंधीच्या करारांचा लेखी प्रस्ताव १९९१ मध्ये सादर केला. यास 'डंकेल प्रस्ताव' असे म्हटले जाते. या प्रस्तावात बाजार व्यवस्था, शेती, सुती कापड, व्यापारासंबंधी बौद्धिक संपदा हक्क (Trade related to Intellectual Property Rights - TRIPS) तसेच व्यापाराशी संबंधित गुंतवणुकीबाबत उपाय (Trade related Investment Measures - TRIMS) व्यापारी सेवा क्षेत्र, अनुदाने, जकातेतर अडथळे इ. बाबत स्पष्टीकरण दिलेले आहे. भारताने १९९५ मध्ये या करारावर सही करून तो स्वीकारला. १९९५ मध्ये गॅटच्या जागी जागतिक व्यापार संघटनेची स्थापना करण्यात आली. गॅटची सर्व सदस्य राष्ट्रे जागतिक व्यापार संघटनेचेही सदस्यं आहेत. आंतरराष्ट्रीय व्यापाराचे नियमन व नियंत्रण करणारी जागतिक व्यापार संघटना (World Trade Organisation - WTO) ही जगातील अत्यंत महत्त्वाची संघटना आहे.

जागतिक व्यापार संघटनेच्या धोरणाचा भारताच्या अर्थव्यवस्थेवर परिणाम होणे अपरिहार्य होते. जागतिक व्यापार संघटनेचे दोन तृतीयांश सदस्य हे विकसनशील व अविकसित आहेत. त्यांच्यासाठी जागतिक व्यापार संघटनेने काही सवलती दिलेल्या आहेत.

अ) भारताला मिळालेल्या सवलती

१) जागतिक व्यापार संघटनेच्या प्रत्येक सदस्य राष्ट्राला एकूण शेती उपभोगाच्या ३% एवढी कृषीमालाची आयात करणे बंधनकारक आहे. १९९५ ते २००१ पर्यंत भारताला ३% शेतीमाल आयात करण्यापासून सूट मिळालेली होती. तसेच या कालावधीत शेती मालाच्या आयातीवर निर्बंध कमी करण्याची आवश्यकता भारताला नव्हती.

२) १९९५ ते २००१ पर्यंत निर्यातीसाठी दिल्या जाणाऱ्या अनुदानाची पातळी २४% वर आणणे विकसनशील राष्ट्रांना बंधनकारक करण्यात आले होते. तसेच ज्या राष्ट्रांचे दरडोई उत्पन्न १००० डॉलर्सपेक्षा कमी आहे, अशा राष्ट्रांना निर्यात अनुदानात कपात करण्याची आवश्यकता नाही अशी तरतूद गॅटच्या नियमात करण्यात आलेली होती. भारत २४% अनुदान मुळातच देत नाही. तसेच भारताचे दरडोई उत्पन्नही १००० डॉलर्सपेक्षा पुष्कळच कमी असल्याने निर्यात अनुदानात कपात करण्याचीही भारताला आवश्यकता नव्हती.

ब) उदारीकरण

जागतिक व्यापार संघटनेच्या निरनिराळ्या करारांनुसार पुढील प्रकारच्या आंतरराष्ट्रीय व्यापाराबाबत उदारीकरणाचे धोरण स्वीकारण्यात आले.

१) वस्तू २) सेवा ३) कृषी ४) परकीय गुंतवणूक

भारताने पुढील महत्त्वाच्या कृषी उत्पादनाची आयात केली.

तक्ता क्र.१

कृषी उत्पादनाची आयात

शेतीमाल	एप्रिल ते डिसेंबर		(दशलक्ष डॉलर्स)
	२००९-१०	२०१०-११	२०११-१२
१) गहू	५.०	५६.०	०.०
२) अन्नधान्ये	३६.०	४४.०	५४.०
३) खाद्यतेल	३९६४.०	४७६९.०	७३७१.०
४) डाळी	१५१०.०	१२९५.०	१४१७.०
५) साखर	८७५.०	५९६.०	३२.०

संदर्भ- इंडियाज फॉरैन ट्रेड २०१२ RBI Bulletin

टीप- १) २०११-१२ (अंदाजित आकडे)

२) आकडे पूर्णांकात

१९८५ पासून भारताने आंतरराष्ट्रीय व्यापारात हळूहळू उदारीकरणाचे धोरण स्वीकारण्यास सुरुवात केली. १९९१ नंतर उदारीकरणास अधिक वेग आला. १९९१ मध्ये भारताने नवीन आर्थिक धोरणाचा स्वीकार केला. कच्चा माल, तंत्रज्ञान, भांडवली वस्तूंच्या उदारीकरणाची प्रक्रिया सुरू केली. २००१ पर्यंत ७१५ वस्तूंच्या आयातीवरील संख्यात्मक निर्बंध भारताने कमी केले. तसेच आयातीवरील जास्तीतजास्त प्रशुल्काची मर्यादाही कमी केली.

परकीय गुंतवणूक :- भारताने उदार परकीय गुंतवणुकीचे धोरण स्वीकारलेले आहे, त्यामुळे अनेक परकीय कंपन्यांची उत्पादन क्षेत्रात थेट गुंतवणूक झालेली आहे. तसेच डिसेंबर २०१२ मध्ये किरकोळ विक्री क्षेत्रात थेट परकीय गुंतवणुकीला सरकारने मान्यता दिलेली आहे.

पेटंट कायद्यात बदल :- २००५ मध्ये भारताने पेटंट कायद्यात सुधारणा केल्या. त्यानुसार पेटंटचे हक्क २० वर्षांसाठी देण्यात येतील. अन्न, औषधी व कृषिक्षेत्राला सुरुवातीला हा कायदा लागू होईल, नंतर अन्य क्षेत्रांनाही तो क्रमाक्रमाने लागू करण्यात येईल. अशाप्रकारे प्रक्रिया पेटंटऐवजी उत्पादनाचे पेटंट देण्याची पद्धती व कायदा जागतिक व्यापार संघटनेच्या बौद्धिक संपदा हक्क करारानुसार करण्यात आला आहे.

दोहा परिषद :- कतार येथील दोहा शहरात २००१ मध्ये जागतिक व्यापार संघटनेची परिषद झाली. विकसित देशांच्या वतीने यात अशी भूमिका मांडण्यात आली की, अविकसित देशांनी आंतरराष्ट्रीय व्यापाराच्या बाबतीत सेवा क्षेत्राच्या संदर्भात अधिक उदारीकरण करण्याची गरज आहे. याउलट, विकसनशील राष्ट्रांच्या वतीने भारताने अशी भूमिका मांडली की विकसित राष्ट्रांनी कृषिक्षेत्राला त्यांच्या देशात दिली जाणारी अनुदाने रद्द वा कमी करावी तसेच जकातेतर अडथळे दूर करावे यामुळे खऱ्या अर्थाने आंतरराष्ट्रीय व्यापार हा मुक्त होऊ शकेल. भारताच्या या भूमिकेला अविकसित व विकसनशील अशा सर्व राष्ट्रांचा पाठिंबा आहे. तथापि, या प्रश्नात अद्यापही तडजोड वा समझोता दृष्टिपथात आलेला नाही. यानंतरच्या कॅनकुन (२००३), हाँगकाँग (२००५) आणि जिनिव्हा (२००९) परिषदेतही या समस्येवर समाधानकारक तोडगा निघू शकलेला नाही.

स्वाध्यायासाठी प्रश्न

अ) गाळलेल्या जागी योग्य पर्याय निवडा.

१) जागतिक व्यापार संघटनेची स्थापना............... या वर्षी झाली.
(अ) १९९४ (ब) १९९५ (क) १९९६

२) .... च्या जागी जागतिक व्यापारसंघटनेची स्थापना झाली.
(अ) जागतिक बँक (ब) आंतरराष्ट्रीय नाणेनिधी (क) गॅट

३) विशेष आर्थिक क्षेत्र म्हणजे ....
(अ) शहरी बाजारपेठ (ब) ग्रामीण विकास केंद्र (क) निश्चित शुल्करहित प्रदेश

४) निर्गुंतवणूक म्हणजे .... होय.
(अ) गुंतवणुकीत वाढ करणे (ब) सार्वजनिक क्षेत्रातील गुंतवणूक खाजगी क्षेत्राला खुली करणे
(क) सार्वजनिक क्षेत्रात गुंतवणूक करणे

५) बौद्धिक संपदा हक्कात .... चा समावेश होतो.
(अ) बोधचिन्ह (ब) दळणवळण (क) पर्यटन

ब) खालील विधाने चूक की बरोबर ते सांगा.

१) १९८० च्या दशकात रशियात 'पेरिओयिका'ची सुरुवात झाली.
२) आंतरराष्ट्रीय व्यापारावरील निर्बंध, जकाती व जकातेतर अडथळे दूर करणे म्हणजे खाजगीकरण होय.
३) कॅनकुन परिषदेनुसार जागतिक व्यापार संघटनेची स्थापना झाली.
४) मंत्री परिषद हे जागतिक व्यापार संघटनेचे निर्णय घेणारे सर्वोच्च मंडळ आहे.
५) गॅटची आठवी परिषद १९८६ मध्ये उरूग्वे येथे भरविण्यात आली.

क) जोड्या लावा.

१) दोहा परिषद	१) पेटंट कायदे
२) हाँगकाँग परिषद	२) शिक्षण
३) बौद्धिक संपदा हक्क	३) ऑर्थर डंकेल
४) सेवासंबंधी करार	४) २००५
५) गॅटचे डायरेक्टर जनरल	५) २००१

उत्तरे

अ)	१. (ब)	२. (क)	३. (क)	४. (ब)	५. (अ)
ब)	१. बरोबर	२. चूक	३. चूक	४. बरोबर	५. बरोबर
क)	१-इ	२-ड	३-अ	४-ब	५-क

१.६ आंतरराष्ट्रीय व्यापार व आंतरराष्ट्रीय भांडवली चळवळ
(International Trade and International Capital Movements)

१.६.१ जागतिकीकरणाच्या युगात उदयास आलेला कल– भारतीय विदेश व्यापाराची वाढ, रचना व दिशा

१.६.२ भारताचे विदेश व्यापार धोरण

१.६.४ जागतिक व्यापार संघटना व आंतरराष्ट्रीय व्यापार

१.६.५ विदेशी भांडवलाचा देशांतर्गत प्रवाह–रचना व वाढ, विदेशी थेट गुंतवणूक

१.६.७ बहुराष्ट्रीय कंपन्यांची भूमिका

१.६.८ आंतरराष्ट्रीय वित्तीय अभिकरण– आंतरराष्ट्रीय नाणेनिधी, जागतिक बँक आणि आंतरराष्ट्रीय विकास अभिकरण

१.६.९ आंतरराष्ट्रीय पत आकारणी

१९९१ मध्ये भारताने नवीन आर्थिक धोरणाचा स्वीकार केला. या धोरणास अनुसरून भारताने उदारीकरण, खाजगीकरण आणि जागतिकीकरणाच्या तत्त्वास मान्यता दिली. आंतरराष्ट्रीय व्यापार मुक्तपणे व्हावा यासाठी जागतिक व्यापार संघटनेच्या करारांना भारताने मान्यता दिली, यामुळे विदेशी कंपन्यांना ज्याप्रमाणे भारतीय बाजारपेठ खुली झाली, त्याचप्रमाणे भारतीय कंपन्यांनाही विदेशी बाजारपेठ खुली झाली. परदेशी भांडवल गुंतवणूक भारतात होऊ लागली. तसेच आयात–निर्यातीत अधिक खुलेपणा आला. अनेक वस्तूंच्या आयातीवरील निर्बंध दूर झाले, जकातीचे दर कमी झाले, परिणामी भारताच्या विदेशी व्यापारातही अनेक बदल जागतिकीकरणाच्या काळात दिसून येतात. माहिती तंत्रज्ञान व सेवाधारित निर्यातीत वाढ झाली. अलीकडेच विदेशी थेट गुंतवणुकीला भारत सरकारने मान्यता दिली आहे. भारताच्या विदेश व्यापार रचनेत व दिशेत १९९१ नंतर महत्त्वपूर्ण बदल झालेले आहेत.

१.६.१ भारतीय विदेश व्यापाराची वाढ (Growth of India's Foreign Trade)

तक्ता क्र.१
भारतातील आयात व निर्यात (१९५१-५२ ते २००९-१०) (रु. कोटी)

वर्षे	निर्यात	आयात
१९५१-५२	७१६	८९०
१९५६-५७	६०५	८४१
१९६१-६२	६४२	११२२
१९६६-६७	११५७	२०७८
१९७१-७२	१६०८	१८२५
१९७६-७७	५१४२	५०७४
१९८१-८२	६७११	१२५४९
१९८६-८७	१०८९५	११६५८
१९९१-९२	३२५५३	१३१९८
१९९६-९७	११८८१७	१३८९२०
१९९७-९८	१३०१००	१५४१७६
१९९८-९९	१३९७५३	१७८३३२
१९९९-००	१५९५६१	२१५२३६
२०००-०१	२०३५७१	२३०८७३
२००१-०२	२०९०१८	२४५२००
२००२-०३	२५५१३७	२९७२०६
२००३-०४	२९३३६७	३५९१०८
२००४-०५	३७५३४०	५०१०६५
२००५-०६	४५६४१८	६६०४०९
२००६-०७	५७१७७९	८४०५०६
२००७-०८	६५५८६४	१०१२३१२
२००८-०९	८४०७५५	१३७४४३६
२००९-१०	८४५५३४	१३६३७३६

संदर्भ :- आर्थिक सर्वेक्षण, भारत सरकार (२०१०-११)

तक्ता क्र.१ मध्ये भारताच्या विदेश व्यापारातील बदलांची संख्यात्मक आकडेवारी दिलेली आहे. १९५१ ते १९८४ पर्यंत निर्यातवाढीचा वेग हा अतिशय कमी होता. पंचवार्षिक योजनांमुळे भारताला यंत्रसामग्री, तंत्रज्ञान व कच्चा माल यांची मोठ्या प्रमाणावर आयात करावी लागत होती, परंतु निर्यातीचा वेग मंद होता. १९५१ ते १९७७-७८ पर्यंत देशाला अन्नधान्याचीही मोठ्या प्रमाणावर आयात करावी लागली. परवाना पद्धती, परकीय भांडवलावरील नियंत्रणे, मक्तेदारी प्रतिबंधक कायदा, तंत्रज्ञानाची टंचाई, कच्च्या मालाचा तुटवडा, १९६२, १९६५ व १९७१ मध्ये भारताला शेजारी राष्ट्रांबरोबर लढावी लागलेली युद्धे इ. कारणांमुळे भारताच्या विदेश व्यापारात सतत तूट निर्माण झाली. जकातीचे जास्त दर व आयातीवरील निर्बंध यामुळे विदेश व्यापारात वाढ होऊ शकली नाही.

१९८४ पासून उदारीकरणास हळूहळू भारताने सुरुवात केली. १९९१ मध्ये नवीन आर्थिक धोरणाचा भारताने स्वीकार केला. १९९०-९१ या वर्षात भारताच्या विदेश व्यापारात मोठ्या प्रमाणावर तूट निर्माण झाली. निर्यात जवळपास कुंठित झाली. रुपयाच्या बाह्यमूल्यात घसरण झाली. परकीय चलनाची टंचाई निर्माण झाली. या पार्श्वभूमीवर भारताने १९९१ मध्ये आंतरराष्ट्रीय नाणेनिधी व जागतिक बँक यांच्या मार्गदर्शनानुसार नवीन आर्थिक धोरणाचा स्वीकार केला. उदारीकरण, खाजगीकरण आणि जागतिकीकरणाच्या तत्त्वास भारताने मान्यता दिली, यामुळे विदेश व्यापार खुला झाला, निर्यातीत वाढ झाली. १९९१-९२ या वर्षी निर्यातीत ३५ टक्क्यांनी वाढ झाली. परकीय चलनाच्या साठ्यात आणि परकीय भांडवलाच्या देशांतर्गत गुंतवणुकीत वाढ झाली. २००८ मध्ये अमेरिकेत आणि युरोपातील मंदीचा फटका भारताच्या विदेश व्यापारासही बसला. २००७-०८ या काळात निर्यातीत १५ टक्क्यांपर्यंत घसरण झाली. २००६-०७ मध्ये निर्यात २५ टक्के इतकी होती.

भारतीय विदेश व्यापाराची रचना

विदेश व्यापाराची रचना म्हणजे निर्यात व आयात होणाऱ्या वस्तूंचे प्रमाण होय. भारताच्या निर्यात रचनेत गेल्या ६० वर्षात महत्त्वपूर्ण बदल झालेले आहेत. पूर्वी प्रामुख्याने सुती कापड, मसाल्याचे पदार्थ, चहा इ. ची भारतातून निर्यात होत असे. १९८५ पूर्वी आंतरराष्ट्रीय व्यापारावर अनेक बंधने होती. तसेच पंचवार्षिक योजनांच्या काळात भारतात पायाभूत उद्योगांची उदा. लोखंड व पोलाद, सिमेंट, खते, रसायने इ.ची उभारणी होत असल्यामुळे उपभोग्य वस्तू किंवा यंत्रसामग्री यांच्या निर्यातीचे प्रमाण नगण्य होते. १९८५ नंतर भारताने शिथिलीकरणाचे धोरण स्वीकारले. १९९१ मध्ये नवीन आर्थिक धोरणामुळे निर्यातीच्या रचनेत बदल होत गेले. तक्ता क्र.२ मध्ये कृषी उत्पादनाची निर्यात २००९ ते २०१२ या काळात सरासरी १४% इतकी होती, तर अभियांत्रिकी वस्तूंची निर्यात २०११-१२ मध्ये २२% इतकी होती. एकूण निर्यातीत कारखानदारी वस्तूंचा वाटा ६० टक्क्यांहून अधिक आहे.

तक्ता क्र.२
भारतातील महत्त्वाच्या वस्तूंच्या निर्यातीची टक्केवारी (२००९ ते २०१२)

वस्तू	२००९-१० एप्रिल ते मार्च	२०१०-११ एप्रिल ते मार्च	२०१०-११ एप्रिल ते डिसेंबर	२०११-१२ एप्रिल ते डिसेंबर
१. प्राथमिक उत्पादने	१४.८	१३.९	१३.३	१३.८
कृषी व पूरक वस्तू	९.९	९.८	९.४	११.२
खनिजे	४.८	४.१	३.८	२.६
२. कारखानदारी वस्तू	६४.४	६४.४	६३.०	६०.६
चर्म वस्तू	१.९	१.५	१.६	१.६
रसायने	१२.८	११.५	११.७	१२.०
अभियांत्रिकी वस्तू	२१.४	२७.४	२४.५	२१.९
सुती कापड व उत्पादने	११.१	९.३	९.७	९.०
रत्ने व दागिने	१६.२	१४.७	१४.६	१५.१
३. पेट्रोलियम उत्पादने	१५.८	१६.५	१६.२	१९.१
४. इतर	५.०	४.२	७.६	६.४
एकूण	१००	१००	१००	१००

संदर्भ :- आर. बी. आय. मंथली बुलेटीन जून २०१२, पृ. ११२०

तक्ता क्र.३

भारतात आयात होणाऱ्या वस्तूंची टक्केवारी (२००९-२०१२)

आयात वस्तू	२००९-१०	२०१०-११	२०१०-११	२०११-१२
	मार्च ते एप्रिल		एप्रिल ते डिसेंबर	
१. पेट्रोलियम कच्चे तेल व उत्पादने	३०.२	२८.७	२७.९	३०.६
२. भांडवली वस्तू	२२.८	२१.२	२१.७	१९.९
३. सोने व चांदी	१०.३	११.५	११.०	१२.६
४. रसायने	४.१	४.१	४.२	३.९
५. कोळसा	३.१	२.७	२.९	३.७
६. खते	२.४	१.९	२.३	२.६
७. कच्चे लोखंड	२.७	२.६	२.७	२.८
८. लोखंड व पोलाद	२.९	२.८	२.९	२.५
९. मोती व मौल्यवान खडे	५.६	९.४	८.४	६.७
१०. इतर	१५.९	१५.१	१५.९	१४.६
एकूण	१००.०	१००.०	१००.०	१००.०

(संदर्भ :- आर. बी. आय. मंथली बुलेटीन, जून २०१२, पृ. ११२२)

तक्ता क्र. २ मध्ये भारतात आयात होणाऱ्या वस्तूंची टक्केवारी दिलेली आहे. यावरून असे दिसून येते की, पेट्रोलियम व कच्चे तेल इ. आयात भारताला सर्वाधिक करावी लागते. तसेच भांडवली वस्तू आणि सोने व चांदीच्या आयातीचे प्रमाण अनुक्रमे सरासरी २१% आणि ११% इतके आहे. अन्नधान्य उत्पादनाच्या बाबतीत भारत जवळपास स्वयंपूर्ण झालेला आहे, त्यामुळे भारत अन्नधान्याची आता निर्यात करतो. ज्यामुळे वस्तूंचे उत्पादन होते अशा भांडवली वस्तूंची मात्र अद्यापही भारत आयात करतो. एकूण आयातीत या वस्तूंची दरवर्षी सरासरी टक्केवारी २१% इतकी आहे. (२००९ ते २०१२)

भारतातील विदेश व्यापाराची दिशा

निरनिराळ्या देशांशी असणाऱ्या विदेश व्यापाराचे प्रमाण विदेश व्यापाराच्या दिशेतून अभ्यासता येते. स्वातंत्र्यपूर्व काळात भारताचा विदेश व्यापार प्रामुख्याने ब्रिटन व अमेरिका देशांशी होता. स्वातंत्र्योत्तर काळात जगातील बहुतेक सर्व राष्ट्रांशी भारताचा व्यापार सुरू झाला. जगातील देशांची निरनिराळ्या प्रादेशिक विभागांत विभागणी होते. उदा. आर्थिक सहकार्य व विकासासाठी संघटना (Organisation for Economic Co-operation &Development - OECD) जपान, अमेरिका, कॅनडा यासह युरोपातील अन्य ३१ देश या संघटनेचे सदस्य आहेत. तसेच ओपेक किंवा पेट्रोल उत्पादक व निर्यातक देश (Oil producing and exporting countries OPEC) तसेच सार्क देशांचा गट याप्रकारे जगातील अनेक देशांनी आर्थिक विकास व सहकार्यासाठी प्रादेशिक करार करून विदेश व्यापार मुक्त केलेला आहे. या सर्व गटांशी भारताचा विदेश व्यापार चालतो.

तक्ता क्र.४

भारताच्या निर्यात व्यापाराची दिशा (२००९-२०१२)

देश/विभाग	२००९-१० एप्रिल ते मार्च	२०१०-११ एप्रिल ते मार्च	२०१०-११ एप्रिल ते डिसेंबर	२०११-१२ एप्रिल ते डिसेंबर
१. ओ.ई.सी.डी. (O.E.C.D.)	३५.९	३३.६	३२.९	३३.६
इ. यु. (E.U.)	२०.१	१८.६	१७.९	१७.५
यु. एस./नॉर्थ अमेरिका	२२.४	२०.९	२०.९	-
एशिया	२.९	२.८	२.९	२.७
इतर	१.३	१.५	१.४	१.७
२. ओपेक	२१.१	२२.३	२०.६	१८.५
३. पूर्व युरोप	१.०	१.२	१.१	१.१
४. विकसनशील देश	३९.२	४१.५	३९.३	४०.३
एशिया	२९.८	३०.९	२८.६	२९.३
सार्क	४.७	५१	४.६	४.१
इतर एशियन विकसनशील देश	२५.१	२५.८	२४.०	२५.२
चीन	६.५	७.८	६.८	५.८
आफ्रिका	५.८	६.६	६.६	६.६
लॅटीन अमेरिका व इतर देश	८.४	५.८	१०.३	११.१
एकूण	१००.०	१००.०	१००.०	१००.०

(संदर्भ :- आर. बी. आय. बुलेटीन, जून २०१२)

तक्ता क्र.५

भारताच्या आयातीची दिशा (शे. हिस्सा)

देश/विभाग	२००९-१० एप्रिल - मार्च	२०१०-११ एप्रिल - मार्च	२०१०-११ एप्रिल - डिसेंबर	२०११-१२ एप्रिल - डिसेंबर
१. ओ.ई.सी.डी. देश	१२.६	३०.६	३१.०	३०.०
२. ओपेक	३२.०	३३.६	३३.०	३४.६
३. पूर्व युरोप	२.१	१.५	१.६	१.६
४. विकसनशील देश	३२.५	३३.०	३३.६	३३.४
५. इतर	०.७	१.३	०.८	०.४
एकूण	१००.०	१००.०	१००.०	१००.०

(संदर्भ :- आर. बी. आय. बुलेटीन, जून २०१२)

तक्ता क्र. ४ व ५ वरून असे आढळून येते की, भारताची विकसनशील राष्ट्रांबरोबरच्या विदेश व्यापरात

वाढ झाली आहे. ओ.ई.सी.डी. देश व अमेरिकेबरोबरही भारताच्या एकूण विदेश व्यापारापैकी एक तृतीयांश व्यापार होतो. ओपेक राष्ट्रांकडून भारताला प्रामुख्याने पेट्रोल व खनिज तेले यांची आयात करावी लागते.

१.६.२ भारताचे विदेश व्यापार धोरण (Foreign trade policy of India)

१९९१ मध्ये भारताने नवीन आर्थिक धोरणाचा स्वीकार केला. आयात-निर्यात धोरण या नवीन आर्थिक धोरणातील उदारीकरण आणि जागतिकीकरण यास अनुकूल असे आखण्यात आले. या धोरणात्मक बदलाचा परिणाम देशातील उत्पादन, उत्पन्न, रोजगार, वितरण अशा सर्वच क्षेत्रांवर दिसून आला.

स्वातंत्र्योत्तर काळात नियोजनाद्वारे आर्थिक विकास साध्य करण्याचे भारताने ठरविले आणि १९५१ पासून पंचवार्षिक योजनांना सुरुवात करण्यात आली. भांडवल टंचाई, परकीय चलनाची टंचाई, भांडवली यंत्रसामुग्री व तंत्रज्ञानाची कमतरता, उपभोग्य वस्तूंची अपूर्णता इ.मुळे विदेशी व्यापारावर अनेक प्रकारची नियंत्रणे सरकारने लादली. आयात पर्यायीकरण व निर्यातीस प्रोत्साहन या धोरणाचा पुरस्कार भारताने केला.

भारताच्या आयात-निर्यात धोरणात १९९२ नंतर आमूलाग्र बदल झाले. १९९२ ते १९९७ या काळात आयातीच्या उदारीकरणावर भारताने भर दिला; त्यामुळे भारतीय अर्थव्यवस्था जगाला खुली करण्याची किंवा जागतिकीकरणाची प्रक्रिया सुरू झाली. या काळात विदेश व्यापार धोरणाची प्रमुख वैशिष्ट्ये पुढीलप्रमाणे सांगता येतील.

१) **आयातीचे उदारीकरण :-** १९९१ पूर्वी भारताने आयात पर्यायीकरणावर अधिक भर दिलेला होता, त्यामुळे निकृष्ट दर्जाचा कच्चा माल किंवा अर्ध सिद्ध वस्तू उत्पादनात वापराव्या लागत. त्याचा परिणाम वस्तूचा दर्जा व गुणवत्ता कमी होण्यात झाला. जागतिक स्पर्धेत भारतीय उत्पादक मागे पडले. १९९० पर्यंत भारताच्या अंतर्गत उत्पादनास संरक्षण दिलेले होते. आयातीवर अनेक निर्बंध होते. या धोरणामुळे भारताची विदेश व्यापारात पीछेहाट झाली. परकीय चलनाचा तुटवडा भारताला भासू लागला. व्यापारतोलात असमतोल निर्माण झाला. नव्या धोरणात आयात-निर्यातीवरील संख्यात्मक निर्बंध दूर करण्यात आले. १९९५ मध्ये ७८ उपभोग्य वस्तूंची आयात खुली करण्यात आली. काही अपवाद वगळता आयातीस खुला सर्वसाधारण परवाना देण्याचे धोरण स्वीकारण्यात आले.

२) **जकातीच्या दरात घट :-** १९९१ ते १९९७ या काळात प्रशुल्काचा दर ६०.६ टक्क्यांवरून २४.६% इतका कमी करण्यात आला. उत्पादनात कच्चा माल म्हणून वापरल्या जाणाऱ्या वस्तूंच्या आयातीवरील प्रशुल्कात कपात करण्यात आली. भांडवली वस्तू उदा. यंत्रे, उपकरणे इ. वरील आयातीच्या प्रशुल्कातही कपात करण्यात आली. भारतीय वस्तूंना निर्यातक्षम व स्पर्धात्मक बनविण्यासाठी हे उपाय केले गेले.

३) **निर्यातीला प्रोत्साहन :-** १९९२ मध्ये निर्यात प्रोत्साहन भांडवली गुंतवणूक योजनेच्या अंतर्गत भांडवली वस्तूंच्या आयातीवरील करात सवलत देण्यात आली. तसेच परकीय तंत्रज्ञानासंबंधीच्या वापराबाबतही उदार धोरण स्वीकारण्यात आले. निर्यातीसाठी सवलतीच्या दरात कर्जे देण्याची तरतूद करण्यात आली, तसेच विशेष आर्थिक क्षेत्र स्थापन करून प्रशुल्कात सवलती देण्यात आल्या.

४) **विनिमय दरातील सुधारणा :-** १९९२ पासून देशात तरत्या विनिमय दराचे (Floating Exchange Rate) धोरण स्वीकारण्यात आले. परकीय विनिमय दर बाजारातील मागणी व पुरवठा यावर आधारित ठेवायचा, परंतु त्याचबरोबर विनिमय बाजारात आवश्यक तेव्हा हस्तक्षेप करून विनिमय दर स्थिर

ठेवायचा हे धोरण रिझर्व्ह बँकेने अमलात आणले. १९९३ मध्ये रुपया चालू खात्यावर पूर्ण परिवर्तनीय झाला. निर्यातीतील १००% उत्पन्न बाजारातील निर्धारित दराला परिवर्तित करून घेण्याची तरतूद निर्यातदारांसाठी करण्यात आली.

विदेश व्यापार धोरण :– २००९–१४

२००८–०९ या काळात जगभर मंदीचे वातावरण होते. जगातील व्यापारात ९% इतकी प्रचंड घट झालेली होती. भारताला या मंदीची झळ बसणे स्वाभाविक होते. या पार्श्वभूमीवर सरकारने २००९–१४ चे विदेश व्यापार धोरण जाहीर केले.

२००९–१४ च्या विदेश व्यापाराचे प्रमुख उद्दिष्ट निर्यातघट रोखणे आणि मंदीमुळे ज्या क्षेत्रांना झळ पोहोचली आहे अशा क्षेत्रांना साहाय्य करणे हे होते. त्यामुळे वार्षिक १५% एवढी निर्यातवाढ करणे व २०१४ पर्यंत त्यात २५% वाढ निर्माण करण्याचे उद्दिष्ट ठरविण्यात आले आहे. २०२० पर्यंत यात दुप्पट वाढ घडवून आणणे हे दीर्घकालीन उद्दिष्ट ठरविलेले आहे. यासाठी वित्तीय प्रोत्साहन, संस्थात्मक बदल, कार्यपद्धतीत सुधारणा, जागतिक बाजारपेठांचा शोध आणि निर्यातीचे वैविध्यीकरण इ. मार्गांचा अवलंब करण्यात येईल असे स्पष्ट करण्यात आले आहे. माहिती तंत्रज्ञान उद्योगास प्राप्तीकरात सूट देण्याची शिफारसही करण्यात आली आहे.

१.६.३ निर्यात प्रोत्साहन

२००४–०९ आणि २००९–२०१४ च्या विदेश व्यापार धोरणात निर्यातीस प्रोत्साहन देण्यासाठी अनेक उपाययोजना करण्यात आल्या आहेत. निर्यातसंधी व रोजगारनिर्मिती या दृष्टीने काही विशिष्ट क्षेत्रे निर्धारित करण्यात आली. उदा. कृषी, हस्तकला, हातमाग, मौल्यवान खडे व दागदागिने किंवा अलंकार, चर्मउद्योग इ.

१) कृषी क्षेत्रास उत्तेजन :– विशेष कृषी उपज योजनेच्या अंतर्गत फळे, फुले, भाजीपाला इ. निर्यातवाढीस विशेष उत्तेजन देण्यात आले आहे.

२) हातमाग व हस्तकला :– हातमाग व हस्तकला वस्तूंची निर्यात वाढावी यासाठी हातमाग व हस्तकला वस्तूंच्या उत्पादकाला जकातीत सूट देण्यात आली.

३) निर्यात प्रोत्साहन योजना :– 'टारगेट प्लस' या नावाने निर्यात प्रोत्साहन योजना सुरू करण्यात आली. निर्यातीचे जेवढे लक्ष्य असेल तेवढे पूर्ण करणाऱ्या किंवा त्यापेक्षा अधिक निर्यात करणाऱ्यांना कर्जात सवलत (duty free credit) देण्यात आलेली आहे.

४) सेवांची निर्यात :– भारतातून पुरविल्या जाणाऱ्या सेवांमुळे १० लाखांपेक्षा अधिक विदेशी विनिमय मिळत असेल तर अशा सेवा पुरविणाऱ्या क्षेत्रांना सवलती देण्यात आल्या आहेत.

५) व्यापार वृद्धीसाठी मूलभूत सुविधा निर्माण करण्याच्या दृष्टिकोनातून 'मुक्त व्यापार व गुदामे (ware house) क्षेत्र' योजना तयार करण्यात आली.

६) 'सेवा निर्यात प्रोत्साहन मंडळ' स्थापन करून जगातील महत्त्वाच्या बाजारपेठांमध्ये भारतीय सेवा क्षेत्राला असणाऱ्या संधी शोधून त्याचा उपयोग करण्यासाठी व्यूहरचना आखण्यात आली आहे.

७) जैवतंत्रज्ञान क्षेत्र (Bio-technology Park) स्थापन करून १००% निर्यात करणाऱ्या उत्पादनसंस्थांना सर्व सोयी आणि सवलती उपलब्ध करून देण्यात आलेल्या आहेत.

१.६.४ जागतिक व्यापार संघटना (World Trade Organization)

१ जानेवारी १९९५ रोजी डंकेल प्रस्तावानुसार जागतिक व्यापार संघटना (World Trade Organization -WTO) ही संघटना आस्तित्वात आली. या संघटनेने गॅट (General Agreement on Tariff and Trade) ची जागा घेतली. गॅट नामशेष होऊन त्याजागी जागतिक व्यापार संघटनेची स्थापना झाली.

जागतिक व्यापार संघटनेची उद्दिष्ट्ये

१) आंतरराष्ट्रीय व्यापारावरील निर्बंध दूर करणे
२) जकार्ता व प्रशुल्क इ. बाबत भेदभाव दूर करणे
३) सभासद देशातील आंतरराष्ट्रीय व्यापारास चालना देणे
४) आंतरराष्ट्रीय व्यापारातील वाटाघाटी प्रतिसादत्मकतेच्या आधारे करणे
५) आंतरराष्ट्रीय व्यापारात पारदर्शिता आणणे
६) संख्यात्मक निर्बंध दूर करणे

जागतिक व्यापार संघटनेची कार्ये

१) जकार्ता व प्रशुल्क इ.साठी नियमावली तयार करणे
२) बहुपक्षीय व्यापार कराराची अंमलबजावणी करणे
३) आंतरराष्ट्रीय व्यापारातील सदस्य देशांचे कलह व तंटे मिटविणे
४) वस्तूसेवा आणि बौद्धिक संपत्ती हक्कासाठी सल्लागार मंडळे स्थापन करणे
५) आंतरराष्ट्रीय व्यापारातील निकोप स्पर्धेला प्रोत्साहन देणे

जागतिक व्यापार संघटनेने पुढील महत्त्वाचे करार केलेले आहेत-

१) शेतीविषयक करार (Agreement on Agriculture)

या करारात जकातविषयक नियंत्रण व अनुदाने इ. चा शेतीविषयक आंतरराष्ट्रीय व्यापारावर जो परिणाम होतो त्याचा विचार केलेला आहे. देशांतर्गत शेती उत्पादन व निर्यातवाढीसाठी जे अर्थसाहाय्य व अनुदान दिले जाते, त्यामुळे आंतरराष्ट्रीय व्यापारात विभेदात्मक स्पर्धा निर्माण होते. त्यामुळे १९८६-१९९० हा आधार कालावधी मानून एकूण उत्पादन मूल्याच्या ३६% निर्यात कमी करण्यात यावी असे अंतर्भूत करण्यात आले आहे.

२) कापडविषयक करार (Agreement on Textiles & Clothing)

२००५ पर्यंत कापडाच्या आंतरराष्ट्रीय व्यापारावरील सर्व निर्बंध टप्प्याटप्प्याने काढून टाकावेत असे या करारात नमूद करण्यात आले होते.

३) सेवा व्यापारासंबंधी करार (Agreement on Trade in Services)

व्यापारसेवांमध्ये बँकिंग, विमा, दळणवळण, वाहतूक, दूरसंचार, शिक्षण, वृत्तपत्र व्यवसाय इ. वरील निर्बंध काढून टाकण्यात यावेत असे सुचविले आहे.

४) बौद्धिक संपदा व्यापार करार (Trade related to Intellectual Property Agreement)

यात संशोधन हक्कांचे संरक्षण, कॉपीराईट, व्यापारचिन्हे, औद्योगिक ट्रेडमार्क इ.साठी १० वर्षांचा तर पेटंटसाठी २० वर्षांचा कालावधी मान्य करण्यात आला. यासंबधी वाद निर्माण झाल्यास लवादमंडळाकडे दाद मागता येते.

जागतिक व्यापार संघटनेच्या स्थापनेमुळे जागतिकीकरण आणि उदारीकरणाच्या प्रक्रियेला सुरुवात झाली. गॅट आस्तित्वात असताना केवळ करार करण्यावर सदस्य राष्ट्रांचा भर होता. परंतु, जागतिक व्यापार संघटनेमुळे अंमलबजावणीचे अधिकार आहेत. तसेच या संघटनेने लवाद व तंटे सोडविण्यासाठी स्वतंत्र यंत्रणाही उभारली आहे. विकसनशील आणि अविकसित देश अद्यापही जागतिक व्यापारी संघटनेच्या परिणामकारक भूमिकेविषयी साशंक असले तरी माहिती तंत्रज्ञान करार (Information Technology Agreement) सारख्या करारामुळे अनेक देशांना लाभ झाला आहे. कृषीप्रधान देशांचे प्रश्न जागतिक व्यापार संघटनेला सोडविण्यात यश आलेले नसले तरी १९९५ पासून आंतरराष्ट्रीय व्यापारात लक्षणीय वाढ झालेली आहे, तसेच निर्बंध व नियंत्रणे काढून टाकण्यासाठी जागतिक व्यापार संघटना प्रयत्नशील आहे.

१.६.५ विदेशी भांडवलाचा देशांतर्गत प्रवाह (Foreign Capital Inflows)

विदेशी प्रत्यक्ष गुंतवणूक (Foreign Direct Investment)

विदेशी कंपन्यांनी देशी कंपन्यांच्या भांडवल भागात गुंतवणूक केल्यास त्यास विदेशी प्रत्यक्ष गुंतवणूक असे म्हणतात. देशी कंपन्यांची राष्ट्रीय भांडवल बाजारात नोंदणी झालेली असणे आवश्यक असते. अशाप्रकारे भांडवल गुंतवणूक झाल्यास देशी कंपन्यांच्या उत्पादन, उत्पन्न आणि प्रशासकीय अधिकारावर मोठ्या प्रमाणात प्रभाव पडतो. १९९१ च्या नवीन आर्थिक धोरणानंतर विदेशी भांडवलास भारतीय बाजारपेठ खुली करण्यात आली. त्या नंतरच्या उदारीकरणाच्या प्रक्रियेत गती आल्यामुळे २००१-०२ मध्ये ४००० दशलक्ष डॉलर्सवरून २०१०-११ मध्ये ३२०० दशलक्ष डॉलर्सपर्यंत वाढत गेली. जागतिक मंदीच्या (२००८-०९) च्या काळातही भारतातील विदेशी भांडवलाचा ओघ कमी झाला नाही.

तक्ता क्र.६

विदेशी प्रत्यक्ष गुंतवणूक (दशलक्ष यू. एस. डॉलर्स)

वर्षे	एकूण विदेशी प्रत्यक्ष गुंतवणूक
२००१-०२	४,०२९
२००२-०३	६,१३०
२००३-०४	५,०३५
२००४-०५	४,३२२
२००५-०६	६,०५१
२००६-०७	८,९६१
२००७-०८	२२,८२६
२००८-०९	३४,८३५
२००९-१०*	४१,८७४
२०१०-११*	३७,३४५
२०११-१२*	३२,९०१

* अंदाजित

(संदर्भ :- आर. बी. आय. बुलेटीन, २०१२)

तक्ता क्र.७

विदेशी प्रत्यक्ष गुंतवणुकीचे निर्गमन

(Outflow of FDI) **(दशलक्ष यू. एस. डॉलर्स)**

वर्ष	विदेशी प्रत्यक्ष गुंतवणुकीचे निर्गमन
२००१-०२	१०००.०७
२००२-०३	१८४८.३८
२००३-०४	१५६६.५८
२००४-०५	१९९५.१६
२००५-०६	७८५६.४९
२००६-०७	१३३०९.९०
२००७-०८	१८५०६.४८
२००८-०९	१८५७८.७०
२००९-१०	१३७१४.०७
२०१०-११	१६८४३.३७
२०११-१२*	८८६१.४६

* एप्रिल २०११ ते फेब्रुवारी २०१२

(संदर्भ :- आर. बी. आय. बुलेटीन)

वरील तक्ता क्र.६ व तक्ता क्र.७ ची तुलना केल्यास असे आढळून येते की, भारतात येणाऱ्या विदेशी प्रत्यक्ष गुंतवणुकीच्या निव्वळ प्रमाणात वाढ होत आहे. विशेषतः सेवा क्षेत्र, उत्पादने, बांधकाम इ. क्षेत्रात विदेशी प्रत्यक्ष गुंतवणुकीचे प्रमाण जास्त आहे. तसेच एप्रिल २००० ते फेब्रुवारी २०१२ पर्यंतचा कालावधी लक्षात घेतल्यास एकूण विदेशी प्रत्यक्ष गुंतवणुकीत मॉरिशस (३९%), सिंगापूर (१०%), जपान (८%), यू.एस.ए. (६%), यू.के. (६%) असे प्रमाण दिसून येते.

१.६.६ ई-वाणिज्य (e-commerce)

ई-वाणिज्य म्हणजे इंटरनेटद्वारा होणारी खरेदी-विक्री आणि वितरण होय. भारतात जून २०१२ पर्यंत १ कोटी ३७ दशलक्ष एवढ्या व्यक्ती इंटरनेटचा वापर करणाऱ्या होत्या. अमेरिका व इंग्लंडच्या तुलनेने भारतातील ई-व्यापार कमी असला तरी तो वेगाने विस्तारित होत आहे. थ्री जी तंत्रज्ञानाचा वापर भारतात सुरू झालेला आहे. तसेच राहणीमानाच्या दर्जात सुधारणा होत आहे. विविध वस्तू बाजारपेठेत उपलब्ध आहेत. शहरातील घाईगर्दीचे जीवन, ई-वाणिज्यची तत्पर सेवा इ. सर्व कारणांमुळे भारतात ई-व्यापार वाढत आहे. भारतातील ई-वाणिज्य २०१२ मध्ये १४०० कोटी रुपयांचा होता. यातील ७५% ई-वाणिज्य प्रवास व पर्यटन विषयक सेवांचा होता. (विमानसेवा, रेल्वे तिकीट्स, हॉटेल्स इ.) २०१६ पर्यंत किरकोळ व्यापारातील वाढ ८५०० कोटी रुपयांपर्यंत होईल असा अंदाज आहे.

१.६.७ आंतरराष्ट्रीय विकास संघटन (International Development Association)

आंतरराष्ट्रीय विकास संघटन हा जागतिक बँकेचाच एक विभाग असून जगातील दरिद्री देशांना मदत करण्यासाठी त्याची स्थापना १९६० मध्ये करण्यात आली आहे.

आर्थिक विकास, विषमता निर्मूलन आणि लोकांचे राहणीमान उंचावणे इ.साठी ही संस्था गरीब देशांना कर्जे व अनुदाने देते. जागतिक बँक व आंतरराष्ट्रीय विकास संघटन हे परस्परांना पूरक अशीच कामे करतात. जगातील सर्वाधिक गरीब अशा ८१ देशांना या संस्थेने आर्थिक साहाय्य केलेले आहे. यातील ३९ देश आफ्रिका खंडातील आहेत. या संघटनेच्या मदतीमुळे जगातील २०५ कोटी लोकांच्या आर्थिक विकासाला हातभार लागला आहे. ही संस्था २५ ते ४० वर्षांपर्यंतची बिनव्याजी किंवा अत्यल्प व्याजाची कर्जे गरीब राष्ट्रांना देते. जून २०१२ पर्यंत सदर संस्थेकडून १४८० कोटी रु.चे वित्तीय साहाय्य गरीब देशांना मिळालेले आहे.

१.६.९ आंतरराष्ट्रीय पत आकारणी (International Credit Rating)

सरकारच्या किंवा कंपनीच्या कर्जक्षमतेचे (Credit worthiness) मापन करणे म्हणजे पत आकारणी होय. कर्जदार सरकार व कंपनीची कर्जे परत करण्याची क्षमताही यात मोजली जाते.

पतआकारणी ही पतआकारणी करणाऱ्या संस्थेकडून केली जाते. एखाद्या देशाचा किंवा कंपनीचा पतमापन दर्जा कमी असल्यास अशा देशाकडून किंवा कंपनीकडून कर्ज परत करण्याची क्षमता कमी आहे असा त्याचा अर्थ होतो. देशाच्या कर्जमापनात त्या देशातील राजकीय आणि आर्थिक स्थैर्य या निर्देशांकाचा वापर केला जातो. पत आकारणी करण्यासाठी पतमापन करणाऱ्या संस्था त्यांचे अनुभव व निर्णयशक्तीचा वापर करतात. जून २०१२ मध्ये पुढील देशांचे पतमापन उत्कृष्ट दर्जाचे होते. या देशात गुंतवणूक करणे हे कमी धोकादायक होते. भांडवल गुंतवणुकीसाठी पुढील देश उत्कृष्ट गणले गेले :-

क्रमांक	देश	एकूण गुण
१	नॉर्वे	९०.३७
२	स्वित्झर्लंड	८८.८३
३	सिंगापूर	८८.०३
४	लक्झेंबर्ग	८७.९०
५	स्वीडन	८६.७९
६	फिनलंड	८४.३०
७	कॅनडा	८४.२६
८	डेन्मार्क	८३.५२
९	नेदरलँड	८३.०७
१०	जर्मनी	८२.२४

(संदर्भ- युरोमनी, कंट्रीज रिस्क रेटींग्ज)

आंतरराष्ट्रीय पतआकारणी करणाऱ्या महत्त्वाच्या संस्था म्हणजे मुडीज, स्टँडर्ड अ‍ॅण्ड पूअर्स, फिचरेटींग्ज इ. होय.

टीप :– बहुराष्ट्रीय कंपन्यांची भूमिका, आंतरराष्ट्रीय नाणेनिधी व जागतिक बँक या संबधीची माहिती प्र. २.३ मध्ये वाचावी.

स्वाध्यायासाठी प्रश्न

अ) गाळलेल्या जागी योग्य पर्याय निवडा.

१) १९५१ ते १९७७-७८ पर्यंत भारताला .... मोठ्या प्रमाणावर आयात करावी लागली.
(अ) अन्नधान्य (ब) कापड (क) चर्म वस्तू

२) २००७-०८ या काळात भारताची निर्यात .... इतकी घसरली.
(अ) ८% (ब) ९% (क) १०%

३) भारताच्या एकूण निर्यातीत कारखानदारी वस्तूंचा वाटा एकूण निर्यातीच्या.....
(अ) ५०% (ब) ६०% (क) ७५%

४) भारताला सर्वाधिक आयात .... याची करावी लागते.
(अ) पेट्रोलियम व कच्चे तेल (ब) यंत्रसामग्री (क) कच्चे लोखंड

५) .... मध्ये भारताने नवीन आर्थिक धोरणाचा स्वीकार केला.
(अ) १९९२ (ब) १९९३ (क) १९९१

६) १९९१ ते १९९७ या काळात भारतातील प्रशुल्काच्या दरात .... निर्माण झाली.
(अ) घट (ब) वाढ (क) स्थिरता

७) १९९२ पासून देशात .... विनिमय दराचे धोरण स्वीकारण्यात आले.
(अ) तरते (ब) स्थिर
(क) अर्ध स्थिर (Semi-Fixed Exchange Rate)

८) भारतातील विदेशी प्रत्यक्ष गुंतवणुकीत सर्वाधिक हिस्सा ..... या देशाचा आहे.
(अ) यू. एस. ए. (ब) जपान (क) मॉरीशस

९) जगातील दरिद्री देशांना मदत करण्यासाठी .... ची स्थापना झाली.
(अ) आंतरराष्ट्रीय नाणेनिधी (ब) आंतरराष्ट्रीय विकास संघटन (क) जागतिक बँक

१०) पत आकारणी म्हणजे ....
(अ) सरकार/कंपनी यांची कर्जक्षमता मोजणे
(ब) सरकार/कंपनी यांची बचतक्षमता मोजणे
(क) सरकार/कंपनी यांची उत्पादनक्षमता मोजणे

ब) योग्य पर्याय निवडा.

१) विदेश व्यापाराची रचना म्हणजे–
(अ) आयात-निर्यात वस्तूंचे प्रमाण
(ब) आयात-निर्यात वस्तूंची किंमत
(क) आयात-निर्यात वस्तूंचे उत्पादन

२) भारत पुढीलपैकी कोणत्या वस्तूच्या बाबतीत स्वयंपूर्ण आहे?
(अ) भांडवली वस्तू (ब) रसायने (क) अन्नधान्य

३) तरते विनिमय दर म्हणजे-
(अ) सरकारी हस्तक्षेपाने ठरणारे विनिमय दर
(ब) मागणी व पुरवठा यावर आधारित दर
(क) मर्यादित हस्तक्षेप करून ठरणारे विनिमय दर

४) ई-वाणिज्य म्हणजे-
(अ) इलेक्ट्रॉनिक्स वस्तूंचा व्यापार
(ब) इंटरनेटद्वारे खरेदी-विक्री व वितरण
(क) इलेक्ट्रॉनिक्स वस्तूंचा पुरवठा व मागणी यांचा समतोल साधणे

५) जगातील गरीब राष्ट्रांना वित्तीय साहाय्य करणारी वित्तसंस्था म्हणजे-
(अ) जागतिक बँक (ब) आंतरराष्ट्रीय विकास संघटन (क) आशियाई विकास बँक

क) खालील विधाने चूक की बरोबर ते सांगा.

१) १९९१ पासून भारताने औद्योगिकउदारीकरणास मान्यता दिली.
२) १९७१ ते १९८४ पर्यंत निर्यातवाढ वेगाने झाली.
३) १९९०-९१ मध्ये भारताच्या विदेश व्यापार शिलकी होता.
४) भांडवली वस्तूंची भारतास अद्यापही आयात करावी लागते.
५) जगातील सर्व प्रादेशिक गटांशी भारताचा विदेश व्यापार चालतो.
६) ओपेक राष्ट्रांकडून भारत प्रामुख्याने तंत्रज्ञानाची आयात करतो.
७) १९९१ पूर्वी भारताने आयात पर्यायीकरणावर जास्त भर दिला.
८) १९९३ मध्ये चालू खात्यावर रुपया पूर्णपणे परिवर्तनीय झाला.
९) 'टारगेट प्लस' या नावाने भारतात आयात प्रोत्साहन योजना सुरू करण्यात आली.
१०) भारतातील ई-वाणिज्यचे प्रमाण कमी असले तरी ते वेगाने विस्तारणारे आहे.

ड) जोड्या लावा.

अ) आर्थिक विकास व सहकार्यासाठी संघटना	१) इंटरनेटद्वारे व्यापार
ब) आयातीचे उदारीकरण	२) आंतरराष्ट्रीय पतआकारणी संस्था
क) तरते विनिमय दर	३) १९९१ चे विदेश व्यापार धोरण
ड) ई-वाणिज्य	४) मागणी पुरवठ्यावर आधारित दर
इ) स्टॅण्डर्ड ॲण्ड पूअर	५) जपान, यू.एस.ए., कॅनडासह ३१ देश

उत्तरे

अ)	१. (अ)	२. (अ)	३. (ब)	४.(अ)	५. (क)
	६. (अ)	७. (अ)	८. (क)	९. (ब)	१०. (अ)
ब)	१. (अ)	२. (क)	३. (ब)	४. (ब)	५. (ब)
क)	१. बरोबर	२. चूक	३. चूक	४. बरोबर	५. बरोबर
	६. बरोबर	७. बरोबर	८. बरोबर	९. चूक	१०. बरोबर
ड)	अ-५	ब-३	क-४	ड-१	इ-२

१.७ गरिबीचे मोजमाप व अंदाज
(Measurement & Estimates of Poverty)

१.७.१ दारिद्र्य रेषा : संकल्पना व वस्तुस्थिती (Poverty line : concept and facts)

किमान आवश्यक गरजा भागविण्याइतका खर्च न करू शकणाऱ्या व्यक्तीला दरिद्री म्हटले जाते. प्रत्येक देशात वस्तू व सेवांच्या किमती आणि राहणीमानाचा दर्जा निरनिराळा असतो. दारिद्र्याची व्याख्या करताना राहणीमानाची किमान आवश्यक पातळी निश्चित केली जाते. सहाव्या पंचवार्षिक योजनेत ग्रामीण भागात प्रत्येक व्यक्तीला २४०० उष्णांक (Calories) तर शहरी भागात २१०० उष्णांक देणारा आहार किमान आवश्यक आहार मानण्यात आला. १९७३–७४ च्या किमतीनुसार असा आहार मिळविण्यासाठी ग्रामीण भागात ४९.६३ रुपये आणि शहरी भागात ५६.६४ रुपये दरमहा मिळणे आवश्यक होते. १९७३–७४ च्या किमती आधारभूत मानून नंतरच्या काळात एकूण दरडोई उपभोग खर्च निश्चित करण्यात आला. २००४–०५ मध्ये ग्रामीण भागात रु. ३५६.३० व शहरी भागात रु.५३८.६० इतका दरमहा दरडोई खर्च दारिद्र्यरेषा दर्शविणारा होता. भारत सरकारने नेमलेल्या सुरेश तेंडुलकर समितीच्या मते २००९–१० या वर्षात ग्रामीण भागासाठी हा दरडोई उपभोग खर्च दरमहा रु. ६७२.४ आणि शहरी भागासाठी रु. ८५९.६ इतका होता. यापेक्षा कमी उपभोग खर्च असणाऱ्या व्यक्ती दारिद्र्यरेषेखालील (Below Poverty Line) आहेत. दारिद्र्य निर्मूलनासाठी केलेल्या उपाययोजना व आर्थिक विकास यामुळे भारतातील दारिद्र्यरेषेखाली जगणाऱ्या व्यक्तिंचे प्रमाण सातत्याने कमी होत आहे.

१.७.२ दारिद्र्यरेषेखालील लोकसंख्या (BPL)

तक्ता क्र.१

भारतातील दारिद्र्यरेषेखालील लोकसंख्येचे प्रमाण (%)

	राज्य	दारिद्र्यरेषेखालील लोकसंख्या (%)	
		२००४–०५	२००९–१०
१)	नागालॅण्ड	८.८	२९.९
२)	दिल्ली	१३.०	१४.२
३)	सिक्कीम	३०.९	१३.१
४)	गोवा	२४.९	८.७
५)	मेघालय	१६.१	१७.१
६)	हरियाणा	२४.१	२०.१
७)	महाराष्ट्र	३८.२	२४.५
८)	पंजाब	२०.९	१५.९
९)	मणिपूर	३७.९	४७.१
१०)	गुजरात	३१.६	२३.०
११)	मिझोराम	१५.४	२१.१
१२)	आंध्र	२९.६	२१.१
१३)	अरुणाचल	३१.४	२५.९
१४)	कर्नाटक	३३.३	२३.६
१५)	उत्तराखंड	३२.७	१८.०
१६)	हिमाचल प्रदेश	२२.९	९.५
१७)	आसाम	३४.४	३७.९
१८)	राजस्थान	३४.४	२४.८
१९)	जम्मू व काश्मीर	१३.१	९.४
२०)	झारखंड	४५.३	३९.१
२१)	प. बंगाल	३४.२	२६.७
२२)	केरळ	१९.६	१२.०
२३)	छत्तीसगड	४९.४	४८.७
२४)	तमिळनाडू	२९.४	१७.१
२५)	उत्तरप्रदेश	४०.९	३७.७
२६)	त्रिपुरा	४०.०	१७.४
२७)	पाँडेचरी	१४.२	१.२
२८)	बिहार	५४.४	५३.५
२९)	मध्यप्रदेश	४८.६	३६.७
३०)	ओरिसा	५७.२	३७.०

संदर्भ : प्लॅनिंग कमिशन, भारत सरकार २०१२

भारतातील नियोजन आयोगानुसार २००४-०५ मध्ये भारतात ३७.२ टक्के एवढी लोकसंख्या दारिद्र्यरेषेखाली होती. २००९-१० पर्यंत यात २९.८ टक्क्यांपर्यंत घट झाली. २००४-०५ मध्ये ग्रामीण भागात ४२% लोक दारिद्र्यरेषेखाली होते; तर हेच प्रमाण २००९-१० मध्ये ३३.८% इतके घटले. २००४-०५ मध्ये शहरी भागात दारिद्र्यरेषेखाली २५.५% लोकसंख्या दारिद्र्यरेषेखाली जगत होती. २००९-१० मध्ये हे प्रमाण २०.९% इतके घटले. याच काळात भारतातील हिमाचल प्रदेश, मध्यप्रदेश, महाराष्ट्र, ओरिसा, सिक्कीम, तमिळनाडू, कर्नाटक आणि उत्तराखंड या राज्यांतील दारिद्र्यरेषेखालील लोकसंख्येच्या प्रमाणात १०% घट झाली; तर आसाम, दिल्ली, मणिपूर, मेघालय, मिझोराम व नागालॅण्ड या राज्यातील दारिद्र्यरेषेखालील लोकसंख्येच्या प्रमाणात वाढ झाली. (तक्ता क्र.१)

१.७.३ दारिद्र्य निर्मूलन उपाययोजना (Poverty eradication measures)

दारिद्र्य निर्मूलनासाठी सरकारने अनेक योजना राबविलेल्या आहेत. त्या पुढीलप्रमाणे-

१) **जवाहर ग्राम समृद्धी योजना :-** १ एप्रिल १९९९ पासून ही योजना अंमलात आली. ग्रामीण भागात पायाभूत सोयी उभारण्यावर या योजनेचा भर आहे. यातून ग्रामीण भागात रोजगाराच्या संधी उपलब्ध करून देणे हा या योजनेचा उद्देश आहे. केंद्र सरकारने ७५% व राज्य सरकारांनी २५% या प्रकारे या योजनेवर खर्च करावयाचा आहे. ग्रामपंचायतीच्या माध्यमातून सरकारने ही योजना राबवायची आहे.

२) **रोजगार हमी योजना (Employment Assurance Scheme) :-** २ ऑक्टोबर १९९३ रोजी ही योजना सुरू करण्यात आली. या योजनेचे मुख्य उद्दिष्ट शारीरिक कामाच्याद्वारे वेतनाधारित रोजगाराची निर्मिती करणे हे आहे. प्रामुख्याने दारिद्र्यरेषेखालील लोकसंख्येला रोजगारक्षम बनविणे आणि विकासात्मक कामे करणे हा या योजनेचा उद्देश आहे. प्रामुख्याने जिल्हा परिषदेच्या मार्फत या योजनेची कार्यवाही करण्यात येते. केंद्र व राज्य सरकारांनी ७५ : २५ या प्रमाणात खर्च करावयाचा असून, पाणलोट क्षेत्र विकास, पिण्याचे पाणी, लघु पाणीपुरवठा प्रकल्प, मृद् संधारण, रस्ते बांधणी, वनीकरण अशा स्वरूपाची कामे या योजनेच्या अंतर्गत केली जातात.

३) **राष्ट्रीय सामाजिक साहाय्यता कार्यक्रम (National Social Assistance Programme) :-** १५ ऑगस्ट १९९५ मध्ये ही योजना सुरू करण्यात आली. ही योजना पूर्णपणे केंद्रसरकारच्या वित्तीय साहाय्यातून राबविली जाते. वृद्धत्व, कर्त्या पुरुषाचा वा स्त्रीचा अकाली मृत्यु, बाळंतपण इ. साठी दरिद्री कुटुंबांना मदत करणारी ही योजना आहे. ६५ वर्षांवरील वृद्धांना दरमहा रु. ७५, कर्त्या पुरुषाच्या अकाली मृत्युबद्दल कुटुंबास रु.१०,००० व बाळंतपणाच्या खर्चासाठी गरोदर स्त्रीला रु. ५०० याप्रमाणे या योजनेच्या अंतर्गत अर्थसाहाय्य केले जाते. ग्रामपंचायत व नगरपालिका यांच्याद्वारे ही योजना अमलात आणली जाते.

४) **अन्नपूर्णा योजना :-** १९९९-२००० मध्ये ही योजना अमलात आली. या योजनेद्वारे निवृत्ती वेतन ज्यांना मिळत नाही अशा एकाकी वृद्ध व्यक्तींना १० किलो धान्य मोफत दिले जाते. ग्रामपंचायतीच्याद्वारे ही योजना अमलात आणली जाते.

५) **इंदिरा आवास योजना :-** १९९९-२००० पासून ही योजना सुरू करण्यात आली. नवव्या पंचवार्षिक योजनेत या योजनेअंतर्गत २० लाख घरे ग्रामीण भागात बांधण्याची योजना होती. १९९९-२००० मध्ये

२४ राज्यांतील २५ जिल्ह्यांतील प्रत्येकी एका ब्लॉकमध्ये समग्र आवास योजनेअंतर्गत एक पथदर्शी निवास प्रकल्प हाती घेण्यात आला.

६) **दुष्काळप्रवण क्षेत्र कार्यक्रम (Droughprone Area Programme) :–** भारतात दरवर्षी पावसाच्या कमी–जास्त प्रमाणामुळे निरनिराळ्या भागांत दुष्काळाची स्थिती निर्माण होते. उत्पादकता, पाण्याचे दुर्भिक्ष्य, जनावरांसाठी चारा व खाद्य यावर दुष्काळाचा अनिष्ट परिणाम होतो. उत्पादन, उत्पन्न, रोजगार यात घट होते. यामुळे ही योजना १ एप्रिल १९९५ पासून सुरू करण्यात आली. १३ राज्यांतील १६१ जिल्ह्यांतील ९४७ ब्लॉकस्‌मध्ये ही योजना सध्या कार्यान्वित आहे. पाणलोट क्षेत्र विकास, नापीक जमिनीचे पुनरुज्जीवन इ.प्रकारे ही योजना राबविण्याचा कार्यक्रम सरकारमार्फत राबविला जात आहे.

७) **संस्थात्मक सुधारणा :–** जमिनीची विषम वाटणी हे उत्पन्न विषमतेचे ग्रामीण भागात महत्त्वाचे कारण आहे. यासाठी कूळ कायदे, कमाल जमीन धारणा कायदा, जमीनदारीचे उच्चाटन, जादा जमिनीचे भूमिहीन शेतकऱ्यांना वाटप इ. संस्थात्मक सुधारणा राज्य स्तरावर करण्यात आलेल्या आहेत.

८) **महात्मा गांधी राष्ट्रीय ग्रामीण रोजगार हमी कायदा** (Mahatma Gandhi National Rural Employment Gurantee Act- MNREGA) **:–** स्वेच्छेने शारीरिक श्रमाची तयारी असणाऱ्या व्यक्तीस वर्षातील किमान शंभर दिवस रोजगार पुरविण्याची हमी या कायद्याद्वारे सरकारतर्फे देण्यात आलेली आहे. 'मनरेगा' या संक्षिप्त नावानेही या कायद्याचा व योजनेचा उल्लेख केला जातो. २००५ मध्ये सरकारने कायदा केला. २००६ पासून देशातील २०० जिल्ह्यांत आणि नंतर क्रमाक्रमाने संपूर्ण देशभर ही योजना लागू केली जाणार आहे.

या योजनेच्याद्वारे २०१२ पर्यंत ४.२८ कोटी मनुष्य दिवस (Mandays) इतका रोजगार उपलब्ध करून देण्यात आला. देशभर ६०.६१ लाख कामे ग्रामीण भागात चालू असून अनुसूचित जातीजमाती आणि स्त्रियांना रोजगार मिळवून देण्याच्या कामी मनरेगाने महत्त्वपूर्ण कामगिरी केलेली आहे.

१.७.४ भारतातील जननक्षमता

जननक्षमता विचारात घेताना स्त्रीचा एकूण प्रजनन काळ लक्षात घेतला जातो. साधारणत: स्त्रीच्या वयाची १५ ते ४५ ही वर्षे प्रजननक्षम समजली जातात. अविकसित देशांत अनेक सामाजिक, आर्थिक व धार्मिक कारणांमुळे स्त्रियांची लग्ने लवकर होतात, यामुळे प्रजननकाळ वाढू शकतो. स्त्रियांना त्यांच्या प्रजननक्षमतेच्या काळात सरासरी किती अपत्ये होतात याबाबतचा दर म्हणजे एकूण जननदर (Total Fertility Rate) होय.

तक्ता क्र.२ वरून असे दिसून येते की, भारतात इ.स. २००० मध्ये जननदर ३.१ इतका होतो तो २०१० पर्यंत २.५ इतका कमी झालेला आहे. स्त्री साक्षरता, कुटुंबनियोजन इ.मुळे यात हळूहळू परंतु निश्चितपणे बदल घडून येत आहे.

तक्ता क्र.२

भारतातील जननदर

वर्ष	जननदर
२०००	३.२
२००१	३.१
२००२	३.०
२००३	३.०
२००४	२.९
२००५	२.९
२००६	२.८
२००७	२.७
२००८	२.६
२००९	२.६
२०१०	२.५

संदर्भ :- डाटा पोर्टल इंडिया

१.७.५ विवाहदर (Nuptiality)

विवाहदर :- विवाहदर याचा अर्थ १००० लोकसंख्येत होणाऱ्या विवाहांचे प्रमाण होय.

विवाहदर काढण्याचे सूत्र पुढीलप्रमाणे

$$\text{विवाह दर} = \frac{\text{विवाह संख्या}}{\text{एकूण लोकसंख्या}} \times 1000$$

तक्ता क्र.३ वरून असे आढळून येते की, १५ ते ४४ या वयोगटातील भारतातील विवाहदर हा ग्रामीण भागात दर हजारी १६८.४ तर शहरी भागात १६७.८ इतका होता. शहरी व ग्रामीण अशा दोन्ही विभागांत विवाहदर जवळपास सारखाच आहे. वयोगटानुसार पाहिल्यास १५–१९ या वयोगटात शहरी भागापेक्षा ग्रामीण भागात अधिक विवाह होतात, यामुळे स्त्रियांच्या प्रजनन काळात वाढ होऊन ग्रामीण भागात जन्मदराच्या प्रमाणातही वाढ झालेली दिसून येते.

तक्ता क्र.३

भारतातील विवाहदर (२००१)

वयोगट	दरहजारी विवाह दर	
	ग्रामीण	शहरी
१५–१९	१२.४	७.३
२०–२४	३३.३	२८.६
२५–२९	३७.०	३८.८
३०–३४	३३.३	३५.०
३५–३९	३०.३	३३.९
४०–४४	२२.१	२४.१
एकूण	१६८.४	१६७.८

संदर्भ :- भारतातील जनगणना २००१

१.७.६ मृत्युसंख्या व अनारोग्य (Mortality & Morbidity in India)

भारतातील मृत्युदरात घट होत आहे. दर हजारी दरवर्षी होणाऱ्या मृत्यु प्रमाणास 'मृत्युदर' असे म्हणतात. आरोग्याच्या वाढलेल्या सोयी, साथीच्या रोगांचा अभाव, राहणीमानाच्या पातळीत वाढ, दारिद्र्यरेषेखालील लोकसंख्येत झालेली घट इ.मुळे भारतात आयुर्मर्यादितही वाढ झालेली आहे. पुरुषांची आयुर्मर्यादा ६७.४६ वर्षे तर स्त्रियांची आयुर्मर्यादा ७२.६१ वर्षे इतकी वाढलेली आहे. तक्ता क्र.४ वरून असे दिसून येते की १९९१ मध्ये भारतातील मृत्युदर दरहजारी ९.८ इतका होता; तर २०१० मध्ये त्यात ७.२ इतकी घट झालेली होती.

तक्ता क्र.४

भारतातील मृत्युदर (१९९१ ते २०१०)

वर्ष	मृत्युदर
१९९१	९.८
१९९२	१०.१
१९९३	९.३
१९९४	९.३
१९९५	९.०
१९९६	८.९
१९९७	८.९
१९९८	९.०
१९९९	८.७
२०००	८.५
२००१	८.४
२००२	८.१
२००३	८.०
२००४	७.५
२००५	७.६
२००६	७.५
२००७	७.४
२००८	७.४
२००९	७.३
२०१०	७.२

संदर्भ :- फॅमिली वेलफेअर स्टॅटीस्टिक्स इन इंडिया, २०११

अर्भकांच्या मृत्युदरावरून (Child mortality) देशाच्या वैद्यकीय सुविधा, पोषक आहार इ. बद्दलची ही माहिती समजते. ०-४ या वयोगटातील बालमृत्युचे प्रमाण आपल्या देशात २००५ मध्ये दरहजारी १७.३ इतके होते. २००९ मध्ये या प्रमाणात दरहजारी १४.१ इतकी घट झाली आहे, तरीही अद्याप विकसित राष्ट्रांशी तुलना करता हे प्रमाण अद्यापही जास्त आहे.

तक्ता क्र.५

भारतातील बाल मृत्युदर

वर्ष	बाल मृत्युदर		
	ग्रामीण	शहरी	एकूण
२००५	१९.५	१०.३	१७.३
२००६	१९.१	१०.१	१७.०
२००७	१८.०	९.६	१६.०
२००८	१७.१	९.१	१५.२
२००९	१५.७	८.७	१४.१

संदर्भ :– फॅमिली वेलफेअर, स्टॅटिस्टिक्स इन इंडिया, २०११

अनारोग्य

देशातील जनतेचे आरोग्य चांगले असेल तर लोकसंख्येची गुणवत्ता व दर्जाही चांगला असतो. लोकांच्या आयुर्मानातही वाढ होते. आरोग्यसंपन्न कर्ती लोकसंख्या असल्यास उत्पादकता व कार्यक्षमता यात वाढ होते. देशाच्या आर्थिक विकासाला यामुळे मदत होते, त्यामुळे कुपोषण, अनारोग्य याविरुद्ध उपाययोजना करणे आवश्यक ठरते. अनारोग्याचा दर पुढीलप्रमाणे मोजता येतो.

$$\text{अनारोग्य दर} = \frac{\text{रोगधारक व्यक्तींची संख्या}}{\text{नमुना पाहणीतील एकूण व्यक्तींची संख्या}} \times 1000$$

कमी अनारोग्य दर लोकसंख्येची चांगली आरोग्यस्थिती दर्शवितो, तर अनारोग्य दर जास्त असल्यास आरोग्यस्थिती निकृष्ट असल्याचे समजले जाते.

भारतातील मृत्युदराचे कमी होत जाणारे प्रमाण आणि वाढलेली आयुर्मर्यादा यावरून अनारोग्यदर कमी होत आहे असे म्हणता येते. अनेक साथीच्या रोगांचे निर्मूलन झालेले आहे. आरोग्य सुविधेतही वाढ झालेली आहे.

१.७.७ लिंग सबलीकरण मापन (Gender Empowerment Measure)

लिंग सबलीकरण उपाययोजनांमध्ये स्त्री-पुरुषांचा राजकीय व आर्थिक क्षेत्रातील सहभागाचे आणि आर्थिक साधनसामग्रीवरील सत्तेचे मापन केले जाते. राजकीय सत्तेत सहभाग आणि राजकीय निर्णयात सहभाग यासाठी पुढील निर्देशक ग्राह्य धरण्यात आलेले आहे.

१) लोकसभेतील एकूण जागांमध्ये शेकडा सहभाग

२) राज्य विधानसभेतील एकूण जागांमध्ये शेकडा सहभाग

३) जिल्हा परिषदेतील एकूण जागांमध्ये शेकडा सहभाग

४) राष्ट्रीय पक्षांच्या निवडणूक प्रक्रियेत शेकडा सहभाग

५) एकूण मतदानामधील शेकडा हिस्सा

आर्थिक निर्णयातील सहभागासाठी पुढील निकष ठरविण्यात आलेले आहेत.

१) भारतीय प्रशासकीय सेवा, भारतीय पोलीस सेवा, भारतीय वनसेवा यातील शेकडा प्रमाण

२) वैद्यकीय व अभियांत्रिकी महाविद्यालयातील प्रवेशाचे शेकडा प्रमाण

आर्थिक स्रोतावर असलेल्या सत्तेचे प्रमाण ठरविण्यासाठी-

१) जमिनीच्या मालकी हक्कात स्त्री/पुरुषांच्या मालकीचे शेकडा प्रमाण

२) निर्देशित बँकेत असणारे स्त्री-पुरुषांच्या खात्याचे शेकडा प्रमाण

३) दरडोई दरवर्षी स्त्री-पुरुषांचे उत्पन्न

१९९६ व २००६ मध्ये वरील निकषांवर आधारित भारतातील ३५ राज्ये/केंद्रशासित प्रदेश यातील माहिती संकलित करण्यात आली. ८ मार्च २००९ रोजी याबाबतचा अहवाल प्रसिद्ध करण्यात आला. १९९८ मध्ये युनायटेड नेशन्स डेव्हलपमेंट प्रोग्रॅमच्या मानव विकास अहवालात भारताचा लिंग सबलीकरण निर्देशांक ०.२२८ इतका होता. अर्थात, वरील निकष वापरून भारत सरकारने जो निर्देशांक तयार केला तो भारतीय संदर्भात अधिक वस्तुनिष्ठ असा आहे. त्यानुसार भारतातील लिंग सबलीकरण निर्देशांक २००६ मध्ये ०.४९७ इतका आहे. आंध्रप्रदेश, कर्नाटक, गोवा, महाराष्ट्र, हरियाणा, हिमाचल प्रदेश, केरळ, महाराष्ट्र, पंजाब, सिक्कीम, उ. प्रदेश, उत्तराखंड, चंदीगड, दिल्ली व पाँडेचरी या राज्यांचा लिंग सबलीकरण निर्देशांक सरासरी निर्देशांकापेक्षा अधिक आहे. सर्वाधिक निर्देशांक चंदीगड (०.७१५) राज्याचा आहे. तर मेघालयचा सर्वात कमी (०.१७६) इतका आहे. (संदर्भ :- जीइएम एस्टीमेटस् फॉर इंडिया अॅण्ड द स्टेटस/युटीस : रिझल्टस् अॅण्ड अॅनालिसिस, मिनिस्ट्री ऑफ वुमेन अॅण्ड चाईल्ड डेव्हलपमेंट, गव्ह. ऑफ इंडिया)

स्वाध्यायासाठी प्रश्न

अ) गाळलेल्या जागी योग्य पर्याय निवडा.

१) ग्रामीण भागात किमान ...... उष्णांक देणारा आहार किमान आवश्यक आहार मानण्यात आला आहे.
(अ) २५०० (ब) २६०० (क) २४००

२) शहरी भागात किमान .... उष्णांक देणारा आहार किमान आवश्यक आहार मानण्यात आला आहे.
(अ) २४०० (ब) २२०० (क) २१००

३) २००९-१० या वर्षात ग्रामीण भागासाठी दरडोई दरमहा उपभोग खर्च रु. .... इतका दारिद्र्यरेषा निर्धारीत करण्यासाठी निश्चित करण्यात आला.
(अ) ६७२.४ (ब) ५५०.७ (क) ६५०.०

४) २००९-१० या वर्षात भारतात दारिद्र्यरेषेखाली जगणाऱ्या ग्रामीण लोकसंख्येचे प्रमाण.................... इतके होते.
(अ) ३३.८% (ब) २६.५% (क) ३०.२%

५) जवाहर ग्राम समृद्धी योजना (JGSY) ही प्रामुख्याने .... साठी सुरू करण्यात आली.
(अ) वीज पुरवठा (ब) शेती सुधार (क) पायाभूत सोयी

६) रोजगार हमी योजनेत केंद्र व राज्य सरकारे यांचा .... इतका खर्चाचा वाटा आहे.
(अ) ५०.५० (ब) ६०.४० (क) ७५.२५
७) महात्मा गांधी राष्ट्रीय रोजगार हमी योजना (मनरेगा) ही ...... ची हमी देते.
(अ) पिण्याच्या पाण्याची (ब) रोजगाराची (क) वीज पुरवण्याची
८) रोगधारक व्यक्तींच्या संख्येला नमुना पाहणीतील एकूण व्यक्तींच्या संख्येने भागले असता ...... समजतो.
(अ) मृत्युदर (ब) जन्मदर (क) अनारोग्य दर
९) २००९ मध्ये भारतातील बालमृत्युचे प्रमाण .... इतके होते.
(अ) १४.१% (ब) १५.१% (क) १६.१%
१०) लिंग सबलीकरण मापन करताना आर्थिक स्रोतावरील स्वामित्वासाठी .... या निकषाचा आधार घेतला जातो.
(अ) दरवर्षी दरडोई उत्पन्न (ब) दरवर्षी दरडोई खर्च (क) दरवर्षी दरडोई बचत

ब) योग्य पर्याय निवडा.

१) राष्ट्रीय सामाजिक साहाय्यता कार्यक्रमाचा उद्देश पुढीलप्रमाणे आहे-
(अ) रोजगार हमी
(ब) घरकुल बांधणे
(क) वृद्धत्व, अकाली मृत्यु यासाठी वित्त साहाय्य
२) संस्थात्मक सुधारणा म्हणजे...........
(अ) सहकारी संस्थात सुधारणा
(ब) तांत्रिक सुधारणा
(क) जमिनीच्या मालकी हक्कात सुधारणा
३) मनरेगा ही योजना पुढील गोष्टीची हमी देते ....
(अ) रोजगार (ब) अन्न (क) निवारा
४) भारतात मृत्युदरात घट झालेली आहे. कारण ....
(अ) आरोग्य सोयीत वाढ (ब) प्रजनन दरात घट (क) विवाह दरात वाढ
५) राजकीय निर्णय प्रक्रियेत स्त्रिया व पुरुषांचा सहभाग याबद्दलचा निकष म्हणजे-
(अ) दरडोई दरवर्षी स्त्री-पुरुषांचे उत्पन्न
(ब) भारतीय प्रशासकीय सेवेत शेकडा प्रमाण
(क) एकूण मतदानातील शेकडा हिस्सा

क) पुढील विधाने चूक की बरोबर ते लिहा.

१) भारतातील नियोजन आयोगानुसार भारतात दारिद्र्यरेषेखालील लोकसंख्येचे प्रमाण २९.८% इतके होते.
२) संस्थात्मक सुधारणा म्हणजे जमिनीच्या मालकी हक्कातील सुधारणा नव्हे.
३) विवाहसंस्था भागिले एकूण लोकसंख्या गुणिले एक हजार बरोबर 'विवाहदर' होय.
४) कमी अनारोग्यदर लोकसंख्येची निकृष्ट आरोग्यस्थिती दर्शवितो.
५) भारतातील आयुर्मर्यादेत अलीकडच्या काळात वाढ झालेली आहे.
६) लिंग सबलीकरण मापनात स्त्री-पुरुषांच्या राजकीय व आर्थिक क्षेत्रातील सहभागाचे मापन केले जाते.

७) आर्थिक निर्णयातील सहभागासाठी लिंग सबलीकरण मापनात स्त्री-पुरुषांचे निर्देशित बँकेतील खात्यांचे शेकडा प्रमाण विचारात घेतले जाते.

८) मानव विकास अहवालात भारताचा लिंग सबलीकरण निर्देशांक ०.२२८ इतका होता.

९) इंदिरा आवास योजनेद्वारे भारताच्या ग्रामीण भागात रस्ते विकासाचा कार्यक्रम हाती घेण्यात आला.

१०) मनरेगा या योजनेद्वारे २०१२ मध्ये देशभर ६०.६१ लाख इतकी कामे चालू होती.

ड) जोड्या लावा.

१) मनरेगा	१) ग्रामीण भागात पायाभूत सोयी
२) जवाहर ग्राम समृद्धी योजना	२) कूळ कायदे
३) संस्थात्मक सुधारणा	३) अनारोग्य दर
४) लोकसंख्येची गुणवत्ता	४) राजकीय व आर्थिक क्षेत्रात स्त्री-पुरुषांचा शेकडा सहभाग
५) लिंग सबलीकरण मापन	५) महात्मा गांधी राष्ट्रीय ग्रामीण रोजगार हमी योजना

उत्तरे

अ)	१. (क)	२. (क)	३. (अ)	४. (अ)	५. (क)
	६. (क)	७. (ब)	८. (क)	९. (अ)	१०. (अ)
ब)	१. (क)	२. (क)	३. (अ)	४. (अ)	५. (क)
क)	१. बरोबर	२. चूक	३. बरोबर	४. चूक	५. बरोबर
	६. बरोबर	७. चूक	८. बरोबर	९. चूक	१०. बरोबर
ड)	१-५	२-१	३-२	४-३	५-४

१.८ रोजगार निर्धारणाचे घटक
(Factors determining employment)

१.८.१ बेरोजगारी
१.८.३ उत्पन्न, दारिद्र्य व रोजगार यातील संबंध

१.८.१ बेरोजगारी (unemployment)

भारतात बेरोजगारीची समस्या महत्त्वाची आहे. देशातील रोजगाराच्या उपलब्धतेवर देशाचा आर्थिक विकास अवलंबून असतो. दरडोई उत्पन्नावर रोजगाराचा परिणाम होतो. रोजगार नसल्यास उत्पन्न मिळत नाही. दारिद्र्यरेषेखालील व्यक्तींच्या संख्येत यामुळे भर पडते. बेरोजगारीमुळे सामाजिक असंतोष निर्माण होतो, त्यामुळे रोजगार संधी निर्माण करून बेरोजगारी कमी करणे हे देशाच्या आर्थिक विकासाचे प्रमुख उद्दिष्ट असते. जे. एम. केन्स या अर्थतज्ज्ञाच्या मते 'प्रचलित वेतनावर काम करण्याची इच्छा व पात्रता असूनही रोजगार मिळत नसेल तर अशा स्वरूपाची बेरोजगारी ही अनैच्छिक बेरोजगारी (Involuntary Unemployment) होय.' तसेच 'प्रचलित वेतनावर रोजगार उपलब्ध असूनही रोजगार नाकारल्यास अशा बेरोजगारीस 'ऐच्छिक बेरोजगारी' (Voluntary Unemployment) असे म्हणतात.'

ग्रामीण भागात प्रामुख्याने हंगामी बेरोजगारी (म्हणजे वर्षातील काही दिवस रोजगार) आणि छुपी बेरोजगारी असे प्रकार आढळतात. ज्या सीमान्त मजुराची सीमान्त उत्पादकता शून्य असते अशा बेरोजगारीस छुपी बेरोजगारी असे म्हणतात. याशिवाय शहरी भागात सुशिक्षितांची बेरोजगारी आढळून येते.

तक्ता क्र.१
भारतातील बेरोजगारी

	२००४-०५ (०००')	१९९३-९४ ते २००४-०५ (% वार्षिक)
लोकसंख्या	१०९२८३०	१.८५
श्रमशक्ती	४१९६४७	२.०९
श्रमिक	३८४९०९	१.८७
बेरोजगारीचा दर (%)	८.२८	-
बेरोजगारांची संख्या	३४७३८	७.०२

● **स्त्री मजूर**		
लोकसंख्या	५२७३५५	१.८७
श्रमशक्ती	११०८८६	२.२६
स्त्री श्रमिक	१००४९१	१.९६
बेरोजगारी दर (%)	९.३७	-
स्त्री बेरोजगारांची संख्या	१०३९५	५.८२
● **पुरुष**	५६५४७५	१.८२
लोकसंख्या		
श्रमशक्ती	३०८७६१	२.०३
पुरुष श्रमिक	२८४४१७	१.८४
बेरोजगारीचा दर (%)	७.८८	-
पुरुष बेरोजगारांची संख्या	२४३४३	४.७०

(संदर्भ : प्लॅनिंग कमिशन, भारत सरकार)

तक्ता क्र.१ वरून असे दिसून येते की, भारतात १९९३-९४ ते २००४-०५ या काळात बेरोजगारीचा दर दरवर्षी ८.२८ इतका होता. २००४-०५ या वर्षात कृषी क्षेत्रात एकूण रोजगाराच्या ५२.०६ टक्के रोजगार उपलब्ध होता. २००६-०७ मध्ये त्यात ५०.१९% इतकी घट झाली. कारखानदारी क्षेत्र व सेवा क्षेत्रात २००६-०७ मध्ये अनुक्रमे १३.३३% आणि १३.१८% इतका रोजगार उपलब्ध झाला. अद्यापही ग्रामीण भाग व कृषी क्षेत्रात बेरोजगारीचे प्रमाण अधिक आहे.

बेरोजगारीचा दर :- बेरोजगारीचा दर पुढीलप्रमाणे मोजला जातो.

$$\text{बेरोजगारीचा दर} = \frac{\text{बेरोजगार व्यक्तींची संख्या}}{\text{एकूण श्रमशक्ती}}$$

तक्ता क्र.१ मध्ये भारतातील स्त्री व पुरुष यांचा बेरोजगारीचा दर दर्शविलेला आहे. तक्ता क्र.२ मध्ये भारतातील विविध क्षेत्रांचा रोजगारात वाटा किती हे दर्शविलेले आहे. कृषी क्षेत्र अद्यापही एकूण रोजगारापैकी सर्वाधिक रोजगार पुरविणारे क्षेत्र आहे हे स्पष्ट होते. त्या खालोखाल कारखानदारी क्षेत्रात रोजगार संधी उपलब्ध असतात असे सदर तक्ता दर्शवितो.

तक्ता क्र.२

भारतातील क्षेत्रवार रोजगार हिस्सा

क्षेत्र	२००४-०५	२००६-०७
कृषी	५२.०५	५०.१९
खाणकाम	०.६३	०.६१
कारखानदारी	१२.९०	१३.३३
वीज, पाणी इ.	०.३५	०.३३
बांधकाम	५.५७	६.१०
व्यापार व हॉटेल व्यवसाय	१२.६२	१३.१८
वाहतूक/साठवणूक	४.६१	५.०६
वित्तीय सेवा व इतर सेवा	२.००	२.२२
सामाजिक सेवा	९.२४	८.९७
एकूण	१००.००	१००.००

(संदर्भ : एम्प्लॉयमेंट परस्पेक्टीव्ह ॲण्ड लेबर पॉलिसी, प्लॅनिंग कमिशन पृ.७३)

१.८.२ बेरोजगारी संबंधात उपाययोजना (Measures of unemployment)

१) रोजगार हमी योजना :– या योजनेची सुरुवात २ ऑक्टोबर १९९३ रोजी करण्यात आली. या योजनेचे प्रमुख उद्दिष्ट म्हणजे शारीरिक श्रमाच्या बदल्यात आर्थिक विकास कामे करणे व लोकसंख्येला रोजगार पुरविणे हे आहे. प्रामुख्याने दारिद्र्यरेषेखालील व्यक्तींना रोजगार पुरविणे हा या योजनेचा प्रमुख हेतू आहे. जिल्हा परिषदेमार्फत ही योजना राबविण्यात येते. ७५ : २५ या प्रमाणात अनुक्रमे केंद्र व राज्य सरकारांनी खर्च या योजनेसाठी करावयाचा आहे. पाणलोट क्षेत्र विकास, पिण्याचे पाणी, लघु पाणीपुरवठा प्रकल्प, मृद्संधारण, रस्ते बांधणी, वनीकरण या स्वरूपाची कामे या योजनेच्या अंतर्गत केली जातात.

२) महात्मा गांधी राष्ट्रीय ग्रामीण रोजगार हमी योजना :– (Mahatma Gandhi National Rural Employment Guaranttee Act - MNREGA) शारीरिक श्रम स्वेच्छेने करण्याची तयारी असलेल्या व्यक्तीस वर्षातील किमान १०० दिवस रोजगार पुरविण्याची हमी या योजनेद्वारे देण्यात आलेली आहे. 'मनरेगा' या संक्षिप्त नावाने ही योजना ओळखली जाते. २००५ मध्ये या योजनेस सरकारने कायद्याचे स्वरूप दिले. २००६ पासून देशातील २०० जिल्ह्यांमध्ये ही योजना राबविण्यात येत असून क्रमाक्रमाने ती देशभर लागू केली जात आहे. २०१२ पर्यंत या योजनेद्वारे ६०.६१ लाख कामे ग्रामीण भागात चालू असून ग्रामीण भागात रोजगार निर्मिती करण्याचे कामी या योजनेने महत्त्वपूर्ण कामगिरी केलेली आहे.

३) सेवा क्षेत्रात वाढ :– भारतात सकल राष्ट्रीय उत्पादनात सेवा क्षेत्राचा वाटा सर्वाधिक आहे, व या क्षेत्राच्या वाढीचा दरही वार्षिक ५.००% इतका आहे, त्यामुळे रोजगाराच्या संधी पुढील क्षेत्रात उपलब्ध करून देण्याचे सरकारचे श्रमविषयक धोरण राहील. पुढील क्षेत्रांत प्रत्यक्ष व अप्रत्यक्ष रोजगाराच्या संधी उपलब्ध होण्याची शक्यता अधिक आहे. माहिती तंत्रज्ञान क्षेत्र, दूरसंचार, पर्यटन, आरोग्य सेवा, शिक्षण, बांधकामाशी संबंधित सेवा, बँका, विमा, किरकोळ व्यापार जनसंपर्क माध्यमे, इ.

४) नॅशनल कमिशन फॉर एण्टरप्राइजेस इन दी अनऑर्गनाईज्ड सेक्टर (NCEUS)– असंघटित क्षेत्रातील उद्योग व व्यवसाय यासाठी २००४ मध्ये सरकारने हा राष्ट्रीय आयोग स्थापन केला आहे. देशातील एकूण श्रमशक्तीपैकी ९३% श्रमशक्ती ही या असंघटित क्षेत्रात काम करते. असंघटित क्षेत्रातील व्यवसायांच्या विकासामुळे मोठ्या प्रमाणावर रोजगारनिर्मिती होऊ शकते हे लक्षात घेऊन या राष्ट्रीय आयोगाने १३ कलमी कार्यक्रम सुचविलेला आहे. सरकारच्या श्रम धोरणात याचा समावेश केलेला आहे. (एम्प्लॉयमेंट परस्पेक्टीव्ह अॅण्ड लेबर पॉलिसी, प्लॅनिंग कमिशन, पृ.८१) राष्ट्रीय आयोगाने रोजगारनिर्मितीसाठी सुचविलेला १३ कलमी कार्यक्रम पुढीलप्रमाणे–

(अ) (१) कृषी व अकृषी क्षेत्रातील कामाच्या किमान शर्ती ठरविणे
(२) सामाजिक सुरक्षेच्या किमान पातळीची हमी देणे

(ब) (३) सीमान्त व लहान शेतकऱ्यांसाठी विशेष कार्यक्रम आखणे
(४) सीमान्त व लहान शेतकऱ्यांसाठी जमीन व पाणी व्यवस्थापन करणे
(५) सीमान्त व लहान शेतकऱ्यांना कर्जपुरवठा करणे
(६) राज्य स्तरावर कृषी कर्ज निवारण आयोग स्थापन करणे

(क) (७) अकृषी क्षेत्राच्या कर्जपुरवठ्यात सुधारणा करणे
(८) स्व मदत गटांना प्रोत्साहन देणे
(९) कृषी व अकृषी क्षेत्रासाठी राष्ट्रीय निधी स्थापन करणे
(१०) विशेष आर्थिक क्षेत्राप्रमाणे परंपरागत उद्योग क्षेत्रे स्थापन करणे

(ड) (११) स्वयंरोजगार योजना अधिक सक्षम करणे
(१२) 'मनरेगा' योजना देशातील सर्व जिल्ह्यांना लागू करणे
(१३) रोजगार कौशल्ये विकसित करणे

१.८.३ उत्पन्न, दारिद्र्य व रोजगार यातील संबंध (Relation between Income, Poverty and Employment)

राष्ट्रीय नमुना पाहणीच्या ५५ व्या पाहणीनुसार एकूण श्रमशक्ती (Work force) पैकी खुल्या बेरोजगारीचे प्रमाण २.८१% इतके होते, परंतु रोजंदारी (Current Daily Status) स्वरूपाच्या बेरोजगारीचे प्रमाण ७.३२% इतके होते. वर्षातील कामाच्या काही दिवसांत दररोज किंवा रोजंदारीवर काम करणाऱ्या व्यक्तींचा यात समावेश होतो. अशा स्वरूपाच्या बेरोजगारीचे प्रमाण अधिक आहे. राष्ट्रीय नमुना पाहणीच्या ५५ व्या पाहणीनुसार भारतात दारिद्र्यरेषेखालील व्यक्तींचे प्रमाण २००४–०५ मध्ये एकूण लोकसंख्येच्या २६.१०% इतके होते. रोजंदारी स्वरूपाच्या बेरोजगारीचे प्रमाण ७.३२% आणि दारिद्र्यरेषेखाली जगणाऱ्यांचे प्रमाण २६.१० इतके होते. याचाच अर्थ रोजगार नसलेल्या व्यक्तींची संख्या २६.१० – ७.३२ = १८.७८ इतकी होते. याचाच अर्थ दारिद्र्यरेषेखालील व्यक्तींना रोजगार संधी उपलब्ध करून देणे हे श्रम धोरणाचे उद्दिष्ट असले पाहिजे. राष्ट्रीय नमुना पाहणीत असेही आढळून आले आहे, कृषी व अकृषी क्षेत्रातील व्यक्तिंच्या वेतनात १९९९–२००० ते २००४–०५ या काळात घट झालेली आहे. दारिद्र्य व रोजगार यांचा संबंध असल्याने दारिद्र्यरेषेखालील लोकसंख्येला रोजगार संधी, रोजगार कौशल्ये इ. वर नॅशनल कमिशन फॉर एण्टरप्राइजेस इन अनऑर्गनाइज्ड सेक्टर (NCEOS) या राष्ट्रीय आयोगाने सुचविलेल्या १३ कलमी योजनेत भर दिलेला आहे.

१.८.४ सामाजिक न्याय व वाटपविषयक प्रश्न (Issues of distributional and social justice)

भारताच्या राज्यघटनेनुसार धर्म, वंश, जात यात कोणताही भेदाभेद न करता सर्वांना समान संधी, सामाजिक व आर्थिक न्याय निर्माण करण्याबद्दल ग्वाही दिलेली आहे.

भारतीय राज्यघटनेच्या निरनिराळ्या कलमांनुसार पुढीलप्रमाणे सामाजिक न्यायाची व्यवस्था केलेली आहे.

- घटनेचे कलम २३ नुसार वेठबिगारी किंवा गुलामी करणे कायदेशीर गुन्हा आहे.
- कलम २४ नुसार बालकामगार नेमण्यास बंदी आहे.
- घटनेच्या कलम ३८ नुसार राज्यांनी समान सामाजिक न्याय निर्माण करण्यासाठी प्रयत्न करावेत असे राज्यांचे मार्गदर्शक तत्त्व अनुस्यूत केलेले आहे.
- कलम ३९अ प्रमाणे मोफत कायदेशीर सल्ला राज्यांनी आर्थिकदृष्ट्या दुर्बल घटकास उपलब्ध करून दिला पाहिजे.
- कलम ४६ नुसार अनुसूचित जाती, जमाती, भटक्या व विमुक्त जाती इ.च्या शैक्षणिक व आर्थिक प्रगतीसाठी राज्यांनी उपाययोजना करावयाच्या आहेत.

समानता, स्वातंत्र्य, न्यायाचा अधिकार, उपजीविकेचा अधिकार, भेदाभेदरहित वागणूक मिळण्याचा अधिकार हे मूलभूत अधिकार किंवा नागरी अधिकार (Civil Rights) भारतीय घटनेने भारतीय व्यक्तिस प्रदान केलेले आहेत. जातिभेद, उत्पन्न विषमता, संधीतील विषमता यासाठी भारत सरकारने अनेक कायदे केलेले आहेत. उदा. अनुसूचित जाती/जमाती इ.साठी आरक्षण, सामाजिक भेदाविरुद्ध कायदे उदा. दुष्कृत्यविरोधी कायदा (Anti Actrocity Act) इ. वेठबिगारी व बालकामगार विरोधी कायदे (Factory Act) इ.

स्वाध्यायासाठी प्रश्न

अ) गाळलेल्या जागी योग्य पर्याय निवडा.

१) प्रचलित वेतनावर काम करण्याची इच्छा व पात्रता असूनही रोजगार मिळत नसेल तर त्यास .... म्हणतात.
(अ) ऐच्छिक बेरोजगारी (ब) अनैच्छिक बेरोजगारी (क) छुपी बेरोजगारी

२) सीमान्त मजूराची उत्पादकता शून्य असल्यास त्यास .... असे म्हणतात.
(अ) खुली बेरोजगारी (ब) छुपी बेरोजगारी (क) रचनात्मक बेरोजगारी

३) भारतात १९९३-९४ ते २००४-०५ या या काळात बेरोजगारीचा दर दरवर्षी .... इतका होता.
(अ) ८.२८% (ब) ७.२८% (क) ५.५%

४) भारतात सर्वाधिक रोजगार .... या क्षेत्रात उपलब्ध असतो.
(अ) कृषी (ब) कारखानदारी (क) बांधकाम

५) वर्षातील १०० दिवस स्वेच्छेने शारीरिक श्रम करणाऱ्या व्यक्तीस काम देण्याची हमी .... या योजनेत दिली आहे.
(अ) मनरेगा (ब) जवाहर ग्राम समृद्धी (क) अन्नपूर्णा

ब) योग्य पर्याय निवडा.

१) प्रचलित वेतनावर रोजगार उपलब्ध असूनही रोजगार नाकारल्यास अशा बेरोजगारीस–
(अ) अनैच्छिक बेरोजगारी म्हणतात
(ब) ऐच्छिक बेरोजगारी म्हणतात
(क) खुली बेरोजगारी म्हणतात

२) भारतात पुरुषांपेक्षा स्त्रियांच्या बेरोजगारीचा दर हा –
(अ) कमी आहे (ब) जास्त आहे (क) सारखाच आहे

३) रोजगार हमी योजनेची अंमलबजावणी पुढीलपैकी कुणाकडून केली जाते?
(अ) जिल्हा परीषद (ब) केंद्र शासन (क) महानगरपालिका

४) सेवा क्षेत्रातील वाढीचा वार्षिक दर किती आहे?
(अ) ५% (ब) ६% (क) १०%

५) २००४–०५ मध्ये भारतात दारिद्र्य रेषेखालील लोकसंख्येचे प्रमाण किती होते?
(अ) २६.१०% (ब) ४०.५% (क) ३०.५%

क) पुढील विधाने चूक की बरोबर ते लिहा.

१) भारतातील ग्रामीण भागात छुपी बेरोजगारी आढळते.
२) रोजगारावरील व्यक्तींच्या संख्येस एकूण श्रमशक्तीने भागल्यास बेरोजगार दर प्राप्त होतो.
३) देशातील एकूण श्रमशक्तीपैकी एकूण ९३% श्रमशक्ती संघटीत क्षेत्रात कार्य करते.
४) 'मनरेगा'ने रोजगार निर्मितीच्या बाबतीत ग्रामीण भागात महत्त्वाची कामगिरी केली आहे.
५) राज्यांनी समान सामाजिक न्याय निर्माण करण्यासाठी प्रयत्न करावेत असे राज्यांच्या मार्गदर्शक तत्त्वात अंतर्भूत करण्यात आले आहे.

उ) जोड्या लावा.

अ) सीमान्त उत्पादकता शून्य	१) कृषी
ब) सर्वाधिक रोजगाराचे क्षेत्र	२) घटनेचे कलम २४
क) मनरेगा	३) घटनेचे कलम २३
ड) बालकामगार नेमण्यास बंदी	४) छुपी बेरोजगारी
इ) वेठ बिगारीस बंदी	५) रोजगाराची हमी

उत्तरे

अ)	१. (ब)	२. (ब)	३. (अ)	४. (अ)	५. (अ)
ब)	१. (अ)	२. (ब)	३. (अ)	४. (अ)	५. (अ)
क)	१. बरोबर	२. चूक	३. चूक	४. बरोबर	५. बरोबर
ड)	अ–४	ब–१	क–५	ड–२	इ–३

१.९ महाराष्ट्राची अर्थव्यवस्था / १०९

१.९ महाराष्ट्राची अर्थव्यवस्था
(Economy of Maharashtra)

१.९.१ कृषी, उद्योग व सेवा क्षेत्राची ठळक वैशिष्ट्ये
१.९.२ महाराष्ट्रातील दुष्काळ व्यवस्थापन
१.९.३ महाराष्ट्रातील विदेशी प्रत्यक्ष गुंतवणूक (FDI)

१.९.१ महाराष्ट्रातील कृषी क्षेत्राची ठळक वैशिष्ट्ये (Salient features of agriculture)

महाराष्ट्राच्या सकल राज्य उत्पादनात कृषी व कृषीपूरक क्षेत्राचा वाटा २०१०-११ मध्ये १२.८% इतका होता तर ११ व्या पंचवार्षिक योजनेच्या काळातील (२००७-२०१२) पहिल्या चार वर्षांत कृषी उत्पादन वाढीचा दर दरवर्षी ३.७% इतका होता. महाराष्ट्रातील कृषी क्षेत्राची ठळक वैशिष्ट्ये पुढीलप्रमाणे :-

१) कृषी उत्पादन

विदर्भ व मराठवाडा या विभागात उशिरा व अनियमित पावसामुळे राज्यातील एकूण उत्पादनावर अनिष्ट परिणाम झाला आहे. तक्ता क्र.१ मध्ये दर्शविल्याप्रमाणे २०१०- ११ च्या तुलनेत २०११-१२ या वर्षात उत्पादनाचे प्रमाण घटलेले आहे. धान्ये, डाळी, तेलबिया, कापूस व उसाचे उत्पादन २०११-१२ या वर्षात घसरलेले आहे.

तक्ता क्र. १

अन्नधान्ये व इतर कृषी वस्तूंचे उत्पादन

(लाख मे.टन)

पीक	२०१०-११	२०११-१२	बदल (%)
धान्ये	१२३.२१	९६.९२	-२१
डाळी	३०.९६	२१.१७	-३२
एकूण	१५४.१७	११८.०९	-२३
तेलबिया	५०.४६	४६.३८	-८
कापूस	७४.७३	६३.६९	-१५
ऊस	८५६.९१	८५६.३५	-

संदर्भ :- कृषी आयुक्तालय, महाराष्ट्र सरकार,
महाराष्ट्राचे आर्थिक सर्वेक्षण, २०११-१२

२) कृषी क्षेत्राखालील जमिनीचे प्रमाण

२००९-१० च्या उपलब्ध आकडेवारीनुसार एकूण ३०७.६ लाख हेक्टर जमिनीपैकी कृषिक्षेत्राखालील जमिनीचे प्रमाण २२६.१ लाख हेक्टर आहे. लागवडीखालील जमिनीचे यापैकी प्रमाण १७४ लाख हेक्टर होते. वनक्षेत्राखालील जमिनीचे प्रमाण ५२.१ लाख हेक्टर आहे. नापीक जमिनीचे प्रमाण २५.६ लाख हेक्टर आहे. २००५-०६ ते २००९-१० या काळात अकृषी क्षेत्राचे प्रमाण २.६ टक्क्याने वाढले आहे.

३) धारणाक्षेत्राचे प्रमाण

२००५-०६ च्या कृषी गणनेनुसार (Agricultural Census) महाराष्ट्रात धारणाक्षेत्राची एकूण संख्या १.३७ कोटी इतकी होती. यापैकी ७४% धारणाक्षेत्र हे २ हेक्टर किंवा त्यापेक्षा कमी धारणाक्षेत्र असलेल्या शेतकऱ्यांचे होते. तक्ता क्र. २ मध्ये धारणाक्षेत्राचे प्रमाण दर्शविलेले आहे. यावरून वरील बाब स्पष्ट होते.

तक्ता क्र. २

धारणाक्षेत्राचा आकार व

निरनिराळे धारणक्षेत्र असलेल्या शेतकऱ्यांचे प्रमाण (२००५-०६)

धारणा क्षेत्र (हेक्टर)	धारणक्षेत्र असलेल्यांची संख्या (00')	सरासरी धारणा क्षेत्र (हेक्टर)
१.०	६११८३	०.४६
१.० ते २.०	४१५०३	१.२६
२.० ते ५.०	२८५५३	२.७३
५.० ते १०.०	५२१४	६.१६
१०.० ते २०.०	६२२	१०.८९
२०.० व यापेक्षा अधिक	८१	३२.५२

संदर्भ :- पूर्वोक्त

३) पाणीपुरवठा (Irrigation)

एकूण लागवडीखालील जमिनीपैकी पाण्याखालील जमिनीचे प्रमाण २००९-१० या वर्षी १७.९% इतके होते. ३० जून २०१० पर्यंत महाराष्ट्रात ३२ मोठे, १८६ मध्यम आणि २५४९ लघु प्रकल्प पूर्ण करण्यात आलेले आहेत.

४) सुधारित बी-बियाणांचा वापर

कृषी उत्पादनात वाढ होण्यासाठी व कृषी उत्पादनाची गुणवत्ता सुधारण्यासाठी उत्तम प्रतीच्या बी-बियाणांचा वापर आवश्यक ठरतो, तसेच या बियाणांचे उत्पादन व वितरण शेतकऱ्यांकडून योग्य प्रकारे होणेही गरजेचे असते. महाराष्ट्र राज्य बियाणे महामंडळ आणि राष्ट्रीय बियाणे महामंडळ ही सार्वजनिक क्षेत्रांत उत्तम प्रतीची बी-बियाणे उत्पादित करतात. महाराष्ट्रात ३२० खाजगी बियाणे उत्पादक आहेत. त्यांच्याकडूनही बियाणांचा पुरवठा होतो. तक्ता क्र.३ सार्वजनिक व खाजगी क्षेत्रातून बियाणांचा एकूण किती पुरवठा होतो ते दर्शवितो.

तक्ता क्र. ३

सुधारित बियाणांचा पुरवठा (२०११)

(000' क्विंटल्स)

सार्वजनिक	खरीप	८६९
	रब्बी	२९८
(अ)	एकूण	११६७
खाजगी	खरीप	९७५
	रब्बी	११९
(ब)	एकूण	१०९१
एकूण	अ + ब	२२५८

संदर्भ : पूर्वोक्त

५) खतांचा वापर

२०११-१२ मध्ये महाराष्ट्रात खतांचा एकूण वापर ६७.४ लाख मे. टन इतका झाला. दर एकरी खताचा सरासरी वापर याच वर्षात १७२.८ किलोग्रॅम इतका झाला. ३५२४५ खत विक्रेत्यांकडून महाराष्ट्रात २०११-१२ या काळात खत पुरवठा झाला. खाजगी, सहकारी व सार्वजनिक क्षेत्रांतील खतविक्रेत्यांकडून खताची विक्री व वितरण केले जाते. तक्ता क्र. ४ मध्ये रासायनिक खतांचा वापर दरवर्षी वाढत असल्याचे दिसून येते.

तक्ता क्र.४

रासायनिक खतांचा वापर

वर्ष	एकूण वापर (मे.टन)	दर हेक्टरी वापर (कि.ग्रॅ.)
२००५-०६	४२.६	९७.५
२००६-०७	४८.२	१००.२
२००७-०८	४७.९	१०९.७
२००८-०९	५२.५	१३३.०
२००९-१०	६०.९	१५३.४
२०१०-११	७०.३	१६३.८

संदर्भ : पूर्वोक्त

६) महाराष्ट्र राज्य फलोत्पादन व वनौषधी मंडळ

२००५ मध्ये वरील मंडळाची स्थापना करण्यात आली. राष्ट्रीय फलोत्पादन मंडळ यांच्या आणि वनौषधी संबंधी विविध योजना राबविण्यासाठी महाराष्ट्र राज्य फलोत्पादन व वनौषधी मंडळ कार्य करते. जानेवारी २०१२ पर्यंत राष्ट्रीय फलोत्पादन मंडळाकडून राज्य मंडळास रु. ८९५ कोटींचे अनुदान मिळाले. औषधी वनस्पतींसाठी रु. ७.६३ कोटी अनुदान देण्यात आले. सीमान्त व लहान शेतकऱ्यांना फळबागा विकसित करण्यासाठी राज्यांकडून अनुदान देण्यात येते. फळांच्या लागवडीखालील जमिनीचे प्रमाण १९९०-९१ मध्ये २.४२ लाख हेक्टर होते. त्यात २०१०-११ पर्यंत १७.८२ लाख हेक्टरपर्यंत वाढ झालेली आहे.

७) कृषी वित्त पुरवठा

लघु मुदतीचा कर्जपुरवठा विविध बँका व सहकारी संस्था यांच्यामार्फत शेतकऱ्यांना केला जातो. राष्ट्रीकृत बँका, ग्रामीण क्षेत्रीय बँका, महाराष्ट्र राज्य सहकारी बँका, भूविकास बँका इ. कडून २०१०-११ या काळात रु. १८,५०५ कोटीचे शेती कर्ज देण्यात आले. सीमान्त व लहान शेतकऱ्यांना २०१०-११ मध्ये रु. ३८४७ कोटी चे कर्ज प्राथमिक सहकारी पतसंस्थाकडून देण्यात आले.

८) कृषी विपणन

शेतकऱ्यांना त्यांच्या कृषी मालाचा योग्य मोबदला मिळावा यासाठी महाराष्ट्र राज्यात अनेक उपाययोजना करण्यात आल्या आहेत. महाराष्ट्र राज्य कृषी विपणन मंडळाची स्थापना करण्यात आली असून राज्यात कृषी उत्पादन विपणन समित्यांच्या कार्यात सुसूत्रता निर्माण करण्याचे कार्य या मंडळाकडे सोपविण्यात आले आहे. कृषी निर्यात क्षेत्रे स्थापन करणे, गुणवत्ता व दर्जा इ. सेवांसाठी सोयी उपलब्ध करणे, फलोत्पादन प्रशिक्षण इ. कामेही मंडळाकडे सोपविलेली आहेत. २००९-१० या वर्षात कृषी उत्पन्न बाजार समित्यांमध्ये २२५.८७ लाख मे. टन एवढी कृषी मालाची आवक झाली. याचे एकूण मूल्य रु. ३७०८० कोटी इतके होते.

- **महाराष्ट्रातील उद्योगक्षेत्राची ठळक वैशिष्ट्ये**

महाराष्ट्रातील उद्योगक्षेत्राची प्रमुख वैशिष्ट्ये पुढीलप्रमाणे सांगता येतील.

१) औद्योगिक गुंतवणूक

भारतातील एकूण औद्योगिक गुंतवणुकीच्या ९% एवढी गुंतवणूक ऑक्टो. २०११ पर्यंत महाराष्ट्रात झालेली आहे. १९९१ ते २०११ पर्यंत एकूण १७२०७ एवढे औद्योगिक प्रकल्प महाराष्ट्राने मंजूर केले. यातून ४३.४ लाख इतका रोजगार उपलब्ध झाला.

२) निर्यात

तक्ता क्र. ५

महाराष्ट्रातून व भारतातून होणारी निर्यात

(रु. कोटी)

वर्षं	महाराष्ट्र	भारत	महाराष्ट्राची एकूण टक्केवारी
२००७-०८	१,७२,८४६	६,४०,१७२	२७.०
२००८-०९	२,२६,७९४	८,३९,९७८	२७.०
२००९-१०	२,२८,१८४	८,४५,१२५	२७.०

संदर्भ :- पूर्वोक्त पृ. ११५

तक्ता क्र. ५ वरून असे दिसून येते की महाराष्ट्रातून निर्यात होणाऱ्या औद्योगिक वस्तूंचे प्रमाण एकूण निर्यात होणाऱ्या वस्तूंशी तुलना करता २७.०% इतके आहे. निर्यात वस्तूंमध्ये महाराष्ट्राचा वाटा एक चतुर्थांशापेक्षा अधिक आहे.

३) विशेष आर्थिक क्षेत्र (Special Economic Zone)

१० फेब्रुवारी २००६ पासून महाराष्ट्राने विशेष आर्थिक क्षेत्र धोरण स्वीकारलेले आहे. २०११ पर्यंत राज्य सरकारकडे २३३ विशेष आर्थिक क्षेत्राचे प्रस्ताव प्राप्त झालेले होते; त्यापैकी ११६ आर्थिक क्षेत्रांना मंजुरी मिळालेली आहे.

तक्ता क्र. ६

विशेष आर्थिक क्षेत्रातील प्रस्तावित गुंतवणूक व रोजगार

	विभाग	विशेष आर्थिक क्षेत्र (संख्या)	प्रस्तावित गुंतवणूक कोटी रु.	प्रस्तावित रोजगार (लाख)
१	कोकण	५६	७७,९७४	३३.५६
२	पुणे	३४	४०,७३१	९.६६
३	नाशिक	०६	२,८८३	२.१२
४	औरंगाबाद	१०	२,८४५	१.१५
५	अमरावती	०२	२,३६०	०.३५
६	नागपूर	०८	९,२३५	५.५०
	एकूण	११६	१,३६,०२८	५२.३४

संदर्भ : पूर्वोक्त पृ. ११५

तक्ता क्र. ६ वरून असे दिसून येते की ११६ मंजूर विशेष आर्थिक क्षेत्रातून १३६०२८ कोटी रु. ची गुंतवणूक व ५२.३४ लाख रोजगार निर्मिती होणे अपेक्षित होते. कोकण, पुणे, अमरावती व नागपूर विभागातील १० विशेष आर्थिक क्षेत्रे रद्द झाल्यामुळे राज्यात ५०३२ कोटी रु. गुंतवणूक होऊ शकली नाही, तसेच २.२० लाख रोजगार निर्माण होऊ शकला नाही.

४) माहिती तंत्रज्ञान क्षेत्र (आय.टी. पार्क)

महाराष्ट्र औद्योगिक विकास महामंडळ (M.I.D.C.) आणि सिडको यांनी महाराष्ट्रात ३७ सार्वजनिक माहिती तंत्रज्ञान क्षेत्रे (I.T.Parks) विकसित केली आहेत. ४०७ मंजूर खाजगी क्षेत्रांपैकी १०७ क्षेत्रे सुरू झालेली आहेत. यात २१०७ कोटी रु. ची गुंतवणूक झालेली असून २.३ लाख इतका रोजगार निर्माण झालेला आहे. ही माहिती तंत्रज्ञान क्षेत्रे प्रामुख्याने मुंबई, पुणे व ठाणे या शहरात केंद्रित झालेली आहे. महाराष्ट्राच्या अन्य शहरांतही आय.टी. पार्कस् विकसित करण्याचा प्रयत्न शासनातर्फे चालू आहे.

५) संस्थात्मक सुविधा

औद्योगिक विकासासाठी पायाभूत सुविधा निर्माण करण्यासाठी महाराष्ट्र शासनाने महाराष्ट्र औद्योगिक विकास महामंडळ (M.I.D.C.) ची स्थापना केली आहे. रस्ते, वीज, पाणी इ. सुविधा एम.आय.डी.सी. ने विकसित केलेल्या औद्योगिक वसाहतीत उपलब्ध करून दिल्या दिल्या जातात. महाराष्ट्राच्या सात महसूल विभागांत (मुंबई, कोकण, नाशिक, पुणे, औरंगाबाद, अमरावती, नागपूर) मधील एम.आय.डी.सी. च्या औद्योगिक वसाहतीत २०११ मध्ये २६८७ एवढे कारखाने कार्यरत होते. यात रु. ७३,९३१ कोटींची गुंतवणूक झालेली आहे, तसेच एकूण रोजगार ९ लाख इतका निर्माण झालेला आहे. (संदर्भ : एम. आय. डी. सी. २०११) तसेच कच्च्या मालाचे विपणन आणि विपणन सेवा इ. साठी महाराष्ट्र लघु उद्योग विकास महामंडळ कार्य करते.

६) औद्योगिक क्षेत्रातील वाटा

वार्षिक औद्योगिक सर्वेक्षणानुसार महाराष्ट्र राज्याचा देशातील एकूण औद्योगिक क्षेत्रातील वाटा १२.३% इतका होता. (२००९-१०) एकूण औद्योगिक उत्पादन मूल्यात महाराष्ट्राचा वाटा १६.८% इतका होता. देशातील एकूण रोजगारात महाराष्ट्राचा वाटा ११.६% इतका होता.

महाराष्ट्रातील सेवा क्षेत्राची ठळक वैशिष्ट्ये

ऊर्जा, वाहतूक व दळणवळण इ. सुविधांमुळे सामाजिक व आर्थिक विकास होतो. अलीकडच्या काळात पायाभूत सुविधांच्या निर्मितीत खाजगी क्षेत्रानेही महत्त्वपूर्ण कामगिरी केलेली आहे. याचा अभ्यास प्रकरण १.२ मध्ये खाजगी क्षेत्राची भागीदारी या उपप्रकरणात सविस्तर केलेला आहे. महाराष्ट्रातील महत्त्वाच्या सेवा क्षेत्रांची ठळक वैशिष्ट्ये पुढीलप्रमाणे सांगता येतील.

१) ऊर्जा

ऊर्जा वा वीजपुरवठा ही दैनंदिन जीवनातील महत्त्वाची गरज आहे. ग्रामीण तसेच शहरी क्षेत्रांत नियमित व उचित दरात वीज पुरवठा होणे आवश्यक असते. कृषी औद्योगिक तसेच सेवा क्षेत्रांचा विकास सातत्यपूर्ण नियमित तसेच उचित किमतीला मिळणाऱ्या वीज पुरवठ्यावर अवलंबून असतो. महाराष्ट्र राज्याचा ऊर्जा क्षेत्रावर होणारा खर्च एकूण राज्य उत्पन्नाच्या ५.१% इतका २००९-१० या वर्षी होता. राज्यातील एकूण वीजनिर्मिती २०१०-२०११ मध्ये ८३,०१७ दशलक्ष युनिटस् इतकी होती. २०११-१२ या काळात हे प्रमाण ६७१७७ दशलक्ष युनिटस् एवढे वाढले. राज्यातील वीज वापराचे प्रमाण २०११-१२ मध्ये ७१८६७ दशलक्ष युनिटस् इतके होते. अर्थात, यामुळे विजेची टंचाई निर्माण होते. यासाठी राज्याला अन्य राज्यांतून वीज खरेदी करावी लागते. एकूण वीज वापरापैकी ३९% औद्योगिक, २२% घरगुती, १९% कृषी, १३% व्यापारी, ३%, सार्वजनिक सेवा, ३% रेल्वे व १% इतर कारणांसाठी वापरली जाते (२०१०-११)

२) वाहतूक

आर्थिक विकासातील महत्त्वाची सेवा म्हणजे वाहतूक सेवा होय. महाराष्ट्रात सार्वजनिक बांधकाम विभाग (P.W.D.) आणि जिल्हा परिषद यांच्यामार्फत वाहतूक व्यवस्थेची सुविधा पुरविली जाते. तक्ता क्र. ७ मध्ये महाराष्ट्रातील विविध रस्ता वाहतूक सोयींची माहिती दिलेली आहे. सर्व प्रकारच्या रस्त्यांची एकूण लांबी २,४१,७१२ कि.मी. इतकी आहे. पंतप्रधान ग्राम सडक योजनेच्या अंतर्गत

तक्ता क्र. ७

महाराष्ट्रातील रस्ते (सार्व. बांधकाम खाते व जि.प.) कि.मी.

प्रकार	वर्ष (२०११)
१) राष्ट्रीय महामार्ग	४,३७६
२) राज्य महामार्ग	३४,१०३
३) मुख्य जिल्हा रस्ते	४९,९३६
४) इतर जिल्हा रस्ते	४६,८९७
५) गाव रस्ते	१,०६,४००
	२,४१,७१२

संदर्भ : (पी. डब्ल्यू. डी., गव्ह. ऑफ महाराष्ट्र, आर्थिक सर्वेक्षण. पृ. १४७)

११ व्या पंचवार्षिक योजना काळात (२००७-०८ ते २०११-१२) १५,४८९.०८ कि.मी. चे रस्ते तयार करण्यात आले. महाराष्ट्र राज्य रस्ता वाहतूक महामंडळाच्या वतीने खाजगी भागीदारीत 'बांधा, वापरा व हस्तांतरित करा' या धोरणानुसार रस्ते बांधणी, उड्डाण पूल यांची बांधकामे करण्यात येत आहेत. २०११ पर्यंत या महामंडळाने रु. ७१८७ कोटी रुपयांचे १८ प्रकल्प पूर्ण केलेले होते.

राज्यातील एकूण रेल्वे मार्गाची लांबी मार्च २०११ पर्यंत ५९८४ कि.मी. इतकी होती. देशातील एकूण रेल्वे मार्गाच्या ९.२% इतका रेल्वेमार्ग महाराष्ट्रात आहे.

महाराष्ट्राला ७२० कि.मी. लांबीचा समुद्र किनारा मिळालेला आहे. मुंबई पोर्ट ट्रस्ट आणि जवाहरलाल नेहरू पोर्ट ट्रस्ट या दोन बंदरांतून समुद्रमार्गे मालवाहतूक होते. २०११-१२ मध्ये मुंबई पोर्ट ट्रस्ट मधून ४०२.१७ लाख मे. टन तर जे.एन.पी.टी. मधून ४९४.७८ लाख मे. टन मालाची वाहतूक करण्यात आली.

महाराष्ट्रात ३ आंतरराष्ट्रीय व ५ देशांतर्गत हवाई वाहतूक करणारे विमानतळ आहेत. यातून २०११ मध्ये ८८.४१ लाख प्रवाशांची वाहतूक झाली तर ४७०७४८ मे.टन माल वाहतूक करण्यात आली.

३) दळणवळण (Communications)

पोस्ट, टेलिग्राफ, व्हिडिओ, इंटरनेट व माहितीचे संप्रेषण हा दळणवळणाचा भाग असून आर्थिक विकासासाठी दळणवळण विकास आवश्यक असतो. महाराष्ट्रात २०१०-११ मध्ये पोस्ट ऑफिसेसची संख्या १२८६० इतकी होती; तर टपालपेट्यांची संख्या ५२५५२ इतकी होती. अलीकडे दळणवळणाच्या क्षेत्रात अनेक खाजगी कंपन्यांनीही प्रवेश केला आहे. महाराष्ट्रात २०१०-११ मध्ये घरगुती फोनस् (Land Lines) ची संख्या ५६.६९ लाख तर मोबाईल फोनसूची संख्या १०५८.३४ लाख इतकी होती.

१.९.२ महाराष्ट्रातील दुष्काळ व्यवस्थापन (Drought management in Maharashtra)

देशात व महाराष्ट्रात पावसाअभावी अनेकदा दुष्काळाची स्थिती निर्माण होते. भारतात आणि महाराष्ट्रात नैर्ऋत्य मान्सून वाऱ्यांच्या प्रभावामुळे जून ते सप्टेंबर या काळात पाऊस पडतो. वर्षभरात फक्त या चारच महिन्यांत मान्सूनचा पाऊस पडत असल्याने पावसाचे प्रमाण कमी झाल्यास किंवा पाऊसच न आल्यास त्याचा पिकांचे उत्पादन, उत्पन्न या सर्वांवर अनिष्ट परिणाम होतो. अन्नधान्य उत्पादन कमी होते, किंमतवाढ होते. पिण्याच्या पाण्याचा व जनावरांच्या चाऱ्यांचा प्रश्न निर्माण होतो. दुष्काळी भागात रोजगार मिळत नाही, त्यामुळे अशा भागातून स्थलांतर होते. नागरी भागातही समस्या निर्माण होतात. औद्योगिक उत्पादनावरही दुष्काळाचा अनिष्ट परिणाम होतो. उशिरा पर्जन्य, लवकर पर्जन्यवृष्टी होऊन नंतर पर्जन्यवृष्टी न होणे, कमी कालावधीसाठी पर्जन्यवृष्टी होणे यामुळे दुष्काळी परिस्थिती निर्माण होऊ शकते.

दुष्काळाचे व्यवस्थापन

दुष्काळाच्या परिस्थितीत दुष्काळाचा आढावा आणेवारी पद्धतीने घेतला जातो. तसेच दुष्काळी भागात रोजगार निर्माण करण्यासाठी रस्ते बांधणी, मृद् संधारण, वनीकरण, पाटबंधाऱ्याची कामे काढून रोजगार पुरविला जातो.

दुष्काळी परिस्थितीत पिण्याचे पाणी पुरविण्यासाठी टँकरद्वारे पाणीपुरवठा करणे तसेच जनावरांच्या छावण्या निर्माण करून त्यांच्या चारा व पाण्याची व्यवस्था केली जाते. स्वस्त दरात चारा पुरविण्याची व्यवस्था शासनामार्फत केली जाते. पाण्याचे नवीन स्रोत शोधणे, वैद्यकीय सुविधा पुरविणे यासाठी निधी उपलब्ध करणे इ. कामे शासन करते.

केंद्र शासनाने आपत्ती निवारण निधी (Calamity Relief Fund) आणि राष्ट्रीय आपत्ती आनुषंगिक निधी (National Calamity Contingency Fund) इ. द्वारे दुष्काळाची तीव्रता कमी करण्यासाठी निधींची तरतूद केलेली आहे. याशिवाय, ग्रामीण कामे कार्यक्रम (Rural Work Programme) दुष्काळप्रवण क्षेत्र कार्यक्रम (DPAP) एकात्मिक पाणलोट क्षेत्र कार्यक्रम इ. द्वारे दुष्काळाची तीव्रता व व्याप्ती कमी करण्याचा प्रयत्न केला जातो.

२०१२-१३ या वर्षात कमी पर्जन्यमान झाल्यामुळे महाराष्ट्राच्या नाशिक, धुळे, नंदुरबार, लातूर, बीड, परभणी, औरंगाबाद, उस्मानाबाद, सातारा, सांगली, गोंदिया, गडचिरोली, अमरावती व बुलढाणा इ. जिल्ह्यात

दुष्काळाची स्थिती निर्माण झाली. २ हेक्टरपर्यंत जमीन असणाऱ्या शेतकऱ्यांना रु. ८००० प्रति हेक्टर नुकसानभरपाई देण्याचा शासनाने निर्णय घेतला. चाऱ्यासाठीही अनुदाने देण्याची घोषणा शासनाने केली. ५० पैशांपेक्षा कमी आणेवारी (खरीप पिके) असलेल्या गावांची संख्या ६२०१, तर रब्बी पिकांची ५० पेक्षा कमी आणेवारी असलेल्या गावांची संख्या १५५२ इतकी होती.* (बिझनेस स्टँडर्ड, मे, २०१२) दुष्काळग्रस्तांना मदत करण्यासाठी केंद्र शासनाकडूनही मदत मिळविण्याचा प्रयत्न महाराष्ट्र शासनाने केलेला आहे.

१.९.३ विदेशी प्रत्यक्ष गुंतवणूक (Foreign Direct Investment)

ऑगस्ट १९९१ ते सप्टेंबर २०१० पर्यंत महाराष्ट्रात विदेशी प्रत्यक्ष गुंतवणुकीचे ४२२१ प्रस्ताव प्राप्त झाले. यातून रु. ८४९५८ कोटीची विदेशी गुंतवणूक अपेक्षित होती. अमेरिका व मॉरिशस या दोन देशांनी महाराष्ट्रात एकूण विदेशी प्रत्यक्ष गुंतवणुकीच्या अनुक्रमे १६% व १४% एवढी सर्वाधिक गुंतवणूक केलेली आहे. तक्ता क्र. ८ वरून असे आढळून येते की माहिती तंत्रज्ञान व वित्तीय सेवा यामध्ये विदेशी प्रत्यक्ष गुंतवणूक जास्त झालेली आहे. महाराष्ट्रात जवळपास सर्व महत्त्वाच्या औद्योगिक उत्पादनासाठी ही गुंतवणूक झालेली आहे असेही तक्ता क्र. ८ वरुन दृष्टोत्पत्तीस येते.

तक्ता क्र. ८

उद्योगगटानुसार महाराष्ट्रात विदेशी प्रत्यक्ष गुंतवणूक

(१९९१ ते २०१०)

उद्योग गट	प्रस्ताव संख्या	प्रत्यक्ष गुंतवणूक (कोटी रु.)	प्रत्यक्ष गुंतवणूक (%)
१. माहिती व तंत्रज्ञान	७६२	१२,७६५	१५.०
२. वित्तीय सेवा	६६७	११८५८	१४.०
३. हॉटेल व पर्यटन	९५	६३२६	७.५
४. व्यवसाय व्यवस्थापन (सल्ला सेवा)	३६९	४९६२	५.८
५. वाहतूक	१०८	४१२४	४.९
६. सिमेंट/सिरॅमिक	५८	३७२७	४.४
७. ऊर्जा	३९	२८४१	३.३
८. रसायने/खते	१९७	२६६६	३.१
९. इलेक्ट्रीकल्स/इलेक्ट्रॉनिक्स	२१२	१४६७	१.७
१०. कागद	३१	१३२३	१.६
११. सुती कापड	१२२	१०५१	१.२
१२. अन्न प्रक्रिया	१७३	१०३९	१.२
१३. औषधे	१२१	१०१२	१.२
१४. वाहन	११२	८९५	१.१
१५. औद्योगिक यंत्रसामग्री	२६१	७७१	०.९
१६. प्लॅस्टिक/रबर	२७	७६७	०.९
१७. उपकरणे	८९	७१७	०.८
१८. इतर	७७८	२६६४७	३१.४
एकूण	४२२१	८४९५८	१००.०

संदर्भ : महाराष्ट्राचे आर्थिक सर्वेक्षण, महाराष्ट्र सरकार पृ. ११५

स्वाध्यायासाठी प्रश्न

अ) गाळलेल्या जागी योग्य पर्याय निवडा.

१) महाराष्ट्राच्या सकल राज्य उत्पादनात कृषी क्षेत्राचा वाटा २०१०-११ या वर्षी .... इतका होता.

(अ) १२.८% (ब) १३.८% (क) १५.५%

२) महाराष्ट्रातील ७४% धारणाक्षेत्र हे .... हेक्टर किंवा त्यापेक्षा कमी धारणाक्षेत्र असलेल्या शेतकऱ्यांचे आहे.

(अ) ५ हेक्टर (ब) ६ हेक्टर (क) २ हेक्टर

३) .... मंडळ महाराष्ट्रातील निरनिराळ्या फळांचे उत्पादन व गुणवत्ता यात वाढ करण्याचे कार्य करते.

(अ) महाराष्ट्र राज्य बियाणे महामंडळ

(ब) महाराष्ट्र राज्य औद्योगिक विकास महामंडळ

(क) महाराष्ट्र राज्य फलोत्पादन व वनौषधी महामंडळ

४) भारताच्या एकूण निर्यातीत महाराष्ट्र राज्याचा वाटा .... इतका आहे.

(अ) २८.०% (ब) २७.०% (क) ३०.०%

५) .... या देशाने महाराष्ट्रात सर्वाधिक विदेशी प्रत्यक्ष गुंतवणूक केलेली आहे.

(अ) इंग्लंड (ब) फ्रान्स (क) अमेरिका

ब) योग्य पर्याय निवडा

१) २०११-१२ या वर्षात २०१०-११ च्या तुलनेने अन्नधान्याचे उत्पादन घटले कारण-

(अ) कमी पर्जन्यमान (ब) बी-बियाणांची टंचाई (क) लागवडीखालील कमी क्षेत्र

२) सुधारित बियाणांचा पुरवठा पुढील मार्गाने होतो.

(अ) खाजगी (ब) सार्वजनिक (क) सार्वजनिक व खाजगी

३) विशेष आर्थिक क्षेत्रामुळे गुंतवणूक व रोजगार यात

(अ) घट होते. (ब) वाढ होते. (क) परिणाम होत नाही.

४) उद्योगांना पायाभूत सुविधा निर्माण करण्यासाठी महाराष्ट्र राज्याने पुढील महामंडळाची स्थापना केली.

(अ) महाराष्ट्र राज्य कृषी विपणन मंडळ

(ब) महाराष्ट्र औद्योगिक विकास महामंडळ

(क) महाराष्ट्र राज्य फलोत्पादन व वनौषधी महामंडळ

५) एकूण वीज वापरापैकी महाराष्ट्रात सर्वाधिक विजेचा वापर पुढील क्षेत्रात होतो.

(अ) घरगुती (ब) व्यापारी (क) औद्योगिक

क) पुढील विधाने चूक की बरोबर ते सांगा.

१) २००५-०६ ते २००९-१० या काळात अकृषी क्षेत्रांचे प्रमाण वाढले.

२) महाराष्ट्र राज्यात ७४% धारणाक्षेत्र हे १० हेक्टरपेक्षा अधिक धारणाक्षेत्र असलेल्या शेतकऱ्यांचे आहे.

३) एकूण लागवडीखालील जमिनीपैकी पाण्याखालील जमिनीचे प्रमाण महाराष्ट्रात १७.९% आहे.

४) भारतातून निर्यात होणाऱ्या वस्तूंमध्ये महाराष्ट्रात निर्यात होणाऱ्या वस्तूंचा वाटा २७.०% इतका आहे.

५) महाराष्ट्रात सर्वाधिक विदेशी प्रत्यक्ष गुंतवणूक जपान या राष्ट्राने केली आहे.

ड) जोड्या जुळवा

१) कृषीमाल विपणन	१) महाराष्ट्र राज्य औद्योगिक विकास महामंडळ
२) पायाभूत सुविधा	२) सार्वजनिक बांधकाम खाते
३) वाहतूक सेवा	३) सागरी वाहतूक
४) जवाहरलाल नेहरू पोर्ट ट्रस्ट	४) दुष्काळ निवारण
५) आपत्ती निवारण निधी	५) कृषी उत्पन्न बाजार समिती

उत्तरे

अ)	१. (अ)	२. (क)	३. (क)	४. (ब)	५. (क)
ब)	१. (अ)	२. (क)	३. (ब)	४. (ब)	५. (क)
क)	१. बरोबर	२. चूक	३. बरोबर	४. बरोबर	५. चूक
ड)	१-५	२-१	३-२	४-३	५-४

२

विकास व कृषी यांचे अर्थशास्त्र

२.१ समष्टी अर्थशास्त्र
(Macro Economics)

२.१.१ राष्ट्रीय उत्पन्न (National Income)

राष्ट्रीय उत्पन्न ही महत्त्वाची अर्थशास्त्रीय संकल्पना आहे. एका वर्षात देशातील साधनसामग्रीच्या साहाय्याने वस्तू व सेवांचे जे उत्पादन होते त्याचे चालू बाजारभावाने वा किमतीने जे मूल्यांकन केले जाते त्यास राष्ट्रीय उत्पन्न असे म्हणतात. देशाची आर्थिक वृद्धी मोजण्याचा राष्ट्रीय उत्पन्न हा निकष असतो. निरनिराळ्या राष्ट्रांची तुलना करण्यासाठीही राष्ट्रीय उत्पन्नाच्या आकडेवारीचा उपयोग होतो. राष्ट्रीय उत्पन्नाला लोकसंख्येने भागले असता दरडोई उत्पन्न समजते.

राष्ट्रीय उत्पन्न : अर्थ व व्याख्या

राष्ट्रीय उत्पन्नाच्या अनेक अर्थतज्ज्ञांनी व्याख्या केलेल्या आहेत, त्यापैकी काही व्याख्या खालीलप्रमाणे :-

१) प्रो. पिगू : समाजाच्या वस्तुनिष्ठ उत्पन्नाच्या ज्या भागाची पैशात गणना करता येते, त्या भागाला राष्ट्रीय उत्पन्न म्हणतात. त्यामध्ये विदेशातून मिळविलेल्या उत्पन्नाचाही समावेश होतो.

२) **प्रो. फिशर :** एका वर्षाच्या कालखंडात राष्ट्रातील निव्वळ उत्पादनांपैकी जो भाग प्रत्यक्षरीत्या उपभोगासाठी वापरला जातो, त्या भागाचे पैशातील मूल्यांकन म्हणजे राष्ट्रीय उत्पन्न होय.

३) **प्रो. सॅम्युलसन :** एका वर्षाच्या कालावधीत राष्ट्रातील प्रवाहित होणाऱ्या वस्तू व सेवांच्या पैशातील मूल्यास दिलेले सर्वसाधारण नाव म्हणजे राष्ट्रीय उत्पन्न होय.

४) **भारताच्या राष्ट्रीय उत्पन्न समितीने दिलेली व्याख्या :** एखाद्या विशिष्ट कालखंडात उत्पादित करण्यात आलेल्या वस्तू व सेवांची दुहेरी गणना होऊ न देता केलेले मापन म्हणजे राष्ट्रीय उत्पन्न होय.

● **स्थूल राष्ट्रीय उत्पन्न :** एका वर्षाच्या कालखंडात देशात उत्पादित होणाऱ्या वस्तू व सेवांची दुहेरी गणना होऊ न देता बाजारभावाने केलेले मूल्यांकन म्हणजे स्थूल राष्ट्रीय उत्पादन होय.

● **निव्वळ राष्ट्रीय उत्पन्न :** स्थूल राष्ट्रीय उत्पादनातून भांडवली वस्तूंचा घसारा वजा केल्यास शिल्लक उत्पन्नाला निव्वळ राष्ट्रीय उत्पन्न असे म्हणतात.

२.१.२ राष्ट्रीय उत्पन्न लेखांकनाच्या पद्धती (Methods of national income accounting)

राष्ट्रीय उत्पन्नाची गणना करण्याची एकच व अचूक पद्धत नाही. राष्ट्रीय उत्पन्न गणनेच्या किंवा अंदाज करण्याच्या सामान्यपणे तीन पद्धती आहेत.

१) एकूण उत्पादन पद्धती
२) एकूण उत्पन्न पद्धती
३) एकूण खर्च पद्धती

वरील तीन पद्धतींचा आपण सविस्तर विचार करणार आहोत.

१) एकूण उत्पादन पद्धती

उत्पादन पद्धतीने राष्ट्रीय उत्पन्नाची गणना दोन प्रकारे केली जाते. एक म्हणजे अंतिम उत्पादनाची गणना करणे व दुसरे मूल्यवृद्धी पद्धतीने गणना करणे

● **अंतिम उत्पादनाची गणना :–** यात अर्थव्यवस्थेतील निरनिराळ्या क्षेत्रात उदा. शेती, उद्योग इ. विभागणी करून अंतिम वस्तूची गणना करून बाजारभावाने मूल्यांकन केले जाते.

● **मूल्यवृद्धी पद्धत :–** एखाद्या उत्पादनात इतर वस्तूंच्या वापरामुळे (उदा. कच्चा माल) अंतिम उत्पादनात जी निव्वळ भर पडते त्यास मूल्यवृद्धी म्हणतात. या पद्धतीत एकाच वस्तूची दुहेरी गणना टाळता येते. कच्च्या मालाचे पक्क्या मालात रूपांतर करताना उत्पादनाच्या प्रत्येक टप्प्यावर निव्वळ मूल्यवृद्धी किती झाली हे शोधून काढून, या मूल्यवृद्धीची बेरीज करून राष्ट्रीय उत्पन्नाचा अंदाज केला जातो. मूल्यवृद्धीची बेरीज ही संकल्पना समजावून घेणे आवश्यक आहे.

राष्ट्रीय उत्पन्न मोजताना उत्पादन मूल्याची दुहेरी गणना झाल्यास राष्ट्रीय उत्पन्नाची अचूक आकडेवारी मिळणार नाही. उत्पादनाच्या प्रत्येक टप्प्यात केवळ मूल्यवृद्धीचीच बेरीज केल्यास दुहेरी गणनेचा दोष टाळता येतो. यासाठी पुढील सूत्र वापरले जाते.

मूल्यवृद्धी = अंतिम उत्पादनाचे विक्री मूल्य – अन्य उत्पादनसंस्थांच्या आदानाचे मूल्य

$$VA = SR - VI$$

VA = Value added

SR = Sales revenue of final product

VI = Value of input

उदा. एखाद्या उत्पादनसंस्थेच्या अंतिम उत्पादनाचे विक्री मूल्य रु.१०,०००/- मिळाले. यासाठी इतर आदानाचे (कच्चा माल, इंधन इ.) चे मूल्य रु. ८०००/- इतके इतर संस्थांना द्यावे लागते तर मूल्यवृद्धी पुढीलप्रमाणे होईल.

मूल्यवृद्धी = अंतिम उत्पादनाचे विक्री मूल्य - अन्य उत्पादन संस्थांच्या आदानाचे मूल्य
= १०००० - ८०००
= २००० रुपये

२) एकूण उत्पन्न पद्धती

वस्तू व सेवा यांचे उत्पादन करण्यासाठी भूमी, श्रम, भांडवल, संयोजनकौशल्य या चार उत्पादन घटकांची आवश्यकता असते. यासाठी या उत्पादनघटकांना अनुक्रमे खंड, वेतन, व्याज व नफा या स्वरूपात मोबदले द्यावे लागतात. या सर्व मोबदल्यांची बेरीज केली असता राष्ट्रीय उत्पन्नाचा अंदाज करता येतो. तसेच देशातील उत्पादनघटकांना विदेशातून मोबदला मिळाल्यास त्याचाही समावेश राष्ट्रीय उत्पन्नात केला जातो.

३) एकूण खर्च पद्धती

एकूण राष्ट्रीय खर्च व राष्ट्रीय उत्पादनाचे मूल्य हे सारखेच असते. खर्च पद्धतीने राष्ट्रीय उत्पन्नाचा अंदाज करताना वैयक्तिक उपभोग खर्च + खाजगी गुंतवणूक खर्च + सार्वजनिक गुंतवणूक खर्च + निव्वळ निर्यात यांची गणना केली जाते. यातून घसारा वजा केला जातो. या प्रकारे खर्च पद्धतीचा वापर करून राष्ट्रीय उत्पन्नाचा अंदाज करता येणे शक्य असते. पुढील सूत्रानुसार खर्च पद्धतीने राष्ट्रीय उत्पन्नाचा अंदाज केला जातो.

$E = C + I + G + (X - M)$

E = राष्ट्रीय खर्च　　C = खाजगी उपभोग खर्च

I = खाजगी गुंतवणूक खर्च　　M = सार्वजनिक गुंतवणूक खर्च

X = निर्यात खर्च　　M = आयात खर्च

२.१.३ पैसा (Money)

चलनाधिष्ठित अर्थव्यवस्थेत पैशाला महत्त्वाचे स्थान आहे.

पैशाच्या निरनिराळ्या अर्थतज्ज्ञांनी व्याख्या केलेल्या आहेत. त्यापैकी काही व्याख्या पुढीलप्रमाणे आहेत -

१) एफ्. वाकर – पैसा म्हणजे पैशाकडून केले जाणारे कार्य होय. (Money is what money does.)

२) डी.एच.रॉबर्टसन – पैसा म्हणजे अशी कोणतीही वस्तू की जी वस्तू किंवा इतर कोणत्याही व्यावसायिक दायित्वाचे देणे म्हणून सार्वत्रिकरीत्या स्वीकारली जाते.

३) क्रौथर – पैसा म्हणजे सर्वसाधारणपणे सर्वांकडून स्वीकारली जाणारी अशी कोणतीही वस्तू की जी विनिमयाचे साधन म्हणून (म्हणजेच देणी भागविण्याचे साधन म्हणून) व त्याच वेळी किंमत मोजण्याचे व संचयाचे साधन म्हणूनही कार्य करते.

४) केण्ट – पैसा म्हणजे अशी कोणतीही वस्तू की जी विनिमय माध्यम किंवा मूल्य निर्धारणासाठी सर्वांकडून सर्वसाधारणपणे स्वीकारली जाते.

पैशांची कार्ये – (Functions of Money)

पैशांच्या कार्याची पुढीलप्रमाणे विभागणी केली जाते- (अ) प्राथमिक कार्ये (ब) दुय्यम कार्ये (क) आनुषंगिक किंवा अवलंबून असलेली कार्ये

पैशांची तिन्ही प्रकारची कार्ये पुढील प्रवाह तक्त्यात दर्शविलेली आहे.

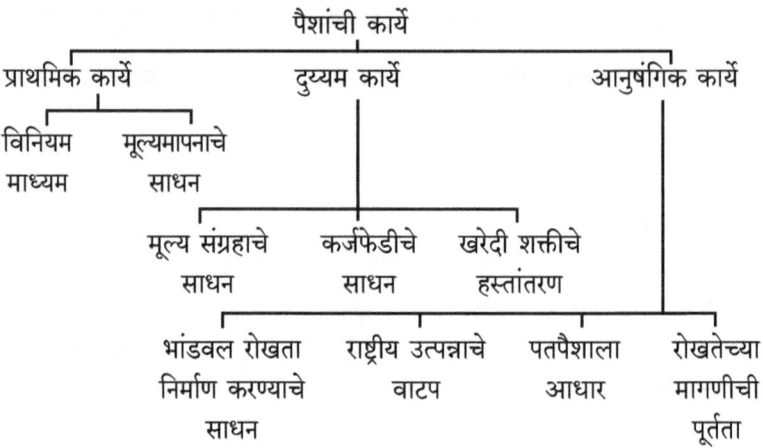

अ) पैशांची प्राथमिक कार्ये

१) **विनिमय माध्यम :–** पैशामुळे विनिमय किंवा देवघेव करता येणे शक्य होते. पैशाचा विनिमय माध्यम म्हणून स्वीकार केल्यामुळे वस्तू विनिमयातील अनेक अडचणी दूर होऊ शकल्या. विनिमय, देवघेव, वस्तू व सेवांची खरेदी-विक्री हे आर्थिक व्यवहार पैशाच्या माध्यमामुळे सुलभपणे होतात. पैशाचा माध्यम म्हणून वापर करण्यास सुरुवात झाल्यामुळे विनिमय, देवघेव व व्यापारात प्रचंड वाढ झाली.

२) **मूल्यमापनाचे साधन :–** वस्तू व सेवा यांचे मूल्य पैशात मोजता येते, त्यामुळे वस्तू व सेवांचे मूल्य किमतीच्याद्वारे व्यक्त करता येते. खरेदी-विक्री किंवा विनिमयासाठी वस्तू वा सेवेचे मूल्य निश्चित करता आले पाहिजे. तसेच ते मूल्य व्यक्त करता आले पाहिजे. या दोन्ही गोष्टी पैशांमुळे करता येतात. मूल्य निश्चिती व किमती व्यक्त करण्याचे साधन म्हणून कार्य करणे हे पैशाचे प्राथमिक कार्य आहे.

ब) पैशांची दुय्यम कार्ये

१) **मूल्यसंग्रहाचे साधन :–** वस्तूंचा संग्रह किंवा साठा करून ठेवण्यात अनेक अडचणी असतात. वस्तूंचा संग्रह करण्याऐवजी पैशाचा संग्रह करणे अधिक सोयीचे असते, कारण भविष्यकाळात कोणतीही वस्तू खरेदी करायची असल्यास स्वतःजवळ असलेल्या पैशाच्या संग्रहातून किंवा बचतीमधून वस्तू खरेदी करणे शक्य असते; म्हणजेच पैशाचा उपयोग मूल्यसंग्रह करण्यासाठी होतो. हे पैशाचे दुय्यम कार्य होय.

२) **कर्जफेडीचे साधन :–** वर्तमान काळातील पैशाचे व्यवहार भविष्यकाळात पूर्ण करणे म्हणजे विलंबित देणी देणे होय. चलनवाढीमुळे भविष्यकाळात पैशाची किंमत काही प्रमाणात कमी होऊ शकते. परंतु, कर्जे घेतली असल्यास त्यावर व्याज आकारले जाते, त्यामुळे भविष्यकाळातील नुकसानीची भरपाई होऊ शकते. तसेच बचतीमुळे निर्माण झालेल्या ठेवींचा उत्पादक कामासाठी उपयोग करता येतो. कर्जे पैशाच्या रूपात उभारली जातात व पैशाच्या रूपात कर्जफेड केली जाते.

३) **खरेदीशक्तीचे हस्तांतरण :–** पैशाच्या माध्यमातून खरेदीशक्ती एका व्यक्तींकडून दुसऱ्या व्यक्तिकडे किंवा संस्थेकडे हस्तांतरित करता येते; तसेच एका ठिकाणाहून दुसऱ्या ठिकाणाकडे संपत्तीचे वहन आणि स्थानांतर करता येते. एका ठिकाणची मालमत्ता विकून दुसऱ्या ठिकाणची मालमत्ता विकत घेता येते.

क) पैशाची आनुषंगिक कार्ये

१) **भांडवलरोखता निर्माण करण्याचे साधन :–** पैशांमुळे इमारत, भागभांडवल, यंत्रसामग्री इ. संपत्तीचे रोखतेत रूपांतर करता येते; तसेच रोखतेचे पुन्हा संपत्तीत रूपांतर करता येणे शक्य होते. पैशांमुळे भागभांडवल खरेदी करणे, लाभांश देणे, खंड व मजुरी देणे इ. कार्येही करता येतात. भांडवल संचय, भांडवल गुंतवणूक, भांडवल उभारणी पैशांमुळे करता येते.

२) **राष्ट्रीय उत्पन्नाचे वाटप :–** वस्तू व सेवांचे उत्पादन करण्यासाठी भूमी, श्रम, भांडवल व संयोजन कौशल्य या चार उत्पादनघटकांची आवश्यकता असते. या चारही उत्पादनघटकांना उत्पादनकार्यात सहभागी होण्याबद्दल खंड, वेतन, व्याज व नफा हे मोबदले दिले जातात. हा मोबदला पैशांच्या रूपात दिला जातो. उत्पादन घटकांचे मूल्यांकन व उत्पन्नाचे विभाजन पैशामुळे होते.

३) **पतपैशाला आधार :–** पैसा ज्याप्रमाणे सरकारनिर्मित असतो तसाच तो बँक निर्मितही असतो. बँकनिर्मित पैशास पतपैसा असे म्हणतात. बँकांमध्ये ज्या रोख ठेवी ठेवल्या जातात; त्याच्या आधारावर कर्जे व पतपैशांची निर्मिती होते. ऋणकोला बँका जेव्हा कर्ज देतात तेव्हा ऋणकोचे खाते उघडून त्याच्या खात्यावर कर्ज रक्कम जमा केली जाते. या प्रकारे ठेवीतून कर्जे व कर्जातून ठेवींची म्हणजेच पतपैशांची निर्मिती होते. या प्रकारे पतपैशाला मुख्यत्वे रोख पैशाचा आधार असतो.

४) **रोखतेच्या मागणीची पूर्तता :–** पैशामुळे लोकांच्या रोखतेची मागणी पूर्ण होते. ब्रिटिश अर्थतज्ज्ञ जे.एम.केन्स यांच्या मते रोखतेची मागणी व्यवहार हेतू, खबरदारीचा हेतू व किमतीतील चढ–उतारांचा फायदा घेण्याचा हेतू या तीन हेतूंमुळे निर्माण होते. रोख रकमेची लोकांची गरज पैशांमुळे पूर्ण होते.

२.१.४ आधार पैसा/पायाभूत पैसा (Base Money)

वस्तू, सेवा अगर मालमत्ता इ.ची देवघेव करण्यासाठी पैसा माध्यम म्हणून वापरला जातो, परंतु पैसा म्हणजे केवळ कागदी नोटा व नाणी नव्हेत. पैसा म्हणजे नोटा व नाणी + मागणी ठेवी होय.

विशिष्ट क्षणी अर्थव्यवस्थेतील पैशांची एकूण संख्या म्हणजे पैशांचा पुरवठा होय. पायाभूत पैसा ही संज्ञा पैशांच्या एकूण पुरवठ्याशी संबंधित आहे. पायाभूत पैशाचे वर्गीकरण पुढीलप्रमाणे केले जाते.

१) M_1 = लोकांकडील चलन (नोटा+नाणी) + व्यापारी बँकांकडील मागणी ठेवी

२) $M_2 = M_1$ + पोस्टातील बचत खात्यावरील ठेवी

३) $M_3 = M_2$ + व्यापारी बँकांकडील मुदत ठेवी

४) $M_4 = M_3$ + बँकेतर संस्थांकडील भाग, रोखे व जिंदगी

२.१.५ जननक्षम पैसा/उच्च शक्ती पैसा (High Power Money)

उच्च शक्ती पैसा (high power money) म्हणजे लोकांजवळ असलेले चलन (नोटा+नाणी) आणि व्यापारी बँकांकडील विविध प्रकारचा राखीव निधी होय. व्यापारी बँका पतपुरवठा करतात. पतपुरवठ्यात वाढ

घडवून आणण्यासाठी उच्च शक्ती पैशांची आवश्यकता असते. उच्च शक्ती पैसा व्यापारी बँकांजवळ जास्त असल्यास जास्त पतपैसा निर्माण होऊन पतपैशाचा पुरवठा वाढतो व उच्च शक्ती पैसा कमी असल्यास बँका कमी पतपुरवठा करतात व अर्थव्यवस्थेतील पैशांचा पुरवठाही कमी होते.

व्यापारी बँकांकडील उच्च शक्ती पैसा यात व्यापारी बँकांना मध्यवर्ती बँकेत कायद्यानुसार ठेवाव्या लागणाऱ्या पैशांचा (Legal Cash Reserve) आणि लोकांची मागणी पूर्ण करण्यासाठी स्वत:जवळ जो पैसा राखून ठेवावा लागतो याचा समावेश होतो. सारांश,

उच्च शक्ती पैसा (H) = C + RR + ER

C = चलन (नोटा व नाणी)   RR = आवश्यक राखीव निधी

ER = अतिरिक्त राखीव निधी

२.१.६ पैसा गुणक (Money Multiplier)

उच्च शक्ती पैशातील बदलाचा पैशांच्या पुरवठ्याशी असलेला दर (ratio) म्हणजे पैसा गुणक होय. व्यापारी बँकांजवळ व्यक्ती व संस्था ठेवी ठेवतात. या ठेवींपैकी काही भाग व्यापारी बँकांना मध्यवर्ती बँकेजवळ ठेवावा लागतो, तसेच ठेवीदारांनी मागताक्षणीच बँकांना त्यांच्या ठेवी परत कराव्या लागतात. ठेवीदारांच्या रोख रकमेची मागणी पूर्ण करण्यासाठी एकूण ठेवींपैकी काही रक्कम बँका स्वत:जवळ ठेवतात. उरलेल्या रकमेतून बँका कर्जे देतात. कर्जे देताना कर्जदाराच्या नावे खाते उघडून कर्ज रक्कम त्याच्या खात्यात जमा केली जाते. कर्जदार धनादेशाद्वारे ही रक्कम काढतो किंवा त्याच्या व्यावसायिक गरजा भागविण्यासाठी वापरतो; म्हणजेच ठेवीतूनच कर्जे निर्माण होतात व कर्जातून पुन्हा ठेवी निर्माण होतात, त्यामुळे पैशांच्या एकूण पुरवठ्यात वाढ होते. व्यापारी बँकांकडे उच्च शक्ती पैसा जास्त असल्यास जास्त पतपैसा निर्माण होतो व कमी उच्च शक्ती पैसा असल्यास कमी पत पैसा निर्माण होतो. सारांश, अर्थव्यवस्थेतील पतपैशाचा पुरवठा हा व्यापारी बँकांजवळील कायदेशीर राखीव निधी व त्यांना जवळ बाळगावा लागणारा रोख निधी यावरून ठरते.

पैसा गुणक पुढील प्रमाणे काढता येतो –

m $= \dfrac{1}{RR}$

m = पैसा गुणक   C = लोकांकडील रोख पैसा

D = व्यापारी बँकांजवळील ठेवी   RR = व्यापारी बँकांकडील रोखता निधी

कायदेशीर राखीव निधी व व्यापारी बँकांना स्वत:जवळ बाळगावा लागणारा रोख निधी याव्यतिरिक्त पैशांच्या पुरवठ्यात एकूण किती वाढ होईल याचे प्रमाण पैसा गुणकामुळे कळते.

उदा. २० टक्के राखीव निधी बँकांकडे असल्यास तो पुढीलप्रमाणे मांडता येईल.

RR $= \dfrac{1}{5}$

म्हणून पैसा गुणक

m $= \dfrac{1}{\dfrac{1}{5}}$

$= 5$

वरील उदाहरणात गुणक ५ असल्यामुळे राखीव निधी रु. १० असल्यास पतपैसा १० x ५ = ५० रु. इतका होईल. गुणक जास्त असल्यास पतपैशाच्या पुरवठ्यात वाढ होते; तर गुणक कमी असल्यास पैशाचा पुरवठाही कमी होतो.

२.१.७ पैशांचा संख्या सिद्धान्त (Quantity Theory of Money)

पैशाच्या संख्या सिद्धान्तासच पैशाचा चलन संख्यामान सिद्धान्त असेही म्हणतात. प्रो. आयर्व्हिंग फिशर यांनी त्यांच्या 'द परचेसिंग पॉवर ऑफ मनी' या पुस्तकात पैशाचा चलन संख्यामान सिद्धान्त मांडला. त्यांच्या मते, इतर परिस्थिती कायम राहिल्यास पैशांच्या संख्येत वाढ झाली असता, किंमत पातळीत प्रत्यक्ष व प्रमाणशीर वाढ होते आणि पैशांचे मूल्य घटते, तसेच पैशांच्या संख्येत घट झाली असता किंमत पातळीतही घट होते आणि पैशांचे मूल्य वाढते. याचा अर्थ पैशांच्या संख्येत दुप्पट वाढ झाल्यास किंमत पातळीतही दुप्पट वाढ होईल. फिशर यांचा हा सिद्धान्त रोकड व्यवहार दृष्टिकोन (कॅश बॅलन्स अ‍ॅप्रोच) म्हणून ओळखला जातो, कारण हा सिद्धान्त प्रामुख्याने 'रोख व्यवहार' लक्षात घेतो.

फिशरचा चलन संख्यामान सिद्धान्त सूत्ररूपाने पुढीलप्रमाणे लिहिला जातो–

$$MV = PT$$

M = पैशांचा पुरवठा V = पैशांचा भ्रमणवेग

P = सरासरी किंमत पातळी T = एकूण रोख व्यवहार

वरील सूत्रामध्ये केवळ रोख पैशातील व्यवहारांचा समावेश होता. फिशरने नंतर बँकांच्या पतपैशांचाही यात समावेश केला व सुधारित स्वरूपात पुढीलप्रमाणे सूत्र मांडले.

$$P = \frac{MV + M^1V^1}{T}$$

वरील सूत्रात M^1 म्हणजे बँकनिर्मित पतपैसा आणि V^1 म्हणजे बँकनिर्मित पतपैशाचा भ्रमणवेग होय. पैशाच्या एका नगाचा (युनिट) जितक्या वेळा चलनातील व्यवहारात वापर होईल तेवढा त्याचा भ्रमणवेग असतो. उदा. १ रुपया व्यवहारात १० वेळा वापरला गेल्यास १ रुपयाचा भ्रमणवेग १० इतका आहे व एक रुपयाकडून दहा रुपयांच्या रोख व्यवहाराचे कार्य झालेले आहे.

फिशरचा चलनसंख्यामान आकृतीच्या साहाय्याने पुढीलप्रमाणे स्पष्ट करता येईल.

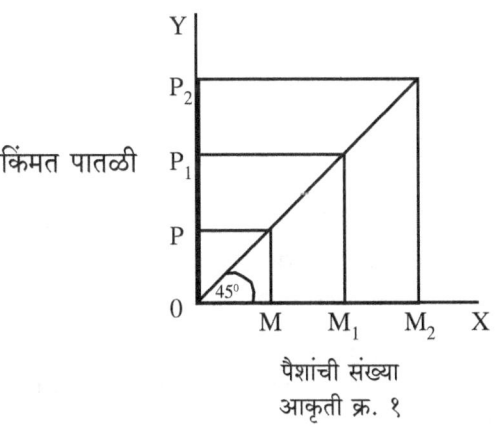

पैशांची संख्या

आकृती क्र. १

आकृती क्रमांक १ मध्ये दर्शविल्याप्रमाणे OX अक्षावर पैशांची संख्या व OY अक्षावर किंमत पातळी मोजलेली आहे. जेवढ्या प्रमाणात पैशांच्या पुरवठ्यात वाढ होते, तेवढ्याच प्रमाणात किंमत पातळीतही वाढ होत आहे हे या आकृतीवरून सिद्ध होते, तसेच ही वाढ प्रमाणशीर पद्धतीने होते. किंमत पातळी वाढल्यास पैशांचे मूल्य घटते व किंमत पातळी कमी झाल्यास पैशांचे मूल्य वाढते. या सिद्धान्ताची ***गृहीते*** :-

१) किंमत पातळी ही पैशांच्या पुरवठ्यावर व पैशांच्या भ्रमणवेगावर अवलंबून आहे.
२) पतपैशांच्या वाढीचा दर स्थिर आहे.
३) पैशांचा व पतपैशांचा भ्रमणवेग स्थिर आहे.
४) एकूण व्यवहाराच्या संख्येत बदल होत नाही.
५) अर्थव्यवस्थेत पूर्ण रोजगाराची स्थिती आहे.

या सिद्धान्तावर पुढीलप्रमाणे ***टीका*** करण्यात आली आहे.

१) पैशांची संख्या व किंमतपातळी यांचा संबंध प्रमाणशीर नसतो अशी टीका या सिद्धान्तावर केली जाते.
२) पैशांचा भ्रमणवेग स्थिर असतो असे या सिद्धान्ताने गृहीत धरले आहे. प्रत्यक्षात पैशांच्या भ्रमणवेगात, व्याजदरातील बदल, तसेच तेजी-मंदी चक्राचा प्रभाव पडतो.
३) पैशांच्या संख्येत बदल झाल्यास किंमतपातळीत बदल होतो, असे या सिद्धान्तात प्रतिपादन केले आहे; प्रत्यक्षात किंमतपातळीतील बदलाचा पैशांच्या संख्येवर परिणाम होतो.
४) हा सिद्धान्त पूर्ण रोजगाराच्या परिस्थितीत खरा ठरतो. परंतु, प्रत्यक्षात पूर्ण रोजगाराची स्थिती दिसून येत नाही.
५) गतिशील अर्थव्यवस्थेला हा सिद्धान्त लागू पडत नाही अशी टीका जे.एम.केन्स यांनी केली आहे.
६) भांडवल गुंतवणूक व उपभोग खर्च याचा किंमत पातळीवर परिणाम होतो; तथापि या सिद्धान्तात याचा विचार केलेला नाही.

२.१.८ चलनवाढीचे पैसाविषयक व पैसा व्यतिरिक्त सिद्धान्त चलनवाढ (Inflation)

चलनवाढ किंवा किंमतवाढ या संज्ञेच्या अनेक व्याख्या दिल्या जातात. 'जास्त पैसा जेव्हा कमी वस्तूंचा पाठलाग करतो' तेव्हा चलनवाढीची स्थिती निर्माण होते. पैश (Paish) या अर्थतज्ज्ञाच्या मते, ज्या वस्तू व सेवांवर पैसा खर्च करायचा त्यांच्या उत्पादनापेक्षा पैशांच्या स्वरूपातील उत्पन्नात जेव्हा वाढ होते, तेव्हा चलनवाढीची स्थिती निर्माण होते. हॅगर यांच्या मते, चलनवाढीच्या स्थितीत किंमत पातळीत सातत्याने वाढ होते. किंमत नियंत्रण करेपर्यंत ही वाढ होत राहते.

चलनवाढ ही प्रामुख्याने दोन कारणांमुळे घडून येते. एक म्हणजे मागणीत वाढ झाल्यामुळे होणारी चलनवाढ. यास मागणीनिर्मित चलनवाढ (demand pull inflation) असे म्हणतात, तर खर्चात वाढ झाल्यामुळे जी चलनवाढ होते त्यास खर्चनिर्मित चलनवाढ (cost push inflation) असे म्हणतात.

वस्तू व सेवा यांच्या मागणीत पुरवठ्यापेक्षा जेव्हा जास्त वाढ होते तेव्हा वस्तू व सेवा खरेदी करण्यासाठी ग्राहकांमध्ये स्पर्धा निर्माण होते. जास्त पैसे खर्च करून वस्तू व सेवा खरेदी करण्यासाठी ग्राहक प्रयत्न करतात, त्यामुळे वस्तूंच्या किमती वाढतात. अतिरिक्त मागणीमुळे किंवा पुरवठ्यात घट झाल्याने अशी चलनवाढ निर्माण होते.

त्याचप्रमाणे वस्तू व सेवा यांच्या उत्पादनखर्चात वाढ झाल्यामुळेही चलनवाढ होऊ शकते. वेतनात वाढ झाल्यामुळे किंवा नफ्यात वाढ करण्याचा प्रयत्न उत्पादकांनी केल्यामुळे अगर उत्पादनघटकांच्या किमतीत वाढ

झाल्यामुळे उत्पादनखर्चात वाढ होऊ शकते. या कारणांमुळे वस्तू व सेवांच्या किमती सतत वाढत असल्यास त्यास खर्चनिर्मित चलनवाढ असे म्हणतात. निरनिराळ्या अर्थतज्ज्ञांनी चलनवाढीसंबंधी निरनिराळे सिद्धान्त मांडले आहेत, यापैकी फिशर यांच्या चलनसंख्यामान सिद्धान्ताचे या पूर्वी विवेचन करण्यात आलेले आहे. या नंतर चलनवाढीच्या महत्त्वाच्या काही इतर सिद्धान्तांचाही आपण परिचय करून घेणार आहोत. चलनवाढ व ती नियंत्रित करण्यासाठी उपाययोजना याचा अर्थतज्ज्ञांनी सातत्याने विचार केला आहे. प्रत्येक देशातील आर्थिक घटकांचा (उदा. मागणी, पुरवठा, गुंतवणूक, बचत, खर्च, आर्थिक धोरणे इ.) चलनवाढीशी संबंध असतो व हे घटक चलनवाढीवर परिणाम घडवून आणणारेही असतात, त्यामुळे देश, काळ, परिस्थितीनुसार चलनवाढीची निरनिराळी स्पष्टीकरणे आणि विश्लेषण केले जाते. चलनवाढीच्या संदर्भातील या निरनिराळ्या विवेचनांचा आपण आढावा घेणार आहोत.

केन्सची चलनातिरेकी पोकळी (Inflationary Gap) संकल्पना

ब्रिटिश अर्थतज्ज्ञ जे. एम. केन्स यांनी 'हाऊ टू पे फॉर वार?' या संशोधन लेखात १९४० मध्ये 'चलनवाढ पोकळी'ची संकल्पना मांडली. केन्सने चलनातिरेकी पोकळी युद्धातील खर्चामुळे कशी निर्माण होते हे स्पष्ट केले आहे. त्याच्या मते, अपेक्षित खर्च जेव्हा उपलब्ध पुरवठ्यापेक्षा जास्त होतो तेव्हा चलनवाढ पोकळी निर्माण होते. अर्थव्यवस्थेतील खर्च हा लोकांच्या उत्पन्नामुळे जसा ठरतो तसेच त्यांच्या अपेक्षित उत्पन्नाने सुद्धा ठरतो. या उलट वस्तूंच्या पुरवठ्यावर देशातील रोजगार पातळी व उत्पादन तंत्र यांचा प्रभाव पडतो. केन्सने चलनातिरेकी पोकळीचा सिद्धान्त मांडताना पूर्ण रोजगार गृहीत धरलेला आहे. पूर्ण रोजगाराच्या पातळीनंतर उत्पादनपातळी स्थिर होते, त्यामुळे या उत्पादनपातळीनंतर होणारा खर्च हा उत्पादनापेक्षा जास्त होतो, त्यामुळे वस्तूंच्या किमतीत वाढ होते, त्यामुळे चलनातिरेकी पोकळी सतत वाढत जाते. ही संकल्पना उदाहरणाच्या साहाय्याने पुढीलप्रमाणे स्पष्ट करता येते. उदाहरणार्थ, समजा चलनवाढीपूर्वी एखाद्या देशाचे स्थूल राष्ट्रीय उत्पन्न रु. २५० कोटी आहे. यापैकी रु. ५० कोटी हा सरकारी खर्च आहे. म्हणजेच रु. २५० कोटी–रु. ५० कोटी = रु. २०० कोटी मूल्याचे उत्पादन हे उपभोगासाठी खर्च केले जाईल. पूर्ण रोजगाराच्या पातळीत स्थूल राष्ट्रीय उत्पन्न रु. ३०० कोटी इतके आहे. सरकारने त्यातून करांच्या रूपात रु. ५० कोटी काढून घेतले तर उपभोग खर्चासाठी रु. २५० कोटी शिल्लक राहतील; म्हणजेच उपलब्ध असलेल्या रु. २०० कोटींच्या उत्पादनावर रु. २५० कोटी खर्च होतील. याचाच अर्थ रु. ५० कोटींची चलनातिरेकी पोकळी निर्माण झालेली आहे.

प्रत्यक्षात रु. ५० कोटी इतका सरकारी खर्च हा खर्च होत नाही. उत्पन्नातील काही भाग बचत म्हणून बाजूला काढून ठेवला जातो, त्यामुळे चलनातिरेकी पोकळी रु. ५० कोटींपेक्षा कमी असेल.

या सिद्धान्तावरपुढील प्रमाणे ***टीका*** केली जाते.

१) या सिद्धान्तावर अशी टीका केली जाते की, पूर्ण रोजगार एकदा अर्थव्यवस्थेत निर्माण झाला की त्यानंतर उत्पन्नात बदल होत नाही, त्यामुळे किंमतवाढीच्या काळात केन्सने या सिद्धान्तात गृहीत धरलेल्या गुणकाचा प्रत्यय प्रत्यक्षात दिसून येत नाही.

२) चलनातिरेकी पोकळीचा विचार करताना केन्सने केवळ उपभोग्य वस्तूंच्या किमतीचाच विचार केला आहे. मात्र, उत्पादन घटकाच्या किमतीचा त्याने विचार केलेला नाही.

३) केन्सचे हे विश्लेषण गतिमान अर्थव्यवस्थेला लागू पडणारे नाही.

४) चलनवाढीची किंवा किंमतवाढीची स्थिती ही पूर्ण रोजगाराच्या आधीही निर्माण होऊ शकते अशी टीका या सिद्धान्तावर केली जाते.

५) केन्सचा सिद्धान्त चलनातिरेकी पोकळी का व कशी निर्माण होते याचे विवेचन करीत नाही; तर चलनातिरेकी पोकळीचे फक्त स्वरूप स्पष्ट करतो अशीही टीका या सिद्धान्तावर केली जाते.

फिलिप्स वक्र (Philip's Curve)

ए.डब्ल्यू. फिलिप्स यांनी किंमतवाढ ही कोणत्या कारणाने घडून येते याचा अभ्यास करण्यासाठी इंग्लंडमधील इ.स.१८६७ ते १९५७ या काळातील बेकारीचा दर व वेतनदर या संबंधीची माहिती संकलित करून किंमतवाढीचे विश्लेषण करण्याचा प्रयत्न केला. आकृतीच्या स्वरूपात मांडलेल्या या माहितीवरून त्यांना बेकारीचे प्रमाण व वेतनदर यात सहसंबंध आढळून आला. हा सहसंबंध व्यस्त असल्याचे त्यांना आढळले. त्याला फिलिप्स वक्र असे म्हणतात. म्हणजेच वेतन दर व बेकारीचे प्रमाण यातील सहसंबंध दर्शविणाऱ्या वक्रास 'फिलिप्स वक्र' असे म्हणतात. या वक्राच्या आधारे फिलिप्स यांनी असे सिद्ध करण्याचा प्रयत्न केला की जेव्हा बेकारीचे प्रमाण कमी असते, तेव्हा वेतनदरात होणारी वाढ अधिक असते; या उलट बेकारीचे प्रमाण अधिक असताना हा बदल कमी प्रमाणात दिसून येतो.

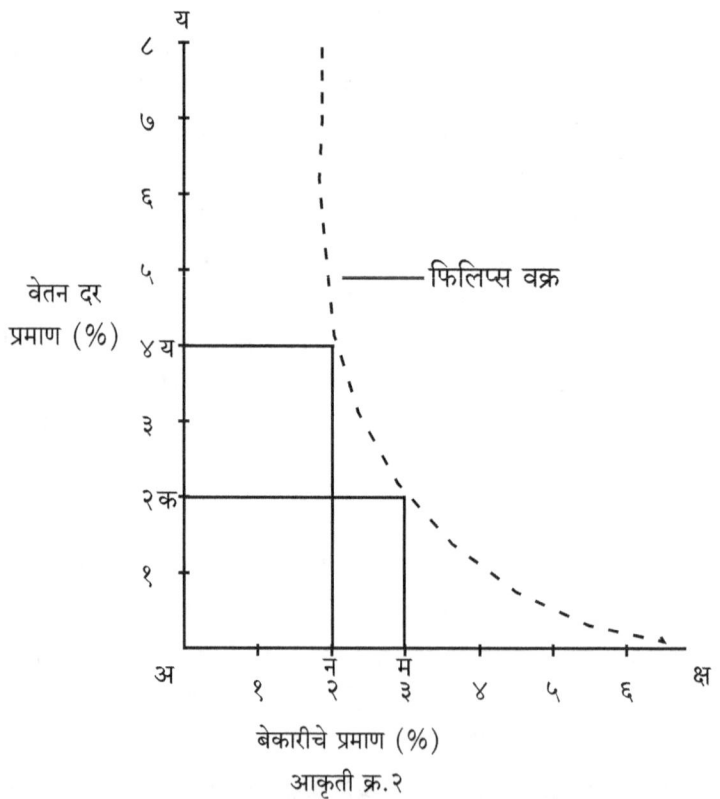

आकृती क्र.२

आकृती क्र.२ मध्ये दर्शविल्याप्रमाणे अय अक्षावर वेतन दर आणि अक्ष अक्षावर बेकारीचे प्रमाण यांचे मापन केलेले आहे. अर्थव्यवस्थेत बेकारीचे ३ % (अम) एवढे प्रमाण असताना वेतन दर अय इतका आहे. समजा बेकारीचे प्रमाण अम पासून अन (३ % पासून २ %) इतके झाले तर वेतन दर अय (४ %) इतका

वाढतो, त्यामुळे अशा वेतनवाढीचा परिणाम किंमतवाढीत दिसून येतो. याचाच अर्थ बेकारीचे प्रमाण एक टक्क्याने कमी करायचे असेल तर चार टक्के वेतनवाढ किंवा किंमतवाढ सहन करावी लागेल. किंमतवाढ होऊ नये असे वाटत असल्यास ३ % एवढी बेकारी सहन करावी लागेल. सारांश, फिलिप्स यांनी त्यांच्या वक्राच्या साहाय्याने असे स्पष्ट केले की, किंमतवाढ कमी करायची असेल तर बेकारी स्वीकारावी लागेल व बेकारी कमी करायची असेल तर किंमतवाढ स्वीकारावी लागेल. किंमतवाढीच्या संदर्भातील ही श्रृंगापत्ती (dilema) फिलिप्स यांनी दर्शविली. बेकारी आणि वेतनदर किंवा किंमतवाढ या दोहोत समम्यूलन (Trade off) असते असे त्यांनी दाखवून दिले.

फ्रिडमन यांचे अपेक्षा प्रतिमान (Expectation Model)

मिल्टन फ्रिडमन या अमेरिकन अर्थतज्ज्ञाच्या मते, वस्तू व सेवांच्या किमतीचा राहणीमानावर परिणाम होतो, तसेच राहणीमानाचा वेतनदरावरही परिणाम होतो. यातून किंमतवाढ होते. वेतनात होणाऱ्या वाढीचा परिणाम प्रत्यक्ष किंमतवाढ होण्यात दिसून येतो. राहणीमानाच्या खर्चातही यामुळे वाढ होते. वस्तूची मागणी व पुरवठा राहणीमानावर किती खर्च केला जातो यावरही अवलंबून असतो. उपभोक्ते व उत्पादक मागणी व पुरवठा निश्चित करताना भविष्यकाळात किमतीत कसे बदल होतील याचा अंदाज किंवा अपेक्षा लक्षात घेतात. भविष्यकाळात किमती वाढतील असे उपभोक्त्यांना वाटत असल्यास वेतनदरातील वाढीची त्यांना अपेक्षा असते. तसेच उत्पादकही भविष्यकाळात उत्पादनघटकांना जास्त किमती द्याव्या लागतील असा अंदाज करतात, त्यामुळे जास्त किमतीला श्रम घटक ते खरेदी करतात. यामुळे वेतन दरात वाढ होते. भविष्यात किंमत वाढ होत राहील अशी उत्पादकांची अपेक्षा असल्यास ते उत्पादनघटक खरेदी करतात. परंतु, वस्तूंच्या किमती भविष्यकाळात कमी होतील असा उत्पादकांचा अंदाज असल्यास कमी उत्पादन घटकाची खरेदी केली जाते. तसेच उपभोक्तेही कमी खरेदी करतात. अशा प्रकारे चलनवाढीचा दर हा चालू किमती व भविष्यकालीन अपेक्षित किमती यावर अवलंबून असतो.

टोबिन्सचा दृष्टिकोन (Tobin's View)

टोबिन्स या अर्थतज्ज्ञाने असे प्रतिपादन केले की, फिलिप्स वक्र हा फिलिप्स यांनी सांगितल्याप्रमाणे ऋण किंवा डावीकडून उजवीकडे घसरत जाणारा असा नसतो; तर त्याचा आकार हा गाठ किंवा पीळ (Kinked) असलेला (किंवा विकुंचनाकृती) असा असतो. अर्थव्यवस्थेच्या विकासाबरोबर बेकारी घटते आणि त्यामुळे त्यातील गाठ अगर पीळ कमी होऊन तो अय अक्षाशी समांतर होतो.

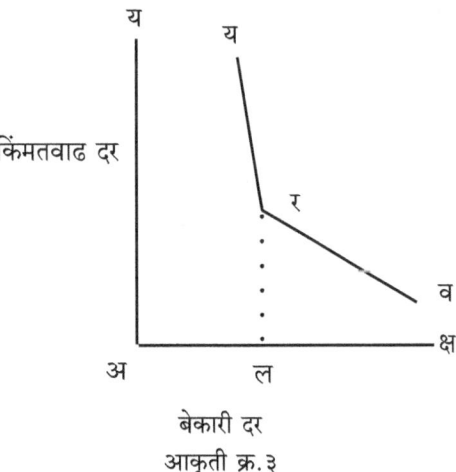

र
बेकारी दर

आकृती क्र.३

आकृती क्र. ३ मध्ये दर्शविल्याप्रमाणे अय अक्षावर किंमतवाढ दर आणि अक्ष अक्षावर बेकारी दराचे मापन केलेले आहे. आकृतीत अल या रोजगारपातळीला फिलिप्स वक्र सरळ आहे. याचा अर्थ बेकारी दर या ठिकाणी कमी करता येणार नाही. रोजगारपातळी अल पातळीवर स्थिर आहे, परंतु 'र' पासून 'व' पर्यंत फिलिप्स वक्र हा लवचीक आहे, त्यामुळे वेतनवाढ करून रोजगार व उत्पादनपातळी या ठिकाणी वाढविता येते, त्यामुळे फिलिप्स वक्राचा थर हा भाग अलवचीक तर रव हा भाग लवचीक दिसून येतो; त्यामुळे र या ठिकाणी गाठ वा पीळ असलेला फिलिप्स वक्र तयार होतो.

ओकूनचा नियम (Okun's Law)

ऑर्थर ओकून ह्या अमेरिकन अर्थतज्ज्ञाने अमेरिकन अर्थव्यवस्थेचा अभ्यास करून स्थूल राष्ट्रीय उत्पादन व बेकारीदराचा संबंध स्पष्ट करण्याचा प्रयत्न केला. त्याने काढलेल्या संख्याशास्त्रीय निष्कर्षाला ओकूनचा नियम असे म्हणतात. त्याच्या मते, स्थूल राष्ट्रीय उत्पादनातील बदल हा वस्तूंच्या किमतीतील बदल आणि देशातील उपलब्ध साधनसामग्रीवर अवलंबून असतो. वस्तूंच्या किमतीतील बदलामुळे होणारे स्थूल राष्ट्रीय उत्पादनातील बदल हे वास्तव बदल दर्शवीत नाहीत तर देशातील श्रम व भांडवल अशा साधनसामग्रीतील बदलांमुळे जे स्थूल राष्ट्रीय उत्पादनात बदल होतात ते अर्थव्यवस्थेतील वास्तव बदल होत. त्यामुळे ओकूनच्या मते, रोजगार दर हाच वस्तुत: आर्थिक विकासाचा दर होय. देशातील बेरोजगारीचे प्रमाण कमी झाल्यास स्थूल राष्ट्रीय उत्पादन अधिक असते. हा संबंध ओकूनने दर्शविला.

ओकूनच्या मते बेरोजगार १ टक्क्याने कमी केल्यास स्थूल राष्ट्रीय उत्पादनात ३ टक्के इतकी वाढ होते, म्हणजेच स्थूल राष्ट्रीय उत्पादन व बेरोजगारीचा दर यांचे ३:१ असे प्रमाण ओकूनने मानले. ओकूनच्या मते, बेरोजगारीचे प्रमाण कमी होताना स्थूल राष्ट्रीय उत्पादन वाढते. लोकांच्या खर्चातही वाढ होते. खर्च भागविण्यासाठी अधिक काम करण्याची आवश्यकता भासते, यामुळे अधिक रोजगार उपलब्ध होऊन स्थूल राष्ट्रीय उत्पादन वाढते. अमेरिकेत नैसर्गिक बेरोजगारीचा दर ४ टक्के इतका असतो. या दरापर्यंत बेरोजगारी कमी करता येते. बेरोजगारी दूर करण्यासाठी ओकूनने वित्तीय उपाययोजनांवर भर दिला आहे.

अवरुद्ध चलनवाढ (Stagflation)

१९७० च्या दशकात जगातील अर्थव्यवस्था अवरुद्ध चलनवाढीच्या परिस्थितीचा सामना करीत होत्या. इंग्रजीतील Stagnation आणि Inflation या दोन शब्दांनी मिळून Stagflation असा शब्द निर्माण झाला. अवरुद्ध चलनवाढ (Stagflation) म्हणजे अशी अवस्था की ज्यात वस्तूंच्या किमतीत वाढ होते, परंतु त्याचवेळी देशातील उत्पादन व रोजगार यात घट होते. उत्पादन व रोजगार यात वाढ व्हावी यासाठी १९७० नंतर जगातील अनेक देशांनी खर्चात वाढ केली, परंतु यामुळे उत्पादन व रोजगार यात वाढ न होता फक्त किंमतपातळीत वाढ झाली. उत्पादनघटकाच्या किमतीत वाढ (उदा. पेट्रोलियम पदार्थ) झाल्यामुळे उत्पादन व पुरवठ्यावर याचा प्रतिकूल परिणाम होतो. उत्पादनखर्चात वाढ व नफ्यात घट झाल्यास पुरवठा कमी होऊन वस्तूंच्या किमतीत वाढ होऊ लागते, त्याचप्रमाणे मध्यवर्ती बँकेच्या चलनविषयक धोरणाचाही किमतीवर प्रभाव पडतो. बाजारावर नियंत्रणे आणि चलनपुरवठ्यात वाढ अशा धोरणामुळेही अवरुद्ध चलनवाढीची स्थिती निर्माण होते.

२.१.९ चलनवाढ नियंत्रण (Control of Inflation)

चलनवाढीचे नियंत्रण करण्यासाठी विविध उपाययोजना केल्या जातात. त्या पुढीलप्रमाणे-

अ) चलनविषयक उपाययोजना– देशातील मध्यवर्ती बँकेच्या साहाय्याने केंद्र सरकार चलनविषयक उपाययोजना करू शकते. चलनविषयक उपाययोजनांचा पुढील घटकांवर प्रामुख्याने प्रभाव पडतो.

१) पैशांचा पुरवठा

२) व्याज

३) कर्जाची उपलब्धता

मध्यवर्ती बँक पैशांचा पुरवठा कमी करण्यासाठी अनेक उपाययोजना करते. उदा. व्यापारी बँकांच्या कायदेशीर राखीव निधीत वाढ करणे. यामुळे व्यापारी बँकांजवळ रोख शिल्लक कमी होऊन कमी पतनिर्मिती होते, तसेच कर्जरोख्यांची खुल्या बाजारात विक्री करणे. यामुळे अर्थव्यवस्थेतील रोख रकमेचे मध्यवर्ती बँकेकडे हस्तांतरण होते, त्याचप्रमाणे व्याजदरात वाढ घडवून आणणे इ. व्याजदरात वाढ घडवून आणल्यास कर्जे महाग होतात, तसेच तारणाच्या किती प्रमाणात व कोणत्या वस्तूवर किती टक्के कर्जे द्यावीत याप्रकारे गुणात्मक नियंत्रणे मध्यवर्ती बँक घालू शकते.

ब) वित्तीय उपाययोजना (Fiscal Measures)

वित्तीय साधनांमध्ये सार्वजनिक कर्ज, खर्च आणि करांचा समावेश होतो. चलनवर्ग विरुद्ध उपाययोजना करताना सरकार अविकासात्मक खर्चावर नियंत्रण घालते. सरकारी खर्च नियंत्रित केला जातो. तुटीच्या अर्थभरण्याचा मर्यादित प्रमाणात उपयोग केला जातो.

प्रत्यक्ष व अप्रत्यक्ष करांपासून सरकारला उत्पन्न मिळते. चलनवाढीच्या परिस्थितीत सरकार प्रत्यक्ष आणि अप्रत्यक्ष करात वाढ घडवून आणते, यामुळे व्यक्ती व संस्थांच्या उत्पन्नात घट होऊन उपभोग्य खर्चात घट होते. वस्तू व सेवांची मागणी कमी होते आणि चलनवाढ किंवा किंमतवाढीला आळा बसतो. भारतात प्रत्यक्ष करापेक्षा अप्रत्यक्ष कराचे प्रमाण जास्त आहे. वित्तीय उपायांचा दुसरा मार्ग म्हणजे बचतीला उत्तेजन देणे. बचतीवरील व्याजदरात वाढ घडवून आणली जाते; परिणामी उपभोग्य खर्च नियंत्रित होऊन वस्तूंची मागणी कमी होते.

वरीलप्रमाणे अंदाजपत्रकात खर्च व कर यासंबंधी उपाययोजना करून चलनवाढ नियंत्रित करण्याचा प्रयत्न केला जातो.

क) थेट नियंत्रणे (Direct Controls)

थेट अगर प्रत्यक्ष नियंत्रणे ही निर्बंधात्मक स्वरूपाची असतात. देशातील मागणीचे नियंत्रण पुढील प्रकारे करता येते.

१) किंमत नियंत्रण

२) वेतन नियंत्रण

३) आवश्यक वस्तूंच्या वाटपावर नियंत्रण

वस्तूंच्या किमतीवर नियंत्रणे घालताना वस्तूंच्या किमती विशिष्ट दराला गोठविणे तसेच विशिष्ट दरापेक्षा अधिक किमतीस वस्तू विकण्यास प्रतिबंध करणे या उपायांचा अवलंब केला जातो, तसेच वेतनवाढीवरही बंधने घातली जातात. अर्थात, ही नियंत्रणे चलनवाढीच्या काळापुरती मर्यादित असतात. वेतनवाढीवर नियंत्रणे घालण्यासाठी कामगार संघटनांचा अशा धोरणाला पाठिंबा असणे आवश्यक ठरते.

सार्वजनिक वितरण प्रणालीच्याद्वारे जीवनावश्यक वस्तूंचे वाटप करणे तसेच वस्तूंच्या वाटपाचे प्रमाण ठरवून देणे (Rationing) इ. उपाययोजनाही केल्या जातात.

इतर प्रत्यक्ष नियंत्रणे :-

१) विनिमय दराचे नियंत्रण करणे

२) वस्तूंच्या आयातीवर अधिभार लावणे

३) मक्तेदारीचे नियंत्रण करणे

वरील प्रत्यक्ष नियंत्रणे ही अर्थव्यवस्थेत आणि बाजारपेठेत अनावश्यक हस्तक्षेप (intervention) करणारी असली तरी विकसनशील देशात चलनवाढीवर नियंत्रण मिळविण्यासाठी त्याचा वापर हा प्रसंगी आवश्यक ठरतो.

स्वाध्यायासाठी प्रश्न

अ) गाळलेल्या जागी योग्य पर्याय निवडा.

१. एका वर्षाच्या कालखंडात राष्ट्राच्या निव्वळ उत्पादनापैकी जो भाग प्रत्यक्षरीत्या …………… वापरला जातो; त्या भागाचे पैशातील मूल्यांकन म्हणजे राष्ट्रीय उत्पन्न होय.
(अ) गुंतवणकीसाठी (ब) बचतीसाठी (क) उपभोगासाठी

२. …………….. या पद्धतीत एकाच वस्तूची दुहेरी गणना टाळता येते.
(अ) उत्पन्न पद्धती (ब) खर्च पद्धती (क) मूल्यवृद्धी पद्धती

३. 'पैसा म्हणजे ……….. केले जाणारे कार्य होय.'
(अ) मध्यवर्ती बँकेकडून (ब) सरकारकडून (क) पैशाकडून

४. ………………. हे पैशांचे प्राथमिक कार्य होय.
(अ) पतपैशाला आधार (ब) कर्जफेडीचे साधन (क) विनिमय माध्यम

५. पतपैशाला आधार हे पैशाचे…….. कार्य होय.
(अ) प्राथमिक (ब) दुय्यम (क) आनुषंगिक

६. M_1 या पैशाच्या संकल्पनेत ………………. चा समावेश होतो.
(अ) लोकांकडील चलन व मागणी ठेवी
(ब) पोस्टातील बचत ठेवी (क) मुदत ठेवी

७. पैसा गुणक ………. असल्यास जास्त पतनिर्मिती होते.
(अ) कमी (ब) जास्त (क) अतिरिक्त

८. पैशांच्या संख्येत वाढ झाली असता पैशांचे मूल्य …………
(अ) घटते. (ब) वाढते. (क) कायम राहते.

९. …………… पैसा जेव्हा कमी वस्तूंचा पाठलाग करतो तेव्हा चलनवाढीची स्थिती निर्माण होते.
(अ) जास्त (ब) कमी (क) स्थिर

१०. ……………. व बेकारीचे प्रमाण दर्शविणाऱ्या वक्रास फिलिप्स वक्र असे म्हणतात.
(अ) वेतनदर (ब) बचतदर (क) गुंतवणूकदर

ब) योग्य पर्याय निवडा.

१. टोबिन्स यांच्या मते फिलिप्स वक्राला गाठ (Kink) असते, कारण
(अ) बेरोजगारी घटते व अर्थव्यवस्थेचा विकास होतो.
(ब) बेरोजगारीत वाढ होते.
(क) किंमतवाढ होते.

२. ओकूनच्या मते बेरोजगारीचे प्रमाण कमी होताना स्थूल राष्ट्रीय उत्पादनात वाढ होते, कारण
(अ) लोकांच्या खर्चात वाढ होते.
(ब) लोकांच्या बचतीत वाढ होते.
(क) करात वाढ होते.

३. वस्तूंच्या किमतीत वाढ होते, पण त्याच वेळी उत्पादन व रोजगार यात घट होते. ही स्थिती म्हणजे-
(अ) चलनातिरेकी पोकळी (ब) अवरुद्ध चलनवाढ (क) अतिरेकी चलनवाढ

४. वित्तीय उपाययोजना म्हणजे-
(अ) पैशांचा पुरवठा व व्याज यासंबंधीच्या उपाययोजना
(ब) कर्जे उपलब्ध करून देणे
(क) सार्वजनिक कर्जे, खर्च व कर याबाबतच्या उपाययोजना

५. चलनवाढीच्या प्रत्यक्ष नियंत्रणात पुढील उपाययोजनांचा समावेश होतो-
(अ) करवाढ करणे (ब) चलनपुरवठ्यात घट करणे
(क) आवश्यक वस्तूंच्या वाटपावर नियंत्रणे घालणे

६. मूल्यवृद्धी म्हणजे
(अ) अंतिम वस्तूची किंमत
(ब) उत्पादनात इतर वस्तूंच्या वापरामुळे अंतिम उत्पादनात पडणारी भर
(क) दुहेरी गणना करणे

७. M_2 मध्ये पुढीलपैकी कशाचा समावेश केला जातो ?
(अ) M_1+ पोस्टातील बचत खात्याच्या ठेवी
(ब) लोकांकडील चलन
(क) रोखे व जिंदगी

८. पैशांचा संख्यासिद्धान्त पुढीलपैकी कोणत्या अर्थतज्ज्ञाने मांडला ?
(अ) जे.एम.केन्स (ब) आयर्व्हिंग फिशर (क) टोबिन्स

९. चलनवाढीची स्थिती निर्माण झाली असता-
(अ) किंमत सातत्याने वाढते. (ब) किंमत सातत्याने घटते. (क) किंमत स्थिर राहते.

१०. फिलिप्स वक्राने असे दर्शविले, की
(अ) वेतनदर व किंमतवाढ यात सममूल्यन (trade off) होतो.
(ब) वेतनदर व रोजगार यात सहसंबंध असतो.
(क) बेरोजगारी व किंमतवाढ यात सहसंबंध नाही.

क) **खालील विधाने चूक की बरोबर ते सांगा.**

१. एका वर्षाच्या कालखंडात उत्पादित करण्यात आलेल्या वस्तू व सेवांचे चालू बाजारभावाने केलेले मूल्यांकन म्हणजे राष्ट्रीय उत्पन्न होय.

२. निव्वळ राष्ट्रीय उत्पन्नात भांडवली वस्तूंचा घसारा वजा केला जात नाही.

३. राष्ट्रीय उत्पन्न मोजण्याच्या एकूण उत्पन्नपद्धतीत सार्वजनिक खर्च व सार्वजनिक गुंतवणूक यांचे लेखांकन केले जाते.

४. पैसा म्हणजे अशी कोणतीही वस्तू की जी विनिमयमाध्यम म्हणून सर्वसाधारणपणे सर्वांकडून स्वीकारली जाते.

५. उच्च शक्ती पैशांत चलन, व्यापारी बँकांजवळील आवश्यक राखीव निधी व अतिरिक्त राखीव निधी यांचा समावेश होतो.

६. उच्च शक्ती पैशांतील बदलाचा पैशांच्या मागणीशी असलेला दर म्हणजे पैसा गुणक होय.

७. पैशांच्या संख्येचा व किमतीतील बदलाचा प्रत्यक्ष व प्रमाणशीर संबंध असतो.

८. मागणीनिर्मित चलनवाढ ही पुरवठ्यात वाढ झाल्यामुळे निर्माण होते.

९. चलनवाढीचा दर हा चालू किमती व भविष्यकाळातील अपेक्षित किमती यावर अवलंबून असतो.

१०. वस्तूंच्या किमतीत वाढ होते व त्याचवेळी उत्पादन व रोजगारातही वाढ होते यास अवरुद्ध चलनवाढ म्हणतात.

ड) **जोड्या लावा.**

१. राष्ट्रीय उत्पन्न   १. आयर्व्हिंग फिशर
२. पैसा   २. पैशांच्या मूल्यात घट
३. पैशांचा संख्या सिद्धान्त   ३. मिल्टन फ्रिडमन
४. चलनवाढ   ४. विनिमय माध्यम
५. अपेक्षा प्रतिमान   ५. दुहेरी गणना

उत्तरे

अ) १. (क) २. (क) ३. (क) ४. (क) ५.(क)
   ६. (अ) ७. (ब) ८. (अ) ९. (अ) १०. (अ)

ब) १. (अ) २. (अ) ३. (ब) ४. (क) ५.(क)
   ६. (ब) ७. (अ) ८. (ब) ९. (अ) १०. (अ)

क) १. बरोबर २. चूक ३. चूक ४. बरोबर ५. बरोबर
   ६. चूक ७. बरोबर ८. चूक ९. बरोबर १०. चूक

ड) १–५   २–४   ३–१   ४–२   ५–३

२.२ सार्वजनिक वित्तव्यवस्था आणि वित्तीयसंस्था
(Public Finance and Financial Institutions)

२.२.१ बाजारअर्थव्यवस्थेत सार्वजनिक वित्तव्यवस्थेची भूमिका. सरकारी गुंतवणुकीचे निकष- गुण वस्तू व सार्वजनिक वस्तू
२.२.२ सार्वजनिक महसुलाचे स्रोत
२.२.३ करांचे स्वरूप आणि अनुदाने - भार व परिणाम. केंद्रातील व भारतातील राज्यांचे कर, करेतर उत्पन्न, सार्वजनिक कर्ज, सार्वजनिक खर्च (केंद्र व राज्ये) वाढ व कारणे-सुधारणा
२.२.४ कार्याधारित अर्थसंकल्प व शून्याधारित अर्थसंकल्प
२.२.५ देशांतर्गत व बाह्य कर्ज - रचना, वाढ व भार
२.२.६ राष्ट्रीय व राज्य स्तरावरील कर सुधारणांचे पुनर्विलोकन
२.२.७ मूल्यवर्धित कर
२.२.८ राज्यांची कर्ज समस्या
२.२.९ तुटीची संकल्पना - राजकोशीय तूट - केंद्र राज्य व रिझर्व्ह बँकेचा पुढाकार. भारतातील राजकोशीय सुधारणा
२.२.१० बँकिंग क्षेत्रातील नवीन प्रवाह, खरेखुरे व नाममात्र दर, रेपो आणि रिव्हर्स रेपो व्यवहार.

२.२.१ बाजार अर्थव्यवस्थेत सार्वजनिक वित्तव्यवस्थेची भूमिका (Rolf of public finance in market economy)

सार्वजनिक वित्तव्यवस्था किंवा सार्वजनिक आय-व्यय यास आधुनिक अर्थव्यवस्थेत विशेष महत्त्वाचे स्थान आहे. देशाच्या आर्थिक विकासासाठी सरकारला प्रयत्न करावे लागतात, खर्च करावा लागतो. खर्चासाठी उत्पन्नाची साधने मिळवावी लागतात. देशाच्या अर्थसंकल्पात उत्पन्न व खर्च यांची तपशीलवार माहिती दिली जाते. पुढील वर्षांत किती उत्पन्न मिळेल आणि मिळालेल्या उत्पन्नाचा विनियोग कसा केला जाईल याबद्दलचा अंदाज अर्थसंकल्पात असतो.

सार्वजनिक आय-व्ययाचा अर्थ रिचर्ड मसग्रेव्ह यांनी पुढीलप्रमाणे विशद केला आहे. ''सरकारच्या उत्पन्न व खर्च यातून निर्माण होणाऱ्या समस्यांचा अभ्यास सार्वजनिक आय-व्ययात केला जातो. यात साधनसामग्रीचे वाटप, उत्पन्न वाटप, पूर्ण रोजगार, किंमत स्थैर्य, विकास व वाढ या मुख्य समस्या आहेत. याबाबत सार्वजनिक अर्थशास्त्रातील तत्त्वांचा सखोल अभ्यास किंवा सार्वजनिक अंदाजपत्रक तयार करीत असताना निर्माण होणाऱ्या बाबी यांचा अभ्यास म्हणजे सार्वजनिक आय-व्यय होय.''

बाजाराधिष्ठित अर्थव्यवस्थेत उत्पन्न, उत्पादन, रोजगार किमती यात चढ-उतार होतात. सार्वजनिक आय- व्ययातील धोरणाद्वारे स्थैर्य निर्माण करता येते. बाजार अर्थव्यवस्थेत सार्वजनिक आय-व्ययाची भूमिका पुढीलप्रमाणे स्पष्ट करता येते.

१) आर्थिक नियोजन :- देशात आर्थिक योजनांद्वारे आर्थिक विकासाची जलद गती साधण्याच्या कामी सार्वजनिक आय-व्यय महत्त्वाची भूमिका बजावते. उदा. भारत सरकारने पंचवार्षिक योजनेसाठी आवश्यक असणारे महसूल मिळविण्यासाठी कर पद्धती, देशांतर्गत व परकीय सरकारकडून कर्जाचा विस्तृत प्रमाणावर वापर केला आहे असे दिसून येते.

२) करविषयक धोरण :- समाजास विघातक अशा वस्तू उदा. अफू, तंबाखू, दारू इ.च्या उत्पादनांवर आणि उपभोगांवर सरकार जादा कर बसविते; कारण त्यामागे जनतेस अशा वस्तूंच्या सेवनापासून परावृत्त करण्याचे सरकारचे धोरण असते.

३) आर्थिक स्थैर्य साधणे व टिकवणे :- भांडवलशाही अर्थव्यवस्थेत आर्थिक स्थैर्य प्राप्त करणे व ते टिकवून धरण्याचे महत्त्वाचे कार्य सार्वजनिक आय-व्ययाच्या साहाय्याने पार पाडता येते. आधुनिक दृष्टिकोनानुसार सार्वजनिक आय-व्यय हे वास्तविक कार्यात्मक किंवा प्रतिपूरक अथवा कॉपेन्सेटरी स्वरूपाचे असते. मंदीच्या काळात सार्वजनिक आय-व्ययाचे उद्दिष्ट हे चलनसंकोच दूर करण्याचे असते तर तेजीच्या काळाच्या चलनवृद्धीवर नियंत्रण ठेवण्याचे असते. त्यासाठी कर आकारणी, सरकारी खर्च, सार्वजनिक महत्त्वाच्या धोरणांचा उपयोग केला जातो.

४) अर्थसाहाय्य व अनुदान :- सर्वसामान्य जनतेच्या उपभोगासाठी आवश्यक असणाऱ्या वस्तू उदा. अन्नधान्ये, इ. उत्पादन करण्यासाठी व रोजगार पुरविण्याच्या कामी महत्त्वाचे असणारे लघुउद्योग आणि ग्रामीण उद्योगांची वाढ व्हावी म्हणून सरकार मोठ्या प्रमाणावर अर्थसाहाय्य व अनुदान पुरविते.

५) बचत आणि गुंतवणुकीत वाढ करणे :- अर्थव्यवस्थेत बचत आणि गुंतवणुकीच्या दराच्या प्रमाणात वाढ करण्याचे महत्त्वाचे कार्य सार्वजनिक आय-व्यय करू शकते. उदा. करामध्ये घट केल्यास बचत वाढण्यास मदत होते. तसेच उद्योग संस्थांवरील करांचे प्रमाण कमी केल्याने त्यांची बचतीची क्षमता वाढते. उद्योगांना व व्यवसायांना सवलती व अर्थसाहाय्य पुरविण्यात आल्यास गुंतवणुकीतही वाढ होते.

६) बाल्यावस्थेतील उद्योगांना संरक्षण :- देशातील बाल्यावस्थेत असणाऱ्या उद्योगांना परकीय स्पर्धेपासून संरक्षण देण्यासाठी आयातकरांची अंमलबजावणी होते. त्यामुळे हे उद्योग जलदगतीने विकास साधू शकतात व त्यांची स्पर्धाशक्ती वाढण्यास मदत होते.

७) विषमता कमी करणे :- अर्थव्यवस्थेतील उत्पन्न व संपत्ती यांच्या वाटपातील विषमता कमी करण्यासाठी सार्वजनिक आय-व्ययाचा उपयोग करण्यात येतो व त्या उत्पन्नातून गरीब जनतेस स्वस्तदराने अन्नधान्य पुरविणे, इ. उपलब्ध करण्यात येते; अशा रीतीने सरकार सार्वजनिक आय-व्ययाच्या साहाय्याने श्रीमंत वर्गाकडून गरीब वर्गाकडे क्रयशक्तीचे हस्तांतर घडवून आणते.

८) रोजगाराच्या संधी उपलब्ध करणे :- अर्थव्यवस्थेत रोजगाराच्या संधी उपलब्ध करण्यासाठी सरकार सार्वजनिक आय-व्ययाचे साहाय्य घेते. उदा. मंदीच्या काळात तुटीच्या अंदाजपत्रकाचा वापर करून देशातील रोजगाराचे आकारमान वाढविण्यात येते.

९) उपलब्ध साधनसामग्रीचा पर्याप्त वापर :- उपलब्ध साधनसामग्रीचा पर्याप्त वापर करण्यासाठी सार्वजनिक आय-व्ययाचे महत्त्वाचे स्थान आहे. सरकार हे उपभोग, उत्पादन आणि वाटपावर योग्य प्रकारच्या

अंदाजपत्रकाच्या धोरणाच्या साहाय्याने नियंत्रण ठेवून अर्थव्यवस्थेतील समाजकल्याणाची जास्तीत जास्त पातळी गाठण्याचे उद्दिष्ट साधू शकते.

सार्वजनिक गुंतवणुकांचे निकष :- प्रामुख्याने पुढील दोन निकष सार्वजनिक गुंतवणूक करताना विचारात घेतले जातात.

१) गुणवस्तू (Merit goods) **:-** गुणवस्तू म्हणजे अशा वस्तू की ज्यांचा उपभोग क्रयशक्तीशी संबंधित नसतो. सामाजिकदृष्ट्या हिताच्या अशा या वस्तू किंवा सेवा असतात, ज्या सार्वजनिक सत्तेकडून पुरविल्या जातात. उदा. आरोग्य सेवा, शिक्षण, प्रशिक्षण कार्यक्रम, लसीकरण कार्यक्रम (उदा. भारतात राबविण्यात आलेला पोलिओ लसीकरणाचा कार्यक्रम इ.)

२) सार्वजनिक वस्तू :- उपभोगाच्या अशा वस्तू किंवा सेवा ज्यांच्या उत्पादनाचा व पुरवठ्याचा निर्णय सार्वजनिक सत्तेकडून घेतला जातो. उदा. कायद्याची अंमलबजावणी, राष्ट्रीय संरक्षण, उद्याने, माहितीचे वितरण इ.

२.२.२ सार्वजनिक महसुलाचे स्रोत (Sources of Public Revenue)

सरकारच्या उत्पन्नाचे दोन मार्ग आहेत - (१) करापासून मिळणारे उत्पन्न आणि (२) बिगरकरापासून किंवा करेतर उत्पन्न. केंद्रसरकारच्या अंदाजपत्रकाचे दोन भाग असतात. एक म्हणजे 'महसुली अंदाजपत्रक' व दुसरे म्हणजे 'भांडवली अंदाजपत्रक.' महसुली अंदाजपत्रकात महसुली जमा व महसुली खर्च यांचा समावेश होतो; तर भांडवली अंदाजपत्रकात भांडवली बाबींपासून मिळणारे उत्पन्न आणि भांडवली बाबींवरील खर्चाचे अंदाज समाविष्ट केलेले असतात.

महसुली अंदाजपत्रकात महसुली जमेच्या बाबी दोन गटांत समाविष्ट केल्या जातात; कर महसूल व करेतर महसूल उत्पन्न.

१) कर उत्पन्नात प्राप्तीकर, निगमकर, संपत्तीकर, भांडवली व्यवहारांवरील कर, वस्तू व सेवांवरील कर, आयात-निर्यात कर इ. प्रत्यक्ष-अप्रत्यक्ष करांचा समावेश होतो.

२) करेतर महसुलाच्या उत्पन्नात राज्यवित्तीय व अन्य सेवा सरकारी, औद्योगिक प्रकल्पांचा फायदा, व्याजाच्या रूपाने मिळणारे उत्पन्न, लाभांश व नफा इ.चा समावेश होतो.

थोडक्यात, कर हे सरकारचे उत्पन्न मिळविण्याचे महत्त्वाचे साधन आहे. त्यामुळे करांच्या संदर्भात अभ्यास महत्त्वाचा ठरतो.

२.२.३ करांचे स्वरूप, भार व परिणाम (forms of taxes and subsidies and their incidence and effects)

करासंबंधी व्याख्या :

१) ''जनतेच्या कल्याणासाठी सरकार खर्च करते. तो भागविण्यासाठी सरकार जनतेकडून रक्कम घेते त्याला 'कर' असे म्हणतात.''

२) प्रो. बॅस्टॅबल यांच्या मते, ''व्यक्ती किंवा संस्था यांच्याकडून सरकारने सक्तीने वसूल केलेली रक्कम म्हणजे कर होय.''

वरील व्याख्येवरून कराची वैशिष्ट्ये पुढीलप्रमाणे दिसून येतात -

१) कर हे सक्तीचे देणे असते. त्यास पर्याय नसतो.

२) सार्वजनिक खर्च भागविण्यासाठी सरकार जनतेकडून कराद्वारे उत्पन्न मिळविते.

३) व्यक्तीने दिलेला कर आणि सरकारी खर्चामुळे त्या व्यक्तीला होणारा लाभ यामध्ये प्रत्यक्ष आणि प्रामाणिक असा संबंध नसतो.

करामुळे केवळ उत्पन्नच मिळते असे नाही तर अपायकारक पदार्थांच्या सेवनावर बंदी घालण्यासाठी किंवा समाजातील विषमता कमी करण्यासाठीही करांचा वापर केला जातो.

३) अॅडम स्मिथ यांच्या मते, ''कर म्हणजे राज्यासाठी लोकांनी केलेले योगदान होय.''

४) डॉ. डाल्टन यांच्या मते, ''कर हे सक्तीचे देणे असून त्याचा सममूल्य सेवेशी काही संबंध नसतो.''

कर हा कोणत्याही गुन्ह्याबद्दल लावलेला दंड नव्हे तर तो मूल्य, शुल्क, दंड या तिन्ही साधनांपेक्षा वेगळा आहे.

५) सेलिगमन यांच्या मते, ''कर म्हणजे विशिष्ट लाभ विचारात न घेता सर्वांच्या सामान्य हितासाठी खर्च करता यावा म्हणून व्यक्तीकडून सरकारला मिळणारे सक्तीचे अंशदान होय.''

६) ''व्यक्ती, मालमत्ताधारक यांच्याकडून सरकारला मदत व्हावी यासाठी जी रक्कम घेतली जाते.'' अशी कराची व्याख्या ऑक्सफर्ड डिक्शनरीमध्ये केली आहे.

विविध अर्थशास्त्रज्ञांनी कराच्या व्याख्यांबाबत केलेल्या विचारांवरून असे दिसून येते की, कर हे सरकारच्या उत्पन्नाचे साधन आहे. मात्र, अलीकडच्या काळात महत्तम सामाजिक हिताचा विचार केला जात आहे; त्यामुळे सरकारला करापासून उत्पन्न मिळाले पाहिजे व समाजाचे हितही साधले पाहिजे ही संकल्पना रूढ होत आहे. करामुळे सरकारला खर्च करता येणे शक्य होते. त्यामुळे कराचा उद्देश सरकारला उत्पन्न मिळवून देण्याबरोबरच समाजाचे कल्याण साधणे असाही असतो आणि हीच पद्धत आदर्श मानली जाते.

अ) कराघात (Impact of Tax)

सरकारने आकारलेल्या कराचा भरणा जी व्यक्ती अथवा संस्था करते व हा कर भरण्यास ती कायदेशीररीत्या जबाबदार धरली जाते त्या व्यक्तीवर कराघात होतो; प्रत्यक्ष कराचा आघात हा करदात्यावर होतो; कर भरण्याची कायदेशीर जबाबदारी त्याचीच असते. उदा. प्राप्तिकर भरण्याची जबाबदारी प्राप्तिकरदात्याची असते. तो दुसऱ्यावर प्राप्तिकर भरण्याची जबाबदारी ढकलू शकत नाही. प्राप्तीकराबाबत कराचे संक्रमण होत नाही. त्यामुळे कराघात प्राप्तिकरदात्यावर पडतो व तो करही त्यालाच भरावा लागतो. मात्र, काही करांच्या बाबतीत उदा. वस्तूंवरील कर भरण्याची जबाबदारी विशिष्ट व्यक्तीची असली तरी ती व्यक्ती आपल्यावरील कराचा भार इतर व्यक्तींवर सोपवू शकते. कराचा आघात म्हणजे करदात्यावर कर लावल्यामुळे निर्माण झालेला तात्कालिक परिणाम असतो.

ब) करभार (Incidence of a Tax)

हा कर त्या व्यक्तीने वस्तूच्या किमतीत वाढ करून वसूल केल्यास त्या कराचा भार ग्राहकांना सोसावा लागतो त्याला 'करभार' असे म्हणतात. डॉ. डाल्टन यांच्या मते, ''करभार हे कराचे अंतिम विश्रामधाम होय.'' करभार हा पैशांत मोजण्यात येतो. सेलिगमन यांच्या मते, ''अंतिम करदात्यावर कर रक्कम स्थिर होणे म्हणजे करभार होय.'' प्रा. डाल्टन यांच्या मते, ''कराची रक्कम भरण्याची जबाबदारी ज्याच्यावर अखेरीस पडते, त्याच्यावर करभार आहे असे म्हणता येते.''

क) कर संक्रमण (Shifting of Tax)

कर दुसऱ्यांवर ढकलण्याच्या प्रक्रियेस 'करांचे संक्रमण' असे म्हणतात. हे संक्रमण पुढे होऊ शकते किंवा मागे होऊ शकते. उदा. कराचे ओझे उत्पादकांकडून घाऊक व्यापाऱ्यांकडे व नंतर किरकोळ व्यापाऱ्यांकडे ढकलले जाते. त्याला पुढे होणारे संक्रमण असे म्हणतात. याउलट, उत्पादकांकडून कच्च्यामालाचा पुरवठा करणारे व्यापारी व त्यांच्याकडून कच्च्या मालाचे उत्पादन करणाऱ्यांकडे कराचा बोजा ढकलला गेल्यास 'मागे होणारे संक्रमण' असे म्हटले जाते.

ड) करभार पात्रता (Taxable Capacity)

प्रो. फिंडले शिरास यांच्या मते, ''राहणीमान कायम ठेवून एकूण उत्पादन वाढविण्यासाठी आवश्यक असलेल्या किमान उपभोगापेक्षा जादा असणारे उत्पादन म्हणजे करभार पात्रता होय.''

एखाद्या देशातील लोकांची कर भरण्याची जास्तीत जास्त कुवत म्हणजे करभार पात्रता होय. यालाच करदेय क्षमता असेही म्हणतात.

सर जे. स्टॅप यांच्या मते, ''फारसा कर भरण्याचा त्रास न अनुभवता समाज सरकारी खर्चासाठी जी महत्तम रक्कम देऊ शकतो; तिला त्या समाजाची करदेय क्षमता असे म्हणतात.''

सर जे. स्टॅप यांनी करभार पात्रता मोजण्याचे सूत्र सांगितले आहे. एकूण उत्पादनातून निर्वाहाइतकी रक्कम वजा केली की, उरलेली रक्कम करभार पात्रतेची असते.

प्रा. डाल्टन यांच्या मते करभार पात्रता दोन प्रकारची असते -

१) निरपेक्ष करभार पात्रता :- राहणीमान कायम ठेवून, कोणत्याही प्रकारचा त्रास न अनुभवता, जी रक्कम एखादी व्यक्ती किंवा समाज कराच्या रूपाने देऊ शकते; ती त्या समाजाची किंवा व्यक्तीची निरपेक्ष करभार पात्रता असते.

निरपेक्ष करभार पात्रता ही संकल्पना संदिग्ध आणि दोषपूर्ण असल्याने मागे पडली.

२) सापेक्ष करभार पात्रता :- सापेक्ष करभार पात्रतेत दोन व्यक्ती, दोन गट, दोन देश, यांच्यातील तुलनात्मक करभार पात्रतेचा विचार केला जातो. उदा. गरीब वर्गाच्या तुलनेने श्रीमंत वर्गाची करभारक्षमता अधिक असते. करभार पात्रतेची मर्यादाही निश्चित नसते. ती वेगवेगळ्या वेळी, वेगवेगळ्या समाजात किंवा देशांत वेगवेगळी असते.

राज्यांचा विचार करता प्रत्येक राज्याचा विकास वेगवेगळ्या स्तरावर झालेला असतो. त्यामुळे कोणत्या राज्याने किती कर भरावा हे सापेक्ष करभार क्षमतेवरून ठरते.

करभार व करांचे इतर परिणाम

जेव्हा सरकारतर्फे एखादा कर लावला जातो तेव्हा त्याचे विविध प्रकारचे परिणाम दिसून येतात. यापैकी एक महत्त्वाचा परिणाम म्हणजे करभार आणि कराचे परिणाम या दोन भिन्न गोष्टी आहेत. यातील भेद नीट लक्षात घेतला पाहिजे. प्रो. पी. ई. टेलर यांनी कराचे एकूण तीन परिणाम दाखविलेले आहेत. एक करभार, दोन संक्रमणाच्या क्रियेतून उद्‌भवलेले परिणाम व तीन करभारापासून निर्माण झालेले परिणाम यापैकी प्रत्येक परिणामाचा थोडक्यात विचार करू.

(१) करभार :- जेव्हा कर लावला जातो, तेव्हा त्याचा आघात प्रथम एका व्यक्तीवर होतो आणि तिला तो कर द्यावा लागतो. ही व्यक्ती ग्राहक, विक्रेता, उत्पादक, संपत्तीमालक यापैकी कोणतीही असू शकते.

ही व्यक्ती एकतर या कराचा भार स्वत: सहन करू शकते किंवा तो भार दुसऱ्यावर संक्रमित करू शकते. त्या व्यक्तीने काहीही केले तरी दुय्यम दर्जाचे विविध आर्थिक परिणाम निर्माण झाल्याशिवाय राहणार नाहीत; जर मूळ व्यक्तीने करभार सहन केला तर तिचे उत्पन्न घटेल आणि त्याबरोबर तिची वस्तूकरिता व घटकांकरिता असलेली मागणीही घटेल. करभार दुसऱ्यावर ढकलल्यास त्यांच्या उत्पन्नामध्ये बदल घडून येईल; जर करामुळे किंमत वाढली तर ग्राहकांना ती सहन करावी लागेल व त्यांचे वस्तूंवर व घटकांवर खर्च करावयाचे उत्पन्न कमी होईल; जर संक्रमणामुळे करारोपित वस्तूंचे परिणाम कमी झाले तर ही वस्तू निर्माण करणाऱ्या घटकांच्या उत्पन्नातही घट होईल. तेव्हा ज्या वेळेस करभार निर्माण होतो, मग तो संक्रमित होवो किंवा न होवो तो अनेक आर्थिक परिणाम निर्माण करण्यास कारणीभूत होतो.

(२) संक्रमणाच्या क्रियेतून उद्भवणारे परिणाम :– जेव्हा एखादा कर संक्रमित होत नाही तेव्हा संक्रमणापासून उद्भवणारे परिणामही होत नाहीत; पण जेव्हा कर संक्रमित केला जातो, त्या वेळेला मात्र विविध प्रकारचे परिणाम संक्रमणाच्या क्रियेतून निर्माण होतात; जर कराचे अग्रगामी संक्रमण केले तर त्या वस्तूची विक्री घटेल. ही विक्री घटल्यामुळे ती वस्तू तयार करणाऱ्या काही घटकांना उत्पादन पेढी कामावरून दूर करील. कामावरून दूर झालेले हे घटक अतिरिक्त झाल्यामुळे शेवटी त्यांचेही वेतन कमी होईल. उदा. कापडावर उत्पादनकर लावल्यामुळे कापडाची किंमत वाढेल; कारण उत्पादक ग्राहकांवर या कराचे संक्रमण करण्याचा प्रयत्न करतील. किंमत वाढल्यामुळे कापडाची मागणी घटेल आणि त्यामुळे विक्रीही घटेल. विक्री घटल्यामुळे उत्पादकाला कमी उत्पन्न मिळेल. त्याचे उत्पन्न घटल्यामुळे तो उत्पादनाचा आकार कमी करण्याचा प्रयत्न करील. त्यामुळे काही उत्पादक घटकांना कामावरून दूर केले जाईल; म्हणजेच रोजगारीचे प्रमाण कमी होईल; यावरून असे दिसून येते की, करांमुळे उद्योगधंद्याच्या रचनेवर महत्त्वाचे आर्थिक परिणाम होऊ शकतात.

करांचे होणारे परिणाम

प्रत्येक करामुळे ज्या करदात्यांवर करभार पडतो त्यांना आपल्या क्रयशक्तीचा काहीना काही प्रमाणात त्याग करावा लागतो. याच गोष्टीमुळे करपद्धती ही स्रोतांच्या विभाजनासाठी एक साधन बनते. करपद्धतीच्या साहाय्याने स्रोतांचे सरकार व व्यक्ती यांच्यामध्ये वाटप होते किंवा व्यक्तीमध्ये व गटांमध्ये स्रोत वाटले जातात. कराचा भार टाळण्यासाठी जो प्रयत्न केला जातो आणि जी बुद्धिमत्ता खर्च केली जाते ती पाहून करभारापासून निर्माण होणारा महत्त्वाचा परिणाम लक्षात येतो. हिशेबी व्यक्ती आपले सर्व व्यवहार अशा तऱ्हेने करते की, जेणेकरून करभार टळेल किंवा कमीतकमी राहील.

साहाय्यक अनुदाने :– घटकराज्यांवर ज्या जबाबदाऱ्या सोपविण्यात आल्या आहेत त्या पार पाडण्यासाठी लागणारा खर्च सतत वाढतच आहे. परंतु, या सर्व जबाबदाऱ्या पार पाडण्यासाठी पुरी पडतील अशी उत्पन्नाची साधने मात्र घटकराज्यांना देण्यात आलेली नाहीत. त्यामुळे प्रत्येक वर्षी घटकराज्यांना मिळणारे उत्पन्न व त्यांचा खर्च यामध्ये तफावत पडत जाते. ही तफावत भरून काढण्यासाठी अनुदानांची आवश्यकता असते.

हे लक्षात घेऊन पहिल्या वित्त आयोगाने आठ घटकराज्यांना खास अनुदाने द्यावीत असे सुचविले आहे. दुसऱ्या आयोगाने या अनुदानात आणखी वाढ करावी असे सुचविले कारण १९५६ नंतर घटकराज्यांच्या विकास विषयक गरजा वाढतच होत्या. तिसऱ्या आयोगाने असे सुचविले की, घटकराज्यांना विकासकार्यासाठी पैसा कमी पडणार नाही, अशी खात्री वाटावी एवढ्या प्रमाणात अनुदाने देण्यात यावीत. त्यानुसार महाराष्ट्र वगळून व इतर राज्यांसाठी एकूण ११० कोटी रुपयांची अनुदाने द्यावीत असे सुचविले. याशिवाय दळणवळणाची साधने

सुधारण्यासाठी ९ कोटी रुपये घटकराज्यांना द्यावेत असेही आयोगाने सुचविले होते. चौथ्या आयोगाने घटकराज्यांना १९६६-६७ ते १९६९-७१ या काळासाठी दरवर्षी १२२ कोटी रु.चे अनुदान द्यावे अशी शिफारस केली. पाचव्या आयोगाने १९६९-७४ या काळासाठी ६३८ कोटी रुपयांच्या अनुदानाची शिफारस केली. सहाव्या आयोगाने २५१० कोटी रु. रक्कम दिली जावी अशी शिफारस केली; अशा रीतीने प्रत्येक आयोगाने साहाय्यक अनुदानांच्या रकमेत वाढ केली आहे. नवव्या आयोगाने तर २०,३०० कोटी रु. इतके अनुदान देण्याची शिफारस केली. दहाव्या आयोगाने १९७५ ते २००० या काळासाठी ७५८० कोटी रुपयांची अनुदाने द्यावीत अशी शिफारस केली.

केंद्राचे व भारतातील राज्यांचे कर व करेतर उत्पन्न

केंद्र सरकार आणि राज्य सरकार प्रत्यक्ष आणि अप्रत्यक्ष कर आकारतात; कारण त्यामुळे केंद्र आणि राज्य सरकारांना महसूल प्राप्त होतो.

केंद्र सरकारच्या कर-महसुलामध्ये पुढील बाबींचा समावेश होतो -

१) प्राप्तीकर २) मालमत्तेवरील कर व भांडवली व्यवहारांवरील कर ३) वस्तूंवरील व सेवांवरील कर केंद्रसरकारच्या करेतर महसुलात पुढील बाबींचा समावेश होतो -

१) राज्यवित्तीय व अन्य सेवा

२) व्याजाच्या रूपाने मिळणारे उत्पन्न

३) लाभांश व नफा

उत्पन्नावरील कर :- केंद्र सरकार उत्पन्नावर कर बसविते. उत्पन्नावरील करांचे दोन प्रकार म्हणजे- १) वैयक्तिक प्राप्तीवरील कर आणि निगम कर (किंवा कंपन्यांना मिळणाऱ्या नफ्यावरील कर)

वैयक्तिक प्राप्ती उत्पन्न :- केंद्र सरकार वैयक्तिक उत्पन्नावर वैयक्तिक प्राप्तीकर बसविते. यापासून मिळणारे उत्पन्न केंद्र सरकार व घटकराज्य सरकारे यांच्यामध्ये विभागून दिला जातो. हा कर करक्षमता तत्त्वावर आधारलेला आहे; हा कर सर्व व्यक्तींवर बसविला जात नसून ज्या व्यक्तीची कर भरण्याची शक्ती जास्त असते अशा व्यक्तींकडून जास्त दराने वसूल केला जातो. ज्या व्यक्तींचे वार्षिक उत्पन्न १,६०,००० रु.पेक्षा कमी असेल त्यांच्यावर सध्या हा कर बसविला जात नाही. प्राप्तिकर हा प्रगतिशील स्वरूपाचा कर आहे. वाढत्या उत्पन्नाबरोबर प्राप्तिकराच्या दरात वाढ होत जाते.

२०१०-११ च्या अंदाजपत्रकात कराची मर्यादा पुढीलप्रमाणे दिली आहे.

अ)	० ते १ लाख ६० हजार रुपये	कर नाही.
ब)	१,६०,००० ते ५ लाख	१० टक्के
क)	५००००१ ते ८ लाख	२० टक्के
ड)	२ लाखांच्या पुढे	३० टक्के

महिलांसाठी

० ते १ लाख ९० हजार रुपये	कर नाही.

ज्येष्ठ नागरिकांसाठी

० ते २ लाख ४० हजार	कर नाही.

वैयक्तिक प्राप्तिकर लवचिक स्वरूपाचा आहे. वाढत्या औद्योगिकीकरणाबरोबर जसजशी अधिकाधिक प्रगती होत जाते तसतसे लोकांना अधिकाधिक उत्पन्न मिळून त्यावरील करापासून मिळणाऱ्या महसुलात सतत वाढ होत राहते. वैयक्तिक प्राप्तिकरापासून मिळणाऱ्या महसुलात सतत वाढ होत राहते. वैयक्तिक प्राप्तिकरापासून मिळणाऱ्या महसुलात १९५०-५१ ते २००९-१० या काळात सतत वाढ झाल्याचे दिसून येते. वैयक्तिक प्राप्तिकरांपासूनचे उत्पन्न १९५०-५१ मध्ये १४० कोटी रुपये होते. १९८०-८१ मध्ये १,५१० कोटी रुपये झाले तर २००९-१० च्या अंदाज पत्रकानुसार १,१२,८५० कोटी रुपयांपर्यंत होईल. अलीकडच्या काळात प्राप्तिकराचा दर कमी केलेला असूनही आणि कर माफ उत्पन्न वाढल्यामुळे करकक्षेबाहेर राहणाऱ्या लोकांची संख्या बरीच मोठी असूनही वैयक्तिक प्राप्तिकरापासून मिळणाऱ्या महसुलात वाढच होत आहे. १९५०-५१ मध्ये या करापासून मिळणाऱ्या महसुलातील १४० कोटी रुपयातून ५० कोटी रुपये घटक राज्यांना दिले तर १९८०-८१ मध्ये १५१० कोटी रुपयांपैकी १००० कोटी रुपये घटक राज्यांना दिले गेले. हा हिस्सा ठरविण्याचा अधिकार फक्त वित्तआयोगाला आहे. ११ व्या वित्तआयोगाने १९९५ ते २००० या काळासाठी घटक राज्यांचा हिस्सा ७७.५ टक्के निश्चित केला.

पुढील तक्ता क्र. १ वरून सरकारला मिळणाऱ्या करांचे स्वरूप समजू शकते.

तक्ता क्र. १
प्राप्तिकरांपासून केंद्र सरकारचा महसूल

(कोटी रुपये)

बाब	१९५०-५१	१९८०-८१	२००१-०२	२००९-१० (अंदाजपत्रकीय)
१) प्राप्तिकर वजा-	१४०	१५१०	३२,०००	११२८५०
राज्याचा				
हिस्सा	५०	१०००	-	-
प्राप्तिकरापासून निव्वळ महसूल	९०	५१०	३२०००	११२८५०
२) निगमकर	४०	१३१०	३६६१०	२५६७२५
प्राप्तिकरापासून निव्वळ महसूल	१३०	१८२०	६८६१०	३६६७२५

(Source - Indian Economy, Ruddar Datt & K.P.M. Sundaram 61st Edition p. 903)

महामंडळ कर/निगम कर (Corporation Tax)

केंद्र सरकार कंपन्यांच्या उत्पन्नावर जो कर बसविते तोच निगम कर किंवा महामंडळ कर होय. हा कर उत्पादन संस्थांच्या नफ्यावर बसविला जातो. प्रामुख्याने कारखानदारी क्षेत्रातील या उत्पादन संस्थांना आपल्या नफ्यातून रक्कम केंद्र सरकारला कर म्हणून द्यावी लागते. महामंडळ करापासून मिळणारे उत्पन्न १९५०-५१ ते २००९-१० या काळात रु. ४० कोटींवरून २५६७२२५ कोटी रुपयांपर्यंत वाढले. १९५०-५१ पासून औद्योगिकीकरणाचा वेग वाढला त्यामुळे महामंडळ करापासून मिळणाऱ्या उत्पन्नात वाढ होत आहे.

मालमत्तेवरील कर :– या करात इस्टेट ड्यूटी, संपत्ती कर आणि देणगी कर यांचा समावेश होतो. केंद्र सरकारने महसूल मिळवण्यासाठी या मार्गाचा अवलंब केला.

संपत्तीवरील कर (Wealth Tax) :– हा संचित संपत्तीवरील कर असून तो चालू उत्पन्नातून भरावयाचा असतो. अडीच लाख रुपयांपेक्षा कमी संपत्ती करमाफ ठरविण्यात आली असून त्यापेक्षा अधिक संपत्तीवर कर घेतला जातो. या कराचा दर अत्यंत कमी म्हणजे ०.५ टक्के ते २ टक्के या मर्यादांमध्ये आहे. १९७०-७१ मध्ये या करापासून केंद्र सरकारला १५ कोटी रु. महसूल मिळाला, १९९४-९५ पासून या करात बदल केल्याने या करापासून मिळणारे उत्पन्न कमी होत आहे. १९९५-९६ मध्ये ७४ कोटी १९९७-९८ मध्ये १३० कोटी रु. नंतर मात्र वाढ झाली. २००९-१० मध्ये हे उत्पन्न ४२५ कोटी रुपये (अपेक्षित) एवढे वाढलेले दिसते.

वस्तू व सेवांवरील कर (Taxes on commodities and services)

केंद्र सरकारच्या महसुली उत्पन्नाचे मार्ग या दृष्टीने वस्तूंवरील व सेवांवरील कर अत्यंत महत्त्वाचे आहेत.

मध्यवर्ती उत्पादन कर :– देशात उत्पादन केल्या जाणाऱ्या वस्तूंवर मध्यवर्ती उत्पादन कर बसविला जातो. लिकर, ड्रग इ.सारख्या ज्या वस्तूंच्या उत्पादनावर राज्यसरकार उत्पादन कर बसविते अशा वस्तूंवर मध्यवर्ती उत्पादन कर बसविला जात नाही. सुरुवातीला साखर, सुती कापड, तंबाखू, मोटार, स्पिरिट, काडेपेट्या, सिमेंट इ. वस्तूंवरील उत्पादन करापासून केंद्र सरकारला भरपूर उत्पन्न मिळाले. अलीकडील काळात मध्यवर्ती उत्पादन कराची कक्षा वाढविण्यात आली आहे. त्यामध्ये अनेक वस्तूंचा समावेश करण्यात आला आहे. सन १९५०-५१ ते २००१-०२ या काळात मध्यवर्ती उत्पादन करापासून मिळालेले स्थूल उत्पन्न ७० कोटींवरून ६८,५३० कोटी रुपयांपर्यंत वाढले. २००९-१० च्या अर्थसंकल्पात या करापासून १०६४७७ कोटी रुपयांपर्यंत मिळेल असा अंदाज करण्यात आला आहे. दहाव्या वित्त आयोगाने केलेल्या शिफारशींनुसार मध्यवर्ती उत्पादन करापासून मिळणाऱ्या उत्पन्नापैकी ४७.५ टक्के रक्कम घटक राज्यांना द्यावयाची आहे.

जकाती (Custom Duties)

यामध्ये आयातीवरील व निर्यातीवरील करांचा समावेश होतो. निर्यातीवरील जकातींमुळे भारताचे आंतरराष्ट्रीय बाजारांमधील स्पर्धा सामर्थ्य कमी होत असल्याने सरकारने अनेक निर्यात जकाती रद्द केल्या आहेत.

आयात वस्तूंवरील जकातींपासून सरकारला मोठे उत्पन्न मिळते कारण लोखंड, पोलाद, रसायने, औषधे, खते, पेट्रोलियम वस्तू इत्यादींची फार मोठ्या प्रमाणावर आयात केली जाते.

जकातींपासून १९८०-८१ मध्ये ३४१० मध्ये कोटी रुपयांचे उत्पन्न मिळाले. २००१-०२ मध्ये, ४७,५४० कोटी रुपयांपर्यंत वाढ झाली. २००९-१० च्या अर्थसंकल्पात जकातीपासून ९८००० कोटी रु. महसूल मिळेल असा अंदाज करण्यात आला आहे.

भारतीय कर रचनेत महसूल मिळवण्याचे तिसरे महत्त्वाचे मोठे साधन म्हणजे जकाती आणि मध्यवर्ती उत्पादन कर हे होय.

सेवाकर :– १९९५-९६ पासून सरकारला सेवाकरापासून मोठे उत्पन्न मिळत आहे. उत्पादन आणि विक्री सेवांवर कर लादला जातो. गेल्या काही दशकांत सेवा क्षेत्र जलद विस्तारत आहे. सेवा क्षेत्राचा स्थूल देशांतर्गत उत्पादनात हिस्सा वाढत आहे.

सरकार इलेक्ट्रिसिटी, टेलिफोन, ब्रोकररेज इ. सेवांवरील करांपासून महसूल प्राप्त करत आहे. प्रत्येक वर्षी नवीन सेवांवर कर लावला जात आहे. आतापर्यंत ८१ सेवांवर सेवाकर लावला आहे. १९९४-९५ मध्ये सेवाकरांपासून ४०७ कोटी रु. उत्पन्न मिळाले. २००१-०२ मध्ये उत्पन्न २६१० कोटी रुपयांपर्यंत वाढले तर २००९-१० च्या अंदाजपत्रकात ६५००० कोटी रुपयांपर्यंत उत्पन्न वाढेल असा अंदाज केला आहे.

राज्य सरकारकडून आकारले जाणारे कर

राज्य सरकारांना काही ठराविक कर आकारण्याचा व जमा करण्याचा अधिकार भारतीय राज्यघटनेनुसार मिळालेला आहे. प्रत्येक राज्याला केंद्र सरकारने लावलेल्या व जमा केलेल्या करातील काही हिस्सा मिळत असतो. राज्यसरकारे पुढील कर लावतात –

१) शेती उत्पन्नावरील कर :– राज्य घटनेने शेती उत्पन्नावर कर लावण्याचा अधिकार राज्यसरकारांना दिलेला आहे. परंतु, अजूनही फारच कमी राज्ये या अधिकाराचा वापर करतात. १९८०-८१ पासून या कराच्यारूपाने मिळणाऱ्या उत्पन्नात वाढ होत आहे.

२) मालमत्ता व भांडवलावरील कर :– यामध्ये मुख्यत: स्टॅम्प व नोंदणी शुल्क, जमीन महसूल, शहरातील अचल मालमत्तेवरील कर यांचा समावेश होतो.

३) व्यापार, व्यवसाय, रोजगार आणि कर :– पंचवार्षिक योजनाकाळात भारताची झालेली प्रगती, वाढता व्यापार, व्यवसाय आणि वाढती रोजगार संधी यामुळे या मार्गाने जमा होणाऱ्या कराची रक्कम वाढत आहे.

या कराप्रमाणेच राज्य सरकारांना काही वस्तू व सेवांवर कर लावण्याचा अधिकार आहे; ते कर पुढीलप्रमाणे–

१) विक्री कर :– यामध्ये मुख्यत: विक्रीकर, केंद्रीय विक्रीवरील काही हिस्सा, मोटर स्पिरिटवरील विक्रीकर तसेच उसाच्या खरेदीवरील कर इ.चा समावेश होतो.

२) वाहनांवरील कर :– या करात अनेक सुधारणा झाल्या आहेत. वाहनांवरील कर हा राज्यसरकारचा अधिकार आहे.

३) राज्यसरकारचे करेतर उत्पन्न :– करांखेरीज इतर काही मार्गांनी सुद्धा राज्यसरकारला उत्पन्न मिळते. यामध्ये व्याजरूपाने मिळणारे उत्पन्न, राज्यसरकारच्या मालकीच्या उद्योग व व्यवसाय क्षेत्रातून मिळणारा लाभांश व नफा, तसेच राज्य सरकारकडून पुरविल्या जाणाऱ्या सामान्य, आर्थिक, सामाजिक, राज्यकोशीय सेवांपासून मिळणारे उत्पन्न इ.चा समावेश होतो. इतर करांपासून मिळणाऱ्या उत्पन्नाप्रमाणेच करेतर उत्पन्नातही वाढ झालेली आहे.

४) विजेवर आकारण्यात येणारे कर.

५) माल वाहतूक व प्रवासी वाहतुकीवर कर.

६) केंद्र सरकारच्या कर महसुलातून राज्यांना मिळणारा हिस्सा; हा हिस्सा ठरविण्याचा अधिकार राज्य घटनेने वित्त आयोगाला दिलेला आहे.

७) करमणूककर, संपदाकर आणि इतर कर या सर्व करांच्या उत्पन्नात वाढ झालेली आहे.

अशा रितीने राज्य सरकारांचे करउत्पन्न तसेच करेतर उत्पन्न या दोन्हींत वाढीची प्रवृत्ती दिसून येते.

सार्वजनिक कर्ज :– सार्वजनिक कर्जाचे दोन प्रकार आहेत. १) अंतर्गत कर्ज व २) बाह्य कर्ज.

जेव्हा सरकार देशातील व्यक्ती, वित्तीय आणि अन्य संस्था यांच्याकडून कर्ज उभारते तेव्हा त्या कर्जाला 'अंतर्गत कर्ज' असे म्हणतात. याउलट जेव्हा सरकार परकीय नागरिकांकडून, परकीय वित्तीय संस्थांकडून व आंतरराष्ट्रीय वित्तीय संस्थांकडून आणि परकीय सरकारकडून कर्ज उभारते तेव्हा त्याला 'बाह्य कर्ज' असे म्हणतात. देशातील सरकार दोन मार्गाने कर्ज उभारते ते पुढीलप्रमाणे–

१) अंतर्गत कर्ज उभारणीचे मार्ग

अ) अल्पबचती किंवा देशातील नागरिक :– देशातील लोक जी बचत करतात त्या बचतीतून सरकारला अंतर्गत कर्ज उपलब्ध होते. सरकार बचत योजनेतूनही कर्ज उभारते. उदा. पोस्टातील बचत खाती, राष्ट्रीय बचत प्रमाणपत्रे, भविष्य निर्वाह निधी इत्यादींद्वारे अंतर्गत कर्जे उभी केली जातात. तसेच सरकार कर्जरोख्यांची विक्री करते. सरकारी रोख्यांची खरेदी–विक्री करता येत असल्याने त्यांचे हस्तांतरण होऊ शकते; अशा रीतीने सरकार देशातील लोकांकडून विविध मार्गाने कर्ज उभारते.

ब) बाजार कर्ज :– हे कर्ज मुख्यत: व्यक्ती आणि संस्थांकडून उभारले जाते. उदा. व्यापारी बँका, आयुर्विमा महामंडळ, युनिट ट्रस्ट ऑफ इंडिया इ. सार्वजनिक कर्जातील फारच थोडा हिस्सा हा या व्यक्तींकडून उभारला जातो आणि बहुतेक कर्ज हे संस्थांकडूनच उभारले जाते. एकूण सार्वजनिक कर्जात बाजार कर्जाचा हिस्सा वाढतच आहे.

क) वित्तीय संस्थांकडून उभारलेली मुदत कर्जे :– या मार्गाने उभारण्यात येणारे कर्ज गेल्या काही वर्षांत सातत्याने वाढत आहे. यात अल्प, मध्यम व दीर्घ मुदतीच्या कर्जांचा समावेश होतो.

ड) मध्यवर्ती बँकांकडून घेण्यात येणारी कर्जे :– तुटीच्या अर्थभरण्यासाठी विविध मार्गांनी वित्त पुरवठा उभारला जातो; त्यापैकी एक महत्त्वाचा मार्ग म्हणजे मध्यवर्ती बँकेकडून घेतले जाणारे कर्ज होय.

सरकारी खर्चाची बिले मध्यवर्ती बँकेकडे पाठविली जातात. ज्यांना सरकारने पैसे द्यावयाचे असतात त्यांच्या नावे इतर बँकात खाती उघडली जातात. त्या बँकांकडे स्वतःचे पैसे व इतर ठेवी असतात. तसेच मध्यवर्ती बँकेकडे इतर बँकांच्या ठेवी असतात. ज्या बँकांमध्ये खाते उघडले असेल तेथे सरकारच्या वतीने पतनिर्मितीद्वारे खातेदारांना पैसे देतात. या मार्गाने सुद्धा अंतर्गत कर्ज उभारणी करता येते.

इ) बँकेतर वित्तीय संस्था :– विमाकंपन्या, संघटित बचत बँका, विश्वस्त संस्था या संस्था सरकारी कर्जरोख्यांची खरेदी करतात. सरकारची आर्थिक पात्रता, विश्वसनीयता, पैसे परत मिळण्याची खात्री यामुळे सरकारी रोख्यात गुंतवणूक केली जाते. या मार्गाने अंतर्गत कर्ज उभारणी केली जाते.

ई) व्यापारी बँका :– व्यापारी बँका पतनिर्मितीच्या प्रक्रियेतून सरकारी कर्जरोख्यांची खरेदी करतात. त्यामुळे सरकारला कर्ज उपलब्ध होते तसेच व्यापारी बँकांकडून पैसे उसने घेणे इ. प्रकारे कर्ज घेतले जाते.

उ) राखीव निधी व ठेवींच्या स्वरूपातील कर्ज उभारणी.

२) बाह्य कर्ज उभारणीचे मार्ग

सरकारने देशाबाहेरून कर्ज उभारणी केल्यास त्यास परकीय कर्ज किंवा बाह्य कर्ज असे म्हणतात; ते पुढील मार्गाने उभारता येते–

अ) परकीय नागरिक :- परकीय नागरिकांकडून विविध प्रकारे सरकार बाह्यकर्ज घेते. सरकारी रोख्यांची विक्री परकीय नागरिकांना केली जाते. त्यातून बाह्यकर्जाची उभारणी केली जाते.

ब) परकीय सरकार आणि परकीय वित्तीयसंस्था :- परकीय सरकारकडून कर्ज मिळविले जाते; तसेच परकीय वित्तीय संस्थांकडून सुद्धा कर्ज मिळविले जाते. हे कर्ज तंत्रज्ञान अथवा परकीय चलन अथवा वस्तूंच्या स्वरूपात प्राप्त केले जाते.

क) आंतरराष्ट्रीय वित्तीय संस्था :- जागतिक बँक, आंतरराष्ट्रीय नाणेनिधी, आशियायी विकास बँक, आंतरराष्ट्रीय वित्तीय महामंडळ इ.द्वारे सरकार बाह्य कर्ज मिळविते. या कर्जाचा उपयोग आर्थिक विकासाच्या कार्यक्रमासाठी केला जातो.

बाह्य कर्ज हे युद्ध खर्च, युद्धसाहित्य, आधुनिक तंत्रज्ञान, विकास कार्यक्रम व प्रकल्प, व्यवहारातील देणी-घेणी इत्यादींसाठी घेतले जाते.

भारताला देशांतर्गत कर्जाप्रमाणे बाह्य कर्जावर सुद्धा अवलंबून राहावे लागते. विविध प्रकल्पांसाठी यंत्रसामग्री, त्यांचे सुटे भाग, तांत्रिक ज्ञान व कौशल्य उपलब्ध करून देण्याच्या दृष्टीने भारताला परकीय कर्जावर अवलंबून राहावे लागते; कारण भारताला आपला निर्यात व्यापार वाढवून वरील विकासोन्मुख साधनसामग्री खरेदी करण्यासाठी आवश्यक असलेले परकीय चलन मिळविणे दुरापास्त झाले. भारताने केलेल्या एकूण आयातीची किंमत निर्यात केलेल्या वस्तूंच्या किमतीपेक्षा नेहमी अधिक राहिली आहे. त्यामुळे विकासासाठी आवश्यक असलेले परकीय चलन परकीय कर्जाद्वारे मिळवावे लागले; वेळोवेळी काढलेले हे परकीय कर्ज कराराप्रमाणे चलनात फेडावे लागते.

३) देशांतर्गत कर्ज व बाह्य कर्ज यातील फरक किंवा भेद

देशांतर्गत कर्ज आणि बाह्य कर्ज यातील फरक पुढीलप्रमाणे सांगता येतो-

अ) देशांतर्गत कर्ज हे वर्तुळाकार प्रवाहासारखे असते; कारण समाजातील एका गटाकडून पैसा कर्जरूपाने सरकारकडून घेतला जातो; व दुसऱ्या गटासाठी तो खर्च केला जातो त्यामुळे एकूण राष्ट्रीय उत्पन्नात फरक पडत नाही; तसेच दोन्ही कर्ज उभारणीची उद्दिष्टे वेगवेगळी असतात. मात्र, बाह्य कर्जाचा राष्ट्रीय उत्पन्नावर परिणाम होतो. बाह्य कर्जाचा योग्य वापर केल्यास राष्ट्रीय उत्पन्नात वाढ घडून येते.

ब) बाह्य कर्जात एखादा देश जेव्हा दुसऱ्या देशाकडून कर्ज उभारतो तेव्हा त्या कर्जाचे व्याज दिले जात असताना ऋणको देशातील संपत्ती धनको देशाकडे पाठविली जाते. व्याजदर जेवढा जास्त असेल तेवढा ऋणको देशावर कर्जाचा जास्त भार पडतो.

देशांतर्गत कर्जाबाबत मात्र ही समस्या निर्माण होत नाही; कारण व्याज देताना व कर्जफेड करताना देशातील संपत्ती देशातच राहाते.

क) देशांतर्गत कर्जउभारणी व अशा कर्जाची परतफेड याचा देशातील एकूण उत्पादनावर परिणाम होत नाही. परंतु, उत्पादनावर अप्रत्यक्ष परिणाम मात्र होऊ शकतात, व्याजाचा बोजा वाढत जातो.

ड) अंतर्गत कर्जाचे फारसे दुष्परिणाम नसतात; मात्र बाह्य कर्ज घेताना अनेक अटी लादल्या जातात. त्याचे दुष्परिणाम कर्ज घेणाऱ्या देशाला भोगावे लागतात. काही वेळा राजकीय स्वातंत्र्य धोक्यात येऊ शकते; तसे अंतर्गत कर्जाबाबत घडत नाही.

इ) अंतर्गत आणि बाह्य दोन्ही कर्जे उत्पादक व अनुत्पादक स्वरूपाची असू शकतात. उत्पादक कर्जामुळे उत्पादन व संपत्तीत वाढ होते. परतफेड करणे सोयीचे जाते. मात्र, अनुत्पादक कारणासाठी घेतलेल्या कर्जामुळे उत्पादनात भर पडत नाही. हे कर्ज परतफेड करताना अडचणीचे जाते.

सार्वजनिक कर्जाचा भार

सार्वजनिक खर्च : लोकांच्या गरजा भागविण्यासाठी व सार्वजनिक हितासाठी सार्वजनिक सत्तेने केलेला खर्च म्हणजे सार्वजनिक खर्च होय.

सार्वजनिक खर्चाचे वर्गीकरण

१) आर्थिक वर्गीकरण

आज जगात बहुतेक देशांत सार्वजनिक खर्चाचे एकाच प्रकारचे वर्गीकरण करण्यात येते. या वर्गीकरणाला 'आर्थिक वर्गीकरण' म्हणतात.

अ) महसुली खर्च :– सरकारचा चालू खर्च म्हणजे 'महसुली खर्च' होय. यात सरकारी प्रशासनावरील खर्चाचा समावेश होतो. संरक्षण, रेल्वे, पोस्ट, टेलिफोन इ. सारख्या सार्वजनिक बाबींवर होणारा खर्च; राज्याला देण्यात येणारी अनुदाने.

ब) भांडवली खर्च :– यामध्ये भांडवली व्यवहारांचा समावेश होतो. सरकारचा भांडवली व्यवहारावरील खर्च म्हणजे 'भांडवली खर्च' होय. उदा. सरकारच्या इमारती, अवजड यंत्रे इ.

थोडक्यात, प्रत्येक अर्थशास्त्रज्ञाने एका विशिष्ट दृष्टिकोनातून सार्वजनिक खर्चाचे वर्गीकरण केले आहे. प्रत्येक वर्गीकरणात काही ना काही त्रुटी जाणवतात. व्यावहारिक दृष्टीने डाल्टन यांचे वर्गीकरण योग्य वाटते; सर्व देशात आर्थिक वर्गीकरणाचा आधार घेतला जात आहे.

२) सार्वजनिक खर्चाचे नवीन वर्गीकरण (New Classification of Public Expenditure)

१९८७–८८ च्या अंदाजपत्रकापासून भारत सरकारने खर्चाचे नवीन वर्गीकरण स्वीकारले. या नव्या वर्गीकरणानुसार एकूण सार्वजनिक खर्चाचे दोन गटात वर्गीकरण केले आहे.

अ) योजनेतर खर्च किंवा बिगर योजना खर्च (Nonplan Expenditure)

ब) योजना खर्च (Plan Expenditure)

अ) योजनेतर खर्च :– केंद्र सरकारच्या योजनेतर खर्चाची महसुली खर्च आणि भांडवली खर्च अशी विभागणी करण्यात येते. योजनेतर महसुली खर्चात व्याज, संरक्षणावरील महसुली खर्च, प्रमुख अर्थसाहाय्य (यात अन्नधान्य, खते व निर्यात प्रोत्साहनावरील सवलती इ.चा समावेश होतो.) इतर सवलती, शेतकऱ्यांची कर्ज माफी, पोलीस, निवृत्ती वेतन, इतर सामान्य खर्च (यात कर जमा करणे, परराष्ट्रीय व्यवहार) इ.चा समावेश होतो. सामाजिक सोयी-सुविधा (यात शिक्षण, आरोग्य इ.) आर्थिक सोयी-सुविधा (यात शेती, उद्योग, वाहतूक, ऊर्जा, दळणवळण, विज्ञान व तंत्रज्ञान) इ.चा समावेश होतो. केंद्र सरकारकडून राज्य सरकारांना देण्यात येणारी अनुदाने परकीय सरकारांना देण्यात येणारी अनुदाने यांचा समावेश होतो.

योजनेतर भांडवली खर्चात संरक्षणावरील भांडवली खर्च, सार्वजनिक प्रकल्पासाठी दिले जाणारे कर्ज, घटकराज्यांना व केंद्रशासित प्रदेशांना दिले जाणारे कर्ज आणि परदेशासाठी दिले जाणारे कर्ज इत्यादींचा समावेश होतो.

ब) योजना खर्च :– योजना खर्चात पुढील बाबींचा समावेश होतो.

अ) केंद्राने तयार केलेल्या योजनांवरील खर्च. उदा. शेती, ग्रामीण विकास, जलसिंचन व पूरनियंत्रण, राष्ट्रीय पाणलोट क्षेत्र विकास कार्यक्रम, ऊर्जा, उद्योग व धातू, वाहतूक व दळणवळण, विज्ञान व तंत्रज्ञान आणि पर्यावरण, सामाजिक सोयीसुविधा इ.चा समावेश होतो.

ब) राज्य सरकारांनी तयार केलेल्या योजनांना देण्यात येणारी मदत तसेच केंद्रशासित प्रदेशांना देण्यात येणारी मदत.

पुढील तक्ता क्र. ३ वरून असे दिसून येते की, केंद्र सरकारचा योजनेतर खर्च (Non-Plan Expenditure) सन १९८९-९० ते २००५-०६ (अंदाजपत्रक या काळात रुपये ६४,५०० कोटींवरून रुपये ३,७०,८५० कोटींपर्यंत वाढला.) म्हणजेच योजनेतर खर्च जवळजवळ सहा पटींनी वाढला. याचकाळात योजना खर्च रुपये २८,४०० कोटींवरून रु. १,४३,५०० कोटींपर्यंत म्हणजे जवळजवळ पाच पटींनी वाढला. २००९-१० च्या केंद्रीय अंदाजपत्रकात एकूण खर्च रु. १०,२०,८३८ कोटींपर्यंत वाढला; त्यापैकी योजनेतर खर्च रु. ६,९५, ६८९ कोटी व योजना खर्च रु. १,४३,५०० कोटी होता; यामध्ये महसुली व भांडवली दोन्ही खर्च वाढले आहेत.

तक्ता क्र. ३ केंद्रसरकारचा योजनेतर आणि योजना खर्च

(रु. कोटी)

बाबी	१९८९-९० (प्रत्यक्ष)	२००२-०३ (अंदाजपत्रक)	२००५-०६ (अंदाजपत्रक)	२००९-१० (अंदाजपत्रक)
१) योजनेतर खर्च	६४,५००	२,९६,८१०	३,७०,८५०	६,९५,६८९
अ) महसुली खात्यावरील खर्च	५२,१३०	२,७०,१७०	३,३०,५३०	६,१८,८३४
ब) भांडवली खात्यावरील खर्च	१२,३७०	२६,६४०	४०,३२०	७६,८५५
२) योजना खर्च	२८,४००	१,१३,५००	१,४३,५००	३,२५,१४९
अ) महसुली खात्यावरील खर्च	१२,०७०	७०,३१०	१,१५,९८०	२,७८,३९८
ब) भांडवली खात्यावरील खर्च	१६,३३०	४३,१९०	२७,५२०	४६,७५१
एकूण खर्च	९२,९००	४,१०,३१०	५,१४,३५०	१०,२०,८३८

Source : Indian Economy, Ruddar Datt & Sundharam 47th Revised Edition, 53rd Edition and 61st Edition

सार्वजनिक खर्चातील वाढ (Growth in Public Expenditure)

स्वातंत्र्य मिळाल्यानंतर भारत सरकारने पंचवार्षिक योजनांच्याद्वारे भारताचा आर्थिक विकास वेगाने करण्याचे धोरण स्वीकारले. विकासाच्या विविध योजनांमुळे सार्वजनिक खर्च मोठ्या प्रमाणात वाढला. तसेच त्यामध्ये सतत वाढ होत आहे. भारताच्या सार्वजनिक खर्चाचा विचार महसुली खर्च आणि भांडवली खर्चाच्या संदर्भात केला जातो. ते पुढील तक्त्यावरून दिसून येते.

तक्ता क्र. ४ : केंद्र सरकारचा खर्च

(रु. कोटी)

वर्ष	महसुली खर्च	भांडवली खर्च	एकूण खर्च
१९५०-५१	३५०	१८०	५३०
१९८०-८१	१४,५४०	९,६३०	२४,१७०
२००१-०२	३,०१,६१०	६०,८४०	३,६२,४५०
२००५-०६ (अंदाजपत्रक)	४,४६,५२०	६७,८३०	५,१४,३५०
२००९-१० (अंदाजपत्रक)	८,९७,२३२	१,२३,६०६	१०,२०,८३८

(**Source :** Indian Economy, Ruddar Datt & Sundaram 47th Revised Edition-2003, 53rd Edition-2006 and 61st Edition-2010)

केंद्र सरकारचा एकूण खर्च सन १९५०-५१ ते २००१-०२ या काळात रु. ५३० कोटींवरून रु. ३,६२,४५० कोटींपर्यंत वाढला आहे. याच काळात महसुली खर्च ३५० कोटी रुपयांवरून ३,०१,६१० कोटी रुपयांपर्यंत आणि भांडवली खर्च १८० कोटी रुपयांवरून ६०,८४० कोटी रुपयांपर्यंत वाढला म्हणजेच भारत सरकारचा खर्च मोठ्या प्रमाणात वाढलेला दिसून येतो. २००९-१० च्या अंदाजपत्रकावरून केंद्र सरकारचा एकूण खर्च १०,२०,८३८ कोटी रुपये होईल असा अंदाज व्यक्त केला आहे.

१९८७-८८ पूर्वी केंद्र सरकारच्या महसुली खर्चाची विभागणी नागरी खर्च, संरक्षण खर्च, अनुदाने इ.ने केली जात होती. तसेच त्याच वेळी केंद्र सरकारने विकास खर्च, संरक्षण खर्च आणि इतर खर्च अशा विभागणीची सुद्धा मागणी केली. अ) विकास खर्चात सामाजिक सेवा, आर्थिक सेवा, सामान्य सेवा आणि राज्य व केंद्रशासित प्रदेशाला दिलेली अनुदाने इ.चा समावेश केला. ब) संरक्षण खर्चामध्ये सैन्यदल आणि निवृत्त सैनिकांचे पेन्शन इ.चा समावेश केला. क) इतर खर्चात करवसुली, शुल्क, प्रशासकीय सेवा, व्याज, पेन्शन व निवृत्तीचे इतर लाभ, राज्यांना दिली जाणारी अनुदाने इ.चा समावेश केला.

संरक्षण खर्च आणि इतर खर्च यांना एकत्रितपणे विकासेतर खर्च म्हटले जात असे.

भारताच्या खर्चात नियोजनाचा आणि कल्याणकारी राज्याच्या संकल्पनेचा स्वीकार केल्याने भारताच्या सार्वजनिक खर्चात वेगाने वाढ झाली. विकास कामांकडे लक्ष दिल्याने सार्वजनिक खर्च वाढत गेला. सार्वजनिक खर्चात पुढील प्रवृत्ती दिसून येतात -

१) महसुली खर्चात मोठ्या प्रमाणात वाढ :- महसुली खर्चात मोठ्या प्रमाणात वाढ होताना दिसून येते. १९५०-५१ ते २००१-०२ या काळात केंद्र सरकारचा महसुली खर्च रु. ३५० कोटींवरून रु. ३,०१,६१० कोटी एवढा प्रचंड वाढला. २००९-१० च्या अंदाजपत्रकात केंद्र सरकारचा महसुली खर्च रु. ८,९७,२३२ कोटींपर्यंत वाढला. महसुली खर्च वाढण्याची कारणे म्हणजे प्रशासनाचा विस्तार, वाढती संरक्षणसिद्धता, शिक्षण, आरोग्य, भाववाढ, संस्थांचे कामकाज, आंतरराष्ट्रीय वचनबद्धता इ. होय.

२) विकासेतर खर्चात वाढ :– संरक्षण, प्रशासकीय खर्च, कर्जसेवा इ. वरील खर्च सतत वाढत राहिल्याने विकासेतर खर्च उच्च पातळीवर वाढला.

३) योजनेतर खर्चात वाढ :– अलीकडच्या काळात योजनेतर खर्चात मोठ्या प्रमाणात वाढ झाली आहे.

हे पुढील तक्त्यावरून दिसून येते –

तक्ता क्र. ५ : केंद्र सरकारचा निवडक योजनेतर खर्च

(रु. कोटी)

बाबी	१९८५–८६ (प्रत्यक्ष)	१९९०–९१ (प्रत्यक्ष)	२००२–०३ (अंदाजपत्रक)	२००९–१० (अंदाजपत्रक)
१) व्याज देणी	७,५००	२१,५००	१,१७,३९०	२,२५,५११
२) संरक्षण	७,०००	१०,८७०	४५,५९०	८६,८७९
३) अर्थसाहाय्य	४,९००	१२,१६०	३९,८००	१,११,२७६
४) सामान्य आर्थिक आणि सामाजिक सेवा	२,०६०	६,१५०	३१,५५०	१,९५,१६८
एकूण	२४,४६०	५०,६८०	२,३२,३३०	६,१८,८३४

(**Source :** Indian Economy, Ruddar Datt, Sundaram 47th Revised Edition-2003, and 61st Edition-2010)

सरकारी खर्चात वाढ होण्याची कारणे

(१) लोकसंख्येतील वाढ व वाढते नागरीकरण :– गेल्या काही वर्षांत जगातील सर्वच देशांची लोकसंख्या वाढत आहे. विशेषत: आर्थिकदृष्ट्या मागासलेल्या देशांमध्ये लोकसंख्येच्या वाढीचा वेग फारच भयानक आहे. वाढत्या लोकसंख्येचे केंद्रीकरण शहरांमध्ये व्हायला लागले आहे. यामुळे नगरांच्या सोयीसाठी सार्वजनिक सत्तांना फार मोठा खर्च करावा लागत आहे. दिवाबत्ती, पाणीपुरवठा, स्वास्थ्यसेवा, स्वच्छता, सडका, संरक्षण इत्यादी अनेक सेवा, सवलती सरकारला उपलब्ध करून द्याव्या लागतात. यामुळे सरकारांचा प्रतिव्यक्ती खर्च सतत वाढत आहे. नागरी क्षेत्र जसजसे वाढत जाते तसतशी सार्वजनिक सत्तांच्या कार्यामध्ये सतत भरच पडत आहे. महानगरांचे प्रश्न तर अधिकाधिक जटिल बनत चालले आहेत. लहान गावांमध्ये जे प्रश्न व्यक्ती स्वत: सोडवू शकते तेच प्रश्न महानगरांमध्ये सार्वजनिक सत्तेला सोडवावे लागतात. खाद्यपदार्थांची तपासणी, आवश्यक वस्तूंचे वाटप, सामाजिक सेवांची व्यवस्था, इस्पितळे, शाळा, परिवहन व्यवस्था इत्यादींवर सार्वजनिक सत्तांना खर्च करावा लागतो. या सर्वांचा परिणाम सरकारी खर्चावर होतो व तो वाढतच जातो.

(२) कल्याणकारी राज्याची कल्पना :– गेल्या काही दशकांमध्ये जगातील सर्वच देशांमध्ये कल्याणकारी राज्याची (Welfare state) कल्पना कमी–अधिक प्रमाणात स्वीकारली गेली आहे. एकोणिसाव्या शतकातील पोलीस राज्याची जागा आता विसाव्या शतकात कल्याणकारी राज्याने घेतली आहे. यामुळे आता प्रत्येक

सरकार आपल्या नागरिकांच्या संरक्षणाबरोबर त्यांच्या कल्याणाचेही कार्य अत्यंत महत्त्वाचे आहे असे मानते. नागरिकांचे महत्तम कल्याण साधण्यासाठी अनेक योजना प्रत्यही आखल्या जात आहेत व अंमलातही आणल्या जात आहेत. पूर्ण रोजगार, सर्वांगीण विकास, महत्तम कल्याण ही ध्येये आजची सरकारे आपल्या पुढे ठेवतात. ही ध्येये पार पाडण्याच्या दृष्टीने सरकारला जी कार्ये करावी लागतात त्यांचा खर्चही मोठाच असतो. रोजगार हमी, वेतन, वृद्धापकाल वेतन, औषधांसाठी मदत, स्वास्थ्य वेतन, शैक्षणिक सवलती, नि:शुल्क शिक्षण, महागाई भत्ता, घरभाडे भत्ता इत्यादी सरकारी खर्चाची यादी खूपच मोठी आहे; या यादीत सतत भरच पडत आहे. त्यामुळे सर्वच सरकारांच्या एकूण खर्चात सर्व दृष्टींनी वाढ होत आहे.

(३) लोकशाही प्रवृत्तीत वाढ :– जगातील बहुसंख्य देशांनी लोकशाही पद्धतीचा स्वीकार केला आहे. लोकशाही पद्धतीने केलेल्या राज्यकारभाराला फार मोठा खर्च येतो. लोकशाही विकेंद्रीकरणाची क्रिया देशात सुरू झाली की, सर्व स्तरांवर 'सरकारे' निर्माण होतात. ग्रामपंचायत, जिल्हा परिषद, राज्य सरकार, केंद्र सरकार ही सगळी सरकारे चालवायची म्हणजे प्रचंड खर्चाचे काम होय. या सर्व सरकारांची स्थापना निवडणुका घेऊन केली जाते. निवडणुकांप्रीत्यर्थ सरकारला खूप खर्च करावा लागतो. केंद्र सरकारच्या लोकसभा, राज्यसभा, राज्य सरकारांच्या विधान सभा, विधान परिषदा, जिल्हा परिषदा व त्यांच्या पंचायत समित्या या संस्थांवर अवाढव्य खर्च होतो. त्याचप्रमाणे परदेशातील राजदूतावास, शिष्टमंडळे, संयुक्त राष्ट्रसंघ, आंतरराष्ट्रीय मुद्रानिधी, विश्व अधिकोश इत्यादी आंतरराष्ट्रीय संस्थांचे सदस्यत्व या सर्व गोष्टींचा परिणाम सरकारी खर्चावर होतो व तो वाढतच जातो.

(४) औद्योगिकीकरण :– औद्योगिक क्रांतीनंतर सर्वच देशांमध्ये औद्योगिकीकरणाची लाट पसरली. यामुळे औद्योगिक परिवर्तनाबरोबर सामाजिक व राजकीय परिवर्तनही घडून आले. शास्त्रीय शोध, उत्पादनपद्धतीत सुधारणा, यांत्रिकीकरण, विशाल प्रमाणावरील उत्पादन, श्रमविभाजन इत्यादी गोष्टींचा परिणाम म्हणून उत्पादनात फार मोठ्या प्रमाणात वाढ झाली. जगातील बहुतेक सर्व देशांचे उत्पादन वाढले व त्यामुळे दरमाणशी उत्पन्न वाढले. लोकांचे जीवनमानही वाढले आहे; पण त्याचबरोबर औद्योगिक समस्याही निर्माण झाल्या आहेत. कामगारांसंबंधीच्या योजनांवर सरकारला बराच पैसा खर्च करावा लागतो. उद्योगातील विविध प्रश्न सरकारलाच सोडावे लागतात. बालोद्योगांना संरक्षण, उपभोक्त्यांचे संरक्षण, श्रमिकांचे कल्याण, श्रमिक–मालक संघर्ष इ. गोष्टींकडे लक्ष पुरविणे आजच्या सरकारला अगत्याचे झाले आहे. त्यामुळे या गोष्टींवर सरकारला खर्चही वाढत्या प्रमाणात करावा लागतो.

(५) उद्योगांचे व सेवांचे राष्ट्रीयीकरण :– समाजवादी विचारांचा पगडा असलेली सरकारे आपल्या देशात विभिन्न उद्योगांचे, व्यवसायांचे व सेवांचे राष्ट्रीयीकरण करताना दिसून येतात. राष्ट्रीयीकरणाचा मुख्य हेतू या उद्योगांवर जनतेची मालकी प्रस्थापित करून जनतेला वस्तू व सेवा शक्यतोवर कमी खर्चात पुरविणे हा असतो. खासगी उद्योगांपुढे आदर्श निर्माण करणे हादेखील उद्देश असू शकतो; पण तो साध्य होतोच असे नाही. राष्ट्रीयीकरणामुळे प्रथम या उद्योगांना नुकसानभरपाई म्हणून फार मोठी रक्कम द्यावी लागते. नंतर हे उद्योग चालवायला बराच खर्च येतो. या उद्योगांमधून फायदा होईलच याची खात्री नसते. तोट्यातसुद्धा हे उद्योग चालवावे लागतात. हा तोटा सरकारलाच सहन करावा लागतो. यामुळे सरकारचा खर्च फार वाढतो.

(६) विकास व नियोजन :– आर्थिकदृष्ट्या अप्रगत देशांच्या सरकारांपुढे आपल्या देशाच्या आर्थिक विकासाचा फार मोठा प्रश्न असतो. त्यांना जलद आर्थिक विकास हवा असतो. यासाठी करावयाची पायाभरणी

खासगी संस्थांकडे सोपविली जात नाही. ती सरकारलाच करावी लागते. आर्थिक विकास सर्वांगीण व जलद होण्यासाठी नियोजनाचे तंत्र आजकाल सर्व देशांत वापरले जाते. नियोजनाचे तंत्र समाजवादी देशांनी लोकप्रिय केले. आता भांडवलप्रधान देशही काही क्षेत्रांत या तंत्राचा अवलंब करू लागले आहेत. नियोजनाच्या या तंत्रात सरकारलाच पुढाकार घ्यावा लागतो. उद्योगांचा बहुमुखी विकास, लोकांच्या जीवनमानात वाढ, नैसर्गिक साधनांचा विकास व उपयोग, राष्ट्रीय उत्पन्नात वाढ इ. उद्दिष्टे नियोजनाचा कार्यक्रम हाती घेताना समोर ठेवली जातात. अल्पकालीन व दीर्घकालीन योजना तयार करून त्या कार्यान्वित केल्या जातात. या योजना पार पाडण्यासाठी देशात व देशाबाहेर पैसा प्राप्त केला जातो, कर्ज काढले जाते व हितार्थ प्रबंधनही केले जाते. योजनांचा अवाढव्य खर्च सरकारलाच करावा लागतो. योजनांच्या आकाराबरोबर हा खर्चही वाढत जातो. भारताच्या पहिल्या पंचवार्षिक योजनेच्या जवळजवळ चौपट आकार चौथ्या पंचवार्षिक योजनेचा होता; म्हणजे १९५१ पासून पुढील वीस वर्षांच्या कालावधीत भारत सरकारच्या नियोजनामुळे एकूण व्ययात सुमारे १६,००० कोटी रुपयांची भर पडली असे म्हणावे लागेल.

(७) किमतीमानात वाढ :– जगातील बहुतेक सर्व देशांमध्ये किमतीची पातळी सतत वाढत असलेली दिसते. एकोणिसाव्या शतकाच्या उत्तरार्धात किमतीची वाढ सुरू झाली व ती अजून चालूच आहे. विशेषत: १९३९–४६ च्या दुसऱ्या महायुद्धानंतर किमतीमध्ये फार झपाट्याने वाढ होत गेली. वाढणाऱ्या किमतीचे दोन प्रकारचे परिणाम होतात. एक म्हणजे सरकारला सर्व वस्तू व सेवा यांची जास्त किंमत द्यावी लागते. दुसरा, या वाढलेल्या खर्चाची तोंडमिळवणी करण्यासाठी सरकारला अधिक उत्पन्न-साधनांचा शोध घ्यावा लागतो. सरकारचा वाढलेला खर्च पुन:किमतीमध्ये वाढ करताना दिसतो. हे एक दुष्ट वर्तुळ सुरू होते. यातील अवांछनीय भाग असा की, या वाढलेल्या खर्चाचा परिणाम आर्थिक व्यवहारांवर झालेला दिसत नाही. सरकारी खर्चात किमतीच्या वाढीमुळे दिसून येणारी वृद्धी खरी नसून काहीशी आभासात्मकच असते.

(८) संरक्षणखर्चात वाढ :– विसाव्या शतकात बहुतेक सर्व देशांच्या संरक्षणखर्चात फार तीव्रतेने वाढ झालेली दिसून येते. एकूण खर्चाच्या पन्नास टक्के खर्च संरक्षणावर केलेला असतो. युद्ध असो वा नसो, युद्धाची तयारी मात्र असली पाहिजे; असे प्रत्येक देशातील सरकारला वाटते. युद्धाचे शास्त्र व शस्त्रास्त्रांचे स्वरूप या गोष्टी फार झपाट्याने बदलत आहेत. त्यामुळे नवनवीन शस्त्रास्त्रे बनविणे व विकत घेणे फार महाग होऊ लागले आहे. अण्वस्त्रांच्या शोधामुळे प्रत्येक राष्ट्राला आपणही केव्हातरी अण्वस्त्रसंपन्न व्हावे असे वाटते. अण्वस्त्रे निर्माण करणे हे केवळ श्रीमंत देशांचेच काम आहे; पण गरीब देशदेखील आपल्या उत्पन्नाचा फार मोठा भाग अणुशक्तीच्या उत्पादनावर खर्च करीत आहेत. त्यामुळे प्रत्येक सरकारचा संरक्षणखर्च वाढला आहे, संरक्षणखर्चात कपात करायला वावच नाही. भारतासारख्या शांतिप्रिय देशालासुद्धा चिनी व पाकिस्तानी आक्रमणांना तोंड द्यावे लागते. या दोन देशांविरुद्ध सतत युद्धसज्ज राहण्यासाठी युद्ध व संरक्षणावरील खर्चात अनेक पटींनी वाढ करावी लागली. १९५१ मध्ये भारताचा संरक्षणखर्च १६४ कोटी रुपये होता. १९७३–७४ मध्ये तो १,४०५ कोटी रुपये झाला.

(९) मुलकी शासन खर्च :– प्रत्येक सरकारला राज्य चालविण्यासाठी व अंतर्गत सुव्यवस्थेसाठी प्रशासकीय खर्च करावा लागतो. सरकारच्या कार्यांमध्ये वाढ झाल्यामुळे अनेक मंत्रालये, अनेक खाती, प्रत्येक अधिकारी व त्यांचा मोठा नोकरवर्ग या गोष्टी निर्माण झाल्या. सरकारी यंत्रणा दिवसेंदिवस अधिक गुंतागुंतीची होत आहे. प्रत्येक सरकारला दुसऱ्या देशांमध्ये राजदूतावास निर्माण करावे लागतात. त्यांच्यावरही फार खर्च

होतो. वाढत्या महागाईमुळे सरकारी अधिकारी व कर्मचारी अधिक वेतन, महागाईभत्ता मागतात. सरकारला तो द्यावा लागतो. केंद्र सरकारने एकदा अधिक वेतन व महागाईभत्ता दिला की, राज्य सरकारांना, जिल्हा परिषदांना व नगरपरिषदांनाही तो द्यावा लागतो. सर्वच सार्वजनिक सत्तांचा नागरी प्रशासनावरील खर्च वाढत जातो. १९५१ मध्ये केंद्र सरकारचा प्रशासकीय सेवांवरील खर्च २१ कोटी रुपये होता. १९७३-७४ मध्ये हा खर्च २८० कोटी रुपयांपर्यंत वाढला. विविध राज्यांचा हाच खर्च १९५१ मध्ये १०६ कोटी रुपये होता व १९७३-७४ मध्ये तो ५८३ कोटी रुपयांपर्यंत वाढला.

२.२.४ कार्याधारित अर्थसंकल्प व शून्याधारित अर्थसंकल्प (Performance based budgeting and zero based budgeting)

१) कार्याधारित अर्थसंकल्प :- इन्व्हेस्टोपिडियाच्या शब्दकोशानुसार कार्याधारित अर्थसंकल्प म्हणजे साधन आदाने (Input) आणि त्यापासून मिळणारी सेवा प्रदाने (Output) हे स्पष्ट करणारा अर्थसंकल्प होय. या प्रकारच्या अर्थसंकल्पात अर्थव्यवस्थेच्या प्रत्येक क्षेत्रासाठी दिलेला निधी आणि त्यामुळे समाजाला मिळणाऱ्या सेवा (Services) या दोहोतील संबंध स्पष्ट केला जातो. कोणत्या क्षेत्रावर किती निधी वा महसुली वा भांडवली खर्च केला यापेक्षा या निधीतून कोणत्या क्षेत्रात किती सेवा व सुविधा निर्माण झाल्या याचा विचार कार्याधारित अर्थसंकल्पात केला जातो.

२) शून्याधारित अर्थसंकल्प :- शून्याधारित अर्थसंकल्पात हा दरवर्षी होणाऱ्या खर्चावर आधारित असतो. प्रत्येक क्षेत्राची गरज व खर्च यांचे विश्लेषण दरवर्षी केले जाते. मागच्या वर्षी एखाद्या क्षेत्रावर किती खर्च केला याचा विचार न करता त्या क्षेत्राची गरज लक्षात घेऊन खर्च केला जातो. प्रकल्पावर केलेला खर्च हा शून्य आहे असे गृहीत धरून अर्थसंकल्प मांडला जातो. अर्थात, शून्याधारित अर्थसंकल्प हा प्रत्येक प्रकल्पाची छाननी करणारा व म्हणून वेळखाऊ (time-consuming) असतो.

२.२.५ देशांतर्गत व बाह्य कर्ज :- रचना, वाढ व भार

स्वातंत्र्यपूर्व काळात भारत सरकारला आणि प्रांतिक सरकारांना स्वतंत्रपणे नाणे बाजारातून कर्जे काढण्याचा अधिकार नव्हता. कर्जाची आवश्यकता वाटलीच तर त्यांना जमा व्हावयाच्या महसुलापोटी तात्पुरती कर्जे घेण्याची परवानगी होती. अंतर्गत आणि बाह्य कर्जे घ्यावयाची असतील तर प्रांतिक सरकारांना गव्हर्नर जनरलची व भारत मंत्र्यांची परवानगी घ्यावी लागे; त्यामुळे स्वातंत्र्यपूर्व काळात प्रांतिक सरकारे किंवा भारत सरकार यांनी फारशी कर्जे काढलेली नव्हती. मुंबई, पंजाब व उत्तर प्रदेश या प्रांतांनी काही कर्जे काढली होती. स्वातंत्र्योत्तर काळात मात्र भारतातील घटकराज्ये व केंद्र सरकार यांनी वेळोवेळी आवश्यकतेनुसार कर्जे काढली आहेत. ब्रिटिश काळात भारत सरकारने मुख्यत: युद्धकार्यासाठीच कर्ज घेतले जाते.

१) स्वातंत्र्यपूर्व काळातील कर्जस्थिती

स्वातंत्र्यपूर्व काळात बहुतेक कर्जे युद्ध कार्यासाठीच घेतली होती. ब्रिटिश राजवटीत सुरुवातीच्या काळात रेल्वे, धरणे, कालवे इ. बांधणे. पाणीपुरवठ्याच्या योजना करणे इ. कामांसाठी ही कर्जे वापरण्यात येत. मात्र, हा बोजा म्हणजे अवाजवी अशी बहुतेक कर्जे जादा व्याजदराने उभारली होती. १९३९ साली भारताचे सार्वजनिक कर्ज रुपये १२०० कोटी होते. यापैकी व्याज व उत्पन्न मिळवून देणाऱ्या मालमत्ता व इतर रोखे इ. साधनांपासून रुपये ९२५ कोटींची परतफेड केली. एकूण कर्जापैकी ७३० कोटींअंतर्गत कर्जे होती व उरलेली रुपये ४७० कोटींची बाह्यकर्जे होती.

दुसऱ्या महायुद्धानंतर सार्वजनिक कर्जाच्या व्याजाचा भार वाढला. ब्रिटिशांनी युद्धकाळात झालेला खर्च भारत सरकारवर जास्तीत जास्त टाकला. दुसऱ्या महायुद्ध काळात एकूण खर्च रु. ७३० कोटींवरून रु. १९४० कोटींपर्यंत वाढला. हे कर्ज अनुत्पादक कर्ज होते.

२) स्वातंत्र्योत्तर काळातील कर्जस्थिती

१९४७ साली भारत स्वतंत्र झाला त्यावेळी अखंड भारताचे सार्वजनिक कर्ज २३८१ कोटी रुपयांचे होते. त्यातील ३०० कोटी रुपयांचे कर्ज पाकिस्तानच्या वाट्याला द्यावे असे ठरविण्यात आले. पाकिस्तानने ते कबूलही केले. मात्र, हा करार पाकिस्तानने पाळला नाही. १९५०-५१ पासून भारत सरकारच्या कर्जात कसकशी वाढ होत गेली. याचा तपशील पुढील तक्त्यात दिलेला आहे. १९५०-५१ मध्ये भारत सरकारची अंतर्गत आणि बाह्य कर्जे रुपये २०५४ कोटींची होती. ती २००९-१० साली २४,९४,६२० कोटी रुपयांची झाली.

स्वातंत्र्योत्तर काळात संरक्षण आणि विकासखर्चात वाढ झाल्याने सार्वजनिक खर्च वाढत आहेत. भारतात पंचवार्षिक योजनांद्वारे शेती, उद्योग, सेवा क्षेत्रांचा जलद विकास, बेकारी, दारिद्र्य निर्मूलन इ. उद्दिष्टांसाठी सार्वजनिक कर्ज वेगाने वाढत गेले. अंतर्गत कर्जामध्ये देशातील नागरिक अल्पबचत, रोख्यांची खरेदी-विक्री, भविष्य निर्वाह निधी, देशातील वित्तीय संस्था आणि रिझर्व्ह बँकेकडून घेतलेली कर्जे इ.चा समावेश होतो तर बाह्यकर्जे हे परदेशातील नागरिक, आंतरराष्ट्रीय नाणेनिधी, जागतिक बँक, आंतरराष्ट्रीय पातळीवरील वित्तीय संस्था व इतर देश यांच्याकडून घेतलेले कर्ज होय.

भारत सरकारने आर्थिक विकासासाठी अंतर्गत व बाह्य कर्ज मोठ्या प्रमाणावर उभारले.

तक्ता क्र. २

केंद्र सरकारचे सार्वजनिक कर्ज व इतर देयता

(कोटी रुपये)

बाबी	१९५०-५१	२००२-०३	२००९-१०
अ) सार्वजनिक कर्ज	२,०५४	१०,८०,३००	२४,९४,६२०
१) अंतर्गत	२,०२२	१०,२०,६९०	२३,५६,९३९
२) बाह्य	३२	५९,६१०	१३७६८१
ब) इतर देयता	५११	४,७८,६००	१०,००,८३२
एकूण सार्वजनिक कर्ज आणि इतर देयता	२५६५	१५,५८,९००	३४,९५,१५२

पाकिस्तानकडून येणे कर्ज रु. ३०० कोटी वगळून

Source : (Indian Economy, Ruddar Datt and K.P.M. Sundaram (2010) 61st Edition P. 920)

स्वातंत्र्योत्तर भारताचे एकूण सार्वजनिक कर्ज वाढत गेले आहे. भारत सरकारचे अंतर्गत आणि बाह्य कर्ज १९५०-५१ मध्ये २०५४ कोटी रुपये होते ते २००२-०३ मध्ये १०,८०,३०० कोटी रुपयांपर्यंत वाढले तर २००९-१० मध्ये ते २४,९४,६२० कोटी रुपयांपर्यंत वाढले.

१९५०-५१ मध्ये अंतर्गत कर्ज २,०२२ कोटी रुपये होते तर बाह्य कर्ज ३२ कोटी रुपये होते. २००२-०३ मध्ये अंतर्गत कर्ज १०,२०,६९० कोटी रुपयांचे होते तर बाह्य कर्ज ५९,६१० कोटी रुपये होते. २००९-१० मध्ये एकूण कर्जांपैकी अंतर्गत कर्ज २३,५६,९३९ कोटी रुपयांचे होते; तर बाह्य कर्ज १,३७,६८१ कोटी रुपये एवढे होते.

केंद्र सरकारची इतर देयता १९५०-५१ मध्ये ५११ कोटी रुपये होती ती २००२-०३ मध्ये ४,७८,६०० कोटी रुपये झाली; तर २००९-१० पर्यंत ती १०,००,८३२ कोटी रुपये इतकी झाली.

केंद्र सरकारचे एकूण सार्वजनिक कर्ज आणि इतर देयता १९५०-५१ मध्ये २५६५ कोटी रुपयांवरून २००९-१० पर्यंत ३४,९५,१५२ कोटी रुपयांपर्यंत वाढली. मार्च १९८९ पासून आतापर्यंत २१ वर्षांत केंद्र सरकारचे सार्वजनिक कर्ज आणि इतर देयता यामध्ये १५ पट वाढ झाली. १९८९ ते २००९ पर्यंत सार्वजनिक कर्जाचा वार्षिक वाढीचा दर १३.८ टक्के इतका राहिला.

भारताच्या सार्वजनिक कर्जाच्या बाबतीत पुढील निष्कर्ष काढता येतात अथवा पुढील गोष्टी महत्त्वाच्या आहेत -

१) भारत सरकारच्या कर्जापैकी अधिकशी कर्जे सरकारने सुरू केलेली विकास कामे करण्यासाठी काढलेली आहेत. अलीकडे मात्र, चालू महसुली खर्च भागविण्यासाठी कर्ज घ्यावी लागतात.

२) परकीय कर्जे झपाट्याने वाढलेली आहेत.

३) अंतर्गत कर्जामध्ये सुद्धा झपाट्याने वाढ होत आहे.

४) बाह्य कर्जापैकी सुमारे ३० टक्के कर्जे अमेरिकेकडून घेतलेली आहेत. त्यामुळे ही कर्जे डॉलरच्या चलनामध्येच देणे क्रमप्राप्त आहे. डॉलर हे दुष्प्राप्य चलन आहे हे लक्षात घेतले तर या कर्जाचे गांभीर्य लक्षात येते.

५) भारत सरकारच्या एकूण कर्जात बाह्य कर्जाचा वाटा १९५०-५१ ते आतापर्यंत एक टक्क्यावरून तीन टक्क्यांपर्यंत झाला. सध्या परकीय मदतीचा वापर वाढत आहे. २००२-०३ मध्ये हे प्रमाण पाच टक्के होते.

६) सार्वजनिक कर्जावरील व्याज रकमेतही दरवर्षी वाढ होत आहे. १९९९-२००० मध्ये व्याजाची रक्कम रु. ९०,२५० कोटी होती ती २००९-१० मध्ये रुपये २,२५,५११ कोटी रुपयांपर्यंत वाढली.

७) अल्प बचती, भविष्य निर्वाह निधी, सक्तीच्या ठेव योजना, उत्पन्न कर, रेल्वे खाते, पोस्ट खाते, तार खाते इ.चा राखीव निधीत समावेश होतो. देयतांच्या वरील सर्व घटकांवर केंद्र सरकारला व्याज द्यावे लागते; देयतांचे प्रमाण सध्या वाढलेले आहे.

२.२.६ राष्ट्रीय व राज्य स्तरावरील कर सुधारणांचे पुनर्विलोकन (Review of Tax Reforms at national and State level)

राजकोशीय धोरणाची उद्दिष्टे उदा. आर्थिक स्थैर्य, पूर्ण रोजगार, आर्थिक विकासाचा उच्च दर गाठणे, सामाजिक-आर्थिक व्याज इ. वरील उद्दिष्टे गाठताना राजकोशीय धोरणांवर मर्यादा दिसून येतात.

१) कराबाबत समाजात नेहमीच विरोध होतो. कर चुकविण्यासाठी अनेक मार्गांचा अवलंब केला जातो त्यामुळे राजकोशीय धोरणास मर्यादा येतात.

२) राजकोशीय धोरणाचा भारतासारख्या लोकशाही देशात फारसा प्रभाव पडत नाही. राजकोशीय धोरण अधिक चांगला परिणाम घडवून आणू शकत नाही.

३) राजकोशीय धोरणाची उद्दिष्टे परस्पर विसंगत दिसून येतात. उदा. पूर्ण रोजगार आणि किंमत स्थैर्य या दोन उद्दिष्टांत परस्पर संघर्ष दिसून येतो. परिणामी, राजकोशीय धोरण कोणत्याच उद्दिष्टांची पूर्तता करू शकत नाही.

४) राजकोशीय धोरण (एखादे) अमलात आले तर यशाचे मोजमाप व्यवहारात करणे अवघड असते.

५) राजकोशीय धोरणाचा समाजातील काही लोकांवर विपरीत परिणाम होतो. चलनविस्तार रोखण्यासाठी राजकोशीय धोरणात प्रत्यक्ष करांमध्ये वाढ केल्यास त्याला श्रीमंत लोक विरोध करतात व राजकीय दबाव आणण्याचा प्रयत्न करतात. राजकोशीय धोरण परस्परविरोधी दृष्टिकोनातून अंमलात आणले गेले तर त्याचा फारसा प्रभाव पडत नाही.

६) भविष्य काळातील अंदाज अचूक असतील तरच राजकोशीय धोरण परिणामकारक ठरते. परंतु, असे अचूक अंदाज बांधणे व्यवहारात अशक्य व कठीण असते. भावी काळातील बदल आधी समजत नाहीत, त्यामुळे राजकोशीय धोरण योग्य वेळी अमलात आणणे कठीण असते. राजकोशीय धोरणांचे अनुकूल परिणाम होण्यास खूप अवधी लागतो.

भारताच्या १९९१ नंतरच्या राजकोशीय धोरणाच्या मूल्यमापनात वरील बाबी दिसून येतात. राजकोशीय धोरणाचे मूल्यमापन करताना यश आणि अपयशाचा विचार करावा लागतो.

१) महसूल अथवा कर रचना :– राजकोशीय धोरणाचा हा महत्त्वाचा भाग आहे. करविषयक धोरण उदार स्वरूपाचे असेल तर लोकांजवळ प्रत्यक्ष पैसा उपलब्ध होतो. प्रत्यक्ष कर पद्धतीने उत्पन्नाचा काही भाग घेतला जातो; तर काही कर अप्रत्यक्ष स्वरूपाचे असतात. प्रत्यक्ष आणि अप्रत्यक्ष करांचे प्रमाण काय असावे याचा विचार करविषयक धोरणात असतो. करांचे दूरगामी कसे परिणाम होतात हे लक्षात घेऊन सरकार करविषयक धोरण आखते. यामुळे शासनाला उत्पन्नाचा स्रोत निर्माण होतो. भारतात प्रत्यक्ष आणि अप्रत्यक्ष कर आकारला जातो. या करांमुळे सरकारला निश्चित स्वरूपाचे उत्पन्न मिळते. या करांमध्ये दिल्या जाणाऱ्या सवलतींमुळे उद्योजकांना प्रोत्साहन मिळते तसेच योग्य अशा गुंतवणुकीमध्ये वाढ करता येते. देशातील मागासलेल्या भागांना प्रगती करण्यास संधी निर्माण होते. कर आकारणी धोरणामुळे उत्पन्नातील विषमता आणि प्रादेशिक असमतोलावर उपाययोजना करता येतात. तसेच आर्थिक आणि इतर उत्पादन साधने खासगी मालकीकडून सरकारकडे हस्तांतरित करता येतात. त्याचप्रमाणे सार्वजनिक क्षेत्रात गुंतवणूक करून आर्थिक विकासाला गती देता येते. भारतात त्या दृष्टीने प्रयत्न झाले. गेल्या काही वर्षांत भारताने कररचनेत सुधारणा घडवून आणल्या. नव्या आर्थिक धोरणाबरोबर या सुधारणांचे श्रेय कर सुधारणा समितीस जाते. ही समिती १९९१ साली स्थापन झाली. त्याचे अध्यक्ष डॉ. राजा जे. चेल्लय्या हे होते. त्यांनी समितीचा पहिला अहवाल फेब्रुवारी १९९२ मध्ये तर अंतिम अहवाल जानेवारी १९९३ मध्ये सादर केला. कर महसूल अधिक कार्यक्षम आणि लाभ पद्धतीने जमा केला जावा हे मुख्य उद्दिष्ट डोळ्यांसमोर ठेवले. समितीने प्रत्यक्ष व अप्रत्यक्ष करात काही महत्त्वाचे बदल सुचविले.

डॉ. चेल्लय्या समितीने कररचनेत काही बदल केलेले आहेत. त्यापैकी काही महत्त्वाचे बदल पुढीलप्रमाणे –

१) महसूल लवचिकतेत सुधारणा :– भारतीय कररचनेची पुनर्रचना घडवून आणण्याचे मुख्य उद्दिष्ट म्हणजे कर महसुलाची लवचिकता वाढविणे हे होय. एखाद्या देशाचे स्थूल राष्ट्रीय उत्पादन वाढू लागते. त्याबरोबर सरकारचा कर महसूल वाढीस लागतो. कररचनेत अंगभूत लवचिकता असेल तर सरकारला फार प्रयत्न न करता देशाच्या आर्थिक वाढीबरोबर कर महसूल वाढत जातो. त्यालाच कर महसुलातील 'अंतर्गत लवचिकता' म्हणतात. परंतु, भारतीय कररचनेत अशी लवचिकता कमी होती. त्यामुळे राष्ट्रीय उत्पन्न वाढीच्या मानाने कर महसूल वाढत नव्हता. यासाठी समितीने दोन उपाय सुचविले ते म्हणजे – (१) करांचे दर कमी करणे (२) कर आकारणीचा पाया रुंदावणे म्हणजेच जास्तीत जास्त लोकांना करांच्या कक्षेत आणणे. जुन्या कर

रचनेत उलट परिस्थिती होती ती म्हणजे कर दर जास्त होते व करांचा पाया अरुंद होता. नव्या धोरणांमुळे छोटे दुकानदार, व्यावसायिक, अल्प उत्पन्न असणाऱ्या व्यक्तीला कर कक्षेत आणण्यात आले. १९९४-९५ च्या अंदाजपत्रकानुसार टेलिफोनची बिले, आयुर्विमा खेरीजचे इतर विमे इ.वर सेवा कर आकारण्यात आला. प्रत्यक्ष करांचे दरही कमी करण्यात आले. अप्रत्यक्ष करांच्या बाबतीतही मोठ्या प्रमाणात कमी केलेले दर खूपच परिणामकारक ठरलेले आहेत. उदा. आयात शुल्क, उत्पादन शुल्क इ.मध्ये झालेली घट हे बदल भूतकालीन कररचनेशी तुलना करता खूपच धाडसाचे होते.

प्रत्यक्ष करांचे दर कमी केल्यामुळे उत्पादन वाढीस प्रोत्साहन मिळेल अशी आशा केली. अप्रत्यक्ष करांचे दर कमी केल्याने किमती कमी होतील व त्याचा परिणाम म्हणून विक्री वाढेल व आयातीतील अडथळे दूर होतील अशी अपेक्षा केली. नव्या कर आकारणीमुळे कर बुडवेपणास आळा बसेल, एकंदरीतच करांचा पाया विस्तारेल व स्थूल राष्ट्रीय उत्पन्न वाढीबरोबरच कर महसूल वाढेल अशी अपेक्षा केली.

२) विकासास प्रोत्साहन :– नव्या करविषयक धोरणात आर्थिक वाढीस महत्त्व दिले आहे.

अ) टिकाऊ, उपभोग्य वस्तू तसेच इलेक्ट्रॉनिक वस्तूंच्या उद्योग क्षेत्रातील मंदी कमी करण्यासाठी उत्पादन शुल्क मोठ्या प्रमाणात कमी करण्यात आले. उदा. टी.व्ही., फ्रिज इ. उत्पादनांकडे श्रीमंतांची उत्पादने म्हणून कर आकारण्याचे साधन म्हणून पाहिले जात असे. परंतु, नव्या कर धोरणात हा दृष्टिकोन बदलला.

ब) मागासलेल्या भागात नवा कारखाना उभा केला तर पहिले पाच वर्षे करामध्ये सूट देण्यात येईल. म्हणजेच कर आकारणी केली जाणार नाही. ऊर्जा क्षेत्रासाठी सुद्धा ही सवलत देण्यात आली.

तसेच क) अर्थव्यवस्थेचा विकास होण्यासाठी प्रकल्प, कच्चा माल, भांडवली वस्तूंच्या आयातीवरील शुल्क कमी करण्यात आले. भारतीय अर्थव्यवस्था खुली करून ती अधिक बाजाराभिमुख करण्यासाठी सरकारने नवे आर्थिक धोरण स्वीकारले. या धोरणास पाठिंबा देण्यासाठी वरील करविषयक सुधारणा करण्यात आल्या. आर्थिक विकासाच्या दृष्टीने त्याचे परिणाम होतील ते म्हणजे - (१) देशात व देशाबाहेर स्पर्धा वाढीस लागेल. (२) देशात प्रत्यक्ष गुंतवणुकीत वाढ होईल. (३) भारतात उपलब्ध असणाऱ्या श्रमशक्तीचा व नैसर्गिक साधनसामग्रीचा जास्तीत जास्त वापर केला जाईल अशी गुंतवणूक होईल.

सरकारचे नवे करधोरण अनेक बाबतीत चांगले आहे. करांचे दर पूर्वीसारखे जास्त राहिलेले नाहीत त्यामुळे लोकांना अधिक काम करण्यास, अधिक उत्पन्न मिळविण्यास, अधिक खर्च करण्यास प्रोत्साहन मिळाले आहे. टिकाऊ, उपभोग्य वस्तूंवरील उत्पादन शुल्क कमी केल्यामुळे किंमत कमी होऊन अशा वस्तूंच्या मागणीत वाढ झाली. निर्यातीस प्रोत्साहन, वस्तू व सेवांच्या पुरवठ्यातील वाढ व आर्थिक वाढीस उत्तेजन मिळाले. असे फायदे अथवा जमेच्या बाजू आहेत. मात्र, करधोरणात पुढील त्रुटी अथवा दोष राहून गेलेले दिसतात.

१) कर महसुलात त्रुटी :– १९९१ नंतर झालेल्या कर सुधारणात मुख्यत: करांचे दर कमी करून कर महसूल वाढविण्यावर भर देण्यात आला; पण सध्या ही वाढ मुख्यत: देशाच्या आर्थिक विकासावर अवलंबून आहे; म्हणजे कर महसूल वाढविण्यापेक्षा इतर उद्दिष्टांवरच भर दिलेला दिसून येतो.

२) कर जमा करण्यात त्रुटी :– करांचे दर कमी केले परंतु उत्पन्न अथवा महसूल वाढविण्यावर परिणामकारक उपाय सुचविले नाहीत. उदा. प्राप्तीकर जमा करण्याबाबतच्या त्रुटी. सध्या प्राप्तीकर भरणाऱ्यांची संख्या अतिशय कमी आहे. १९९० मध्ये एकूण चालू महसुली उत्पन्नाच्या १५.४% उत्पन्न प्राप्तीकर, नफ्यावरील कर व भांडवलीनफा कराच्या उत्पन्नातून जमा झाले. हेच प्रमाण अमेरिकेत ५१.६%, कॅनडात ५३.७%,

जपानमध्ये ७१.२% तर इंग्लंडमध्ये ४०.३% होते. यावरून भारतात एकूण महसूल प्राप्तीकर व संलग्न कराचा हिस्सा अतिशय कमी आहे हे स्पष्ट होते. त्यासाठी अनेक अप्रत्यक्ष कर रद्द करून त्याऐवजी एकच अप्रत्यक्ष कर 'व्हॅट' लावण्याचे योजले. १९९१ नंतर भारतात कर सुधारणा झाल्या तरी त्यात त्रुटी दिसून येतात; त्या दूर होणे आवश्यक आहे.

२.२.७ मूल्यवर्धित कर (Value Added Tax - VAT)

मूल्यवर्धित कर म्हणजे असा उपभोग कर की जो उत्पादन करताना एखाद्या वस्तूत जेवढी मूल्यवृद्धी होते त्यावर आकारला जाणारा कर. नोंदणीकृत व्यावसायिकाकडून वस्तू किंवा सेवेचा पुरवठा केल्यास हा कर द्यावा लागतो. वस्तू सेवेच्या पुरवठा साखळीत उत्पादकापासून किरकोळ विक्रेत्यापर्यंत विक्रीच्या टप्प्यावर हा कर आकारला जातो. विक्रीकर हा फक्त किरकोळ विक्रीच्या टप्प्यावर एकदाच आकारला जातो. मात्र, मूल्यवर्धित कर उत्पादन व विक्रीच्या प्रत्येक टप्प्यावर आकारला जातो. तसेच खरेदी करताना दिलेल्या व्हॅटची वजावट करता येते. विक्रीच्या साखळीत जेवढी निव्वळ मूल्यवाढ होते. तेवढ्याच रकमेवर व्हॅट आकारला जात असल्यामुळे त्यास 'मूल्यवर्धित कर' असे म्हणतात.

व्हॅट हा राज्यांच्या उत्पन्नाचा प्रमुख मार्ग आहे. महाराष्ट्र राज्याच्या २०११-१२ च्या अर्थसंकल्पात एकूण रु. ४६००० कोटी रु.चा व्हॅट महसूल अपेक्षित होता.

२.२.८ राज्यांची कर्जसमस्या

घटक राज्य सरकारांच्या कर्जामध्ये अंतर्गत कर्जे, केंद्र सरकारकडून घेतलेली कर्जे, भविष्य निर्वाह निधी इ.चा समावेश होतो. तक्ता क्र. ६ वरून राज्याची कर्जस्थिती लक्षात येते.

त्याचे निष्कर्ष पुढीलप्रमाणे सांगता येतात –

१) गेल्या चार दशकांत घटकराज्य सरकारचे कर्ज वेगाने वाढलेले आहे. १९६१ ते २००९ या काळात ते २७४० कोटी रुपयांवरून १४,५१,०२६ कोटी रुपयांपर्यंत वाढले ते स्थूल देशांतर्गत उत्पादनाच्या २८% आहे. १९९७ नंतर राज्य सरकारचे कर्जं मोठ्या प्रमाणात वाढले आहे.

२) १९६० च्या दशकात अंतर्गत कर्जाचा वाटा २२ टक्के होता, तो वाढत जाऊन सन २००८-०९ मध्ये ६४ टक्के झाला.

३) राज्याने केंद्र सरकारकडून घेतलेले कर्ज व उचल यांचा वाटा १९६१ मध्ये ७४ टक्के होता; तो २००९ पर्यंत ११ टक्क्यांपर्यंत घटला आहे.

४) भविष्य निर्वाह निधीचा एकूण कर्जातील वाटा वाढलेला आहे. यावरून असे दिसून येते की, राज्य सरकारे महाग कर्ज साधनांचा वापर करीत आहे. त्यामुळे राज्य सरकारचा व्याजाचा बोजा महसुली उत्पन्नाच्या संदर्भात १९६०-६१ मध्ये १५% होता. तो २००८-०९ मध्ये २९% वाढला.

५) घटक राज्य सरकारे रिझर्व्ह बँकेकडून साधारण आणि विशेष मार्गाने कर्जं आणि उचल घेतात. सात दिवसांच्या अटीवर घेतलेले ओव्हरड्राफ्ट सतत घेत असतात. शेवटी केंद्र सरकार राज्य सरकारांसाठी त्याचे कर्जात रूपांतर करते. त्याशिवाय केंद्र सरकारला पर्याय उरत नाही.

तक्ता क्र. ६ : घटक राज्यांची कर्जे

(कोटी रुपये)

बाबी	मार्च महिना अखेर				
	१९६१	१९७१	२००४	२००८	२००९
१) अंतर्गत कर्ज	५९०	१८५०	४,१६,१९०	१,८१६२३	९२४१७६
२) केंद्र सरकारकडून कर्ज आणि उचल	२०२०	६३६०	२,५१,४९०	२३८६५५	१५७०३०
३) भविष्य निर्वाह निधी व इतर देयता	१३०	५४०	१,२३,७२०	१७३८६९	३६९८२०
एकूण कर्ज	२,७४०	८,७५०	७,९१,४००	५,७९,१४७	१४,५१,०२६

(**Source :** Indian Economy, Ruddar Datt & Sundaram 53rd Edition 2006 and 61st Edition 2010)

२.२.९ तुटीची संकल्पना (Fiscal Deficits)

अर्थसंकल्पात तुटीच्या संकल्पनांचे विशेष महत्त्व आहे.

एकूण खर्च भागविण्यासाठी एकूण महसूल जेवढ्या रकमेने कमी पडतो तेवढी अर्थसंकल्पात तूट असते. ही तूट अर्थसंकल्पातील एकूण खर्चातून (महसुली खर्च + भांडवली खर्च) एकूण महसूल (महसुली जमा + भांडवली जमा) वजा करून काढली जाते. ही झाली ढोबळ अर्थसंकल्पाची तूट. या तुटीला 'पारंपरिक तूट' म्हणतात. पूर्वी प्रत्येक अर्थसंकल्पात ही तूट दाखविली जायची; परंतु, अर्थसंकल्पाच्या आणि अर्थव्यवस्थेच्या आर्थिक विश्लेषणाच्या दृष्टीने ती तशी महत्त्वाची नसल्याने गेल्या पाच एक वर्षांपासून आपल्या अर्थसंकल्पातून या तुटीचे उच्चाटन करण्यात आले असून, ती आता दाखविण्यात येत नाही. अशी तूट सरकार कर्जे उभारून भरून काढते व परिणामी एकूण खर्च व एकूण महसूल यांची आकडेवारी अर्थसंकल्पात समसमान दाखविण्यात येते व ही तूट शून्य असते.

अलीकडच्या काळात सरकारच्या आर्थिक व्यवहारांचे नीट आकलन होण्याच्या दृष्टीने तीन प्रकारच्या तुटी आपल्या अर्थसंकल्पातून दाखविल्या जातात. त्या म्हणजे- अ) महसुली तूट (रेव्हेन्यू डेफिसिट), ब) वित्तीय तूट (फिस्कल डेफिसिट) आणि क) प्राथमिक तूट (प्रायमरी डेफिसिट) या तीन तुटींचे स्वरूप माहीत करून घेणे आवश्यक आहे.

अ) महसुली तूट (Revenue Deficit)

महसुली तूट = एकूण महसुली खर्च - एकूण महसुली जमा किंवा उत्पन्न

= (प्रशासन खर्च + सरकारी कर्जावरील व्याज + सबसिडी + आर्थिक, सामाजिक व समाजसेवांवरील खर्च) - (कर + करेतर उत्पन्न)

एकूण महसुली खर्चातून एकूण महसुली उत्पन्न वजा जाता जी शिल्लक राहते ती 'महसुली तूट' होय.

१९९०-९१ मधील महसुली तुटीचे आकडे शोधू.

एकूण महसुली खर्च = ७३,५१० कोटी रु.

एकूण महसुली उत्पन्न = ५४,९५० कोटी रु.

महसुली तूट = एकूण महसुली खर्च - एकूण महसुली उत्पन्न

= ७३,५१० कोटी रु. - ५४९५० कोटी रु.

= १८५६० कोटी रु.

२०१०-११ च्या अंदाजपत्रकातील महसुली तूट पुढीलप्रमाणे

एकूण महसुली खर्च = ९,५८,७२४ को. रु.

एकूण महसुली उत्पन्न = ६,८२,२१२ को. रु.

९,५८,७२४ - ६,२,२१२ = २,७६,५१२ कोटी

महसुली तूट = २,७६,५१२ कोटी रुपये

महसुली तूट म्हणजे अर्थसंकल्पातील महसुली खात्यावरची (म्हणजे महसुली अर्थसंकल्पातील) तूट होय. एकूण महसुली खर्चातून एकूण महसुली जमा वजा करून ही तूट काढली जाते. महसुली खर्च हा आवश्यक असला तरी अनुत्पादक असतो. त्यात प्रशासन खर्च, सरकारी कर्जांवरील व्याज, सबसिडी इ.चा समावेश असल्याने त्यातून उत्पन्न देणाऱ्या संपत्तीची निर्मिती होत नाही. उलट, ही तूट भरून काढण्यासाठी सरकार भांडवली उत्पन्नाचा वापर करत असते. त्यामुळे उत्पादक स्वरूपाच्या भांडवली खर्चाला कात्री लावावी लागते. परिणामी, उत्पन्न देणाऱ्या, विकास घडवून आणणाऱ्या संपत्तीची व जिंदगीची (ॲसेट्सची) निर्मिती कमी होते व विकासाचा वेग कमी होतो. त्यामुळे सरकारने आपल्या महसुली खर्चात काटकसर करणे आवश्यक आहे. हा धडा सरकारला त्यापासून मिळत असतो. आपण तथापि, हा धडा काही अद्याप शिकलो नाही, हे या वाढत जाणाऱ्या तुटीवरून स्पष्ट होते.

सन १९९०-९१ ते २०१०-११ पर्यंत महसुली तूट पुढील तक्त्यात (क्र. ७) दर्शविली आहे.

तक्ता क्र. ७

महसुली, वित्तीय व प्राथमिक तूट (१९९०-९१ ते २०१०-११) (कोटी रुपये)

वर्ष	महसुली तूट	वित्तीय तूट	प्राथमिक तूट
१९९०-९१	१८,५६० (३.२)	४४,६३० (७.७)	२३,१३० (४.०)
१९९४-९५	३१,०३० (३.०)	५७,७०० (५.६)	१३,६४० (१.३)
१९९७-९८	४६,४५० (३.३)	८८,९४० (६.३)	२३,३०० (१.६)
२००६-०७	८०२२ (१.९)	१,४२,५७० (३.५)	-७,७०० - (०.२)
२००८-०९	२५३५३९ (४.५)	३,३६,९९२ (६.०)	१,४४,७८८ (२.६)
२०१०-११ (बजेट अंदाज)	२,७६,५१२ (४.०)	३,८१,४०८ (५.५)	१,३२,७४४ (१.९)

कंसातील टक्केवारी ही GDP शी आहे.

Source : (Indian Economy, Ruddar Datt & Sundharam 61st Edition-2010 P-925 आणि असा आहे केंद्रीय अर्थसंकल्प २०१० - यशवंत रारावीकर पा. ५०,५१)

ब) वित्तीय तूट (Fisal Deficit)

वित्तीय तूट अथवा राजकोशीय तूट = एकूण खर्च – (महसुली उत्पन्न + कर्जाची वसुली अथवा भांडवली उत्पन्नातील फक्त कर्जाची परतफेड + इतर उत्पन्न)

१९९०-९१ ची वित्तीय तूट पुढीलप्रमाणे –

१९९१ चा एकूण खर्च = १,०५,३१० कोटी रु.

१९९१ चे महसुली उत्पन्न = ६०,६६० कोटी रु.

भांडवली उत्पन्नातील कर्जाची परतफेड आणि इतर उत्पन्न = ५७१० कोटी रुपये.

वित्तीय तूट = ४४६५० कोटी रुपये.

२०१०-११ मधील वित्तीय तूट पुढीलप्रमाणे सांगता येते.

वित्तीय तूट = एकूण खर्च (१,१०८,७४९ कोटी रुपये) – महसुली उत्पन्न (६,८२,२१२ कोटी रु.) + भांडवली उत्पन्नातील कर्जाची परतफेड (५१२९ कोटी रु.) + इतर उत्पन्न (४०,००० कोटी रु.)

= ३,८१,४०८ कोटी रुपये.

वरील तक्त्यावरून १९९०-९१ ते २०१०-११ पर्यंत वित्तीय तुटीची कल्पना येते.

फिस्कल डेफिसिट म्हणजे वित्तीय तूट ही संकल्पना १९९१ च्या आर्थिक सुधारणांच्या काळापासून महत्त्वाची मानली जाऊ लागली. ही तूट मोजण्याची विशिष्ट पद्धत आहे. अर्थसंकल्पातील एकूण खर्चातून (महसुली खर्च + भांडवली खर्च) महसुली जमा + सरकारची कर्जवसुली + भांडवली खात्यावरची बिगरकर्ज स्वरूपाची जमा अशी एकूण जमा रक्कम वजा जाता येणारी रक्कम म्हणजे 'वित्तीय तूट' होय. या सूत्रातील 'भांडवली खात्यावरची बिगरकर्ज स्वरूपाची जमा' म्हणजे सरकारी उद्योगातील काही शेअर्सची विक्री करून (डिसइन्व्हेस्टमेंट) येणारी रक्कम होय. या वित्तीय तुटीचा अर्थ असा की, सरकारच्या एकूण खर्चापैकी या तुटीइतकी रक्कम सरकारी महसुलातून भागविली न जाता सरकारला त्यासाठी तेवढ्या रकमेची कर्जे उभारावी लागतात; दुसऱ्या शब्दांत, वित्तीय तूट सरकारचा प्रचंड कर्जबाजारीपणा दर्शवत असते. ही बाब अतिशय चिंताजनक आहे; कारण वाढत्या कर्जामुळे व्याजाचा प्रचंड बोजा सरकारी तिजोरीवर पडत असून ते फेडण्यासाठी सरकारला कर्जे घ्यावी लागत आहेत. एका अर्थाने देश कर्जाच्या सापळ्यात अडकण्याच्या अवस्थेपर्यंत येऊन पोहोचल्याचे हे लक्षण आहे.

क) प्राथमिक तूट (Primary Deficit)

प्राथमिक तूट = राज्यवित्तीय तूट – व्याज किंवा व्याजापोटी द्यावयाच्या रकमा.

२०१०-११ च्या अंदाजपत्रकात वित्तीय तूट (राजकोशीय तूट) ३,८१,४०८ कोटी रुपये होती तर व्याजापोटी द्यावयाची रक्कम २,४८,६६४ कोटी रु. होती. म्हणून –

२०१०-११ ची प्राथमिक तूट

= ३,८१,४०८ कोटी रु. – २,४८,६६४ कोटी रुपये

= १,३२,७४४ कोटी रुपये.

वरील तक्त्यात सन १९९०-९१ ते २०१०-११ पर्यंत प्राथमिक तूट दर्शविलेली आहे.

ही तूट सरकारच्या निव्वळ कर्जाची निदर्शक असते. अर्थसंकल्पात ही तूट अगदी अखेरीस दाखविलेली असते. अर्थसंकल्पातील दस्तऐवजांपैकी 'दृष्टिक्षेपात अर्थसंकल्प' हा जो एक महत्त्वाचा दस्तऐवज असतो, त्याच्या पहिल्या पानावरील आकडेवारीतील तक्त्यात सगळ्यात तळाशी या तुटीचा आकडा असतो. ही तूट

वित्तीय तुटीतून एकूण व्याजाची रक्कम वजा करून काढली जाते; अशा रीतीने या तुटीवरून सरकारची निखळ कर्जे किती, हे कळू शकते. ही तूट अलीकडच्या काळात कमी होत असून, तिचे राष्ट्रीय उत्पन्नाशी असलेले प्रमाण ०.२ इतके कमी झाले आहे. यावरून सरकारवर पूर्वीच्या कर्जांवरील बोजा किती वेगाने व किती मोठ्या प्रमाणात वाढत चालला आहे, हे दिसून येते.

भारतामध्ये अर्थसंकल्प साधारणपणे ३१ मार्चच्या पूर्वी सादर केला जातो. काही अडचणींमुळे अर्थसंकल्प सादर करता आला नाही तर अंतरिम (Interim) अर्थसंकल्प सादर केला जातो.

आंतरिक अर्थसंकल्प हा काही विशिष्ट परिस्थितीत संपूर्ण व अंतरिम अर्थसंकल्पाऐवजी तात्पुरती सोय म्हणून घटनेच्या ११६ व्या कलमाखाली मांडला जातो. यालाच 'Vote on Account' किंवा लेखानुदान असेही म्हणतात.

ड) अंदाजपत्रकीय तूट (Budgetary Deficit)

अंदाजपत्रकीय (अर्थसंकल्पीय) तूट = एकूण खर्च - एकूण उत्पन्न.

= (महसुली खर्च + भांडवली खर्च) - (महसुली उत्पन्न + भांडवली उत्पन्न)

सरकारचा एकूण खर्च = महसुली खर्च + भांडवली खर्च

सरकारच्या महसुली खर्चात व्याजापोटी होणारा खर्च, प्रशासन खर्च, सामाजिक व आर्थिक सेवा यावर होणाऱ्या खर्चाचा समावेश होतो; तर सरकारच्या भांडवली खर्चात गुंतवणूक खर्चाचा समावेश होतो. उदा. रस्ते, धरणे, रेल्वे इ.

सरकारचे एकूण उत्पन्न = महसुली उत्पन्न + भांडवली उत्पन्न

सरकारच्या महसुली उत्पन्नात करापासून मिळणारे उत्पन्न व करेतर उत्पन्नांचा समावेश होतो; तर सरकारच्या भांडवली उत्पन्नात कर्जाची झालेली परतफेड, कर्जउभारणी व इतर उत्पन्नाच्या बाबींचा समावेश होतो.

१९९०-९१ या वर्षातील अंदाजपत्रकीय तूट पुढीलप्रमाणे :

एकूण खर्च = १,०५,३१० कोटी रु.

एकूण उत्पन्न = ९३९६० कोटी रु.

अंदाजपत्रकीय तूट = (-) ११३५० कोटी रु.

२०१०-११ या वर्षातील अंदाजपत्रकाप्रमाणे

अंदाजपत्रकीय तूट = एकूण खर्च - एकूण उत्पन्न

= (११,०८,७४९ कोटी रु.) - (११,०८,७४९ कोटी रु.)

= नाही (Nil)

अंदाजपत्रकीय अथवा अर्थसंकल्पीय तूट - या तुटीला पारंपरिक तूट म्हणतात. पूर्वी प्रत्येक अर्थसंकल्पात ही तूट दाखविली जायची. परंतु, अर्थसंकल्पाच्या आणि अर्थव्यवस्थेच्या आर्थिक विश्लेषणाच्या दृष्टीने ती तशी महत्त्वाची नसल्याने गेल्या पाच-एक वर्षापासून आपल्या अर्थसंकल्पातून या तुटीचे उच्चाटन करण्यात आले असून आता ती दाखविण्यात येत नाही; अशी तूट सरकार कर्जं उभारून भरून काढते व परिणामी एकूण खर्च व एकूण महसूल उत्पन्न यांची आकडेवारी अर्थसंकल्पात समसमान दाखविण्यात येते व ही तूट शून्य असते.

भारतातील राजकोशीय सुधारणा : १९९१ च्या नवीन आर्थिक धोरणामुळे अनेक राजकोशीय सुधारणा करण्यात आल्या. राजा चेल्लय्या समितीने व नरसिंहम समितीने अनुक्रमे कर व बँकिंगविषयक अनेक सुधारणा सुचविल्या; बाराव्या वित्त आयोगानेही अनेक राजकोशीय सुधारणा सुचविल्या आहेत.

१२वा वित्त आयोग

१२व्या वित्त आयोगाच्या शिफारशी पुढीलप्रमाणे

श्री. सी. रंगराजन् यांच्या अध्यक्षतेखाली २००३ मध्ये बारावा वित्त आयोग नेमण्यात आला. त्यांनी आपला अंतरिम अहवाल ३० नोव्हेंबर २००४ मध्ये सादर केला. या आयोगाच्या शिफारशींचा कालावधी २००५-१० असा होता.

आयोगाच्या मुख्य शिफारशी पुढीलप्रमाणे –

(१) केंद्र सरकारच्या एकूण महसुली उत्पन्नापैकी (कर + करेतर) राज्यांना द्यावयाचा हिस्सा जास्तीत जास्त ३८% असेल.

(२) केंद्रीय विभाजन योग्य निव्वळ कर उत्पन्नापैकी ३०.५% हिस्सा राज्यांना दिला जाईल. साखर, कपडे व तंबाखू यांवर विक्रीवर आकारणारा अधिकार राज्यांना दिल्यास राज्यांना दिला जाणारा हिस्सा २९.५% असेल.

(३) या कर उत्पन्नाची विभागणी राज्याराज्यांमध्ये करण्यासाठी वापरण्यात आलेले सूत्र व त्यातील घटकांना देण्यात आलेले भार पुढीलप्रमाणे –

तक्ता क्र. ८

घटक		भार (टक्के)
(१)	लोकसंख्या	२५.००
(२)	सरासरी दरडोई उत्पन्नापासून दुरावा	५०.००
(३)	क्षेत्रफळ १०.००	
(४)	कर प्रयत्न	७.५
(५)	वित्तीय शिस्त	७.५
	एकूण	१००.००

वरील सूत्रानुसार सर्वाधिक हिस्सा उत्तर प्रदेशला १९.२६४% तर सर्वांत कमी हिस्सा सिक्कीमला ०.२२७% मिळत आहे. महाराष्ट्राला मिळणारा हिस्सा ४.९९७% एवढा आहे.

आयकर वाटपाबाबत शिफारशी करताना बाराव्या वित्त आयोगाने पुढील निकष लक्षात घेतले.

(१) लोकसंख्या पायाभूत धरून निव्वळ आयकर उत्पन्नाच्या २५% हिस्सा राज्य सरकारांना दिला जावा.

(२) निव्वळ आयकर उत्पन्नापैकी ५०% हिस्सा हा दरडोई उत्पन्नाच्या फरकावरून दिला जावा.

(३) १०% हिस्सा हा क्षेत्रीय तडजोडींवरून दिला जावा.

(४) ७.५% हिस्सा वित्तीय शिस्त म्हणून दिला जावा.

४) सार्वजनिक वित्ताच्या पुनर्रचनेबाबत

(अ) केंद्र व राज्यांनी २००९-१० पर्यंत त्यांचा एकत्रित कर – GDP गुणोत्तर (Tax GDP Ratio) १७.६% पर्यंत वाढवावे.

(ब) २००९-१० पर्यंत एकत्रित कर्ज GDP गुणोत्तर (Debt-GDP Ratio) ७५% पर्यंत कमी करण्यात यावे.

(क) केंद्र वा राज्यांसाठी राजकोशीय तुटीचे लक्ष्य ३% एवढे निश्चित करण्यात आले आहे.

(ड) २००८-०९ पर्यंत केंद्र व राज्यांची महसुली तूट शून्यापर्यंत कमी करण्यात यावी.

(इ) राज्यांचे एकूण पगार, बिल त्यांच्या महसुली खर्चाच्या (व्याज खर्च वजा जाता) ३५% पेक्षा अधिक नसावे.

(ई) प्रत्येक राज्याने 'वित्तीय दायित्व कायदा' संमत करावा. त्याद्वारे २००८-०९ पर्यंत महसुली तूट शून्यावर तर राजकोशीय तूट ३% पर्यंत कमी करावी.

५) स्थानिक स्वराज्य संस्था

अ) २००५-१० या कालावधीसाठी राज्यांना अनुदानापोटी पंचायत राज संस्थांसाठी २००० कोटी रुपये तर नागरी संस्थांसाठी ५००० कोटी रुपये एवढी रक्कम देण्यात येईल.

ब) पंचायत राज संस्थांनी या अनुदानाचा वापर अनुक्रमाने पाणी पुरवठा व स्वच्छता यावरील देखभालीसाठी करावा; तर नागरी संस्थांनी किमान ५०% अनुदान घन कचरा व्यवस्थापनासाठी वापरावे.

६) आपत्ती निवारण

अ) नैसर्गिक आपत्ती निधी (Calamity Relief fund) योजना सद्य:स्थिती प्रमाणेच केंद्र व राज्यांच्या ७५:२५ याप्रमाणातील हिश्श्याच्या स्वरूपात चालू राहील. २००५-१० या कालावधीसाठी २१,३३३ कोटी रुपयांचा निधी निर्माण केला जाईल.

७) राज्यांना अनुदाने (Grants-in-aids)

अ) २००५-१० या कालावधीसाठी १५ राज्यांना ५६,८५६ कोटी रु. इतकी बिगर योजना महसुली तूट अनुदानाची शिफारस. ८ राज्यांना १०,१७२ कोटी रु. इतकी शिक्षण क्षेत्रासाठी अनुदानाची शिफारस. ७ राज्यांना ५,८८७ कोटी रु. इतकी आरोग्य क्षेत्रासाठी अनुदानाची शिफारस.

ब) १५,००० कोटी रु. एवढे अनुदान रस्ते व पुलांसाठी.

८) (अ) राज्यांच्या भविष्यातील कर्ज उभारणीसाठी केंद्र सरकार मध्यस्थ म्हणून कार्य करणार नाही. (जी दुर्बल राज्ये बाजारांतून कर्ज उभारणी करू शकत नाही; त्यांना वगळता.)

(ब) परकीय वित्त संस्थांनी ज्या अटींवर परकीय मदत कर्जे दिलेली असतील त्याच अटींसह ती राज्य सरकारांकडे स्थलांतरित करण्यात यावी.

(क) केंद्र सरकारने अपेक्षित जमा-खर्च आधारित (accrual based) लेखा पद्धतीचा स्वीकार करावा. (सध्याच्या रोख जमा-खर्चावर आधारित लेखा पद्धतीऐवजी) १२ व्या वित्तआयोगाद्वारे

करांपासून उत्पन्न ६,१३,११२ कोटी रुपये. (८१%)

अनुदानांसाठी १,४२,६४० कोटी रुपये. (१९%)

एकूण ७,५५,७५२ कोटी रुपये. (१००%)

तक्ता क्र. ९ – राज्यांतर्गत अनुदानासाठीचे निकष

घटक	भार (टक्के)
(१) लोकसंख्या	४०
(२) भौगोलिक क्षेत्र	१०
(३) अधिक दरडोई उत्पन्नातील फरक	२०
(४) नुकसान निर्देशांक	१०
(५) महसूल योगदान	२०
एकूण	१००

राज्यांच्या कर्जाला साहाय्य : १२ व्या वित्तव्यवस्थेत एक मूलभूत बदल झाला आहे आणि त्याचमुळे तो भारतीय राज्यसंस्थेच्या स्वरूपात सुद्धा मूलभूत बदल ठरतो. येथून पुढे निर्माण होणाऱ्या नव्या परिस्थितीत केंद्र सरकार व घटक राज्ये यांना मोठ्या प्रमाणात राजवित्तीय स्वायत्तता असेल. या वित्तआयोगाने केंद्रीय घटक राज्यांना सध्या देत असलेला २९.५% केंद्रीय कराचा हिस्सा वाढवून ३०.५% करावा अशी शिफारस केलेली आहे. त्यामुळे घटक राज्यांची राजवित्तीय क्षमता निश्चितच अधिक होणार आहे. तसेच आंतरराज्य निधी वाटपाचे निकष अधिक वस्तुनिष्ठ करण्यात आले आहेत. जम्मू आणि काश्मीर, उत्तर पूर्वेकडील राज्ये आणि विशेष गटातील घटक राज्ये वगळून पुढील काळात इतर घटक राज्यांना योजना कर्जे दिली जाणार नाहीत. त्याऐवजी अनुदाने दिली जातील. त्यामुळे घटक राज्याला स्वतःची पत असेल त्यावर योजना खर्च भागविण्यासाठी खुल्या बाजारातून कर्जे उभारावी लागतील आणि ही कर्जे उभारण्यासाठी सर्वप्रथम घटक राज्यांना आपले राज्य वित्तीय व्यवहार अत्यंत शिस्तीने, जबाबदारीने व विचारपूर्वक करावे लागतील. या वित्तआयोगाने घटक राज्यांना कर्ज माफीची योजना दिलेली आहे. परंतु, यासाठी घटक राज्यांना राज्यवित्तीय जबाबदारी व अर्थसंकल्पीय व्यवस्थापन कायदे करावे लागणार आहेत. या वित्त आयोगाने घटक राज्यांना हस्तांतरित होणाऱ्या निधीमध्ये ७४% नी वाढ केली आहे; अशी बातमी ३ फेब्रुवारी २००५ च्या 'इकॉनॉमिक टाईम्स'मध्ये प्रसिद्ध झालेली होती. या वित्त आयोगाने देय कर्जावर सध्या असणारा सरासरी ११.५% व्याजदर कमी करून तो ७.५% केलेला आहे. त्यामुळे घटक राज्यांना वार्षिक ९ कोटी रुपयांची सवलत मिळणार आहे. कर्ज परतफेडीचा १४ वर्षे असणारा कालावधी वाढवून २० वर्षे केलेला आहे. जी घटक राज्ये राजवित्तीय उद्दिष्टांच्या बाबतीत निश्चित कार्यक्रम आखतील अशा घटकराज्यांना काही प्रमाणात कर्ज माफी देण्यात यावी असे या वित्तआयोगाने सुचविलेले आहे. या वित्तआयोगाने घटक राज्यांना अनुदानापोटी देण्यात येणारी रक्कम १,४२,६३९ कोटी रु. मान्य केलेली आहे. परंतु, सदर रकमेपैकी ५६,८५५ कोटी रु. महसुली तूट भरून काढण्यासाठी आहेत.

या वित्त आयोगाच्या अहवालानुसार केंद्र राज्य वित्तीय संबंधात झालेले महत्त्वपूर्ण बदल थोडक्यात पुढीलप्रमाणे –

(अ) घटक राज्यांना येथून पुढील काळात कोणत्याही योजनेसाठी कर्ज स्वरूपात निधी मिळणार नाही.

(ब) केंद्राकडून मिळणाऱ्या कर महसुलातील घटक राज्यांचा हिस्सा १ टक्क्यांनी वाढविण्यात येईल.

(क) आजपर्यंत घटक राज्य देय असलेल्या सर्व केंद्रीय कर्जाचे एकत्रीकरण करून त्यावर ७.५% व्याजदर लागू करणे व त्यामध्ये सरसकट ४ टक्के सवलत देणे.

(ड)   १ एप्रिल २००५ पासून घटक राज्यांना फक्त अनुदानाच्या स्वरूपातच योजना साहाय्य मिळेल.

१२व्या वित्त आयोगाने असे म्हटले आहे की, राज्यांच्या कर्मचाऱ्यांची नियुक्ती व वेतन धोरण असे असले पाहिजे की, सरकारचा वेतन, व्याज आणि पेन्शन यावरील खर्च महसुली खर्चाच्या ३५% पेक्षा जास्त नसावा. सार्वजनिक क्षेत्रातील सरकारची भूमिका मर्यादित असावी.

२.२.१० बँकिंग क्षेत्रातील नवीन प्रवाह (New trends in banking)

व्याजदराच्या संदर्भात दोन प्रकारे विभागणी केली जाते– १) खरेखुरे किंवा वास्तव व्याजदर (Real Rate of Interest) आणि २) नाममात्र व्याजदर (Nominal Rate of Interest)

१) खरेखुरे वास्तव व्याजदर :– उदा. किंमतवाढीचा दर दरवर्षी ३% असल्यास १०० रुपयांच्या वस्तू खरेदी करण्यासाठी पुढीलवर्षी १०३ रु. द्यावे लागतील. याच काळात जर बँका अगर वित्तसंस्थांचा व्याजदर ६% असल्यास १०० रु.च्या गुंतवणुकीवर पुढील वर्षी रु. १०६ मिळतील. या व्याजदरातून जर किंमतवाढीचा दर वजा केला तर (६–३ = ३) वास्तव व्याज रु. ३ इतके मिळेल. म्हणून

वास्तव व्याजदर = नाममात्र व्याजदर – किंमत वाढीचा दर (Real Interest Rate = Nominal Interest Rate - Inflation Rate)

२) नाममात्र व्याजदर :– वरील उदाहरणात बँका अगर वित्तसंस्था यांच्याकडून मिळणारा व्याजदर हा नाममात्र दर (६%) होय. म्हणजे रु. १०० गुंतवणुकीवर ६% व्याज मिळाल्यास रु. १०६ एवढे उत्पन्न मिळेल. हे ६% व्याज हा नाममात्र व्याजदर होय.

जर किंमतवाढीचा दर जास्त असेल तर वास्तव व्याजदर कमी होतो. याउलट किंमत घट झाल्यास खरेखुरे वास्तव व्याजदराचे प्रमाण वाढते.

● रेपो रेट (Repo Rate)

मध्यवर्ती बँक ही देशाच्या चलन पुरवठ्याचे नियंत्रण करते. व्यापारी बँकांजवळील रोख रकमेचे नियंत्रण मध्यवर्ती बँक करते. यासाठी रेपोरेट साधनाचा वापर केला जातो. व्यापारी बँकांना ज्या व्याजदराने मध्यवर्ती बँक कर्ज देते त्यास 'रेपो रेट' असे म्हणतात. व्यापारी बँकांना अत्यल्प काळासाठी कर्जाची आवश्यकता भासते. अशा वेळी व्यापारी बँका मध्यवर्ती बँकेकडून कर्जाची उचल घेतात. रेपो रेट कमी असल्यास व्यापारी बँकांच्या कर्जाचा दरही कमी असतो. रेपो रेट जास्त झाल्यास व्यापारी बँका कमी कर्जे घेतात किंवा जास्त व्याजदराने कर्जे त्यांच्या ग्राहकांना देतात.

विरुद्ध रेपो रेट

व्यापारी बँकांकडे अधिक रक्कम शिल्लक असल्यास मध्यवर्ती बँकेकडे अशी जादा शिल्लक रक्कम ठेवली जाते. मध्यवर्ती बँक यासाठी व्यापारी बँकांना ज्या दराने व्याज देते त्यास 'रिव्हर्स रेपो रेट' किंवा 'विरुद्ध रेपो' असे म्हणतात.

'Repossession' या शब्दाचे संक्षिप्त स्वरूप म्हणजे 'रेपो' होय. सारांश, रेपो रेट म्हणजे मध्यवर्ती बँकेचा व्याज दर होय.

स्वाध्यायासाठी प्रश्न

अ) गाळलेल्या जागी योग्य पर्याय निवडा.

१) सरकारला व्याजरूपाने मिळणारे उत्पन्न हे-----स्वरूपाचे उत्पन्न आहे

(अ) कर उत्पन्न   (ब) करेतर उत्पन्न   (क) भांडवली उत्पन्न

२) सरकारने आकारलेल्या कराचा भरणा जी व्यक्ती किंवा संस्था करते त्यांच्यावर --- हा परिणाम होतो.

(अ) कराघात   (ब) करभार   (क) कर संक्रमण

३) सरकारचा प्रशासनावरील खर्च म्हणजे---- खर्च होय.

(अ) भांडवली   (ब) महसुली   (क) योजना

४) साधन आदाने व त्यापासून मिळणारी सेवा प्रदाने स्पष्ट करणारा अर्थसंकल्प म्हणजे --------- अर्थसंकल्प होय.

(अ) कार्याधारित   (ब) शून्याधारित   (क) कामगिरीवर आधारित

५) १९९१ मध्ये ----- यांच्या अध्यक्षतेखाली करसुधारणा समिती स्थापन करण्यात आली.

(अ) सी. रंगराजन   (ब) राजा चेल्लय्या   (क) पी. चिदंबरम्

६) उत्पादन करताना एखाद्या वस्तूचे जेवढे मूल्य वाढते, त्यावर आकारला जाणारा कर म्हणजे ------ कर होय.

(अ) विक्रीकर   (ब) मूल्यवृद्धी   (क) सेवा कर

७) महसुली तूट म्हणजे एकूण महसुली खर्चातून ---- वजा करणे होय.

(अ) भांडवली जमा   (ब) महसुली जमा   (क) महसुली खर्च

८) १२ व्या वित्त आयोगाचे अध्यक्ष ----- हे होते.

(अ) राजा चेल्लय्या   (ब) सी. रंगराजन   (क) नरसिंहम्

९) स्थानिक स्वराज्य संस्थांना अनुदानापोटी रु. ---------- कोटी रक्कम २००५-१० या काळात देण्यात यावी असे १२ व्या वित्त आयोगाने निश्चित केले आहे.

(अ) ५०००   (ब) ६०००   (क) ७०००

१०) वास्तव व्याज दर हे नाममात्र व्याजदरातून ----- वजा केल्यास मिळू शकते.

(अ) किंमतवाढीचा दर   (ब) स्थूल राष्ट्रीय उत्पादन दर   (क) रेपो रेट

ब) योग्य पर्याय निवडा

१) पुढीलपैकी कोणता दर केंद्र सरकारच्या उत्पन्नाचा मार्ग आहे.

(अ) जकात शुल्क   (ब) विक्रीकर   (क) कृषी उत्पन्न कर

२) पुढीलपैकी कोणता कर राज्य सरकारच्या महसुलाचा स्रोत आहे.

(अ) प्राप्ती कर   (ब) विक्रीकर   (क) उत्पादन शुल्क

३) कर दुसऱ्यावर ढकलण्याच्या प्रक्रियेस काय म्हणतात?

(अ) कराघात   (ब) करभार   (क) करसंक्रमण

४) जलसिंचनावरील खर्च हा ---------- खर्च होय.

(अ) योजनेतर खर्च   (ब) योजना खर्च   (क) महसुली खर्च

५) एकूण खर्चातून महसुली उत्पन्न कर्ज + वसुली अथवा भांडवली उत्पन्नातील कर्जाची परतफेड + इतर उत्पन्न वजा केल्यास कोणती तूट निर्माण होते?
(अ) महसुली तूट (ब) वित्तिय तूट (क) प्राथमिक तूट

क) पुढील विधाने चूक की बरोबर ते लिहा.

(१) आरोग्य सेवा ही गुण वस्तू आहे.
(२) कायद्याची अंमलबजावणी ही सार्वजनिक वस्तू आहे.
(३) निगम कराची आकारणी व वसुली राज्य सरकारे करतात.
(४) कर हे सक्तीचे देणे नाही.
(५) विक्री कराची आकारणी केंद्र सरकार करते.
(६) पोस्टातील बचत खाती सरकारचा अंतर्गत कर्जाचा मार्ग आहे.
(७) निवृत्ती वेतन हा योजनेतर खर्च होय.
(८) शून्याधारित अर्थसंकल्प दरवर्षी होणाऱ्या खर्चावर अवलंबून असतो.
(९) एकूण खर्च - एकूण उत्पन्न म्हणजे अर्थसंकल्पीय तूट होय.
(१०) मध्यवर्ती बँक ज्या दराने व्यापारी बँकांना व्याज देते त्यास रेपो रेट म्हणतात.

ड) जोड्या लावा

(अ) सार्वजनिक वस्तू	१) सक्तीचे देणे
(ब) कर	२) राज्य सरकारचा महसूल
(क) विक्रिकर	३) माहितीचे वितरण
(ड) व्याज देणी	४) मध्यवर्ती बँकेचा व्याजदर
(इ) रेपो रेट	५) योजनेतर खर्च

उत्तरे

अ)	१. (ब)	२. (अ)	३. (ब)	४. (ब)	५. (ब)
	६. (ब)	७. (ब)	८. (ब)	९. (अ)	१०. (अ)
ब)	१. (अ)	२. (ब)	३. (क)	४. (ब)	५. (ब)
क)	१. बरोबर	२. बरोबर	३. चूक	४. चूक	५. चूक
	६. बरोबर	७. बरोबर	८. बरोबर	९. बरोबर	१०. चूक
ड)	अ-३	ब-१	क-२	ड-५	इ-४

२.३ वाढ, विकास व आंतरराष्ट्रीय अर्थशास्त्र
(Growth, Development and International Economics)

२.३.१ विकास निदर्शक– सातत्यपूर्ण विकास, विकास व पर्यावरण, हरित स्थूल देशांतर्गत उत्पन्न

२.३.२ आर्थिक विकासाचे घटक–नैसर्गिक साधनसंपत्ती, लोकसंख्या, मानवी भांडवल, पायाभूत सुविधा, लोकसंख्याशास्त्रीय संक्रमणाचा सिद्धान्त, मानवी विकास निर्देशांक–मानवी दारिद्र्य निर्देशांक, लिंग सक्षमीकरण उपाययोजना

२.३.३ वाढीमधील विदेशी भांडवलाची आणि तंत्रज्ञानाची भूमिका, बहुराष्ट्रीय महामंडळे

२.३.४ वाढीचे इंजिन म्हणून आंतरराष्ट्रीय व्यापार–आंतरराष्ट्रीय व्यापाराचे सिद्धान्त

२.३.५ आय.एम.एफ., आय.बी.आर.डी., डब्ल्यू.टी.ओ., प्रादेशिक व्यापार करारनामा–सार्क–ए.एस.ई.ए.एन.

- **आर्थिक वाढ व आर्थिक विकास**

अर्थव्यवस्था कोणतीही असो परंतु, आर्थिक विकासाला सर्वच राष्ट्रांनी प्राधान्य दिलेले आहे. आर्थिक वाढ किंवा वृद्धी (Economic growth) आणि आर्थिक विकास (Economic development) हे अनेकदा समान अर्थाने वापरले जातात; परंतु अर्थशास्त्रात या दोन्ही संकल्पना निरनिराळ्या आहेत.

आर्थिक वृद्धीत प्रामुख्याने राष्ट्रीय उत्पादनातील सातत्यपूर्ण वाढीचा समावेश होतो. उत्पादन, रोजगार व राहणीमान यातील वाढीस आर्थिक वाढ असे म्हणतात. परंतु, आर्थिक विकासात आर्थिक वाढीबरोबरच सामाजिक, संस्थात्मक, सांस्कृतिक आणि आर्थिक बदलांचाही समावेश होतो. आर्थिक वाढ ही संख्यात्मक प्रगती दर्शविते तर आर्थिक विकास हा गुणात्मक प्रगती स्पष्ट करतो, त्यामुळे आर्थिक वाढीपेक्षा आर्थिक विकास ही संकल्पना अधिक व्यापक आहे.

२.३.१ विकास निदर्शक (Indicators of development)

आर्थिक विकासाचे महत्त्वाचे निदर्शक पुढीलप्रमाणे आहेत.

अ) सातत्यपूर्ण विकास (sustainable development) :– अर्थव्यवस्थेच्या निरनिराळ्या क्षेत्रांत सातत्यपूर्ण विकास हा आर्थिक विकासाचा महत्त्वपूर्ण निदर्शक आहे. सातत्यपूर्ण विकासाचे निकष पुढीलप्रमाणे आहेत.

१) राष्ट्रीत उत्पन्नात वाढ :– देशातील वस्तू व सेवा यांच्या उत्पादनात सातत्याने वाढ होणे आवश्यक असते. राष्ट्रीय उत्पादनात वाढ झाल्यास देशातील स्थूल राष्ट्रीय उत्पन्नात वाढ होते. देशातील दरडोई उत्पन्नात त्यामुळे वाढ होते, तसेच उत्पादन, उत्पन्न, रोजगार, बचत, गुंतवणूक यातही वाढ होते. काही थोड्या व्यक्तींच्या हाती उत्पन्न साधने असल्यास उत्पन्नात विषमता निर्माण होते. राष्ट्रीय उत्पन्नात वाढ होऊन दारिद्र्यातही वाढ दिसून आल्यास उत्पन्न वाटपात व रोजगार संधीत विषमता असण्याची शक्यता असते, त्यामुळे राष्ट्रीय उत्पन्नाचे वाटपही महत्त्वाचे ठरते.

२) राहणीमानात होणारी वाढ :– उत्पादन व रोजगार यात वाढ झाली की राष्ट्रीय उत्पन्न आणि दरडोई उत्पन्नातही वाढ होऊ लागते. सुखसोयींच्या व चैनीच्या वस्तू उपलब्ध होतात. उत्पन्नात वाढ झाल्यामुळे मागणीत वाढ होते. उपभोग्य खर्च वाढू लागतो. राहणीमानाच्या दर्जात वाढ होते. देशातील लोकांच्या राहणीमानात सुधारणा होणे हे आर्थिक विकासाचे महत्त्वाचे लक्षण आहे.

३) दरडोई उत्पन्न वाढ :– दरडोई उत्पन्न (Per Capita Income) हा आर्थिक विकास दर्शविणारा महत्त्वाचा निकष आहे. राष्ट्रीय उत्पन्नाला लोकसंख्येने भागले असता दरडोई उत्पन्न मिळते. लोकसंख्या घटल्यास किंवा स्थिर असताना दरडोई उत्पन्न वाढल्यास देशातील वास्तव दरडोई उत्पन्नात वाढ झाली असे म्हणता येते, तसेच देशातील किंमतवाढ किंवा चलनवाढीचा दरही स्थिर राहिल्यास देशातील वास्तव दरडोई उत्पन्नात वाढ होते. देशातील लोकांचे राहणीमान व उपभोग्य खर्च हा दरडोई उत्पन्नावर अवलंबून असल्याने दरडोई उत्पन्न हा विकासाचा महत्त्वाचा आर्थिक घटक मानला जातो.

४) जीवनावश्यक गरजांची पूर्तता :– अन्न, वस्त्र, निवारा, शिक्षण, आरोग्य या मूलभूत व जीवनावश्यक गरजा आहेत. ज्या देशात या सर्व गरजा पूर्णांशाने भागविल्या जातात त्या देशाचा सातत्यपूर्ण विकास होत आहे असे म्हणता येते. वस्तूंच्या उत्पादनाबरोबर सेवांचाही पुरवठा होणे आवश्यक असते. पायाभूत सुविधा उदा. रस्ते, पाणी, ऊर्जा इ. चा आर्थिक विकासात महत्त्वाचा सहभाग असतो.

५) आर्थिक क्षेत्रातील बदल :– आर्थिक विकासाच्या पहिल्या टप्प्यात अर्थव्यवस्था मोठ्या प्रमाणात शेती किंवा प्राथमिक क्षेत्रावर अवलंबून असते. देशाच्या स्थूल राष्ट्रीय उत्पादनात शेती क्षेत्राचा वाटा अधिक असतो. जसजसा आर्थिक विकास होतो तसतसा उद्योग व सेवा क्षेत्राचा विस्तार होऊन या क्षेत्राचा स्थूल राष्ट्रीय उत्पादनात वाटा वाढत जातो, तसेच लोकसंख्येच्या क्षेत्रवार विभागणीत बदल घडून येतो. शेती क्षेत्रातील लोकसंख्येचे प्रमाण कमी होऊन उद्योग व सेवा क्षेत्रातील लोकसंख्येचे प्रमाण वाढत जाते.

६) शहरीकरण :– आर्थिकदृष्ट्या अविकसित देशात ७० ते ८० टक्के व्यक्ती या ग्रामीण भागात राहतात, परंतु, आर्थिक विकासाबरोबर औद्योगिकीकरण होते. औद्योगिकीकरणाबरोबर सेवा क्षेत्राचाही विकास होतो, यामुळे रोजगाराच्या संधी निर्माण होतात. लोक ग्रामीण भागातून शहरी भागाकडे स्थलांतर करतात, यामुळे शहरीकरणाला चालना मिळते. गावे ही शहरात व शहरे महानगरात रूपांतरित होताना दिसून येतात. आर्थिक विकासाबरोबर नागरिकीकरणाच्या प्रक्रियेला वेग मिळतो.

७) उत्पादकतेत वाढ :– आर्थिक विकासात शिक्षण व संशोधनाला विशेष महत्त्व असते. संशोधनातून तंत्रज्ञान विकसित होते. उत्कृष्ट तंत्रज्ञानामुळे वस्तू व सेवांचा दर्जा व गुणवत्ता यात वाढ होते, तसेच उत्पादनखर्चातही बचत होते. प्रति व्यक्ती अगर प्रति मनुष्य दिवस (एका व्यक्तीने आठ तास काम केल्यास एक मनुष्य दिवस होतो.) उत्पादनाचे प्रमाण (Volume) यात वाढ होते, यामुळे उत्पादनखर्च कमी होतो. उत्पादकतेत वाढ हे आर्थिक विकासाचे लक्षण मानले जाते.

ब) विकास व पर्यावरण :– पर्यावरण हे जसे निसर्गनिर्मित असते तसे ते मानवनिर्मितही असते. सृष्टीतील सजीव आणि निर्जीव या दोहोंचाही समावेश पर्यावरणात केला जातो. नैसर्गिक पर्यावरणात जमीन, पाणी, हवामान, प्राणी, वनस्पती, जंगले, सूक्ष्मजीव आणि जिवाणू यांचा समावेश होतो. पर्यावरण रचना ही नैसर्गिक आहे आणि यावरच पृथ्वीवरील सजीवांचे अस्तित्व अवलंबून आहे, परंतु नैसर्गिक घटकांमध्ये माणसाने

स्वत:च्या प्रगतीसाठी केलेल्या हस्तक्षेपामुळे नैसर्गिक पर्यावरणाचा समतोल बिघडला आहे. आर्थिक विकासासाठी पर्यावरणाचा समतोल राखणे अनिवार्य आहे.

औद्योगिकीकरण, नागरिकीकरण, तंत्रज्ञानातील वाढ, अणु ऊर्जा वापर व अणु चाचण्या, रासायनिक प्रयोग इ. मुळे अलीकडच्या काळात पर्यावरणाचा समतोल बिघडत आहे. पेट्रोल, डिझेल, कोळसा इ. चा उत्पादनातील उपयोग वाढलेला आहे. कच्चे लोखंड, ॲल्युमिनियम, कोळसा, अभ्रक, मँगेनिज इ.च्या वापरामुळे या नैसर्गिक साधनांचा बेसुमार उपसा (extraction) भूगर्भातून झालेला आहे व अजूनही होत आहे. यातून होणाऱ्या वायुप्रदूषणामुळे निसर्गाचा समतोल बिघडत आहे. उष्णतेच्या प्रमाणात वाढ होत आहे. पेट्रोल व डिझेलच्या वापरामुळे वायुप्रदूषण मोठ्या प्रमाणावर होत आहे. आर्थिकदृष्ट्या विकसित देशांत ही समस्या मोठ्या प्रमाणावर आहे.

आर्थिक विकासाला साहाय्यभूत ठरणाऱ्या असंख्य वस्तू जंगलातून मानवाला मिळतात. जंगल संपत्तीवरही आर्थिक विकास अवलंबून असतो. इमारती लाकूड, कोळसा, डिंक, लाख, वनौषधी अशा अनेक गोष्टी जंगलातून मिळतात. जंगलामुळे पावसाचे व पाण्याचे प्रमाण टिकून राहते. वनसंपत्तीचा मोठ्या प्रमाणावर नाश होत असल्यामुळे वातावरणाचा समतोल ढासळत आहे.

हरित स्थूल देशांतर्गत उत्पन्न (Green GDP)

यापूर्वी आपण हे अभ्यासले आहे की पर्यावरणाची आर्थिक विकासाशी सांगड घातली जाते. १९९२ मध्ये रिओ अर्थ समिट (जागतिक वसुंधरा परिषद) झाल्यानंतर हरित स्थूल देशांतर्गत उत्पन्न ही संकल्पना रुजू लागली. स्थूल राष्ट्रीय उत्पादनातून पर्यावरणावर केलेला खर्च वजा जाता हरित देशांतर्गत उत्पादन मिळते. चीनने प्रथमत: असा हरित देशांतर्गत उत्पादनाबाबतचा अहवाल प्रसिद्ध केला. प्रदूषणामुळे देशाच्या एकूण स्थूल उत्पादनाच्या ३ टक्के एवढा खर्च चीनला करावा लागला. २०१५ पासून भारतातही या प्रकारचा हरित स्थूल देशांतर्गत उत्पादनाचा अहवाल प्रसिद्ध होईल असे केंद्रीय पर्यावरण मंत्र्यांनी जाहीर केले आहे. (फिनान्शिअल एक्स्प्रेस, २९ ऑगस्ट २०१२) भर देण्यात येत आहे; किंबहुना पर्यावरणाचे रक्षण हा आता विकासातील महत्त्वाचा घटक बनलेला आहे.

आर्थिक विकास आणि लोकसंख्या

आर्थिक विकासाचा लोकसंख्या हा एक महत्त्वाचा घटक आहे. लोकसंख्येचे प्रमाण, लोकसंख्येतील कर्त्या लोकसंख्येचे प्रमाण, लोकसंख्येची गुणवत्ता इ. वर आर्थिक विकासाचा दर हा अवलंबून असतो.

देशातील स्थूल राष्ट्रीय उत्पन्नाला देशातील एकूण लोकसंख्येने भागले असता दरडोई उत्पन्न मिळते. साहजिकच लोकसंख्येचे प्रमाण जास्त असल्यास स्थूल राष्ट्रीय उत्पन्न लोकसंख्येनुसार विभागले जाऊन दरडोई उत्पन्न कमी होते. या उलट, लोकसंख्येचे प्रमाण कमी असल्यास दरडोई उत्पन्न प्रमाण वाढते. आर्थिक विकासाचा दरडोई उत्पन्न हा महत्त्वाचा निकष मानला जातो.

लोकसंख्येत कर्त्या लोकसंख्येचे प्रमाण किती आहे यावरही आर्थिक विकास अवलंबून असतो. १५ ते ६० या वयोगटातील लोकसंख्या ही कर्ती लोकसंख्या होय. या वयोगटाबाहेरील वयोगट हा अवलंबित लोकसंख्येचा मानला जातो. राष्ट्रीय उत्पन्न निर्माण करण्यास या कर्त्या लोकसंख्येचा सर्वाधिक हातभार लागतो.

लोकसंख्येची गुणवत्ता याचा अर्थ शिक्षण, प्रशिक्षण, आरोग्य या दृष्टीने युक्त अशी लोकसंख्या होय. आर्थिक विकास होण्यासाठी अर्थव्यवस्थेच्या सर्व क्षेत्रांत उत्पादकता आणि कार्यक्षमता यांचा वापर होणे आवश्यक असते. यासाठी शिक्षण, प्रशिक्षण, आरोग्य महत्त्वाचे ठरते. आर्थिक विकासासाठी नैसर्गिक घटक,

उत्पानदसाधने, तंत्रज्ञान या बरोबरच मानवी संसाधन आवश्यक असते. यासाठी मानवी संसाधनाचा विकास (HRD) व आरोग्य संपन्न लोकसंख्या यामुळे आर्थिक विकास घडून येतो.

आर्थिक विकास व मानवी भांडवल

वस्तू व सेवांचे उत्पादन करण्यासाठी भूमी, श्रम, भांडवल व संयोजनकौशल्य या चार महत्त्वाच्या उत्पादनघटकांचा उपयोग केला जातो. मानवी श्रमाचा केवळ श्रमघटक एवढाच मर्यादित विचार न करता आर्थिक विकासात मानवी संसाधनाला अधिक महत्त्व दिले जाते. मानवी बुद्धिमत्ता, कल्पकता, तंत्रज्ञान, व्यावसायिक शिक्षण आणि प्रशिक्षण यांचा एकत्रितरीत्या मानवी भांडवल (human capital) असा उल्लेख केला जातो. हे मानवी भांडवल आर्थिक विकास साध्य करण्यास खऱ्या अर्थाने उपयोगी पडत असल्याने आर्थिक विकासात मानवी भांडवलाची भूमिका अतिशय महत्त्वाची मानली जाते.

मानवी साधनसामग्रीच्या विकासात शिक्षण व प्रशिक्षण यास विशेष महत्त्वाचे स्थान असते. यासाठी साक्षरता प्रसार, शालेय, महाविद्यालयीन, व्यावसायिक शिक्षण, संशोधन या सर्व स्तरांवर मोठ्या प्रमाणात गुंतवणूक करावी लागते. अन्यथा तंत्रज्ञान व तंत्रज्ञ यांची आयात करावी लागते. तंत्रज्ञान व तंत्रज्ञ यांची आयात करावी लागल्यास उत्पादन खर्चातही वाढ होते, यामुळे मानवी भांडवलात भर पडावी यासाठी मानवी संसाधनाचा विस्तार आणि विकास सातत्याने करणे आवश्यक असते. अभियांत्रिकी व्यवस्थापनशास्त्र, तंत्रज्ञानातील संशोधन यामुळे औद्योगिक प्रगती होते. भांडवलाच्या गुंतवणुकीबरोबर मानवी संसाधनावरील गुंतवणूक आर्थिक प्रगतीसाठी अनिवार्य असते. जपानसारख्या देशाजवळ नैसर्गिक साधनसामग्रीची कमतरता आहे, परंतु मानवी संसाधनातील विकासामुळे जपान हा एक प्रगत देश बनलेला आहे.

आर्थिक विकास व पायाभूत सुविधा

आर्थिक विकासासाठी ज्या मूलभूत व भौतिक अशा सेवा आणि सुविधांची आवश्यकता असते अशा सेवा, सुविधांचा समावेश पायाभूत सुविधांमध्ये होतो. या सेवा आणि सुविधा अर्थव्यवस्थेच्या प्रगतीला साहाय्यभूत ठरतात. किंबहुना, पायाभूत सुविधांचा विकास किती झाला आहे यावरही एखाद्या देशाच्या विकासाचे मूल्यमापन केले जाते. उदा. वीज, पाणी, रस्ते, माहिती तंत्रज्ञान व दळणवळण, बँका, वित्तीय सेवा, शिक्षण सेवा, आरोग्य सेवा इ.

वरील पायाभूत सुविधांमुळे अर्थव्यवस्थेतील कृषी, उद्योग, सेवा क्षेत्रे इ.च्या विकासाला चालना मिळते. उत्पादन, वितरण, व्यापार यांना पायाभूत सुविधांमुळे उत्तेजन मिळते. आर्थिक व्यवहारांना गती प्राप्त होते. रोजगारनिर्मिती होते. स्थूल राष्ट्रीय उत्पन्नात यामुळे वाढ होते. पायाभूत सुविधांवर आर्थिक विकास अवलंबून असल्याने पायाभूत सुविधांत गुंतवणूक करणे आवश्यक ठरते. पायाभूत सुविधांचे पुढीलप्रमाणे वर्गीकरण करता येते.

१. **वाहतूक :–** रस्ते व महामार्ग, पूल, सार्वजनिक वाहतूक व्यवस्था, रेल्वे, विमानतळ, बंदरे इ.

२. **ऊर्जा :–** विद्युतपुरवठा, नैसर्गिक वायूपुरवठा, पेट्रोल व डिझेल उत्पादन व वितरण, कोळसा, पाणी वा युरेनियमनिर्मित ऊर्जा उत्पादन इ.

३. **जलव्यवस्थापन :–** पिण्याच्या पाण्याची व्यवस्था, सांडपाणी व्यवस्था, बंधारे, कालवे, धरणे इ. पूर नियंत्रण व्यवस्था, बर्फवृष्टीचे व्यवस्थापन, सामुद्रिक व्यवस्थापन (coastal management)

४. **दळणवळण :–** पोस्ट, टेलिफोन, भ्रमणध्वनी, दूरदर्शन, इंटरनेट इ.

५. **घन कचरा व्यवस्थापन :–** घन कचऱ्याची विल्हेवाट यंत्रणा

६. **आर्थिक सुविधा :-** बँका व वित्तीय संस्था, वित्तीय नियंत्रण, विशेष औद्योगिक क्षेत्रे, कृषी व वने इ. बी-बियाणे, गुदामे, बाजार यंत्रणा, संशोधन व विकास यंत्रणा

७. **सांस्कृतिक सुविधा :-** बागा, वस्तुसंग्रहालये, नाट्यगृहे, ग्रंथालय, अभ्यास केंद्रे इ.

लोकसंख्या संक्रमणाचा सिद्धान्त :- (Theory of Demographic Transition)

लोकसंख्या संक्रमणाचा सिद्धान्त हा युरोपातील अनेक देशांच्या लोकसंख्या बदलाच्या अभ्यासावर आधारलेला असा सिद्धान्त आहे. हा सिद्धान्त बदलत्या परिस्थितीशी जुळणारा व वस्तुस्थिती निदर्शक मानला जातो. लोकसंख्यावाढ अनेक टप्प्यांमधून होते. लोकसंख्येचा प्रत्येक टप्पा हा वैशिष्ट्यपूर्ण असतो. एखादा देश एका विशिष्ट टप्प्यातून जात असेल तर अन्य देशांनी तो टप्पा अथवा अवस्था (Stage) ओलांडून दुसऱ्या किंवा तिसऱ्या टप्प्यात प्रवेश केलेला असेल. १९०९ मध्ये लँड्री (Landry) व १९२९ मध्ये वॉरन थॉमप्सन यांनी लोकसंख्या संक्रमणासंबंधी सैद्धान्तिक विवेचन प्रथमत: केले. १९४५ मध्ये फ्रँक नोटेस्टिन (Frank Notestein) यांनी लोकसंख्या संक्रमणाचे प्रजननातील बदलाच्या संदर्भात विवेचन केले. जन्म अथवा मृत्युदर या संदर्भात लोकसंख्या संक्रमणाचे हे विवेचन प्रथमत: नोटेस्टिन यांनी केल्यामुळे लोकसंख्या संक्रमण सिद्धान्ताचे जनकत्व खऱ्या अर्थाने त्यांच्याकडे जाते. १९४७ मध्ये सी.पी.ब्लँकर यांनी लोकसंख्या संक्रमणाचे पाच टप्पे अथवा अवस्था विशद केल्या.

(अ) नोटेस्टिन यांचा दृष्टिकोन :- नोटेस्टिन यांनी असे नमूद केले की लोकसंख्यावाढीचे प्रमुख कारण म्हणजे मृत्युदरात झालेली घट होय. आधुनिकीकरण, जीवनमानाचा उच्च स्तर, वैद्यकीय सोयी व ज्ञान यातील वाढ, आरोग्य सोयींत वाढ, उत्पन्नवाढ इ. मुळे मृत्युदरात घट झालेली आहे. जन्मदरातही ह्याच कारणाने घट झालेली आहे.

१९३० पर्यंत आधुनिक युरोपीय देशांत जन्मदरात घट झाली. संतती नियमनाची साधने वापरून मर्यादित कुटुंब ठेवण्याच्या आधुनिक विचारपद्धती व नागरिकीकरणामुळे बहुतेक युरोपीय राष्ट्रांत जन्मदर कमी झाला. नोटेस्टिनच्या मते, लोकसंख्येचे संक्रमण पुढील तीन टप्प्यांतून होते.

(१) जन्मदरात जास्त वाढ परंतु मृत्युदर कमी यामुळे लोकसंख्येत जलद वाढ होते.

(२) जन्मदर व मृत्युदर या दोहोत घट होते, परंतु या टप्प्यात मृत्युदरात जन्मदरापेक्षा अधिक घट झाल्याने लोकसंख्येत हळू परंतु स्थिर गतीने वाढ होते.

(३) तिसऱ्या टप्प्यात जन्मदर व मृत्युदर दोन्ही समप्रमाणात घटतात, त्यामुळे लोकसंख्येचे प्रमाण स्थिर राहते.

नोटेस्टिनच्या मते, लोकसंख्या संक्रमणाच्या वरील तीन अवस्था आहेत. पहिली संक्रमणपूर्व अवस्था, दुसरी संक्रमण अवस्था तर तिसरी संक्रमणोत्तर अवस्था होय. लोकसंख्या या अवस्थेत असताना राहणीमानाचा स्तर उंचावतो. लोकसंख्येचा दर्जा व गुणवत्ता यात वाढ होते. उत्पादनसाधनांचा पर्याप्त वापर या काळात होतो. लोकसंख्येची संक्रमणोत्तर अवस्था जलदगती आर्थिक विकासास पोषक असते.

(ब) सी. पी. ब्लॅकर यांचा दृष्टिकोन :- सी. पी. ब्लॅकर यांच्या मते, लोकसंख्येचे संक्रमण पुढील पाच अवस्थांतून होते.

(१) पहिल्या अवस्थेत जन्मदर व मृत्युदर दोन्ही जास्त असतात. अर्थव्यवस्था ही अप्रगत व मागासलेली असते. या टप्प्यात लोकसंख्यावाढीचा वेग कमी असतो. एकूण लोकसंख्येत घटही होऊ शकते. १९११ ते १९२१ या काळात भारत या टप्प्यातून जात होता.

(२) लोकसंख्या संक्रमणाच्या दुसऱ्या अवस्थेत वैद्यकीय सोयीतील वाढ, साथीचे व इतर रोगांचे नियंत्रण झाल्यामुळे मृत्युदरात घट होते. परंतु, जन्मदरात मात्र घट होत नाही, त्यामुळे या काळात लोकसंख्या आत्यंतिक गतीने वाढते. लोकसंख्यावाढीस स्थिर जन्मदर आणि घटता मृत्युदर या दोहोंचे पाठबळ मिळते.

(३) कालांतराने जन्मदरात घट होते. आर्थिक क्षमतेत वाढ होते व संतती नियमन करून कुटुंबाचा आकार मर्यादित ठेवण्याकडे लोकांचा मानसिक कल वळतो. १९३० च्या सुमारास जगातील एकूण लोकसंख्येच्या २०% लोकसंख्या या अवस्थेतून जात होती. सध्या भारतातील लोकसंख्या या अवस्थेत आहे.

(४) ह्या अवस्थेत लोकसंख्या वाढत नाही. पहिल्या टप्प्याप्रमाणेच लोकसंख्या संक्रमणाचा हा टप्पा असतो, परंतु या काळापर्यंत लोकसंख्येचे आकारमान वाढलेले असते. १९३० पर्यंत युरोपातील अनेक देशांची लोकसंख्या या अवस्थेत होती.

(५) लोकसंख्या संक्रमणाच्या पाचव्या टप्प्यात जन्मदरापेक्षा मृत्युदराचे प्रमाण जास्त असते, यामुळे लोकसंख्येच्या प्रमाणात घट होते. विकसित देशात मृत्युदर कमी असतो, परंतु जन्मदर त्यापेक्षाही कमी असतो. फ्रान्स सध्या या टप्प्यातून जात आहे. ब्लॅकर यांनी दिलेल्या लोकसंख्या संक्रमणाच्या निरनिराळ्या अवस्थांची आकृती

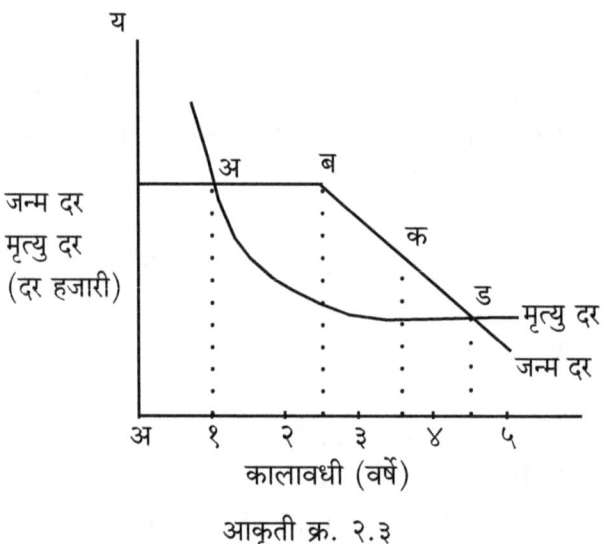

आकृती क्र. २.३

या आकृतीत अ, ब, क आणि ड या बिंदूतून जाणारी रेषा जन्मदर सुचवते. आरंभस्थानाशी बहिर्वक्र असलेली रेषा मृत्युदर सुचविते.

(अ) अ या बिंदूच्या आधी ('अ' च्या डाव्या बाजूस) मृत्युदराचे प्रमाण जन्मदरापेक्षा अधिक आहे. मृत्युदर झपाट्याने घटत असल्याने ही अवस्था लोकसंख्येतील घट सुचविणारी आहे.

(ब) अ या बिंदूत जन्मदर व मृत्युदर समान पातळीवर असल्यामुळे लोकसंख्या ह्या ठिकाणी स्थिर राहील, आणि ब च्या दरम्यान जन्मदर संख्या ह्या ठिकाणी स्थिर राहील. अ आणि ब च्या दरम्यान जन्मदर उच्च स्तरावर स्थिर व मृत्यु दरात अत्यंत गतीने घटत आहे, त्यामुळे लोकसंख्या प्रस्फोटक पातळीपर्यंत वाढेल.

(क) ब आणि क या कालावधीत मृत्युदरात वेगाने तर जन्मदरात कमी वेगाने घट होत आहे, त्यामुळे या अवस्थेत देखील लोकसंख्येत वाढ होत राहील.

(ड) क आणि ड या बिंदूंत मृत्युदरात जन्मदरापेक्षा वेगाने घट होते, परिणामी लोकसंख्या वृद्धीदर सौम्य होईल.

(इ) ड या अवस्थेत जन्म व मृत्युदर दोन्ही कमी आहेत व परस्परांबरोबर आहेत. या कालबिंदूस लोकसंख्या वृद्धी दर शून्यावर येईल. त्यानंतर मृत्युदर जन्मदरापेक्षा अधिक असल्याने लोकसंख्येत घट होईल.

(क) कार्ल सॅक्स (Karl sax) यांचा दृष्टिकोन :– कार्ल सॅक्स यांनी लोकसंख्या संक्रमणाच्या चार अवस्थांचे विश्लेषण केले आहे. त्यांच्या मते, लोकसंख्यावाढीच्या अवस्था पुढीलप्रमाणे : (१) उच्च पातळीची स्थिर लोकसंख्या (२) प्रस्फोटक वाढीची पहिली अवस्था (३) प्रस्फोटक वाढीची दुसरी अवस्था (४) निम्नतम पातळीवरील स्थिर लोकसंख्या

आकृतीच्या साहाय्याने ह्या अवस्था पुढील आकृतीने दर्शविता येतात.

कार्ल सॅक्स यांनी दिलेल्या लोकसंख्या वाढीच्या अवस्था

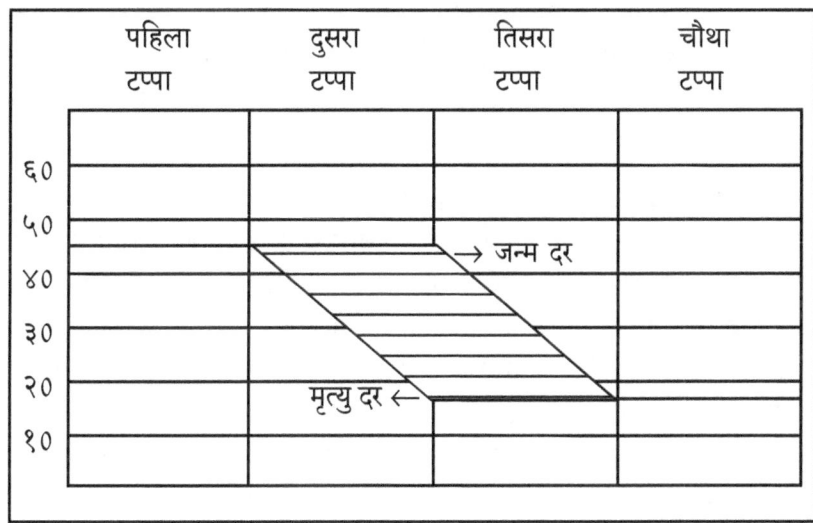

आकृती क्र. २.४

पहिल्या अवस्थेत जन्मदर व मृत्युदर दोन्ही जास्त असल्यामुळे लोकसंख्या उच्च पातळीवर स्थिर राहते. दुसऱ्या अवस्थेत फक्त मृत्युदरात घट होते. जन्मदर मात्र कमी होत नाही, त्यामुळे लोकसंख्येत प्रचंड वेगाने वाढ होते. तिसऱ्या अवस्थेत जन्मदर घटण्यास सुरुवात झालेली असते. मृत्युदर मात्र किमान पातळीवर स्थिर आहे. या अवस्थेत लोकसंख्या वृद्धीदर घटू लागतो. चौथ्या अवस्थेत जन्मदर व मृत्युदर दोन्ही किमान पातळीवर स्थिर झालेले आहेत. यातील दुसरी व तिसरी अवस्था लोकसंख्येचा प्रस्फोट दर्शविते. प्रस्फोटाचा पूर्वार्ध अधिक चिंताजनक असतो. उत्तरार्धात जन्मदर क्रमशः घटत मृत्युदराच्या किमान पातळीपर्यंत जातो.

लोकसंख्या संक्रमण सिद्धान्तावरील टीका

(१) या सिद्धान्तावर अशी टीका केली जाते की, व्यवहारात या सिद्धान्ताचा फारसा उपयोग नाही. लोकसंख्येतील भविष्यकालीन बदलासंबंधी निष्कर्ष काढण्यास हा सिद्धान्त फारसा उपयोगी पडणारा नाही.

(२) युरोपातील देशांच्या अनुभवावर हा सिद्धान्त आधारलेला असला तरी अनेक युरोपियन देशांतील लोकसंख्येतील बदल हे निरनिराळ्या स्वरूपाचे दिसून येतात. उदा. स्पेनसारख्या देशात मृत्युदरात घट होत असताना जन्मदराचे प्रमाणही घटत असल्याचे दिसून आले आहे.

(३) जन्मदरात घट का घडून येते याबाबतचे स्पष्टीकरण देण्यास ह्या सिद्धान्ताला अपयश आले आहे.

(४) अविकसित राष्ट्रांना हा सिद्धान्त कितपत लागू पडेल, याबाबत या सिद्धान्ताचे टीकाकार साशंक आहेत. अनेक अविकसित राष्ट्रांत मृत्युदरात घट झाल्याने लोकसंख्येत वाढ झाली आहे.

(५) आर्थिक विकासामुळे जन्मदरात घट होते असे हा सिद्धान्त सुचवीत असला तरी अनेक अविकसित राष्ट्रांसाठी आर्थिक विकासानंतर जन्मदर घटण्याची प्रक्रिया सुरू करण्याऐवजी आर्थिक विकास साध्य करण्यासाठीच जन्म दर कमी करण्याची पूर्व अट ठरू लागली आहे.

वरीलप्रमाणे या सिद्धान्तावर टीका करण्यात येत असली तरी लोकसंख्यावाढीच्या विविध अवस्था समजून घेण्यासाठी हा सिद्धान्त उपयुक्त ठरणारा आहे. विशेषत: विकसनशील राष्ट्रांत लोकसंख्या प्रस्फोटाचा प्रश्न निर्माण झालेला असल्याने आर्थिक विकासासाठी जन्मदर कमी करण्याची आवश्यकताच एक प्रकारे या सिद्धान्तातून सूचित होते. काही विकसित देशांच्या ऐतिहासिक अनुभवांवर हा सिद्धान्त आधारलेला आहे. विकसित देशांचा लोकसंख्यावृद्धी दर विकसनशील देशांपेक्षा कमी का आहे या प्रश्नाचे उत्तर याच सिद्धान्तातून मिळते.

मानवी विकास निर्देशांक (Human Development Index)

आर्थिक विकासाच्या जागतिक क्रमवारीत १९९० पूर्वी दरडोई उत्पन्नाचा आधार घेतला जात असे. परंतु, १९९० मध्ये संयुक्त राष्ट्रसंघाच्या विकास कार्यक्रमांतर्गत (UNDP) मानव विकास अहवाल प्रसिद्ध करण्यात आला. महेबुब उल हक या अर्थतज्ज्ञाच्या मार्गदर्शनाखाली मानवी विकास निर्देशांकाची मांडणी करण्यात आली. यात उत्पन्नाबरोबर इतरही महत्त्वाच्या घटकांना उदा. आयुर्मर्यादा, प्रौढ शिक्षण दर, प्राथमिक शाळेतील नोंदणी, डॉलरच्या क्रयशक्तीत व्यक्त होणाऱ्या, खरेदीशक्तीवर आधारित दरडोई उत्पन्न इ. निकषांचाही समावेश करण्यात आला. मानवी कल्याणाच्या दृष्टिने आवश्यक असलेले शिक्षण, आरोग्य हे सामाजिक घटकही विकासाचे निदर्शक असल्याचे मान्य करण्यात आले. १९९७ मध्ये डॉ. अमर्त्य सेन यांनी विकसित केलेल्या वंचितता (deprivation) संकल्पनेचाही विकासाच्या संकल्पनेत समावेश झाला. त्यातून मानव दारिद्र्य निर्देशांक (Human Poverty Index) तयार करण्यात आला.

मानव विकास निर्देशांक (HDI) काढण्याची पद्धत

मानव विकासाच्या तीन प्रमुख घटकांच्या सरासरीवर आधारित असा हा मानव विकास निर्देशांक काढला जातो.

१. जन्मापासूनचे सरासरी आयुर्मान

२. प्रौढ साक्षरता दर

३. डॉलरमधील क्रयशक्ती समायोजित दरडोई राष्ट्रीय उत्पन्न

वरील प्रत्येक निर्देशांकाचे कमाल व किमान मूल्य निश्चित करण्यात आले.

निकष	जास्तीतजास्त मूल्य	कमीतकमी मूल्य
१. जन्मापासूनचे सरासरी आयुर्मान	८५	२५

मानव विकास निर्देशांकातील वरील तिन्ही निर्देशकांचे मूल्य प्रथम स्वतंत्रपणे काढून या तिन्ही मूल्यांची बेरीज करून 'मानव विकास निर्देशांक' काढतात. यासाठी पुढील सूत्र वापरले जाते.

$$\text{मानव विकास निर्देशांक} = \frac{\text{क्ष चे प्रत्यक्ष मूल्य - क्ष चे किमान मूल्य}}{\text{क्ष चे कमाल मूल्य - क्ष चे किमान मूल्य}}$$

काही विकसित देशांचा २०११ मधील मानव विकास निर्देशांक पाहिल्यास नॉर्वे या देशाचा मानव विकास निर्देशांक सर्वोच्च आहे (०.९४३). यानंतर ऑस्ट्रेलियाचा दुसरा क्रमांक आहे (०.९२९), अमेरिका (०.९१०), कॅनडा (०.९०८), जर्मनी (०.९०५), जपान (०.९०१), इस्रायल (०.८८८), फ्रान्स (०.८८४), यू.के. (०.८६३), मलेशिया (०.७६१), रशिया (०.७५५)

मध्यम मानव विकास (medium human development) असलेले देश म्हणजे श्रीलंका (०.६९१), चीन (०.६८७), इंडोनेशिया (०.६१७), भारत (०.५४७) इ.

मानव विकासाच्या जागतिक क्रमवारीत भारताचा क्रमांक २०११ मध्ये १३४ वा होता.

कमी मानव विकास झालेल्या देशात पाकिस्तान (०.५०४), बांगला देश (०.५००), नेपाळ (०.४५८) इ. चा समावेश होतो.

मानव दारिद्र्य निर्देशांक (Human Poeverty Index)

या पूर्वी उल्लेख केल्याप्रमाणे मानवी कल्याण आणि विकासाच्या संकल्पनांमध्ये उत्पन्नाशिवाय इतरही निकषांचा समावेश केला जातो हे आपण अभ्यासले आहे. डॉ. अमर्त्य सेन यांनी दारिद्र्याचा विचार करताना वंचिततेची संकल्पना मांडली. मानवाच्या जगण्यासाठी आणि विकासासाठी ज्या मूलभूत गोष्टींची आवश्यकता असते त्यापासूनच जर तो वंचित झाला तर मानवी विकास होऊ शकणार नाही. जन्मापासून वयाच्या चाळिशीपर्यंतचे आयुर्मान महत्त्वाचे असते. आरोग्यसुविधा जर या काळात मिळाल्या नाहीत तर मृत्युदराचे प्रमाण वाढू शकते. दुसरी वंचितता ही शिक्षणाची आहे, त्यामुळे प्रौढ साक्षरता महत्त्वाची ठरते. तिसरी वंचितता गुणवत्तापूर्ण राहणीमानासंबंधी आहे. शिक्षण, आरोग्य व पाच वर्षे वयापर्यंत पोषणयोग्य आहाराची क्षमता आणि उपलब्धता यावर राहणीमानाचा दर्जा निश्चित केला जातो. मानव दारिद्र्य निर्देशांकाबाबत विकसनशील देशांतील उत्पन्नाचा समावेश केलेला नाही, हे या ठिकाणी लक्षात ठेवले पाहिजे. मानव दारिद्र्य निर्देशांकात खाजगी व सार्वजनिक सुविधांचा समावेश केलेला आहे. राष्ट्रीय उत्पन्नातूनच सार्वजनिक खर्चही केला जातो.

मानव दारिद्र्य निर्देशांक हा मानव विकास निर्देशांकास पूरक असा आहे. एखाद्या देशातील राहणीमानाचा दर्जा त्यामुळे कळतो. मानव दारिद्र्य निर्देशांक हा १९९७ पासून वापरात आला.

विकसनशील देशांसाठी मानव दारिद्र्य निर्देशांक काढण्यासाठी जे सूत्र संयुक्त राष्ट्रसंघा (UN) कडून वापरले जाते ते पुढीलप्रमाणे :-

$$\text{HPI-1} = \left[\frac{1}{3}\left(P_1^{\alpha} + P_2^{\alpha} + P_3^{\alpha}\right)\right]^{\frac{1}{\alpha}}$$

HPI = मानव दारिद्र्य निर्देशांक

P_3= पाण्याची उपलब्धता नसणाऱ्या तसेच कुपोषित बालकांचे लोकसंख्येतील प्रमाण

उच्च उत्पन्न असलेल्या निवडक देशांसाठी मानव दारिद्र्य निर्देशांक (HPI-2) काढण्यासाठी पुढील सूत्राचा वापर केला जातो.

$$HPI2\text{-} = \left[\frac{1}{4}\left(P_1^{\alpha}+P_2^{\alpha}+P_3^{\alpha}+P_4^{\alpha}\right)\right]$$

HPI2 = मानव दारिद्र्य निर्देशांक

P_1 = जन्मापासून ६० वर्षांपर्यंत जगण्याची शक्यता

P_2 = व्यावहारिक साक्षरता कौशल्य नसलेले प्रौढ

P_3 = उत्पन्न दारिद्र्यरेषेखालील लोकसंख्येचे प्रमाण

P_4 = दीर्घकालीन बेरोजगारीचा दर

लिंग सक्षमीकरण मापन (Gender Empowerment Measure)

१९९५ मध्ये मानव विकास निर्देशांक तयार करीत असतानाच युनायटेड नेशन्स डेव्हलपमेंट प्रोग्रॅमने (UNDP) लिंगाधारित मानव विकासाशी निगडित मापन करण्याचा प्रयत्न केला. विशिष्ट देशातील स्त्री सक्षमीकरणासंबंधी माहिती लिंग सक्षमीकरण मापन किंवा निर्देशांकाद्वारे मिळते.

लिंग सक्षमीकरण मापनाद्वारे स्त्री, पुरुष आर्थिक व राजकीय क्षेत्रात आणि निर्णय प्रक्रियेत किती क्रियाशीलपणे सहभागी होतात हे समजते. यात स्त्री पुरुषांच्या प्रत्यक्ष सहभागाची नोंद घेतली जाते.

लिंग सक्षमीकरण मापनाचे तीन प्रमुख निकष आहेत–

१. राष्ट्राच्या सर्वोच्च प्रतिनिधी मंडळात (संसदेत) स्त्रियांचे प्रमाण किती आहे.

२. प्रशासकीय, व्यवस्थापकीय, व्यावसायिक, तांत्रिक व्यवसाय अशा आर्थिक निर्णय प्रक्रियेत स्त्रियांचे प्रमाण किती?

३. उत्पन्नात स्त्रियांचा वाटा

लिंग सक्षमीकरण निर्देशांक सुशिक्षित स्त्रियांसंबधीय अधिक माहिती दर्शविणारा आहे. देशातील सर्व स्तरांवरच्या स्त्रियांचे प्रातिनिधिक चित्र यातून स्पष्ट होत नाही. आर्थिकदृष्ट्या कमकुवत किंवा देशाच्या तळातील स्त्रियांच्या आर्थिक व राजकीय सहभागासंबंधी या मापनातून माहिती उपलब्ध होत नाही, तसेच स्त्रियांच्या विविध स्तरांवरील सहभागासंबंधीची विश्वसनीय सांख्यकीय माहितीही विशेषतः विकसनशील देशांत उपलब्ध होत नाही. लिंग सक्षमीकरण मापन अधिक वस्तुनिष्ठ होण्यासाठी काही सूचनाही सुचविण्यात आलेल्या आहेत. उदा. संसदेतील प्रतिनिधित्वाऐवजी पंचायत राज व्यवस्थेतील सहभागाची नोंद घेण्यात यावी. राजकीय सहभागासाठी स्त्रियांची मतदानातील टक्केवारी लक्षात घेण्यात यावी. कुटुंब नियोजन व गर्भपाताचा अधिकार (right to abortion) हा निकष ही लिंग सक्षमीकरण मापनात समाविष्ट करावा असे सुचविले जाते, तसेच दरिद्री स्त्रियांचे प्रमाणही लक्षात घेतले पाहिजे. स्त्रियांच्या अर्जित उत्पन्नाचाही यात विचार व्हावा. या प्रकारे लिंग सक्षमीकरण मापनात सुधारणा सुचविल्या जातात, यामुळे स्त्रियांच्या विकासाची योग्य माहिती मिळू शकेल.

२.३.३ वाढीमधील विदेशी भांडवल आणि तंत्रज्ञानाची भूमिका (Role of foreign capital and technology in growth-multi-national trade)

अलीकडे जागतिकीकरणामुळे विदेशी भांडवल व तंत्रज्ञानाला विशेष महत्त्व प्राप्त झाले आहे. परकीय गुंतवणुकीमुळे देशांतर्गत उत्पन्न, उत्पादन व रोजगार यात वाढ होते. उत्पादकांत स्पर्धा निर्माण होऊन दर्जेदार व गुणवत्तापूर्ण वस्तू बाजारात ग्राहकांसाठी उपलब्ध होतात. उत्पादकता आणि कार्यक्षमता यात वाढ घडवून आणणे आवश्यक ठरते. स्पर्धात्मकतेत वाढ घडवून न आल्यास बाजारात टिकून राहणे अशक्य असते. विदेशी भांडवल आणि विदेशी तंत्रज्ञान यामुळे देशाच्या आर्थिक वृद्धीदरात वाढ होते. कमतरता असते. उत्पादनासाठी तंत्रज्ञान आवश्यक असते. तंत्रज्ञानाच्या निर्मितीसाठी अविकसित देशांना गुंतवणूक करण्यात अडचणी असतात, तसेच तंत्रज्ञान विकसित होण्यास दीर्घ काळ लागतो. या कारणांमुळे विदेशी तंत्रज्ञानाचे साहाय्य घेऊन आर्थिक प्रगती करता येणे शक्य असते.

विदेशी भांडवल हे भाग भांडवलात गुंतवणूक करून अगर थेट उद्योगात गुंतवणूक करून मिळविता येते. यासाठी अर्थातच विदेशी गुंतवणुकीला परवानगी देण्याचे धोरण संबंधित देशाला स्वीकारावे लागते.

विदेशी भांडवलाची व तंत्रज्ञानाची भूमिका पुढीलप्रमाणे विशद करता येते.

१. **स्पर्धात्मकतेत वाढ :–** विदेशी भांडवलामुळे स्वदेशी उद्योजकांना त्यांच्या उत्पादनात कार्यक्षमता दर्जा आणि गुणवत्ता निर्माण करावी लागते. उत्पादनतंत्रात सुधारणा करावी लागते. या प्रकारे विदेशी गुंतवणुकीमुळे देशांतर्गत स्पर्धेत वाढ होते.

२. **देशांतर्गत भांडवलात वाढ :–** विकसनशील आणि अविकसित देशात भांडवलाची टंचाई असते. परंतु, विदेशी भांडवलामुळे ही टंचाई दूर होण्यास मदत होते. भांडवल गुंतवणुकीमुळे उत्पादन, रोजगार यात वाढ होऊन उत्पन्नातही वाढ होते. बचतीच्या दरात वाढ होते. यामुळे गुंतवणूकही वाढते. याप्रकारे विदेशी भांडवलगुंतवणुकीमुळे आर्थिक वृद्धीतही वाढ होऊन देशाची प्रगती होऊ शकते.

३. **तंत्रज्ञानाची आयात :–** गुणवत्तापूर्ण वस्तूंच्या उत्पादनासाठी तसेच उत्पादनाचा खर्च कमी व्हावा यासाठी प्रगत तंत्रज्ञान आवश्यक असते. विदेशी तंत्रज्ञानाच्या साहाय्याने देशात उत्पादन करता येते. केवळ तंत्रज्ञानाचेच हस्तांतरण होते असे नव्हे तर व्यवस्थापन, संघटनात्मक कौशल्ये याही गोष्टी विदेशी तंत्रज्ञानाबरोबर देशात येतात. या सर्वांचा लाभ देशाच्या अर्थव्यवस्थेला होऊ शकतो.

४. **निर्यात वाढ :–** विदेशी गुंतवणूक व विदेशी तंत्रज्ञानामुळे वस्तूंचे उत्पादन होत असल्यास जागतिक स्पर्धा करता येणे शक्य होते, यामुळे परदेशात वस्तू निर्यातीकरता चलनाच्या उपलब्धतेत वाढ होते. परिणामी विदेशातून कच्चा माल, तंत्रज्ञान यांची आयात करणेही शक्य होते. परकीय गंगाजळीतील तूट भरून काढता येते, तसेच मध्यवर्ती बँकेला विनिमयदराचे व्यवस्थापन योग्य प्रकारे करता येणे शक्य होते.

बहुराष्ट्रीय महामंडळे (Multi-national corporations)

विकसनशील राष्ट्रांनी जलद आर्थिक विकासासाठी बहुराष्ट्रीय कंपन्यांच्या गुंतवणुकीला अलीकडे विशेष प्रोत्साहन दिल्याचे दिसून येते. जागतिकीकरण, उदारीकरण आणि खाजगीकरणाचे तत्त्व बहुतेक सर्वच राष्ट्रांनी स्वीकारलेले असल्याने बहुराष्ट्रीय कंपन्यांचे महत्त्व वाढीस लागले आहे. या बहुराष्ट्रीय कंपन्या प्रत्यक्ष भांडवल गुंतवणूक करीत असल्याने संबंधित देशातील उत्पन्न, उत्पादन व रोजगारालाही यामुळे चालना मिळते आणि आर्थिक विकास साध्य करता येतो.

बहुराष्ट्रीय कंपनी :- व्याख्या

आंतरराष्ट्रीय श्रम संघटना (ILO) च्या मते, 'बहुराष्ट्रीय कंपनीचे व्यवस्थापकीय मुख्यालय एका देशात (स्वदेशात) असते, परंतु इतर अनेक देशांत या कंपनीचा व्यवसाय कार्यरत असतो.'

बहुराष्ट्रीय कंपनी ही अशी व्यावसायिक संस्था असते की जी अनेक देशांत कार्यरत असते. विविध देशांत ती प्रत्यक्ष गुंतवणूक करते. उत्पादन, सेवा, व्यापार अशा क्षेत्रांमध्ये बहुराष्ट्रीय कंपन्या स्थापन झालेल्या आहेत.

विकसनशील देशात बहुराष्ट्रीय कंपन्यांची भूमिका

१) विकसनशील देशात भांडवलटंचाई असते. बहुराष्ट्रीय कंपन्यांमुळे भांडवल उपलब्ध होते.

२) विकसनशील देशांचा आंतरराष्ट्रीय व्यापाराचा व्यवहार तोल तुटीचा असतो, त्यामुळे असे देश परकीय सेवा, व्यापार इ. क्षेत्रांत कार्य करतात. त्यांचे उत्पादनतंत्र, व्यवस्थापन कौशल्य यांचाही लाभ विकसनशील देशांना होतो.

४) बहुराष्ट्रीय कंपन्यांमुळे उत्पादनवाढ होऊन निर्यातीला चालना मिळते, त्यामुळे परकीय गंगाजळीत वाढ होते.

५) बहुराष्ट्रीय कंपन्यांच्या उत्पादनामुळे काही वस्तूंच्या उत्पादनातील तूट कमी होऊन देशांतर्गत बाजारपेठेत वस्तू उपलब्ध होतात, त्यामुळे किंमत स्थैर्य निर्माण होण्यास मदत होते.

६) बहुराष्ट्रीय कंपन्यांमुळे आधुनिक उत्पादनतंत्र, प्रशिक्षण, संशोधन यास चालना मिळते, तसेच औद्योगिकीकरणास गती मिळते.

७) बहुराष्ट्रीय कंपन्यांमुळे रोजगारात वाढ होऊ शकते, तसेच पूरक उद्योग, सेवा व व्यापार यात वाढ होते.

८) बहुराष्ट्रीय कंपन्यांमुळे देशांतर्गत बाजारपेठेत स्पर्धा निर्माण होते व वस्तूंचा दर्जा व गुणवत्ता यात वाढ होते.

वरीलप्रमाणे बहुराष्ट्रीय कंपन्यांचे फायदे असले तरी पुढील काही **दोष**ही आढळतात.

१. **नफ्याचे उद्दिष्ट :-** बहुसंख्य बहुराष्ट्रीय कंपन्या ह्या प्रामुख्याने नफ्याचे उद्दिष्ट प्रधान मानतात, त्यामुळे ग्राहकांचे शोषण होण्याची शक्यता असते.

२. **कमी रोजगारक्षमता :-** बहुराष्ट्रीय कंपन्या ह्या प्रगत तंत्रज्ञानाचा वापर करतात. मानवी श्रमाऐवजी तंत्रज्ञानावर आधारित श्रम वापरण्यावर त्यांचा भर असतो, त्यामुळे त्यांची रोजगारनिर्मितीची क्षमता कमी असते.

३. **मक्तेदारी :-** बहुराष्ट्रीय कंपन्या गळेकापू स्पर्धा करतात आणि मक्तेदारी निर्माण करतात.

४. **दुर्मीळ नैसर्गिक साधनांचा वापर :-** बहुराष्ट्रीय कंपन्या विदेशातील दुर्मीळ नैसर्गिक साधनांचा वापर करून पर्यावरणास धोका निर्माण करू शकतात. पर्यावरणाचे नुकसान झाल्यास आर्थिक विकासाला खीळ बसते.

पिण्याच्या पाण्याच्या पद्धती यावरही बहुराष्ट्रीय कंपन्यांच्या जाहिरातींचा प्रभाव दिसून येतो. यातून त्या कंपन्या उत्पादित करीत असलेल्या वस्तूंच्या खरेदीला चालना मिळते.

अर्थात वरीलप्रमाणे बहुराष्ट्रीय कंपन्यांचे काही दोष असले तरी आजच्या जागतिकीकरणाच्या काळात बहुराष्ट्रीय कंपन्यांचे जाळे जगभर विस्तारलेले आहे. १९९१ मध्ये भारतानेही नवीन औद्योगिक धोरण स्वीकारल्यामुळे भारतातही बहुराष्ट्रीय कंपन्या स्थापन झालेल्या आहेत. १९९० मध्ये भारतात रु. १०० कोटींएवढी गुंतवणूक झालेली होती. २०११ मध्ये यात रु. ५०८ कोटींपर्यंत वाढ झालेली होती. माहिती व दळणवळण, बांधकाम, संगणक क्षेत्र इ. मध्ये मोठ्या प्रमाणावर ही वाढ दिसून आली. (अर्न्स्ट ॲण्ड यंग ग्लोबल लि. यू.के.)

२.३.४ वाढीचे इंजिन म्हणून आंतरराष्ट्रीय व्यापार (International trade as an engine of growth)

आंतरराष्ट्रीय व्यापारातून आर्थिक वाढ साध्य होऊ शकते. कोणतेही राष्ट्र हे साधनसामग्रीच्या बाबतीत स्वयंपूर्ण असू शकत नाही, त्यामुळे आंतरराष्ट्रीय व्यापार हा अपरिहार्य ठरतो. ज्या वस्तू आणि कच्चा माल आपल्या देशात उपलब्ध नाही त्या वस्तू आयात करणे आणि ज्या वस्तू अतिरिक्त आहेत त्यांची निर्यात करणे यातून आंतरराष्ट्रीय व्यापाराला चालना मिळते. या शिवाय इतरही अनेक लाभ आंतरराष्ट्रीय व्यापारामुळे होतात, यामुळे आंतरराष्ट्रीय व्यापाराला वाढीचे इंजिन असे म्हटले जाते.

आंतरराष्ट्रीय व्यापाराचे लाभ

१) **विशेषीकरण :-** प्रत्येक देशात विशिष्ट साधनसामग्री उपलब्ध असते, त्यामुळे उत्पादनाचे विशेषीकरण (specialisation) आणि श्रम विभागणी (division of labour) होते, यामुळे उत्पादनखर्च कमी होतो आणि वस्तूची गुणवत्ताही उंचावते.

२) **बाजारपेठेत वृद्धी :-** आंतरराष्ट्रीय व्यापारामुळे बाजारपेठेत वाढ होऊन जास्तीतजास्त उत्पादन करता येणे शक्य होते.

३) **उत्पन्नात वाढ :-** आंतरराष्ट्रीय व्यापारामुळे देशातील एकूण स्थूल राष्ट्रीय उत्पन्नातही वाढ होते, कारण आयातीपेक्षा निर्यात अधिक असल्यास आंतरराष्ट्रीय व्यापाराचा व्यवहारतोल अनुकूल होऊन देशाच्या नक्त (Net) राष्ट्रीय उत्पन्नात वाढ होते.

४) **रोजगारात वाढ :-** देशातील उत्पादनात वाढ झाल्यास स्वाभाविकच रोजगारातही वाढ होते. देशांतर्गत व्यापार, खरेदी-विक्री, विमा, बँकिंग, वित्तसंस्था इ. मध्ये वाढ होते, परिणामी रोजगार वाढतो.

५) **तंत्रज्ञानाचे हस्तांतरण :-** आंतरराष्ट्रीय व्यापारात वस्तूंबरोबर सेवांचे आणि तंत्रज्ञानाचेही एका देशातून दुसऱ्या देशात हस्तांतरण होते, त्यामुळे तांत्रिक प्रगती होते.

६) **किंमत स्थैर्य :-** एखाद्या वस्तूची काही कारणाने टंचाई निर्माण झाल्यास किंवा मागणीपेक्षा पुरवठा कमी झाल्यास वस्तूंच्या किमतीत वाढ होते. अशावेळी टंचाई असलेली वस्तू आयात करून किंमत स्थैर्य निर्माण करता येते.

७) **आंतरराष्ट्रीय सलोखा :-** आंतरराष्ट्रीय व्यापारामुळे उभय देशांत आंतरराष्ट्रीय सौहार्द आणि सलोखा निर्माण होतो. द्विपक्षीय व्यापार करार होतात आणि आर्थिक वाढ साध्य करता येते.

आंतरराष्ट्रीय व्यापाराचे सिद्धान्त

आंतरराष्ट्रीय व्यापाराबाबतचा पहिला आधुनिक सिद्धान्त ॲडम स्मिथ यांनी 'ॲन इन्कायरी इन टू द नेचर ॲण्ड कॉजेस ऑफ वेल्थ ऑफ नेशन्स' ह्या जगप्रसिद्ध ग्रंथात १७७६ मध्ये मांडला. आंतरराष्ट्रीय व्यापार करणाऱ्या दोन राष्ट्रांना लाभ होतो काय आणि हे लाभ कसे निर्माण होतात आणि कोणत्या वस्तू आयात-निर्यात केल्या जातात, तसेच कोणत्या विनिमयदराला वस्तूंची आयात-निर्यात होते, ह्या प्रश्नांची उत्तरे शोधण्याचा आणि स्पष्टीकरण करण्याचा प्रयत्न ॲडम स्मिथ यांनी प्रथमतः केला.

ॲडम स्मिथ यांचा निरपेक्ष लाभ सिद्धान्त

ॲडम स्मिथ यांच्या मते, एखाद्या देशात विशिष्ट वस्तूचे विशेषीकरण होते. नैसर्गिक घटकांची उपलब्धता, कार्यक्षमता, उत्पादकता यामुळे एखाद्या देशात वस्तूंचे विशेषीकरण होते, त्यामुळे ती वस्तू अन्य देशांना निर्यात करून त्या मोबदल्यात टंचाई वा गरज असलेल्या वस्तूंची आयात केली जाईल, यामुळे आंतरराष्ट्रीय विशेषीकरणाबरोबरच श्रमाचेही विभाजन होईल. या विशेषीकरणामुळे आणि श्रमविभाजनामुळे दोन्ही देशांत उत्पादनात वाढ होईल.

निरपेक्ष लाभ सिद्धान्त

ॲडम स्मिथ यांचा निरपेक्ष लाभ सिद्धान्त उदाहरणाच्या साहाय्याने स्पष्ट करता येईल. उदा. 'अ' आणि 'ब' या दोन देशांत 'क्ष' आणि 'य' ह्या दोन वस्तूंचे उत्पादन होत आहे, त्यासाठी श्रम हा एकमेव घटक वापरला जात असून दोन्ही देशांतील श्रम हा घटक एकजिनसी आहे.

तक्ता क्र.१

दोन देशांतील उत्पादनखर्च दाखविणारा तक्ता

अ देश	क्ष वस्तू	१० एकके श्रम	२० वस्तू
अ देश	य वस्तू	२० एकके श्रम	५ वस्तू
ब देश	क्ष वस्तू	१० एकके श्रम	५ वस्तू
ब देश	य वस्तू	५ एकके श्रम	१५ वस्तू

वरील तक्ता क्र.१ मध्ये अ देशाचा क्ष वस्तू उत्पादित करण्याचा खर्च कमी आहे, तर ब देशाचा य वस्तू बनविण्याचा खर्च कमी आहे. जर अ देशाने फक्त क्ष आणि ब देशाने केवळ य वस्तू उत्पादित करण्याचा प्रयत्न केल्यास म्हणजेच विशेषीकरण केल्यास पुढीलप्रमाणे उत्पादन होऊ शकेल.

तक्ता क्र.२

अ देश	क्ष वस्तू	१० एकके श्रम	२० वस्तू
अ देश	क्ष वस्तू	१० एकके श्रम	२० वस्तू
ब देश	य वस्तू	५ एकके श्रम	१५ वस्तू
ब देश	य वस्तू	५ एकके श्रम	१५ वस्तू

एकंदर २० वस्तू उत्पादित केल्या जात होत्या, म्हणजेच अ देशाला क्ष वस्तूच्या तर ब देशाला य वस्तूच्या बाबतीत आंतरराष्ट्रीय व्यापारात निरपेक्ष लाभ मिळू शकतो. अ देशाने ब देशाला क्ष ची निर्यात करून य ची आयात करावी तर ब देशाने य ची निर्यात करून क्ष वस्तूची आयात करावी, यामुळे दोन्ही लाभ मिळतील.

या सिद्धान्तावरील टीका :- या सिद्धान्तावर अशी टीका केली जाते की, केवळ दोन देश आणि दोन वस्तू ही सिद्धान्ताची गृहीते अव्यवहार्य आणि अस्वीकारार्ह्य आहेत.

तसेच या सिद्धान्तात श्रम या एकाच घटकाच्या संदर्भात उत्पादनाचे विश्लेषण केले आहे. भूमी, भांडवल, संयोजनकौशल्य हे उत्पादनघटकही महत्त्वाचे असतात, तसेच आंतरराष्ट्रीय पातळीवर श्रम हा घटक एकजिनसी गृहीत धरणेही चुकीचे आहे.

उत्पादनखर्चातील निरपेक्ष लाभ तत्त्वानुसार वस्तूच्या उत्पादनाचे विशेषीकरण करण्यात येईल असे

मानले जाते. परंतु, अशा प्रकारे श्रम हा घटक एका उत्पादनक्षेत्रातून दुसऱ्या उत्पादनक्षेत्रात वळविणे शक्य होईल असे नाही, त्यातील अडचणींचा या सिद्धान्तात विचार केलेला नाही.

या सिद्धान्तावर अशी टीका केली जाते, की आंतरराष्ट्रीय व्यापारात दोन देशांतील भौगोलिक अंतर महत्त्वाचे असते, त्यामुळे वाहतूकखर्चाचा आंतरराष्ट्रीय व्यापारात समावेश केला जाणे आवश्यक ठरते. या सिद्धान्तात वाहतूकखर्चाचा विचार केलेला नाही.

रिकार्डो यांचा तुलनात्मक लाभ सिद्धान्त :- (Ricardo's Theory of Comparative Advantage)

आंतरराष्ट्रीय व्यापार दोन देशांत होण्यासाठी उत्पादनखर्चातील तुलनात्मक फरक पुरेसा ठरतो. हे डेव्हिड रिकार्डो यांनी त्यांच्या 'प्रिन्सिपल्स ऑफ पॉलिटिकल इकॉनॉमी ॲण्ड टॅक्सेशन' या ग्रंथात सिद्धान्त रूपाने मांडलेला आहे.

तक्ता क्र.४

संधी त्याग खर्च

पोर्तुगाल	इंग्लंड
वाईन -८०/९०=८/९= ०.८९	१२०/१०० = १२/१० = १.२
कापड -९०/८० = ९/८ = १.१२	१००/१२० = १०/१२ = ०.८८

वरील तक्ता क्र. ४ वरून असे आढळून येते की पोर्तुगालचा वाईन उत्पादनातील संधी त्याग खर्च ०.८९ एकक कापड इतका, तर इंग्लंडला कापडाच्या उत्पादनात ०.८८ एकक वाईन इतका संधी त्याग खर्च दिसून येतो, म्हणून पोर्तुगालला वाईनच्या तर इंग्लंडला कापडाच्या उत्पादनात तुलनात्मक लाभ दिसून येतो. दोन्ही देशांत किमान एका वस्तूच्या बाबतीत संधी त्याग खर्चात भिन्नता दिसून येत असल्यामुळे या दोन्ही देशांना आंतरराष्ट्रीय व्यापार हा लाभप्रद ठरू शकतो. पोर्तुगाल इंग्लंडला वाईनची तर इंग्लंड पोर्तुगालला कापडाची निर्यात करून तुलनात्मक लाभ मिळवू शकतात, यामुळे पोर्तुगाल वाईनच्या तर इंग्लंड कापडाच्या उत्पादनात विशेषीकरण करू शकेल.

तुलनात्मक लाभ सिद्धान्तावरील टीका :- डेव्हिड रिकार्डो यांच्या सिद्धान्ततही दोन देश आणि दोन वस्तू गृहीत धरलेल्या आहेत. हे गृहीत वस्तुस्थितीवर टिकणारे नाही, कारण कोणताही देश दोनापेक्षा अधिक वस्तूंची आयात-निर्यात करतो, तसेच अनेक देशांशी आंतरराष्ट्रीय व्यापार करतो.

डेव्हिड रिकार्डो यांनी श्रम हा घटक एकजिनसी गृहीत धरला आहे हे गृहीतही अवास्तव आहे, कारण श्रम हा घटक मानवी असल्यामुळे शिक्षण, प्रशिक्षण, अनुभव इ. बाबतीत दोन देशांमधील श्रम या घटकात भिन्नता असते.

रिकार्डो यांचा सिद्धान्त फक्त पुरवठ्याच्या बाजूचा विचार करतो. मागणीच्या बाजूचा विचार करीत नाही.

आंतरराष्ट्रीय व्यापारात वाहतूक खर्चाचे विशेष महत्त्व असते, परंतु रिकार्डो यांनी यासंबंधी विचार केलेला नाही.

वरीलप्रमाणे रिकार्डो यांच्या तुलनात्मक लाभ सिद्धान्तावर टीका करण्यात येत असली तरी संधी त्याग खर्चावर आधारित तुलनात्मक लाभ सिद्धान्त आजही वास्तवात दिसून येतो.

या सिद्धान्ताची गृहीते :– १) दोनच देशात आंतरराष्ट्रीय व्यापार होत आहे.
२) दोन देशात दोनच वस्तूंचे उत्पादन होत आहे.
३) वस्तूचे मूल्य श्रमात मोजलेले आहे.
४) श्रम हा घटक एकजिनसी आहे.
५) उत्पादनाचे घटक गतिशील नाही.
६) या सिद्धान्तात मुक्त अर्थव्यवस्था गृहीत धरलेली आहे.

तुलनात्मक लाभ सिद्धान्त

तुलनात्मक लाभाचा सिद्धान्त स्पष्ट करण्यासाठी रिकार्डो यांनी इंग्लंड व पोर्तुगाल या दोन देशांचे उदाहरण दिलेले आहे. हे दोन देश वाईन आणि कापड या वस्तू उत्पादित करतात असे गृहीत धरले आहे. पोर्तुगाल व इंग्लंडमधील कापड व वाईन यांचा उत्पादन खर्च पुढीलप्रमाणे गृहीत धरला आहे.

तक्ता क्र.३

	पोर्तुगाल	इंग्लंड
वाईन (एकक)	८०	१२०
कापड (एकक)	९०	१००

वरील उत्पादनखर्चावरून असे लक्षात येते की पोर्तुगाल हा देश इंग्लंडपेक्षा वाईन व कापड या दोन्हींच्या उत्पादनात अधिक कार्यक्षम आहे. एक देश दुसऱ्या देशाच्या तुलनेत दोन्ही वस्तूंच्या उत्पादनात निरपेक्ष लाभ मिळवित असतानाही दोन्ही देशांना आंतरराष्ट्रीय व्यापारात फायदा कसा होतो याचे विवेचन उत्पादन खर्चातील तुलनात्मक फरकाच्या आधारे रिकार्डो यांनी केले आहे. यासाठी संधी त्याग खर्च (Opportunity Cost) ही संकल्पना विचारात घ्यावी लागते.

संधीत्याग खर्च म्हणजे क्ष वस्तूच्या एका नगाचे उत्पादन करण्यासाठी इतर वस्तूचे (उदा. य वस्तू) जेवढे नग कमी उत्पादित करावे लागतात. तो क्ष वस्तूचा य वस्तूच्या संदर्भात संधी त्याग खर्च होय.

हेक्श्चर ओहलिन यांचा आंतरराष्ट्रीय व्यापाराचा आधुनिक सिद्धान्त

स्वीडिश अर्थशास्त्रज्ञ हेक्श्चर आणि ओहलिन यांनी आंतरराष्ट्रीय व्यापार का केला जातो याची कारण मीमांसा करणारे प्रतिमान मांडले. आंतरराष्ट्रीय व्यापाराचे हे आधुनिक प्रमेय मानले जाते.

हेक्श्चर–ओहलिन यांच्या सिद्धान्ताची गृहिते

१) **दोन देश आणि दोन वस्तू :–** दोन देश आणि दोन वस्तू या गृहीतावर हेक्श्चर–ओहलिन यांचा सिद्धान्त आधारलेला आहे, तसेच दोन्ही देशांतील श्रम व भांडवल हे उत्पादनघटक एकजिनसी आहेत, असे या सिद्धान्तात मानलेले आहे.

२) **स्थिर उत्पादन फल :–** स्थिर उत्पादनफलाच्या गृहीतावर हा सिद्धान्त आधारलेला आहे. उत्पादनाच्या आदानात (इनपुट) जेवढी वाढ होते तेवढीच उत्पादन (आऊटपुट) मध्येही वाढ होते असे हा सिद्धान्त मानतो.

३) **उत्पादनघटक सघनता :–** एखाद्या वस्तूच्या उत्पादनात दुसऱ्या उत्पादनाच्या तुलनेने एखादा घटक जर

जास्त तीव्रपणे वापरला जात असेल तर, त्यास उत्पादनघटक सघनता म्हणतात.

४) दोनपैकी कुठलाही देश एकाच वस्तूच्या उत्पादनात संपूर्ण विशेषीकरण करीत नाही.
५) पूर्ण स्पर्धेची स्थिती उत्पादनघटक बाजारात आहे.
६) उत्पादनाचे सर्व घटक- भूमी, श्रम, भांडवल आणि संयोजनकौशल्य हे देशांतर्गत गतिशील आहेत.
७) दोन देशांतील आवडीनिवडी समान आहेत.
८) मुक्त व्यापाराची स्थिती या सिद्धान्तात गृहीत धरलेली आहे.
९) वाहतूक खर्च शून्य आहे.

घटक सघनतेची संकल्पना :- (Concept of factor intensity)

हेक्श्चर-ओहलिन प्रतिमानात घटक सघनतेची संकल्पना मांडली आहे. पुढील उदाहरणातून घटक सघनतेची संकल्पना स्पष्ट होईल.

समजा कापडाचे एक एकक (One Unit) उत्पादन करण्यासाठी श्रमाचे सहा एकक आणि भांडवलाचे २ एकक आवश्यक असल्यास आणि पोलाद उत्पादनासाठी श्रमाचे आठ एकक आणि भांडवलाचे चार एकक आवश्यक असल्यास कापडाच्या उत्पादनाच्या बाबतीत भांडवल श्रम गुणोत्तर १:३ तर पोलादाच्या बाबतीत १:२ असे असेल म्हणजे श्रम हा घटक कापडाच्या उत्पादनात सघनतेने वापरला जातो.

घटक विपुलता :- उत्पादन घटकाच्या बाबतीत निरनिराळ्या देशांत निरनिराळी घटक विपुलता आढळून येते. उत्पादनघटकाच्या गुणोत्तरावर ती अवलंबून असते. अधिक सघनतेने कोणता उत्पादनघटक उत्पादनप्रक्रियेत वापरला जातो यावर ती अवलंबून असते.

हेक्श्चर ओहलिन प्रमेय

एखाद्या देशात ज्या घटकाची विपुलता असते तो उत्पादनघटक अधिक प्रमाणात वापरून ती वस्तू अन्य देशात निर्यात केली जाते, यामुळे विपुलतेने उपलब्ध असलेल्या उत्पादनघटकाचा वापर करून त्या देशाला तुलनात्मक लाभ मिळतो, त्यामुळे भांडवलाची विपुलता असलेला देश भांडवलप्रधान वस्तूंची तर श्रमाची विपुलता असलेला देश श्रमप्रधान वस्तूंची निर्यात करेल. भांडवलविपुलता असलेला देश श्रमप्रधान वस्तूंची तर श्रमविपुलता असलेला देश भांडवल प्रधान वस्तूंची आयात करेल. या प्रकारे दोन्ही देशांना तुलनात्मक लाभ होत असल्याने दोन देशांत आंतरराष्ट्रीय व्यापार होईल.

हेक्श्चर ओहलिन प्रमेयाच्या मर्यादा

१) लिऑण्टिफ यांनी असे दर्शवून दिले की अमेरिका हा भांडवलप्रधान देश असूनही श्रमप्रधान वस्तूंची अमेरिकेतून निर्यात केली जाते. अर्थात लिऑण्टिफ यांनी दर्शविलेला विरोधाभास हा १९४७ या वर्षासाठी होता, तरीच भांडवलप्रधान वस्तूंची अमेरिकेची गरजही अधिक आहे.
२) निरनिराळ्या देशांतील घटक घनता सर्वकाळ स्थितिशील नसते, त्यात बदल होतात.
३) श्रम हा उत्पादनाचा मानवी घटक आहे, तसेच त्यात एकजिनसीपणा नाही, त्यामुळे सर्वच श्रम एकाच प्रकारचे मानणे चुकीचे आहे.

२.३.५ आंतरराष्ट्रीय नाणेनिधी (International Monetary Fund)

दुसऱ्या महायुद्धानंतर सुवर्ण चलन पद्धती बंद होऊन कागदी चलनपद्धतीचा जगातील देशांनी स्वीकार

केला. विनिमयदराचे नियंत्रण करण्यासाठी आंतरराष्ट्रीय संस्था असावी, यासाठी अमेरिकेतील ब्रेटनहूड येथे जगातील अर्थतज्ज्ञ व मुत्सद्दी यांच्या परिषदेत झालेल्या चर्चेनुसार आंतरराष्ट्रीय नाणेनिधीची स्थापना १९४६ मध्ये करण्यात आली. १ मार्च १९४७ पासून नाणेनिधीचे कार्य सुरू झाले. नाणेनिधीचे मुख्य कार्यालय वॉशिंग्टन येथे आहे.

आंतरराष्ट्रीय नाणेनिधीची उद्दिष्टे

१)   सभासद राष्ट्रांमध्ये आंतरराष्ट्रीय चलनविषयक सहकार्य वाढविणे

२)   आंतरराष्ट्रीय व्यापारात वाढ घडवून आणणे

३)   विनिमयदरात स्थैर्य प्रस्थापित करणे

४)   सभासद देशांच्या व्यवहारतोलातील असमतोल दूर करण्यासाठी वित्तीय साहाय्य करणे

५)   आंतरराष्ट्रीय व्यापारावरील प्रतिकूल नियंत्रणे कमी करणे

आंतरराष्ट्रीय नाणेनिधीची कार्ये

१)   **विनिमयदरात स्थैर्य निर्माण करणे :-** हे नाणेनिधीचे मुख्य उद्दिष्ट आहे. सभासद राष्ट्रांना आपल्या चलनाचे मूल्य सोने वा अमेरिकन डॉलरमध्ये निश्चित करावे लागते. विनिमयदरात बदल करण्यासाठी नाणेनिधीची पूर्वपरवानगी घ्यावी लागते. १९७१ पासून तरत्या किंवा लवचीक विनिमयदराचे धोरण स्वीकारण्यात आले आहे.

२)   **व्यवहारतोलातील असमतोल कमी करणे :-** सभासद राष्ट्रांना आंतरराष्ट्रीय व्यापारात तूट आल्यास त्या राष्ट्रास नाणेनिधी विदेशी चलनाच्या रूपात कर्ज देते.

३)   **विदेशी चलनाचा साठा सांभाळणे :-** सभासद राष्ट्रांकडून नाणेनिधीस सदस्य वर्गणी आणि कर्जाचे हप्ते या स्वरूपात विदेशी चलनाचा सांभाळ करावा लागतो.

४)   **तांत्रिक व आर्थिक सल्ला सेवा :-** नाणेनिधी सदस्य राष्ट्रांना तांत्रिक व अर्थविषयक सल्ला सेवा देते. वित्तीय तसेच चलनविषयक मार्गदर्शन नाणेनिधी करते.

आंतरराष्ट्रीय नाणेनिधीचे यशापयश

१)   **विनिमयदरात स्थैर्य :-** हे नाणेनिधीचे प्रमुख उद्दिष्ट आहे. युद्धोत्तर काळात विनिमयदरात स्थैर्य निर्माण करण्याचे कार्य नाणेनिधीने केले. १९७२ नंतर बाजाराधिष्ठित तरत्या विनिमयदराची पद्धती बहुतेक राष्ट्रांनी स्वीकारल्यामुळे विनिमयदर व्यवस्थापनाचे नाणेनिधीचे कार्य संपुष्टात आले आहे.

२)   **व्यवहारतोलात समतोल साधण्यास मदत :-** व्यवहारतोलात असंतुलन कमी करण्यासाठी नाणेनिधीने अल्पकालीन कर्जे देण्यास सुरुवात केली, त्यामुळे व्यवहारतोलातील असमतोल दूर होण्यास मदत झाली.

३)   **तांत्रिक सल्ला व मार्गदर्शन :-** सभासद देशांना वित्तीय, चलनविषयक सल्ला सेवा देण्याचे कार्य नाणेनिधीने केलेले आहे. भारताच्या आर्थिक स्थैर्यासाठी अंदाजपत्रकीय तुटीवर नियंत्रण ठेवणे, व्यवहारशेषाच्या तुटीवर नियंत्रण आणि भाववाढीचा दर नियंत्रित ठेवणे अशा तुटीवर नियंत्रण आणि भाववाढीचा दर नियंत्रित ठेवणे अशा उपाययोजना १९९०-९१ मध्ये नाणेनिधीने भारताला सुचविल्या होत्या.

४) **विशेष आहरण अधिकार :–** या योजनेनुसार सदस्य देशांना त्यांच्या कोट्याच्या आधारावर नाणेनिधीतून विशेष आहरण अधिकार (Special Drawing Rights) दिले जातात. या आहरण योजनेची एकके (Units) वापरून सदस्य देशांपैकी कोणत्याही देशाचे चलन प्राप्त करता येते.

५) **कोटा पद्धती :–** वेगवेगळ्या देशांच्या चलनाचा निधी उपलब्ध व्हावा या हेतूने कोटा पद्धतीप्रमाणे निरनिराळ्या चलनांचा साठा राखून ठेवला जातो. या कोट्याच्या २५% रक्कम सोने वा अमेरिकन डॉलर्स व ७५% रक्कम सदस्य देश स्वत:च्या चलनात देतात.

आंतरराष्ट्रीय नाणेनिधीचे अपयश

१) **कर्जावर अधिक व्याज :–** नाणेनिधी सदस्य देशांना जेव्हा कर्जपुरवठा करते तेव्हा आकारण्यात येणारा व्याजदर हा अधिक असून अविकसित देशांना तो परवडणारा नाही.

२) **अमेरिकेचा प्रभाव :–** आंतरराष्ट्रीय नाणेनिधीत अमेरिकेचा कोटा अधिक आहे, तसेच जर्मनी, जपान, इंग्लंड, फ्रान्स व अमेरिका या देशांचा एकूण निधीतील वाटा ४०% आहे, त्यामुळे या प्रगत देशांचे नाणेनिधीवर अधिक वर्चस्व आहे.

३) **विनिमय दरात स्थिरता :–** १९७२ नंतर बहुतेक सर्व राष्ट्रांनी बाजारातील मागणी–पुरवठ्यावर आधारित तरती किंवा लवचीक विनिमयदर पद्धती स्वीकारल्यामुळे विनिमय दरात स्थैर्य ठेवण्याचे नाणेनिधीचे कार्य संपुष्टात आलेले आहे.

४) **विकसनशील देशांना कमी मदत :–** नाणेनिधीवर अशी टीका केली जाते की, नाणेनिधीवर प्रगत राष्ट्रांचे वर्चस्व असल्याने विकसनशील राष्ट्रांना पुरेसे वित्तीय साहाय्य दिले जात नाही, त्यामुळे या देशांचा व्यवहारतोल सतत तुटीचा दिसून येतो.

भारत व आंतरराष्ट्रीय नाणेनिधी

भारत हा नाणेनिधीचा स्थापनेपासून सभासद आहे. भारताने नाणेनिधीकडून अनेकदा वित्तीय साहाय्य घेतले आहे. १९९०–९१ मध्ये भारताच्या व्यवहारशेषातील चालू खात्यावर स्थूल राष्ट्रीय उत्पादनाच्या ३.२% एवढी तूट निर्माण झाली. ही तूट भरून काढण्यासाठी नाणेनिधीने आर्थिक सुधारणा राबविण्याच्या अटीवर भारतास कर्ज दिले. उदारीकरण, जागतिकीकरण आणि खाजगीकरणाला यानंतर भारतात प्राधान्य मिळाले. नाणेनिधीचा सभासद असल्याने भारताला जागतिक बँकेचेही सभासदत्व मिळाले, त्यामुळे विकास योजना राबविण्यासाठी भारतास जागतिक बँकेकडूनही कर्जसाहाय्य मिळाले आहे.

जागतिक बँक (International Bank for Reconstruction and Development-IBRD)

आंतरराष्ट्रीय पुनर्बांधणी व विकास बँकेलाच 'जागतिक बँक' (World Bank) असे म्हटले जाते.

जागतिक बँकेची स्थापना १९४५ मध्ये झाली. प्रत्यक्ष कामकाज १९४६ मध्ये सुरू करण्यात आले. जागतिक बँकेची १८८ राष्ट्रे सदस्य आहेत.

जागतिक बँकेचे उद्देश

१) सदस्य देशांना भांडवली गुंतवणुकीसाठी कर्जे देणे
२) युद्धोत्तर पुनर्बांधणीसाठी वित्तीय साहाय्य करणे
३) सदस्य राष्ट्रांच्या राहणीमान व उत्पादकतेत वाढ करण्यासाठी साहाय्य करणे

४) सदस्य देशांच्या पर्यावरणसंरक्षणास मदत करणे

जागतिक बँकेचे यशापयश

१) कर्जपुरवठा :– जागतिक बँकेने एकूण कर्जपुरवठ्यापैकी ७५% कर्जे विकसशील देशांना दिली आहेत. तर विकसित देशांना २५% कर्जे दिली आहेत.

२) पायाभूत सुविधांना साहाय्य :– अल्पविकसित देशांच्या पायाभूत सुविधा उदा. पाणीपुरवठा, वीजनिर्मिती, रस्ते, गृहप्रकल्प इ. साठी एकूण कर्जाच्या ३०% कर्जे दिली.

३) कृषी वित्तपुरवठा :– अल्पविकसित देश हे कृषीप्रधान असल्यामुळे कृषी विकासाला साहाय्यभूत ठरणाऱ्या योजनांसाठी जागतिक बँकेने वित्तीय साहाय्य दिलेले आहे.

४) आर्थिक व सामाजिक प्रकल्पांना मदत :– प्रदूषण नियंत्रण, लोकसंख्या नियंत्रण, संशोधन प्रकल्प इ.साठी जागतिक बँकेने मदत केलेली आहे.

अपयश/मर्यादा

१) कर्जप्रक्रिया किचकट :– जागतिक बँकेची कर्जप्रक्रिया किचकट व वेळकाढू आहे अशी टीका केली जाते.

२) जास्त व्याज दर :– जागतिक बँकेच्या कर्जाचे व्याज दर हे अधिक आहेत. ते अल्पविकसित देशांना परवडणारे नाहीत.

३) अपुरा कर्जपुरवठा :– अल्पविकसित देशांना भांडवलाची अधिक गरज असते, परंतु जागतिक बँकेकडून पुरेसा कर्जपुरवठा केला जात नाही.

जागतिक बँक व भारत

जागतिक बँकेच्या दृष्टीने भारत हा कर्जफेड करणारा व कर्जफेडीची क्षमता असणारा देश आहे, परंतु तरीही भारताला पुरेसा कर्जपुरवठा करण्यात आलेला नाही. १९९३ ते १९९९ या काळात भारताला एकूण कर्ज वाटपात केवळ ४% वाटा मिळाला. १९४५ ते १९९५ या काळात जागतिक बँकेने भारताला आर्थिक वृद्धीसाठी कर्जे दिली, त्यानंतर मात्र लोकसंख्या नियंत्रण, दारिद्र्य निर्मूलन, सकस आहार योजना, रोगराई निवारण इ. उद्दिष्टे पूर्ण करण्यासाठी वित्तीय साहाय्य करण्याचे योजिले आहे.

विभागीय सहकार्यासाठी दक्षिण आशियाई संघटना (सार्क) (South Asian Association for Regional Co-operation- SAARC)

दक्षिण आशियातील भारत, पाकिस्तान, बांगलादेश, नेपाळ, श्रीलंका, भूतान आणि मालदीव या सात देशांनी एकत्र येऊन परस्पर सहकार्याने आर्थिक विकास साध्य करण्यासाठी १९८५ मध्ये विभागीय सहकार्यासाठी दक्षिण आशियाई संघटने (सार्क) ची स्थापना केली. २००७ मध्ये अफगाणिस्तानला सार्कमध्ये समाविष्ट केले. मुख्य कार्यालय काठमांडू (नेपाळ) येथे आहे.

सार्कची उद्दिष्टे

१) दक्षिण आशियातील देशांच्या आर्थिक, सामाजिक व सांस्कृतिक विकासात वाढ घडवून आणणे
२) सभासद देशात प्रादेशिक स्वयंपूर्णता वाढविणे
३) परस्पर सहकार्य करून सलोख्याचे संबंध निर्माण करणे

४) दक्षिण आशियाई देशात मुक्त व्यापार (Free Trade) प्रस्थापित करणे

५) आर्थिक, सामाजिक, वैज्ञानिक व तंत्रज्ञानविषयक प्रगती साध्य करणे

तक्ता क्र.१

सार्क देशांची अंतर्गत निर्यात २०००-२००६ (दशलक्ष यू.एस.डॉलर्स)

देश	वर्ष						
	२०००	२००१	२००२	२००३	२००४	२००५	२००६
अफगाणिस्तान	६०.३	४९	४४.४	६४.१	८७.४	१०२.१	१२५.३
बांगला देश	९३.६	९७.७	७८.४	११२.५	१२६.५	१८७.३	२२२.५
भूतान	२४.५	२७.१	३३.३	५०.८	५७.१	९५.४	११७
भारत	१८२२	२०८२	२६०१	३९१८	४४१६	५२७३	६७८९
मालदीव	१३.८	१७	१४.१	१५.७	१५.६	१७	२१
नेपाळ	२२२.९	२४३.८	२७९.०	२६५.३	३०२.१	३४४	३८९
पाकिस्तान	४०४	४०७	४५२	७५१	९५९	१७९७	२१९१
श्रीलंका	१८९.९	१५७.८	२५६.८	३५०.६	५०८	६५५	८०८
एकूण	२८३१.०	३०८१.३	३७५९.०	५५२७.९	६४७१.७	७८४७१	१०८४९.५

(संदर्भ :- डिरेक्शन ऑफ ट्रेड स्टॅटिस्टिक्स इयर बुक २००७, आय. एम्. एफ.)

तक्ता क्र.२

सार्क देशांची अंतर्गत आयात २०००-२००६

देश	वर्ष						
	२०००	२००१	२००२	२००३	२००४	२००५	२००६
अफगाणिस्तान	१६९	१९७	३०८	५९०	६८५	१३३३	१६४९
बांगला देश	१०५९	१२९९	१२२१	१६१२	१८८७	२१२२	१०३६
भूतान	४०	४०	३२	७९	८९	९९	१२२
भारत	४७३	५३३	५४४	६६४	८९१	१२९७	१७६३
मालदीव	९०	९३	१०३	११४	१३६	१२९	१५९
नेपाळ	१६३	१७९	३५६	६५९	७९४	९२२	१४८६
पाकिस्तान	२९१	३२१	२५९	३४५	५९९	७६५	९४५
श्रीलंका	७०७	७१२	९३३	११७६	१५७५	१९८१	२४४९
एकूण	२९५४	३३३८	३७५४	५२३९	६६५६	८६४८	९६०९

(संदर्भ :- डिरेक्शन ऑफ ट्रेड स्टॅटिस्टिक्स इयर बुक २००७, आय. एम्. एफ.) टीप :- आकडे पूर्णांकात आहेत.

वरील तक्ता क्र. १ व २ वरून असे लक्षात येते की, सार्क देशांतर्गत आयात निर्यात व्यापारात वाढ होत आहे. निर्यातीत भारताचा तर आयातीत बांगला देशचा वाटा सर्वाधिक आहे.

दक्षिण आशियातील वरील सार्क सदस्य राष्ट्रांच्या समस्या समान आहेत. उदा. दारिद्र्य, बेरोजगार,

आर्थिक विकासाचा कमी वेग, लोकसंख्या वाढ, मूलभूत सुविधांचा अभाव, कुपोषण, पर्यावरणीय समस्या, आंतरराष्ट्रीय व्यवहारशेषातील असमतोल इ. त्यामुळे या राष्ट्रांनी एकत्रित येऊन स्थापन केलेल्या सार्क संघटनेचे महत्त्वही अधिक आहे, परंतु परस्पर अविश्वास, भारत-पाकिस्तान युद्धे, दहशतवादी कृत्ये इ. मुळे सार्कची म्हणावी तशी प्रगती झालेली नाही.

एशिआन ASEAN (असोसिएशन ऑफ साऊथईस्ट एशियन नेशन्स)

दक्षिण पूर्व देशातील दहा देश एकत्र येऊन एशियन ही आर्थिक संघटना ८ ऑगस्ट १९६७ रोजी स्थापन झाली. इंडोनेशिया, मलेशिया, फिलिपिन्स्, सिंगापूर, थायलंड, ब्रुनेई, बर्मा (म्यानमार), कंबोडिया, लाओस आणि व्हिएटनाम हे दहा देश एशिआनचे सदस्य देश आहे.

उद्दिष्टे

१) सभासद देशाच्या स्वातंत्र्य, सार्वभौमत्व, समानता, भौगोलिक एकात्मता आणि राष्ट्रीय ओळख यांचा सन्मान राखणे

२) अंतर्गत व्यवहारात बाह्य हस्तक्षेप होऊ न देण्याचा सभासद देशाला अधिकार मान्य करणे

३) वादग्रस्त विषय शांततापूर्ण रितीने सोडविणे

४) प्रादेशिक सहकार्य सक्षम करणे

कार्ये

१) आर्थिक वृद्धीला गती देणे

२) सामाजिक प्रगतीस उत्तेजन देणे

३) सांस्कृतिक विकासाला चालना देणे

४) प्रादेशिक शांतता व स्थैर्य निर्माण करणे

५) सदस्य राष्ट्रातील मतभेद शांततेने दूर करण्यासाठी संधी उपलब्ध करून देणे

एशियानच्या सदस्य राष्ट्रांचे एकूण भौगोलिक क्षेत्र ४.४६ दशलक्ष कि.मी. किंवा जगाच्या एकूण क्षेत्रफळाच्या ३ % इतके आहे. या सर्व सदस्य देशांची एकूण लोकसंख्या ६०० दशलक्ष किंवा जगाच्या लोकसंख्येच्या ८.८ % इतकी आहे. २०१० मध्ये सर्व एशियान देशांचे स्थूल राष्ट्रीय उत्पन्न १८०० कोटी इतके होते.

स्वाध्यायासाठी प्रश्न

अ) गाळलेल्या जागी योग्य पर्याय निवडा.

१) आर्थिक वृद्धी म्हणजे .... होय.
(अ) भांडवल वाढ (ब) राष्ट्रीय उत्पादनातील सातत्यपूर्ण वाढ
(क) गुणात्मक वाढ

२) राष्ट्रीय उत्पन्नाला .... भागले असता दरडोई उत्पन्न मिळते.
(अ) दरडोई खर्चाने (ब) लोकसंख्येने (क) घाऊक किंमत निर्देशांकाने

३) पर्यावरण म्हणजे ....
(अ) पृथ्वीशी संबंधित सभोवतालची स्थिती (ब) अवकाशाची स्थिती
(क) पर्जन्यस्थिती

४) हरितस्थूल देशांतर्गत उत्पन्न ही संकल्पना .... परिषदेनंतर रुजू लागली.

(अ) जागतिक हवामान   (ब) जागतिक आण्विक   (क) जागतिक वसुंधरा

५) .... या वयोगटातील लोकसंख्येला कर्ती लोकसंख्या म्हणतात.

(अ) १५ ते ६०   (ब) २५ ते ५०   (क) ४० ते ६५

६) .... यांनी प्रथमत: लोकसंख्या संक्रमण सिद्धान्त मांडला.

(अ) फ्रँक नोटेस्टिन   (ब) सी. पी. ब्लँकर   (क) कार्ल सॅक्स

७) .... यांच्या मार्गदर्शनाखाली मानव विकास निर्देशांक तयार करण्यात आला.

(अ) मेहबूब उल हक   (ब) प्रो. भगवती   (क) प्रो. ब्रह्मानंद

८) .... मध्ये भारताने नवीन औद्योगिक धोरण स्वीकारले.

(अ) १९९१   (ब) १९८९   (क) १९९२

९) अमेरिकेतील .... येथे जगातील अर्थतज्ज्ञ व मुत्सद्दी यांच्या परिषदेतील चर्चेनुसार आंतरराष्ट्रीय नाणेनिधीची स्थापना झाली.

(अ) वॉशिंग्टन   (ब) न्यूयॉर्क   (क) ब्रेटनहूड

१०) सार्कचे मध्यवर्ती कार्यालय .... येथे आहे.

(अ) दार्जिलिंग   (ब) काठमांडू   (क) नवी दिल्ली

ब) योग्य पर्याय निवडा.

१) आर्थिक विकास म्हणजे...............

(अ) संख्यात्मक वाढ   (ब) संख्यात्मक व गुणात्मक वाढ

(क) गुणात्मक वाढ

२) स्थूल राष्ट्रीय उत्पादनातून पर्यावरणावर केलेला खर्च वजा जाता जे उत्पन्न मिळते, ते म्हणजे.............

(अ) स्थूल देशांतर्गत उत्पन्न   (ब) निव्वळ राष्ट्रीय उत्पन्न   (क) हरितस्थूल देशांतर्गत उत्पन्न

३) मानवी संसाधनाचा विकास होण्यासाठी पुढीलपैकी कोणत्या गोष्टीची आवश्यकता असते ?

(अ) शिक्षण व प्रशिक्षण   (ब) रोजगार   (क) भांडवल

४) जन्मदर उच्च व मृत्युदरात घट झाल्यास.............

(अ) लोकसंख्येचा प्रस्फोट होईल.

(ब) लोकसंख्या स्थिरावेल.   (क) लोकसंख्या घटेल.

५) मानव विकासाच्या जागतिक क्रमवारीत २०११ मध्ये भारताचा क्रमांक होता..........

(अ) १३४ वा   (ब) १३३ वा   (क) ११० वा

६) बहुराष्ट्रीय कंपनी म्हणजे ....

(अ) जी कंपनी स्वत:च्या व इतर विविध देशांत गुंतवणूक करते.

(ब) जी कंपनी स्वत:च्या देशात गुंतवणूक करते.

(क) जी कंपनी फक्त निवडक देशांत गुंतवणूक करते.

७) आंतरराष्ट्रीय व्यापाराचा पहिला आधुनिक सिद्धान्त मांडणारा अर्थतज्ज्ञ म्हणजे..............

(अ) हेक्श्चर   (ब) ओहलीन   (क) डेव्हिड रिकार्डो

८) हेक्श्चर ओहलीन यांच्या आंतरराष्ट्रीय व्यापार सिद्धान्तात पुढील संकल्पना वापरली आहे.
(अ) घटक सघनता (ब) संधित्याग खर्च (क) निरपेक्ष लाभ

९) आंतरराष्ट्रीय नाणेनिधीची स्थापना पुढील वर्षी झाली.
(अ) १९४६ (ब) १९४७ (क) १९४८

१०) २००७ मध्ये पुढीलपैकी कोणत्या देशाला सार्कचे सदस्यत्व मिळाले?
(अ) सौदी अरेबिया (ब) इराण (क) अफगाणिस्तान

क) पुढील विधाने चूक की बरोबर ते सांगा.

१) राष्ट्रीय उत्पन्नात सातत्यपूर्ण वाढ आर्थिक विकासाचा निदर्शक आहे.
२) स्थूल राष्ट्रीय उत्पन्नातून घसारा वजा केला असता हरित देशांतर्गत उत्पन्न मिळते.
३) लोकसंख्येची गुणवत्ता याचा अर्थ शिक्षण, प्रशिक्षण, आरोग्य या दृष्टिने युक्त अशी लोकसंख्या होय.
४) अर्थव्यवस्थेच्या प्रगतीला साहाय्यभूत ठरणाऱ्या सेवा सुविधा म्हणजे पायाभूत सुविधा होय.
५) जन्मदर व मृत्युदर दोन्ही समप्रमाणात घटल्यास लोकसंख्येत वाढ होते.
६) १९९० मध्ये संयुक्त राष्ट्रसंघाच्या विकास कार्यक्रमांतर्गत मानव विकास अहवाल प्रसिद्ध करण्यात आला.
७) उच्च उत्पन्न गटातील देशांचा मानव दारिद्र्य निर्देशांक काढताना कुपोषित बालकांचे लोकसंख्येतील प्रमाण लक्षात घेतले जाते.
८) आंतरराष्ट्रीय व्यापारास वाढीचे इंजिन असे म्हणतात.
९) रिकार्डो यांनी आंतरराष्ट्रीय व्यापाराचा निरपेक्ष लाभ सिद्धान्त मांडला.
१०) आंतरराष्ट्रीय पुनर्बांधणी व विकास बँक म्हणजे जागतिक बँक होय.

ड) जोड्या जुळवा.

१) सार्क	१) पर्यावरण खर्च
२) एशियान	२) नोटेस्टिन
३) हरितस्थूल देशांतर्गत उत्पन्न	३) प्रौढ साक्षरता दर
४) लोकसंख्या संक्रमण सिद्धान्त	४) मलेशिया
५) मानव विकास निर्देशांक	५) मालदीव

उत्तरे

अ)	१. (ब)	२. (ब)	३. (अ)	४. (क)	५. (अ)
	६. (अ)	७. (अ)	८. (अ)	९. (क)	१०. (ब)
ब)	१. (ब)	२. (क)	३. (अ)	४. (अ)	५. (अ)
	६. (अ)	७. (क)	८. (अ)	९. (अ)	१०. (अ)
क)	१. बरोबर	२. चूक	३. बरोबर	४. बरोबर	५. चूक
	६. बरोबर	७. बरोबर	८. बरोबर	९. चूक	१०. बरोबर
ड)	१–इ	२–ड	३–अ	४–ब	५–क

२.४ भारतीय कृषिव्यवस्था, ग्रामविकास व सहकार
(Indian Agriculture, Rural Development and Co-operation)

२.४.१ आर्थिक विकासामध्ये कृषिक्षेत्राची भूमिका – कृषि, उद्योग व सेवाक्षेत्रे यांच्यामधील आंतरसंबंध– कंत्राटी शेती – ठरावीक शेती – औद्योगिक शेती – सेंद्रिय शेती

२.४.२ धारण केलेल्या जमिनीचा आकार आणि उत्पादकता – हरितक्रांती व तंत्रशास्त्रविषयक बदल – कृषिविषयक किमती आणि व्यापाराच्या अटी – शेतीला अनुदाने – सार्वजनिक वितरण व्यवस्था – अन्नसुरक्षा

२.४.३ भारतातील कृषि उत्पन्न वाढीतील प्रादेशिक तफावत – कृषिविषयक धंदा व जागतिक बाजारपेठ – भारतातील कृषिविषयक कर्जे

२.४.४ पाटबंधाऱ्याची साधने व जलव्यवस्थापन – पशुधनसंपत्ती व त्यांची उत्पादकता, भारतातील आणि महाराष्ट्रातील धवल क्रांती, मत्स्यव्यवसाय, कुक्कुटपालन, वनीकरण, फलोत्पादन व पुष्पसंवर्धन विकास

२.४.५ योजना कालावधीमधील ग्रामीण विकासाची धोरणे – ग्रामीण पायाभूत सोयी (सामाजिक व आर्थिक.)

२.४.६ जागतिक व्यापार संघटना व शेती – शेतकऱ्यांचे व पैदासकारांचे हक्क – जैवविविधता – जी.एम. तंत्रज्ञान, कृषि बाजारपेठेतील W.T.O. (जागतिक व्यापार संघटना) चा अपेक्षित भार

२.४.७ शेतीसाठी लागणारे साहित्य व उत्पादन यांचे विपणन व मूल्यांकन, किमतीतील चढउतार आणि त्यांच्या किमती, कृषि अर्थव्यवस्थेतील सहकारीसंस्थांची भूमिका

२.४.१ आर्थिक विकासामध्ये कृषिक्षेत्राची भूमिका (Role agriculture in economic development)

आर्थिक विकासात कृषी क्षेत्र अतिशय महत्त्वाची भूमिका बजावत असते. भारतासारख्या कृषीप्रधान अर्थव्यवस्थेच्या आर्थिक विकासात कृषिक्षेत्राचा सहभाग महत्त्वाचा समजला जातो.

आर्थिक विकास ही गुणात्मक संकल्पना आहे. किंडल बर्जर यांच्या मते, 'आर्थिक विकास म्हणजे वाढत्या उत्पादनाबरोबरच तांत्रिक व रचनात्मक व्यवस्थेमध्ये घडणारे मूलभूत स्वरूपाचे बदल.' सायमन कुझनेट यांनीही कृषिक्षेत्र औद्योगिक उत्पादनासाठी कच्चा माल उपलब्ध करण्याबरोबरच शेतीउत्पादन वाढल्याने एकूण राष्ट्रीय उत्पन्नात झालेल्या वाढीमुळे आर्थिक विकासाला हातभार लागतो, असे मत मांडले. आर्थिक विकासामध्ये कृषिक्षेत्राची भूमिका पुढीलप्रमाणे स्पष्ट करता येईल.

अ) कच्च्या मालाचा पुरवठा

उपभोग्य वस्तूंचे उत्पादन करणारे अनेक उद्योग कच्च्या मालासाठी कृषिव्यवसायावर अवलंबून असतात. साखरकारखाने, कापडउद्योग अशा उद्योगांसाठी ऊस, कापूस, तेलबिया, धान्ये इ. कच्च्या मालाचा पुरवठा

करून कृषिक्षेत्र उद्योगक्षेत्राच्या विकासाला मदत करते, यामुळे औद्योगिक प्रगतीतून देशातील आर्थिक विकास प्रक्रिया वेगाने घडून येण्यास मदत होते.

ब) अन्नधान्याचा पुरवठा

आर्थिक विकासाच्या प्रक्रियेत अन्नधान्याच्या मागणीत होणाऱ्या वाढीची पूर्तता कृषिक्षेत्रातून होते. कृषिव्यवसाय अन्नधान्याचा पुरवठा करून आर्थिक विकासासाठी मदत करतो.

क) निर्यातवाढीस मदत

कृषिक्षेत्रात उत्पादित होणाऱ्या विविध शेतमालाची निर्यात करता येते, त्यातून परकीय चलन उपलब्ध होते. भारतातून चहा, कॉफी, तांदूळ, साखर, मसाल्याचे पदार्थ, फळे इ.ची निर्यात केली जाते. शेतमालाला देशांतर्गत मागणीबरोबरच विदेशातून येणाऱ्या मागणीत वाढ झाल्यास कृषिउत्पादन वाढून कृषिविकासास व त्यातून देशाच्या आर्थिक विकासास मदत होते.

ड) भांडवलनिर्मितीस हातभार

कृषिव्यवसायाची उत्पादकता वाढल्यास त्यातून मोठ्या प्रमाणावर वाढावा निर्माण होऊन औद्योगिक विकासास मदत होते. अल्पविकसित देशाच्या दृष्टीने विकासासाठी मोठ्या प्रमाणावर गुंतवणुकीची आवश्यकता असते. कृषिव्यवसायात संस्थात्मक व इतर सुधारणा करून उत्पादकता-वाढ करणे शक्य असते, त्यातून भांडवलाची उपलब्धता वाढण्यास मदत होते.

इ) रोजगारसंधीत वाढ

कृषिक्षेत्र प्रत्यक्ष व अप्रत्यक्ष क्षेत्रात रोजगार निर्माण करते. शेतमालाच्या साठवणुकीची व्यवस्था, शेतमालाची वाहतूक, शेतीक्षेत्रासाठीचा वित्तपुरवठा इ. मार्गांनी अप्रत्यक्षपणे मोठ्या प्रमाणावर रोजगार निर्माण होत असतो, त्यामुळे उत्पादन वाढीस व देशाच्या आर्थिक विकासास मदत होते.

फ) औद्योगिक विकासास मदत

शेतीच्या प्रगतीतून ग्रामीण भागात झालेल्या उत्पन्नवाढीमुळे औद्योगिक विकासास मदत होते. लोकांच्या उत्पन्नात झालेल्या वाढीमुळे औद्योगिक क्षेत्रात निर्माण होणाऱ्या वस्तू व सेवांची मागणी वाढून त्या क्षेत्राच्या विकासास हातभार लागतो.

ज) राष्ट्रीय उत्पन्नात महत्त्वपूर्ण सहभाग

आर्थिक विकासप्रक्रियेत देशातील दरडोई उत्पन्न वाढणे अपेक्षित असते, त्यासाठी लोकसंख्या वाढीपेक्षा देशाच्या राष्ट्रीय उत्पन्नात वाढ घडून येणे आवश्यक असते. अल्पविकसित किंवा विकसनशील देशाच्या राष्ट्रीय उत्पन्नात कृषिक्षेत्राचा वाटा महत्त्वपूर्ण असतो. भारतात राष्ट्रीय उत्पन्नात कृषिक्षेत्राचा वाटा १३.०९ टक्के आहे. कृषीतील उत्पादन व उत्पादकता वाढीच्या रूपाने राष्ट्रीय उत्पन्नात वाढ घडवून आणून कृषिव्यवसाय आर्थिक विकासाच्या प्रक्रियेत महत्त्वपूर्ण भूमिका बजावतो.

अशा प्रकारे देशाच्या आर्थिक विकासातील कृषीची भूमिका स्पष्ट होते.

कृषी, उद्योग व सेवाक्षेत्रे यांच्यातील आंतरसंबंध

कृषी, उद्योग व सेवाक्षेत्र हे अर्थव्यवस्थेचे महत्त्वाचे भाग आहेत. या तिघांमध्ये असणारा परस्पर संबंध पुढीलप्रमाणे स्पष्ट करता येईल.

१) कृषीक्षेत्रातील उत्पन्नवाढीमुळे अन्नधान्याच्या तुलनेने उद्योग व सेवा क्षेत्रांतील वस्तू व सेवांना अधिक मागणी येण्यास मदत होते.

२) शेती उत्पादनात वाढ झाल्यास उद्योगांना स्वस्त दरात कच्चा माल प्राप्त होतो.

३) शेती उत्पादनातील वाढीमुळे शेतकऱ्यांची खरेदीशक्ती वाढते व ते इतर औद्योगिक उत्पादनांची मागणी करतात. त्यामुळे उद्योगांचा विकास होतो.

४) केवळ परंपरागत पद्धतीने केल्याने भारतीय शेती कधीच समृद्ध होणार नाही. त्यासाठी नवीन तंत्रांचा वापर करणे गरजेचे आहे. असे तंत्रज्ञान औद्योगिकक्षेत्रात तयार होत असून शेतीक्षेत्रातून त्याला मागणी प्राप्त होत असते.

कंत्राटी शेती/करार शेती

एखादी मोठी उद्योगयंत्रणा किंवा सरकारी उपक्रमासाठी विशिष्ट पिकांची लागवड करून त्याची उत्पादन करण्याची प्रक्रिया म्हणजे कंत्राटीकरार शेती होय. त्यासाठी शेतकऱ्याला दिले जाणारे मूल्य उत्पादन काढण्यापूर्वीच ठरविलेले असते. सध्या जगभर वेगाने औद्योगिकीकरण होत असल्याने कृषी उत्पादनासाठी आवश्यक जमिनीचा तुटवडा निर्माण झाला आहे. त्यामुळे संघटित शेतीची गरज निर्माण झाली आहे.

कंत्राटी शेतीमुळे उपलब्ध जमिनीचा महत्तम आणि वैज्ञानिक पद्धतीने वापर करून आदान व प्रदानांच्या साहाय्याने जास्तीतजास्त उत्पादन घेतले जाते. खाजगी उद्योगधंद्यांच्या सहकार्याने देशातील भूमिहीन, सीमांत, लघु आणि मध्यम शेतकऱ्यांच्या जमिनीवर मोठ्या प्रमाणावर पिके घेण्याची प्रक्रिया यामुळे सुरू झाली आहे.

भारतातील कंत्राटी शेतीचे निर्धारण करणारे महत्त्वाचे कायदे

१) कृषी उत्पादन (ग्रेडिंग अॅण्ड मार्किंग) कायदा – १९३७
या कायद्यात १९८६ मध्ये सुधारणा करण्यात आली.

२) अॅगमार्क ग्रेड स्टँडर्ड – १९३७

कंत्राटी शेती करणाऱ्या भारतातील संस्था

१) कर्नाटक राज्य कृषी विपणन संघ

२) महाराष्ट्र राज्य कृषी विपणन संघ

३) मध्य प्रदेश कृषी विपणन संघ

४) आंध्र प्रदेश कृषी विपणन संघ

५) मेघालय राज्य कृषी विपणन संघ

६) पंजाब राज्य कृषी विपणन संघ

तसेच रिलायन्स अॅग्रो, महिन्द्रा अॅग्रो, पेप्सिको, मॅकडोनाल्ड्स, पिझ्झा हट, महिको, मोन्सँटो इ. कंपन्यांनीही भारतात कंत्राटी पद्धतीने शेतीला सुरुवात केलेली आहे.

कंत्राटी शेतीचे फायदे

१) शेतकऱ्यांना उत्पादकता वाढविण्यासाठी आवश्यक अशा सर्व आदान प्रदानांची गरजपूर्ती केली जाते. उदा. बी-बियाणे, खते, कीटकनाशके इ.

२) आधुनिक शेतीची ओळख होते.

३) शेती हा एक उद्योग बनतो. शेती ही निर्वाहापुरतीच मर्यादित न राहता शेतकऱ्यांमध्ये उद्योजकता आणि उपक्रमशीलता वाढीस लागते.

४) कृषीप्रक्रिया उद्योगाला चालना मिळते. त्यातून रोजगार उपलब्ध होण्यास मदत होते.

भारतात कंत्राटी शेतीद्वारे अन्नधान्य, फळे, भाजीपाला, मसाल्याची पिके, चहा, कॉफी, तंबाखू, रबर, ज्यूट इ.चे उत्पादन घेतले जाते.

ठरावीक शेती

शेतीसंबंधी उपलब्ध असलेली माहिती आणि नवनवीन तंत्रज्ञानाचा वापर करून योग्य वेळी, योग्य ठिकाणी, योग्य प्रकारचे कृषीउत्पादन काढून शेती व्यवसाय हा फायदेशीर बनविण्याच्या पद्धतीला ठरावीक शेती असे म्हणतात.

भारतातील शेती बेभरवशाची किंवा मान्सूनचा जुगार असल्याचे म्हटले जाते. त्यामुळे काही वेळा शेतातून उत्पन्नच निघत नाही, तर काही वेळा उत्पन्न एवढ्या मोठ्या प्रमाणात येते की त्याला योग्य भाव न मिळाल्यास शेतकरी तोट्यात जातो. ठरावीक शेतीमुळे या प्रकारच्या शेतीवर मात करता येते. या शेतीमध्ये उपलब्ध साधनसंपत्ती, स्रोत व तंत्रज्ञान, मनुष्यबळ यांचा पर्याप्त वापर करून शेती केली जाते. सोबतच इलेक्ट्रॉनिक क्रांती, ग्लोबल इन्फर्मेशन, सिस्टिम, ग्लोबल पोझिशनिंग सिस्टिम यांचा विकास झाल्याने घरात बसून शेतीतील विविध कार्य पार पाडणाऱ्या यंत्रांचा वापर करून शेतीउत्पादनावर बारीक लक्ष ठेवता येते.

तंत्रज्ञानाचा वापर करून शेतकऱ्याला पिकांची पेरणी कधी करावी, पाणी कधी द्यावे, खते, मशागत, कापणी कधी करावी अशी कामे करण्यासाठी आवश्यक ती पूर्व माहिती उपलब्ध होऊ शकते. परिणामी अशा प्रकारच्या व्यवस्थापनकौशल्याच्या आधारे शेती किफायतशीर बनविता येते.

सध्या ठरावीक शेतीमध्ये फक्त उत्पादन व खतांच्या संबंधित नव्हे तर इतर सर्व बाबींवर काटेकोरपणे लक्ष ठेवता येते. यासाठी ठरावीक शेतीच्या चक्राचा योग्य पद्धतीने वापर केला जातो. हे चक्र पुढीलप्रमाणे असते.

१) शेतीबद्दल उपलब्ध सर्व माहितीसंकलन व प्रक्रिया

२) शेतीचे उत्पादन, मृदा स्थिती, तणांची माहिती इ. बाबतचे व्यवस्थापन

३) पिकाचे नियोजन

४) मशागत व खतव्यवस्थापन

५) पिकाची लागवड

६) कीटकनाशके व औषधांची फवारणी व तपासणी

७) पीक कापणी, मळणी, साठवणूक प्रक्रिया

ठरावीक शेतीमध्ये जी.पी.एस. आणि जी.आय.एस.चा वापर केला जातो. त्याद्वारे मातीची सुपीकता, पिकाला खताची गरज, तणव्यवस्थापन, जलसिंचन व इतर कामे करणे सोपे जाते.

औद्योगिक कॉर्पोरेट शेती

औद्योगिक शेती हा कंत्राटीकरार शेतीचाच एक भाग मानला जातो. २००० साली भारत सरकारने जाहीर केलेल्या नवीन कृषिधोरणात खाजगी क्षेत्राचा कृषीउत्पादकता वाढविण्यासाठी वापर किंवा सहभाग वाढविण्यावर भर देण्यात आला.

औद्योगिक कॉर्पोरेट शेतीमध्ये एखाद्या शेतकऱ्याची जमीन विशिष्ट काळासाठी एखादा उद्योजक भाडेतत्त्वावर घेतो व त्याला योग्य त्या आदानांचा पुरवठा करून बाजारपेठेतील गरजेनुसार उत्पादन घेतले जाते. सध्या यामध्ये तेलबिया, कापूस आणि फलोत्पादन यावर भर दिला जात आहे. या शेती प्रकारामध्ये एखाद्या शेतकऱ्याने त्याच्या शेतीत त्याच्या मर्जीनुसार पीकउत्पादन घेण्याऐवजी शास्त्रोक्त पद्धतीने बाजारात मागणीनुसार आवश्यक ते कृषी उत्पादन किफायतशीरपणे काढण्यावर भर दिला जातो. सध्या भारतात गुजरात राज्य कॉर्पोरेट शेतीबाबत

आघाडीवर आहे. या राज्यात तेलबियांचे उत्पादन कॉर्पोरेट शेतीद्वारे मोठ्या प्रमाणात घेतले जाते.

कॉर्पोरेट शेतीसाठी शेतजमीन देताना त्यात सर्वसाधारणपणे पुढील बाबींचा समावेश होतो.

१) कमाल २० वर्षांच्या भाडेतत्त्वानुसार शेतकरी व उद्योजक यांच्यात करार केला जातो. यामध्ये पिकाऊ किंवा नापीक या दोन्ही जमिनींचा समावेश होतो.

२) ठरावीक प्रकारची जमीन विशिष्ट काळासाठी लागवडीसाठी किंवा बिनलागवडीसाठी वापरात आणण्याबद्दल दोन्ही बाजूंमध्ये करार केला जातो.

३) एका लाभार्थ्याला सुमारे २ हजार एकर (२१० हेक्टर) इतकी कमाल जमीन देण्यात येते.

४) एकदा करार झाल्यानंतर ती जमीन किमान पाच वर्षांच्या आत लागवडीखाली आणणे आवश्यक आहे, नाहीतर करार रद्द होतो.

५) शेतीच्या विकासासाठी सवलतीच्या व्याजदराने कर्जपुरवठा केला जातो.

६) लाभार्थ्याला अशा क्षेत्रात लघुसिंचन, ठिबकसिंचन, पर्जन्यशेती या मार्गांनी सिंचन करणे अनिवार्य आहे.

७) कोणत्याही परिस्थितीत सदर जमीन बिगर कृषी वापराखाली आणता येत नाही.

८) कृषीपर्यावरण संतुलित करणे हा या पाठीमागचा उद्देश असतो.

सेंद्रिय शेती

देशाची वाढती लोकसंख्या आणि लोकसंख्येसाठी लागणारे अन्नधान्य, वस्त्र, इंधन, जनावरांसाठीचा चारा इ. बाबींची पुरेशा प्रमाणात पूर्तता करण्यासाठी कृषीक्षेत्राकडे गांभीर्याने पाहणे अत्यंत गरजेचे आहे. त्यासाठी जमिनीची उत्पादकता आणि मातीचे आरोग्य सुधारण्याचे प्रयत्न करायला हवेत. भारतासारख्या विकसनशील देशाला अन्नधान्य उत्पादकतेच्या बाबतीत स्वयंपूर्ण केले, पण नैसर्गिक स्रोतांचे मर्यादित आयुर्मान पाहता, या स्रोतांना नुकसान पोहोचवणाऱ्या रासायनिक शेतीऐवजी या स्रोतांचे संरक्षण करणाऱ्या जैविक किंवा सेंद्रिय शेतीकडे लक्ष दिल्यास कृषीक्षेत्राचे उत्पादन चिरंतन राहू शकेल.

सेंद्रिय शेतीची उद्दिष्टे

१) उत्पादनात सातत्यूपर्ण वाढ करणे

२) अधिक काळ उत्पादन मिळविताना पर्यावरणावर विपरीत परिणाम होणार नाही याची दक्षता घेणे

३) सकस अन्नधान्याचे उत्पादन

४) पिकांसाठी आवश्यक जिवाणूंची निर्मिती करते

उपभोक्त्यांना मुबलक प्रमाणात व सकस आहार पुरविण्याकरिता शाश्वत शेतीसाठी सेंद्रिय शेतीशिवाय पर्याय नाही. सध्याच्या शेतीपद्धतीत उत्पादनवाढ करण्यासाठी जे प्रयत्न करण्यात येत आहेत, त्यामुळे जमिनीची प्रत तर बिघडली आहेच, त्याचबरोबर उपलब्ध पाण्याची पातळीही खालावली आहे. हे सर्व रोखण्यासाठी सेंद्रिय शेती महत्त्वपूर्ण ठरणार आहे.

सेंद्रिय शेतीमध्ये पुढील घटकांचा समावेश होतो :-

१) शेतातील काही कचऱ्यापासून तयार केलेले कंपोस्ट खत

२) गांडूळ खत

३) गोमूत्र व शेणखत

४) हिरवळीचे खत

५) रायझोबियम, ॲझोटोबॅक्टर, पी.एस.बी., ट्रायकोडर्मा व्हिरिडी, ब्रॅकॉक इ. अनेक उपयुक्त जिवाणूंचे संवर्धन

वरील घटकांचा वापर करून नैसर्गिक शेती करण्याचा प्रयत्न करून रासायनिक घटकांचा कमीतकमी वापर करणे, वापर टाळणे. असे झाल्यास उत्पादनखर्चही कमी येईल. जमिनीची दीर्घकालीन उत्पादनक्षमता वाढण्यास मदत होईल, पर्यावरणसंतुलन राहील, सकस अन्नधान्याचे उत्पादन वाढेल, जमिनीची सुपीकता टिकून राहून शाश्वत शेतीचा मूलमंत्र जोपासला जाईल, त्याचबरोबर पर्यावरणाचे संरक्षण आणि मानवी जीवनमानात सुधारणा हे लाभही मिळतील.

२.४.२ धारण केलेल्या जमिनीचा आकार आणि उत्पादकता (Size of land holding and productivity)

भारतातील शेतीची उत्पादकता कमी आहे. ही उत्पादकता वाढवायची असल्यास जमीन धारणक्षेत्राचा आकार या घटकाचा विचार प्राधान्याने करावा लागतो. शेतकऱ्याला शेती करणे परवडेल किमान एवढा शेतजमिनीचा आकार असला पाहिजे. शेतजमिनीच्या या आकाराला 'धारणक्षेत्र' असे म्हणतात.

भारतात धारणक्षेत्राची पुढील पाच वर्गांत वर्गवारी केलेली आहे.

१) सीमांत २) लहान ३) मध्यम (लहान) ४) मध्यम (मोठे) व ५) मोठे.

भारतातील जमीन धारण केलेल्यांची संख्या, एकूण धारणक्षेत्रफळ व सरासरी धारणक्षेत्र

तक्ता क्र. १

भारतातील जमीन धारण केलेल्या संख्या, क्षेत्रफळ व सरासरी धारणक्षेत्र

वर्ग	जमीनधारकांची संख्या (लाख)			एकूण धारण – क्षेत्रफळ लाख हेक्टर			सरासरी धारण – क्षेत्र (हेक्टर)		
	१९८०-८१	१९९५-९६	२०००-०१	१९८०-८१	१९९५-९६	२०००-०१	१९८०-८१	१९९५-९६	२०००-०१
१. सीमांत	५०१	७१२	७६१	११७	२८१	३०१	०.३९	०.४०	०.४०
१ हे.पेक्षा कमी क्षेत्र	(५६.४)	(६१.६)	(६३.०)	(१२.१)	(१७.१)	(१८.८)			
२. लहान १-२ हेक्टर	१६०	२१६	२२८	२३२	३०७	३२३	१.४५	१.४२	१.४१
	(१८.१)	(१८.७)	(१८.९)	(१४.१)	(१८.८)	(२०.२)			
३. मध्यम (लहान)	१२५	१४२	१४१	३४६	३८९	३८३	२.७८	२.७३	२.७२
२-४ हेक्टर	(१४.०)	(१२.३)	(११.७)	(२१.२)	(२३.८)	(२४.०)			
४. मध्यम (मोठी)	८०	७०	६६	४८६	४१४	३८१	६.०४	५.८४	५.८०
४ ते १० हे.	(९.१)	(६.१)	(५.४)	(२९.६)	(२५.३)	(२३.८)			
५. मोठी	२२	१४	१२	३७७	२४२	२११	१७.४१	१७.२१	१७.१८
१० हे.पेक्षा जास्त	(२.४)	(१.२)	(१.०)	(२३.०)	(१४.८)	(१३.२)			
एकूण	८८८	११५६	१२०८	१६३८	१६३४	१५९९	१.८४	१.४१	१.३२

टीप : कंसातील आकडे त्या वर्षातील एकूण आकडेवारीशी असणारे प्रमाण दर्शवितात.

संदर्भ : Ministary of Agricultural, Agrocultural statistic at a Glance (2007), Annual Report

या तक्त्यावरून असे लक्षात येते की, भारतात जमीनधारकांची संख्या सतत वाढत आलेली आहे. १९८०-८१ मध्ये जमीनधारकांची संख्या ८८८ लाख इतकी होती ती १९९५-९६ व २०००-०१ या वर्षांपर्यंत अनुक्रमे ११५६ व १२०८ लाखांपर्यंत वाढलेली दिसून येते.

एकूण धारणक्षेत्र हे दिवसेंदिवस वर्षांनुवर्षं कमी झालेले आहे. १९८०-८१ मध्ये एकूण धारणक्षेत्र १६३८ लाख हेक्टर इतके होते. १९९५-९६ व २०००-०१ मध्ये हे क्षेत्र अनुक्रमे १६३४ व १५९९ लाख हेक्टरपर्यंत कमी झालेले आहे. त्याचप्रमाणे भारतात १९८०-८१ मध्ये सीमांत धारकांची संख्या एकूण संख्येच्या ५६.४% म्हणजे ५०१ लाख इतकी होती व धारणक्षेत्रफळ १९७ लाख हेक्टर इतके होते. तसेच सीमांत जमीन म्हणजेच १ हेक्टरपेक्षा कमी असलेले क्षेत्र याचे सरासरी प्रमाण १९८१ मध्ये ०.३९ हेक्टर व २०००-०१ मध्ये ०.४० हेक्टर इतके होते.

तसेच भारतात लहान जमिनीचे क्षेत्र (१ ते २ हेक्टर) सरासरी १.४१ इतके २००१ मध्ये होते. मध्यम (लहान - २ ते ४ हेक्टर) जमिनीचे धारणक्षेत्राचे सरासरी प्रमाण २.७२ हेक्टर इतके तर मध्यम (मोठे - ४ ते १० हेक्टर) धारणक्षेत्राचे सरासरी प्रमाण ५.८० हेक्टर इतके व मोठे धारण क्षेत्र (१० हे. पेक्षा जास्त) धारणक्षेत्राचे प्रमाण २००१ मध्ये १७.१८ हेक्टर इतके राहिलेले आहे. म्हणजेच १% शेतकऱ्यांकडे १७.१८ हेक्टर इतके सरासरी धारणक्षेत्राचे प्रमाण आहे व ६३.०% शेतकऱ्यांचे सरासरी धारणक्षेत्राचे प्रमाण ०.४० हेक्टर (२००१) इतके आहे. म्हणजेच भारतात सीमांत शेतकऱ्यांचे प्रमाण सर्वाधिक आहे. त्याचप्रमाणे २००१ मधील सरासरी धारणक्षेत्राचे प्रमाण १.३२ हेक्टर इतके राहिलेले आहे. म्हणजेच भारतातील धारण कमी आहे. याची कारणे पुढीलप्रमाणे -

१) देशाची वाढती लोकसंख्या
२) संयुक्त कुटुंबपद्धतीतील घट
३) वारसाविषयक कायदा
४) ग्रामीण कर्जबाजारीपणा
५) हस्तोद्योग व ग्रामोद्योग यांचा ऱ्हास

तक्ता क्र. २

भारतातील राज्यांनुसार जमिनीचे धारण क्षेत्र दाखविणारा तक्ता

(आकडेवारी हेक्टरमध्ये)

राज्य	१९९०-९१	२०००-०१
राजस्थान	४.११	३.६५
महाराष्ट्र	२.२१	१.५७
गुजरात	२.९३	२.३५
मध्यप्रदेश	२.६३	२.२२
हरियाणा	२.४३	२.३२
कर्नाटक	२.१३	१.७४
पंजाब	३.६१	४.०३
आंध्रप्रदेश	१.५६	१.२५

राज्य	१९९०-९१	२०००-०१
ओडिशा	१.३४	१.२५
हिमाचल प्रदेश	१.२१	१.०७
बिहार	०.८३	०.५८
आसाम	१.२७	१.२०
तमिळनाडू	०.९३	०.८९
पश्चिम बंगाल	०.९०	०.८२
उत्तर प्रदेश	०.९०	०.८३
जम्मू व काश्मीर	०.८३	०.६७
केरळ	०.३३	०.२७
अखिल भारत	१.५५	१.३२

संदर्भ : ॲग्रीकल्चरल स्टॅटिटिक्स ॲट अ ग्लान्स (२००८) मिनिस्ट्री ऑफ ॲग्रीकल्चर

हरितक्रांती व तंत्रज्ञानविषयक बदल :- (Green Revoluation & Technological change)

१९६० च्या दशकात भारतातील कृषीक्षेत्रात ज्या नवीन तंत्र व यंत्राच्या वापराने जे आमूलाग्र बदल घडून आले त्यास हरितक्रांती असे म्हटले जाते.

नवीन तंत्र आणि यंत्र याच्याशी मिळत्या-जुळत्या नसणाऱ्या शेती करण्याच्या जुन्या व परंपरागत पद्धतीचा त्याग करून त्याऐवजी नवीन पद्धतीचा अवलंब करणे आणि त्याद्वारे शेतीतील उत्पादन वाढविणे हरितक्रांतीमुळे शक्य झाले.

१९६०-६५ च्या काळात मेक्सिको राष्ट्रातील कृषीतज्ज्ञ डॉ. नॉर्मन बोरलॉग यांनी शेतीत वेगवेगळे प्रयोग करून शेती उत्पादनाबाबत आमूलाग्र बदल करून दाखवला व उच्च प्रतीच्या व कमी कालावधीत अधिक उत्पादन देणाऱ्या संकरित जातींची निर्मिती व प्रसार झाला. याचे अनुकरण इतर देशांनीही करण्यास सुरुवात केली, म्हणून डॉ. नॉर्मन बोरलॉग यांना जागतिक हरितक्रांतीचे जनक म्हटले जाते. भारतात असा प्रयोग सुरू करण्याचे श्रेय डॉ. एम. एस. स्वामीनाथन यांना जाते. (भारतीय हरितक्रांतीचे जनक) भारतात १९६६ मध्ये हरितक्रांती घडून आली.

भारतात हरितक्रांती घडून आल्यानंतर कृषीक्षेत्राचे चित्र पार पालटून गेले. अन्नधान्याच्या उत्पादनामध्ये - प्रामुख्याने गहू व तांदूळ यांच्या उत्पादनामध्ये - प्रचंड वाढ झाली. बहुपीक पद्धतीचा अंगीकार करणे शक्य झाले, रासायनिक खतांचा वापर सुरू झाला. सुधारित व संकरित बी-बियाणे वापरण्याकडे कल निर्माण झाला. ग्रामीण भागातील शेतमजुरांना वर्षभर रोजगार उपलब्ध होऊ लागला, शेतीतील गुंतवणुका वाढविण्यास प्रारंभ झाला इ. सकारात्मक परिणाम हरितक्रांतीमुळे भारतात घडून आले.

तंत्रज्ञानातील बदल, यांत्रिकीकरण

शेतीक्षेत्राची उत्पादकता वाढून या क्षेत्राचा विकास घडून येण्यासाठी उत्पादनकार्यात आधुनिक अशा नवीन पद्धतींचा वापर करणे म्हणजे तंत्रज्ञानातील बदल होय.

भारतात हरितक्रांती घडविण्यासाठी सुधारित व दर्जेदार बियाणांच्या वापरावर भर देण्यात आला. रासायनिक खते, सिंचन सोयी, नवीन तंत्र व यंत्रे, कीटकनाशके इ.च्या वापरावर भर देण्यात आला. यासाठी नव्या धोरणांचा स्वीकार करण्यात आला. ती पुढीलप्रमाणे -

१) प्रकर्षित जिल्हाविकास कार्यक्रम

(Intensive Agricultural District Programme, IADP)

भारत सरकारने फोर्ड फाऊंडेशनच्या समितीच्या शिफारशीवरून १९६०-६१ मध्ये हा कार्यक्रम देशातील ७ जिल्ह्यांना लागू केला. १९६४-६५ मध्ये याच स्वरूपाचा प्रकर्षित कृषी प्रदेश कार्यक्रम (Intensive Agricultural Area Programme, IAAP) देशातील इतर भागांत लागू केला गेला. या कार्यक्रमांतर्गत विशिष्ट पिकांच्या उत्पादनावर लक्ष केंद्रित केले गेले होते.

२) उच्च पैदाशीच्या तंत्राचा कार्यक्रम

(High Yielding Varieties Programme - HYVP)

रासायनिक खतांच्या वापरामुळे व जलसिंचनाच्या सोईमुळे अधिक उत्पादन देणाऱ्या बियाणांच्या तंत्रामुळे शेतीतून एका वर्षात दोन किंवा तीन-चार पिके घेणे शक्य झाले. हा कार्यक्रम १९७१ मध्ये १५ दशलक्ष हेक्टर्स जमिनीला लागू करण्यात आला. १९९१ मध्ये एकूण लागवडीखालील जमिनीपैकी ६७ दशलक्ष हेक्टर्स शेती या कार्यक्रमाखाली आली. या कार्यक्रमांतर्गत बहुपीक पद्धती, अधिक उत्पादन, उत्पादनाचा कमी कालावधी इ. गोष्टी अंतर्भूत आहेत.

तंत्रज्ञानातील बदलाची वैशिष्ट्ये

१) अधिक उत्पादन देणाऱ्या बियाणांचा वापर करून वर्षातून ३-४ पिके घेणे

२) एकात्मिक कार्यक्रमाच्या माध्यमातून सर्व शेतीविषयक अधिक उत्पादन देणाऱ्या बियाणांच्या वापराबरोबर रासायनिक खते, कीटकनाशके व रासायनिक द्रव्ये इ.च्या वापरासाठी उत्तेजन देणे

३) जलसिंचन सुविधेचा विस्तार करणे

४) कृषीसंशोधनाला चालना देणे

५) नव्या तंत्रज्ञानाचा स्वीकार करण्यासाठी शेतकऱ्यांना मदत करणे आणि नवीन कृषीतंत्राची व यंत्रांची योग्य व पुरेशी माहिती उपलब्ध करून देणे

६) कृषीव्यवसायाला सुलभ व मुबलक पतपुरवठा करून नव्या तंत्राचा स्वीकार करण्यासाठी अनुकूल वातावरणनिर्मिती करणे

कृषिविषयक किमती व व्यापार अटी

शेतमालाच्या किंमती स्थिरीकरणाला भारतीय अर्थव्यवस्थेत सर्वाधिक महत्त्व आहे. शेतमालाच्या किंमती नियंत्रणाखाली असल्या तर त्या शेतकऱ्यांना योग्य मोबदला मिळतोच त्याचबरोबर ग्राहकांनासुद्धा योग्य दरात अन्नधान्य खरेदी करता येते. किमती वाढण्याचा सर्वाधिक परिणाम चलनवाढीच्या दरावर होतो. या सर्व बाबी टाळण्याकरिता शेतमालाच्या खरेदी व विक्री किमतीवर नियंत्रण ठेवणे ही शासनाची महत्त्वपूर्ण जबाबदारी आहे.

(हा भाग पुढील प्रकरणातील २.५.२५ मध्ये देण्यात आलेला आहे.)

कृषी अनुदाने

तक्ता क्र. ३
कृषी अनुदाने
(१९९९ या आधार वर्षातील किंमतीनुसार)

रु. कोटी

वर्ष	खते	वीज	पाणीपुरवठा	इतर	एकूण
१९९९-००	१३,२४४	६०३३	१११९६	३११८	४३०२५
२०००-०१	१३,८००	८९१९	१३२५९	२७३३	५०७७१
२००१-०२	१२५९५	१०४१०	१३००९	३२३४	५६७४७
२००२-०३	११०१५	८५२१	१२७९४	३१७३	५९६७९
२००३-०४	११८४७	१४५४४	१०९२१	४१३२	६६६२५
२००४-०५	१५८७९	१७९७७	१२२९०	३५९८	७५५४२
२००५-०६	१८४६०	१९४३१	१४२८०	५५८१	८०८२९
२००६-०७	२६२२२	१९७२९	१६९७८	४६७७	९१६२०
२००७-०८	३२४९०	२०६६१	१९४५७	३८९८	१०७८३४
२००८-०९	७६६०३	२७४८९	२३६६५	३३१६०	२०४६६८
२००९-१०	५२८९०	उ.ना.	उ.ना.	उ.ना.	१०८९८२

संदर्भ : स्टॅटिस्टिकल आफ्रटलाईन ऑफ इंडिया, प. ५६

कृषीक्षेत्रातील उत्पादन व किमती यातील अनिश्चितता, भारतीय शेतकऱ्यांची क्रयशक्ती, बाजारपेठेतील मागणी व पुरवठ्याचे चढउतार, कमी स्पर्धात्मकता इ. घटक लक्षात घेऊन कृषीक्षेत्राला अनुदाने दिली जातात. तक्ता क्र. ३ मध्ये खते, वीज, पाणीपुरवठा इ.साठी जी कृषी अनुदाने दिली जातात त्यासंबंधीची आकडेवारी दिलेली आहे. खते, वीज, पाणीपुरवठा इ. आदानासाठी ही अनुदाने दिल्यामुळे शेतकऱ्याचा उत्पादनखर्च कमी होतो, अधिक उत्पादनाला चालना मिळते आणि कृषीमालाची स्पर्धाशीलता वाढते.

सार्वजनिक वितरणव्यवस्था

जनतेला वाजवी दरात अन्नधान्य उपलब्धतेची हमी तसेच गरिबांच्या अन्नसुरक्षेत वाढ या सरकारच्या आर्थिक धोरणामधील महत्त्वाचे साधन म्हणून सार्वजनिक वितरणव्यवस्था कार्य करते.

सार्वजनिक वितरणव्यवस्थेअंतर्गत गरीब वर्गाची निश्चिती करून रास्त भाव-दुकानापर्यंत पारदर्शकतेने व जबाबदारीपूर्वक अन्नधान्याचे वितरण केले जाते.

तक्ता क्र. ४

भारतातील अन्नधान्याचे प्रापण, वितरण व राखीव साठा

(दश लक्ष टन)

वर्ष	प्रापण	तांदूळ	गहू	सार्व. वितरण	वर्षअखेरीस राखीव साठा
२०००	३५.०	१९.०	१६.०	१८.०	४५.०
२००१	४२.०	२१.०	२१.०	३१.०	५१.०
२००२	३८.०	१९.०	१९.०	५०.०	३३.०
२००३	३७.०	२१.०	१६.०	४९.०	२१.०
२००४	४१.०	२४.०	१७.०	४१.०	१८.०
२००५	४१.०	२७.०	१५.०	४२.०	१७.०
२००६	३५.०	२६.०	९.०	३७.०	१८.०
२००७	३७.०	२६.०	११.०	३७.०	२०.०
२००८	५५.०	३३.०	२३.०	३९.०	३६.०
२००९	५८.०	३३.०	२५.०	४९.०	४३.०
२०१०	५७.०	३१.०	२६.०	८१.०	४४.०
२०११	३६.०	८.०	२८.०	४.०	६१.०

संदर्भ : एस.ओ.इ. पृ. ४८

टीप : आकडे पूर्णांकात

तक्ता क्र. ४ मध्ये सरकारने केलेल्या गहू व तांदूळ या प्रमुख अन्नधान्याचे प्रापण, सार्वजनिक वितरण व वर्षअखेरीस अन्नधान्याचा किती राखीव साठा आहे यासंबंधीची आकडेवारी दिलेली आहे. अन्नधान्य सुरक्षा अधिनियमाच्या अंतर्गत सार्वजनिक वितरणप्रणालीच्याद्वारे दारिद्र्यरेषेखालील लोकांना सवलतीच्या दरात अन्नधान्याचे वितरण करण्यासाठी भारत सरकारला अधिक वित्तीय साधनांची तरतूद करावी लागेल.

अन्नसुरक्षा

अन्नसुरक्षा याचा अर्थ सर्वांना, सदासर्वकाळ अन्नधान्य मिळविण्यासाठी भौतिक व आर्थिक क्षमतेची निर्मिती करणे होय. सार्वजनिक वितरणव्यवस्थेमार्फत अन्नसुरक्षा प्रस्थापित करण्याचा प्रयत्न केला जातो.

अन्नसुरक्षा हा भारताच्या विकासातील मुख्य बिंदू आहे. हरितक्रांतीनंतर शेतीउत्पादनात प्रचंड वाढ होऊनही अन्नाचा प्रश्न संपलेला नाही. बेरोजगारी, दारिद्र्य, पावसाची अनिश्चितता, लोकसंख्या वाढ, सार्वजनिक वितरण व्यवस्थेतील दोष, योजनांमधील भ्रष्टाचार, पर्यावरणाची हानी व ऱ्हास, शिक्षणाचा व तंत्रज्ञानाचा अभाव इ. अनेक घटक अन्नसुरक्षेचा प्रश्न बिकट होण्यास कारणीभूत ठरत आहेत, म्हणून आर्थिक विकासासाठी भारतात अन्नसुरक्षेबाबत अन्नधान्य उत्पादनातील अस्थिरता, अतिरिक्त अन्नसाठा, उपासमार, दारिद्र्य, बेकारी, शेती अनुदानाचे अयोग्य धोरण इ. अनेक आव्हाने आहेत. यामध्ये अन्नसुरक्षा हे एक ज्वलंत व मूलभूत आव्हान आहे.

२.४.३ भारतातील कृषी उत्पन्नवाढीतील प्रादेशिक तफावत (Regional disparities in agricultural growth in India)

राष्ट्रीय उत्पन्नातील वाटा, रोजगार निर्मिती, औद्योगिक क्षेत्रास मदत, आंतरराष्ट्रीय व्यापारातील वाटा या गोष्टींचा विचार करता कृषी ही सुरुवातीपासूनच भारतीय अर्थव्यवस्थेचा कणा ठरली आहे. १९५०-५१ मध्ये देशाच्या जी.डी.पी.मध्ये ५५.०१% असणारा वाटा २०११-१२ मध्ये १३.०९% पर्यंत खाली आला असला तरी, कृषीवर उपजीविकेसाठी व रोजगारासाठी ५७% लोकसंख्या अवलंबून आहे. आज १२१ कोटीपेक्षा जास्त लोकसंख्या पोसत असलेल्या शेतीचे गेल्या दहा वर्षांतील अन्नधान्याचे उत्पादन हे १९० ते २५० दशलक्ष टनाच्या आसपास आहे. देशातील उपलब्ध नैसर्गिक स्रोतांचा पुरेपूर वापर करून भारतीय शेतीचा शाश्वत विकास करणे गरजेचे आहे, पण त्यात अनेक कारणांमुळे प्रादेशिक तफावत वाढलेली आहे. याचे स्वरूप पुढीलप्रमाणे-

अ) प्रादेशिक विषमता

हरितक्रांती पंजाब, हरियाणा, तामिळनाडू, उत्तरप्रदेश, केरळ, गुजरात इ. मोजक्याच राज्यांत घडून आली. हरितक्रांती झालेल्या राज्यांतील शेतकऱ्यांचे उत्पन्न वाढले, परंतु इतर राज्यांतील शेतकऱ्यांची स्थिती सुधारू शकली नाही. परिणामी प्रादेशिक विषमतेचा धोका निर्माण झाला.

ब) शेतीची उत्पादकता

प्रमुख पिकांचा विचार केला असता लागवडीखालील क्षेत्र व उत्पादनाच्या बाबतीत भारत जगामध्ये पहिल्या तीन क्रमांकांमध्ये आहे, पण उत्पादकतेत खूप मागे आहे. त्याचप्रमाणे राज्याराज्यांमध्ये उत्पादनाची स्थिती निरनिराळी असल्याने कृषीउत्पन्न वाढीमध्ये तफावत दिसून येते.

क) हरितक्रांतीमुळे निर्माण झालेली विषमता

हरितक्रांतीमुळे झालेला तोटा म्हणजे, राज्यांतर्गत व आंतरराज्य असमतोल निर्माण झाला. एकूण लागवडीखालील क्षेत्रापैकी फक्त ४०% क्षेत्रालाच हरितक्रांती अंतर्गत संशोधन व तंत्रज्ञानाचा फायदा झाला व ६०% क्षेत्र अजूनही उपेक्षित आहे.

हरितक्रांतीमुळे नवीन कृषीतंत्रज्ञानाचा फायदा मोठ्या शेतकऱ्यांनाच मिळाला. सीमांत व लघु शेतकरी यांच्याकडे आर्थिक स्रोत नसल्यामुळे आधुनिक आदानांचा वापर ते करू शकले नाहीत.

ड) निसर्गाचा असमतोल

शेतीमधील रासायनिक आदानांच्या असाधारण व असमंजस वापरामुळे भूजल प्रदूषण, सजीवांवर होणारे दुष्परिणाम, अन्नधान्यातील रासायनिक घटकांचे वाढते प्रमाण तसेच यामुळे कृषी जैवसंस्थेमध्ये वाढणारा समतोल, असे पर्यावरणविषयक गंभीर प्रश्न निर्माण झाले आहेत, तसेच दुष्काळ, मान्सूनमध्ये पडणारा खंड, महापूर, पावसाचा अनियमितपणा, अवेळी पडणारा पाऊस, धुके, तापमानातील वाढ या नैसर्गिक आपत्तींमुळे शेती उत्पादन व उत्पन्नावर वाईट परिणाम होताना दिसून येतो. यासाठी संशोधन व त्या परिस्थितीस अनुसरून तंत्रज्ञान निर्मिती करणे आवश्यक आहे.

इ) कृषी निर्यातीमुळे निर्माण होणारा प्रश्न

भारतीय शेतकरी आज जागतिक बाजारपेठेचा विचार करून जास्तीतजास्त नफा मिळविण्याच्या उद्देशाने शेती करू लागला आहे. जागतिक बाजारपेठेमध्ये भारतीय कृषीउत्पादनांचा टिकाव लागण्यासाठी, उत्पादनांचा दर्जा तसेच ज्या त्या देशांनी ठरवून दिलेली उत्पादनामधील विशिष्ट घटकांची मानके योग्य प्रमाणात साध्य करणे हेही एक निर्यातीच्या दृष्टिकोनातून भारतीय शेती व शेतकऱ्यांपुढील आव्हान आहे.

कृषीविषयक धंदा व जागतिक बाजारपेठ

कृषीत उत्पादित होणारा शेतमाल व त्यापासून निर्माण होणारे पदार्थ व निर्यात यांचा समावेश कृषीविषयक धंदा व जागतिक बाजारपेठ यात होतो. कडधान्य व तेलबिया यांच्यापासून खाद्यतेलाशिवाय प्रथिनयुक्त पदार्थ प्राप्त होतात. ज्वारीपासून बियर, लाह्या, शेवया, ज्वारीचे पोहे, माल्ट, पिष्टमय पदार्थ इ. उपपदार्थ बनविता येतात.

मक्यापासून लाह्या व इतर पदार्थ तयार होतात.

गव्हापासून मैदा, रवा, ब्रेड, बिस्किटे, केक, कुकीज इ. पदार्थ मिळतात. फळांपासून ज्यूस व जॅम तयार होऊन त्याची निर्यातही होते. टोमॅटोपासून चिप्स, सॉस तयार होऊन देशांतर्गत मागणी पूर्ण करण्यासोबतच मोठ्या प्रमाणात निर्यात होते.

२.४.४ पाटबंधाऱ्याची साधने व जलव्यवस्थापन (Sources of irrigation and water management)

जलसिंचनामध्ये स्रोत, साधने, पद्धतींचा विचार करताना जलसिंचन पद्धती, त्याचे फायदे-तोटे, सिंचन पद्धतीचे घटक आणि जमिनीची धूप, मृदा व जलसंधारण इत्यादी गोष्टींचा विचार करावा लागतो.

१९७९ पासून भारतीय नियोजन मंडळाने मोठे, मध्यम व लहान सिंचनप्रकल्पांसाठी पुढील निकष ठरवलेले आहेत :-

१) मोठे सिंचनक्षेत्र

१० हजार हेक्टरपेक्षा जास्त कसण्यायोग्य जमिनीचा समावेश या प्रकल्पात होतो.

२) मध्यम सिंचनक्षेत्र प्रकल्प

२००० ते १० हजार हेक्टरपेक्षा जास्त जमिनीचा समावेश

३) लघु सिंचनक्षेत्र प्रकल्प

२००० हेक्टरपर्यंत कसण्यायोग्य जमिनीचा समावेश असणारे प्रकल्प

जलसिंचनाचे प्रमुख उद्देश

१) पाण्याची साठवणूक, नियंत्रण व मापन करणे

२) पाण्याच्या उगमापासून शेतात वापरण्यासाठी पाणी वाहून नेणे

३) पिकांना पाण्याची गरज, पाणी देण्याची वेळ, कालावधी व पाणी देण्याची पद्धत इ. गोष्टींचा नियोजनपूर्वक विचार करणे

४) पिके व माती थंड ठेवणे - तुषारसिंचनामुळे पिकांचे व मातीचे तापमान कमी राहण्यास मदत होते.

महाराष्ट्रातील सर्वात मोठा जलसिंचन प्रकल्प - जायकवाडी प्रकल्प असून त्याचे लाभक्षेत्र २ लाख हेक्टरपेक्षा अधिक आहे. ज्या पाटबंधारे प्रकल्पांचे सिंचनक्षेत्र १०० हेक्टरपर्यंत आहे. अशा प्रकल्पांना 'लघु पाटबंधारे (स्थानिक क्षेत्र) योजना' असे म्हणतात. या योजना जिल्हा परिषदेमार्फत राबविल्या जातात. १०१ ते २५० हेक्टरपर्यंत सिंचनक्षमतेच्या योजना मुख्य अभियंता (लघु पाटबंधारे स्थानिक स्तर) तसेच अधीक्षक व कार्यकारी अभियंता लघु पाटबंधारे (स्थानिक स्तर) पुणे, यांच्यामार्फत जलसंधारण विभागामार्फत राबविल्या जातात.

पाटबंधारे क्षेत्रातील सुधारणा

पाटबंधारे क्षेत्रातील सुधारणा करण्याच्या दृष्टीने राज्य शासनाने पुढील उपाययोजना हाती घेतल्या आहेत.

१) जलनीतीची घोषणा

२) महाराष्ट्र जलसंपत्ती नियामक प्राधिकरणाची स्थापना

३) सिंचन पद्धतीचे शेतकऱ्यांकडून व्यवस्थापन

४) सहकारी पाणी वापर संस्थेची स्थापना – राज्य शासनाने या संस्थेची स्थापना २३ जुलै २००१ रोजी केली. या संस्थेचे उद्देश पुढीलप्रमाणे –

अ) निर्माण करण्यात आलेली सिंचनक्षमता व प्रत्यक्ष सिंचन केलेले क्षेत्र यातील तफावत कमी करणे

ब) सिंचन व्यवस्थापनाची पाणी वापरक्षमता वाढविणे

क) सिंचनप्रणालीच्या देखभाल व दुरुस्तीवरील खर्च मर्यादित ठेवणे

ड) शासकीय पाणीपट्टीची वसुली प्रभावीपणे करणे

महाराष्ट्रातील सिंचन विकास महामंडळे

राज्यातील सिंचन प्रकल्प जलद गतीने पूर्ण करण्यासाठी शासनाने पाच सिंचन विकास महामंडळांची स्थापना केली आहे.

अ) महाराष्ट्र कृष्णा खोरे विकास महामंडळ, पुणे

ब) गोदावरी-मराठवाडा पाटबंधारे विकास महामंडळ, औरंगाबाद

क) विदर्भ पाटबंधारे विभाग महामंडळ, नागपूर

ड) तापी खोरे पाटबंधारे विकास महामंडळ, जळगाव

इ) कोकण पाटबंधारे विकास महामंडळ, ठाणे

पशुधन संपत्ती व त्यांची उत्पादकता

जगातील एकूण पशुधन संख्येत भारत प्रथम क्रमांकावर आहे. जगातील एकूण पशूंच्या एक पंचमांश पशुधन भारतात आहे. जगातील एकूण म्हशींपैकी ५७% म्हशी भारतात आहेत. भारतात एकूण शेळ्या-मेंढ्यांची संख्या सुमारे २६% आहे. (जागतिक तुलनेत) यापैकी शेळ्यांची संख्या सुमारे २०% आहे. याबाबतीत चीननंतर भारत दुसऱ्या क्रमांकावर आहे. जगाच्या ६% मेंढ्या भारतात असून मेंढ्यांच्या संख्येत भारताचा तिसरा क्रमांक लागतो.

भारतात पशुधनाची घनता १६६ जनावरे इतकी आहे. देशात पशुधनाच्या घनतेत महाराष्ट्र प्रथम क्रमांकावर आहे. महाराष्ट्रात पशुधनाची घनता २२३ जनावरे इतकी आहे.

धवलक्रांती (White Revolution)

दूध उत्पादनातील तीव्र वाढीला धवलक्रांती असे म्हटले जाते. सन १९६४ ते १९६५ मध्ये देशात 'सघन पशुविकास कार्यक्रम' (Intensive Cattle Development Programme - ICDP) चालविला गेला. त्या अंतर्गत धवलक्रांती किंवा श्वेतक्रांती आणण्यासाठी पशुमालकांनी पशुपालनात केलेल्या सुधारणांमुळे त्यांना पॅकेज दिले गेले. त्यानंतर धवलक्रांतीची गती वाढविण्यासाठी ऑपरेशन फ्लड (Operation Flood) योजनेची सुरुवात केली गेली. २०००-०१ मध्ये भारत देशात एकूण दूध उत्पादन ८१.४ मिलियन टन होते ते २००७-०८ च्या दरम्यान १०४.८ मिलियन टन इतके होते. २००९-१० च्या अंतिम आकड्यांनुसार दूध उत्पादनाचा हा स्तर ११२ मिलियन टनांपर्यंत पोहोचला.

देशातील दूध उत्पादनामध्ये म्हैस, गाय व बकरी यांचा हिस्सा क्रमश: ५०%, ४६% व ४% इतका आहे. जगातील दूध उत्पादनात भारत देश प्रथम क्रमांकावर आहे. दुसऱ्या स्थानावर अमेरिका हे राष्ट्र आहे. भारतात जगातील सर्वाधिक पशुसंख्या आहे. २००६-०७ च्या दरम्यान पशुधन, कुक्कुटपालन व मत्स्यपालन

क्षेत्राचे योगदान एकूण जी.डी.पी.त ५.१% होते (४% पशुधन व १.१% मत्स्य व्यवसायापासून) भारतात दूध उत्पादनात उत्तर प्रदेश हे राज्य प्रथम स्थानी आहे. दुसऱ्या स्थानावर आंध्र प्रदेश हे राज्य आहे. ही माहिती देताना केंद्रीय कृषीमंत्री शरद पवार यांनी ३० जुलै २०१० मध्ये राज्यसभेत सांगितले की २००१ ते २०१० मध्ये भारतातील दूध उत्पादन हे ११.२० कोटी टन इतके होते. याच्यातील २ कोटी टनापेक्षा अधिक उत्पादन हे एकट्या उत्तरप्रदेशमध्ये झालेले होते. यानंतर १.०४ कोटी टन उत्पादन असणारे आंध्रप्रदेश दुसऱ्या क्रमांकावर होते.

दूध महापूर योजना (Operation Flood)

दुग्धोत्पादनाचा हा जगातील सर्वांत मोठा एकात्मिक विकास कार्यक्रम आहे. या योजनेचे प्रवर्तक अर्थात धवलक्रांतीचे जनक डॉ. वर्गिस कुरियन हे आहेत. ही योजना १९७० मध्ये राष्ट्रीय दुग्ध विकास मंडळ (NDDB स्थापना १९६५, मुख्यालय - आनंद, गुजरात, संस्थापक अध्यक्ष - डॉ. वर्गीस कुरियन, उद्देश - दूध उत्पादन विकास योजनांची अंमलबजावणी करणे व राज्यांना दूध उत्पादन प्रक्रिया व विक्रीसंबंधी तांत्रिक ज्ञान व सल्ला देणे.) ने सुरू केली. आतापर्यंत दूध महापूर योजनेचे तीन टप्पे पूर्ण झालेले आहेत. त्यामुळे शेतकरी तसेच दुग्ध उत्पादकांना मोठ्या प्रमाणात फायदा झालेला आहे. या महत्त्वाकांक्षी कार्यक्रमांमुळे भारतातील दुधाचे उत्पादन वाढले व भारत दूध उत्पादनात जगामध्ये पहिल्या क्रमांकाचा देश बनला.

या योजनेअंतर्गत जवळजवळ ९० लाख शेतकरी तसेच त्यांच्या परिवारातील सदस्य कार्यान्वित होऊन ७० हजार पेक्षा अधिक डेअरी सहकारी संस्थांशी संबंधित होऊन डेअरी विकास कार्यक्रमांमुळे फायदा होत आहे. ऑपरेशन फ्लडचा परिणाम म्हणून देशात दुधाचा प्रति व्यक्ती दैनिक खप २००७-०८ मध्ये २५२ ग्रॅम असावा असा अंदाज होता, परंतु हा खप जगाच्या तुलनेत कमी आहे.

मत्स्यव्यवसाय

स्वातंत्र्यानंतर देशात मासे उत्पादनात मोठी वाढ झालेली आहे. १९५०-५१ मध्ये देशातील एकूण मत्स्य उत्पादन ७.५ लाख टन होते. २००९-१० मध्ये हे उत्पादन ७८.५ लाख टनांपर्यंत वाढले असे अनुमान केले गेले. भारत जगात मत्स्य उत्पादनाबाबत तिसऱ्या क्रमांकावरील उत्पादक देश आहे. मत्स्य क्षेत्र देशात १४ मिलियनपेक्षा अधिक लोकांना रोजगार प्राप्त करून देते. २००९-१० मध्ये ६६३ कोटी रुपयांचे उत्पन्न अर्जित केले होते. मत्स्य उद्योगाच्या विकासासाठी सरकारने राष्ट्रीय मत्स्य विकास बोर्डाची स्थापना केलेली आहे. याचे मुख्यालय हैद्राबाद येथे आहे.

भारतातील एकूण ७५१७ कि.मी. इतक्या समुद्रकिनाऱ्यापैकी सुमारे २० लाख चौ.कि.मी. सागरी क्षेत्र मासेमारीसाठी उपलब्ध आहे. तसेच देशांतर्गत तलाव, तळी यांचे सुमारे ८ लाख हेक्टर इतके क्षेत्र उपलब्ध आहे. भारतातील एकूण नद्यांची लांबी सुमारे २९००० कि.मी. असून त्यातूनही मोठ्या प्रमाणात मासेमारी होते. भारतातील जवळजवळ १८ दशलक्ष लोकसंख्या मत्स्य व्यवसायात गुंतलेली आहे.

कुक्कुटपालन

सध्या कुक्कुटपालन व्यवसाय शेतीसाठी पूरक या स्वरूपातून बाहेर निघून स्वतंत्र व्यवसाय म्हणूनही केला जात आहे. शासन, संशोधन संस्था, राष्ट्रीय अंडी समन्वय समिती यांचे प्रयत्न साहाय्यभूत झाल्यामुळे कुक्कुटपालनाची झपाट्याने वाढ होत आहे.

जागतिक कोंबडी मांस उत्पादनात भारताचा वाटा एक टक्क्याच्या आसपास आहे. भारतात कुक्कुटपक्षी आणि अंडी उत्पादनात आंध्रप्रदेश पहिल्या क्रमांकावर आहे.

फलोत्पादन व पुष्पसंवर्धन विकास

भारतात जगातील सर्व प्रकारचे हवामान आढळते, त्यामुळे जगातील जवळजवळ सर्व प्रकारच्या फळांचे उत्पादन भारतात होते. फलोत्पादनात भारताचा चीननंतर जगात दुसरा क्रमांक लागतो. जगाच्या सुमारे १०% (४.६० कोटी टन) फलोत्पादन भारतात होते. तसेच भाजीपाला उत्पादनातही भारत जगात चीननंतर दुसऱ्या स्थानी आहे.

भारतात आंबा, केळी, संत्री, द्राक्षे, काजू, सफरचंद, डाळिंब, पेरू, नारळ ही महत्त्वाची फळपिके आहेत. आंबा, केळी, चिक्कू, लिंबू, नारळ यांच्या उत्पादनात भारताचा पहिला क्रमांक लागतो. भारतातील फळपिकांचा क्षेत्रानुसार पुढीलप्रमाणे उतरता क्रम लागतो.

आंबा - लिंबूवर्गीय फळे, केळी, सफरचंद

राष्ट्रीय फलोत्पादन अभियान

केंद्र सरकारने फलोत्पादनाखालील क्षेत्र मार्च २०१२ पर्यंत दुप्पट करण्याच्या मुख्य हेतूने २००५-०६ मध्ये राष्ट्रीय फलोत्पादन अभियान जाहीर केले. हे अभियान १०व्या पंचवार्षिक योजनेमध्ये १००% केंद्र पुरस्कृत होते. ११व्या पंचवार्षिक योजनेत या अभियानांतर्गत खर्चाचे प्रमाण केंद्र : राज्य ८५:१५ असे करण्यात आले. राष्ट्रीय फलोत्पादन अभियानात सात प्रमुख फळपिकांचा समावेश करण्यात आलेला आहे.

वनीकरण

भारत तो देश आहे, जिथे १८९४ पासूनच वनधोरण लागू केलेले आहे. भारतातील वनांचे जगातील वनांशी प्रमाण सुमारे १.८२% आहे. देशात मध्यप्रदेश, अरुणाचल प्रदेश, छत्तीसगढ, महाराष्ट्र व आंध्र प्रदेश ही अधिक वनक्षेत्र असलेली राज्ये आहेत. तर वनांचे प्रमाण मिझोराम (८८.६३%), अरुणाचल प्रदेश (८१.२५%), नागालँड (८०.४%) या राज्यांत अशाप्रकारे आहे. वनांचे सर्वात कमी प्रमाण हरियाणा (३.९०%), पंजाब (४.८%), राजस्थान (४.७%), बिहार (६%), दिल्ली (७.५%) या राज्यांत आहे.

वन मंत्रालयाच्या अहवालानुसार २००५ मध्ये देशातील वनाच्छादित क्षेत्र ६,७७,०८८ वर्ग कि.मी. इतके होते. यात ५४.५६९ वर्ग किमी दाट वने (Dense Forests) ३,३२,६४७ वर्ग किमी मध्यम दाट वने (Mode- rately Dense) व २८९८७२ वर्ग कि.मी. खुल्या वनांचा समावेश होता. या आकडेवरून असे लक्षात येते की देशातील एकूण भूभागापैकी १.७% भूभाग दाट वनांनी, १०.१२% भूभाग मध्यम दाट वनांनी व ८.८२% भूभाग खुल्या वनांनी व्यापलेला आहे. हे प्रमाण पर्यावरणाच्या संतुलनाचा विचार करता कमी आहे, कारण पर्यावरण संतुलनासाठी एकूण भौगोलिक क्षेत्राच्या एक तृतीयांश (३३.३३%) क्षेत्र वनाखाली असणे आवश्यक आहे. भारतात दरडोई वनजमिनीचे प्रमाण ०.११% इतके आहे.

भारतातील वन क्षेत्राच्या ताज्या स्थितीशी संबंधित केंद्रीय वन व पर्यावरण मंत्रालयाचा अहवाल १ डिसेंबर २००९ रोजी जाहीर केला गेला. त्यात सांगितले गेले की, देशातील एकूण वनक्षेत्रामध्ये ७२८ कि.मी.ची वाढ २००५-०७ च्या दरम्यान झाली. तसेच २००७ देशाच्या एकूण भौगोलिक क्षेत्राच्या सुमारे २१.०२% भाग वनाखाली आहे असे जाहीर करण्यात आले. सध्या भारतात २१.०२% इतकेच क्षेत्र वनाखाली आहे असे म्हटले जाते.

वनविकासाशी संबंधित संस्था - स्थान व स्थापना वर्ष

१) पहिले वन महाविद्यालय - डेहराडून (उत्तराखंड) १८६८

२) भारतीय वन अनुसंधान व शिक्षण परिषद - डेहराडून

३) भारतीय वन संशोधन संस्था – डेहराडून – १९०६
४) राष्ट्रीय वनव्यवस्थापन संस्था – भोपाळ (मध्यप्रदेश) – १९८२
५) फॉरेस्ट सर्व्हे ऑफ इंडिया – डेहराडून
६) इंदिरा गांधी वन्यजीव प्रशिक्षण संस्था – डेहराडून
७) महाराष्ट्रातील वन प्रशिक्षण – वन महाविद्यालये – चंद्रपूर व चिखलदरा (वनक्षेत्रपाल या दर्जाच्या अधिकाऱ्यांना प्रशिक्षण)

२.४.५ योजनाकालावधीमधील ग्रामीण विकासाची धोरणे (Strategies of rural development during the plan period)

अर्थव्यवस्थेतील उपलब्ध साधनसामग्रीचा कार्यक्षम वापर करून काही ठरावीक उद्दिष्टे ठरावीक काळात साध्य करण्यासाठी केलेले प्रयत्न म्हणजे आर्थिक नियोजन होय.

१ एप्रिल १९५१ पासून भारतात आर्थिक नियोजनास सुरुवात करण्यात आली. तेव्हापासून आजपर्यंत ११ योजना पूर्ण झाल्या असून १२वी योजना नुकतीच सुरू झालेली आहे.

योजनाकालावधीत ग्रामीण विकासासाठी जे प्रयत्न करण्यात आले ते तक्ता क्र. ३ मध्ये दर्शविलेले आहे.

तक्ता क्र. ५
पंचवार्षिक योजना, कालावधी व मुख्य भर

अ.क्र.	योजना	कालखंड	मुख्य भर
१.	पहिली योजना	१९५१–५६	कृषी
२.	दुसरी योजना	१९५६–६१	जड व मूलभूत उद्योग
३.	तिसरी योजना	१९६१–६६	कृषी व जड उद्योग
४.	तीन वार्षिक योजना	१९६६–६९	स्वावलंबन
५.	चौथी योजना	१९६९–७४	स्वावलंबन स्थैर्यासह वाढ
६.	पाचवी योजना	१९७४–७८	दारिद्र्यनिर्मूलन व स्वावलंबन
७.	सरकती योजना (Rolling Plan)	१९७८–८०	लघु व कुटीर उद्योग रोजगारनिर्मिती
८.	सहावी योजना	१९८०–८५	दारिद्र्यनिर्मूलन व रोजगारनिर्मिती
९.	सातवी योजना	१९८५–९०	उत्पादक रोजगार निर्मिती
१०.	वार्षिक योजना	१९९०–९२	–
११.	आठवी योजना	१९९२–९७	मानवी विकास व सूचक नियोजन
१२.	नववी योजना	१९९७–०२	कृषी व ग्रामीण विकास
१३.	दहावी योजना	२००२–०७	शिक्षण
१४.	अकरावी योजना	२००७–१२	सामाजिक सेवा

संदर्भ– Plan Document, Planning Commission (Govt. of India) www.planningindia.govt.in

वरील योजनांमध्ये मुख्य भर दिलेल्या घटकांद्वारे ग्रामीण विकासासाठी उद्दिष्टे समोर ठेवून पूर्ण करण्याचा प्रयत्न केलेला आहे.

योजनांचा थोडक्यात आढावा – (ग्रामीण विकासाबाबत)

१) पहिली पंचवार्षिक योजना (१९५१–५६)

या योजनेत २ ऑक्टोबर १९५२ रोजी समुदाय विकास कार्यक्रमाची (Comunity Development Programme - CDP) रूपरेषा जाहीर करण्यात आली. याचा उद्देश ग्रामीण भागात कृषी, पशुपालन, ग्रामोद्योग, स्वास्थ्य व उपचार व बाल कल्याण क्षेत्रात सुधारणा करून ग्रामीण भागातील जीवनस्तर सुधारणे हा होता. १९५३ मध्ये अखिल भारतीय खादी व ग्रामोद्योग बोर्डाची स्थापना करण्यात आली.

२) दुसरी पंचवार्षिक योजना (१९५६–६१)

या योजनेत ग्रामीण विकासाबाबत महत्त्वपूर्ण अशा तरतुदी नाहीत.

३) तिसरी पंचवार्षिक योजना (१९६१–१९६६)

१९६४–६५ मध्ये सघन कृषी क्षेत्र कार्यक्रम (IAAP) सुरू करण्यात आला.

१९६५ मध्ये भारतीय अन्न महामंडळाची स्थापना करण्यात आली.

४) चौथी पंचवार्षिक योजना (१९६९–१९७४)

स्थैर्यासह आर्थिक वाढ असे या योजनेचे घोषवाक्य होते. १९७१ मध्ये इंदिरा गांधी यांनी 'गरिबी हटाओ' ही घोषणा दिली. १९७३ अवर्षण प्रवण क्षेत्र विकास कार्यक्रम (DPAP) सुरू करण्यात आला.

१९६९ मध्ये नरिमन समितीच्या शिफारशीवरून अग्रणी बँक योजना सुरू करण्यात आली. या योजनेअंतर्गत प्रत्येक जिल्ह्याच्या अग्रणी बँकेने ग्रामीण भागाच्या विकासासाठी वित्त उपलब्ध करून देणे अपेक्षित होते. १९७४ मध्ये पहिल्यांदाच नियोजन मंडळाने दारिद्र्यरेषेचे मोजमाप कॅलरीच्या स्वरूपात करण्यास प्रारंभ केला.

५) पाचवी पंचवार्षिक योजना (१९७४–१९७८)

गरिबी हटाओ, दारिद्र्यनिर्मूलन व स्वावलंबन यावर मुख्य भर होता.

ट्रायसेम (TRYSEM - Training of Rural Youth for self-Employment) – ग्रामीण भागातील तरुणांच्या स्वयंरोजगारासाठी प्रशिक्षण कार्यक्रमाची सुरुवात करण्यात आली. १९७७–७८ मध्ये वाळवंटी क्षेत्रामध्ये परिस्थितीकीय संतुलन प्रस्थापित करण्यासाठी वाळवंट विकास कार्यक्रम (DDP) सुरू करण्यात आला.

६) सहावी पंचवार्षिक योजना (१९८०–१९८५)

एकात्मिक ग्रामीण विकास कार्यक्रम (Integrated Rural Development) प्रत्यक्ष अंमलबजावणी २ ऑक्टोबर १९८० पासून करण्यात आली.

NREP - National Rural Employment Programme - 2 Oct. 1980

RLEGP - Rural Landless Employment Guarantee Programme (ग्रामीण भूमिहीन रोजगार हमी योजना) १५ ऑगस्ट १९८३ पासून या योजना सुरू झाल्या.

१५ एप्रिल १९८० रोजी ६ बँकांचे राष्ट्रीयीकरण करण्यात आले.

७) सातवी पंचवार्षिक योजना (१९८५–१९९०)

उत्पादन, रोजगारनिर्मितीवर मुख्य भर– रोजगारनिर्मिती जनक योजना म्हणून या योजनेचे विशेष महत्त्व आहे.

इंदिरा आवास योजना (१९८५–८६) आणि दशलक्ष विहिरींची योजना (१९८८–८९) तसेच पुनर्गठित २० कलमी कार्यक्रम १९८६ मध्ये सुरू करण्यात आला. १९८६–८७ मध्ये ग्रामीण भागांचा समुचित विकास

व तेथे आर्थिक घडामोडींना प्रोत्साहन देण्यासाठी कपार्ट (Council For Advancement of peoples Action & Rural Technology - CAPART) योजना सुरू करण्यात आली.

८) आठवी पंचवार्षिक योजना (१९९२-१९९७)

मानवी विकास व मनुष्यबळ विकासावर मुख्य भर. या योजनेपासून 'सूचन नियोजना'चा अवलंब केला.

९) नववी पंचवार्षिक योजना (१९९७-२००२)

कृषी व ग्रामीण विकासावर मुख्य भर

घोषवाक्य :- सामाजिक न्याय आणि समानतेसह आर्थिक वाढ. ही योजना १५ वर्षांच्या दीर्घकालीन योजनेचा (Perspective Plan) भाग होती. राहणीमानाचा दर्जा, उत्पादनक्षम रोजगारनिर्मिती, प्रादेशिक असमतोल व स्वावलंबन या चार बाबींसंदर्भात ही योजना तयार केलेली होती.

या योजनेत कस्तुरबा गांधी शिक्षण योजना (१९९७), स्वर्ण जयंती ग्रामीण स्वरोजगार योजना (१ एप्रिल १९९९), जवाहर ग्राम समृद्धी योजना (१९९९), अंत्योदय अन्न योजना (२०००), प्रधानमंत्री ग्राम सडक योजना (२०००), प्रधानमंत्री ग्रामोदय योजना (२०००-०१), संपूर्ण ग्रामीण रोजगार योजना (२५ सप्टेंबर २००१), सर्व शिक्षा अभियान (२००१) इ. योजना सुरू करण्यात आल्या.

१०) दहावी पंचवार्षिक योजना (२००२-२००७)

ग्रामीण विकासासाठी १,३७,७१० कोटी रु. खर्च (एकूण खर्चाच्या ८.५%) करण्यात आला.

राष्ट्रीय ग्रामीण रोजगार हमी योजना - २००५ पासून सुरू

११) अकरावी पंचवार्षिक योजना (२००७-२०१२)

ग्रामीण विकासासाठी रु. ३,०१,०६९ कोटी खर्च (एकूण खर्चाच्या ८.३%) करण्यात आला. शहरी विकासापेक्षा ग्रामीण विकासावर इतर योजनांपेक्षा जास्त खर्च करण्याचे उद्दिष्ट या योजनेत निश्चित करण्यात आले.

ग्रामीण पायाभूत सोयी (सामाजिक व आर्थिक)

१) किसान क्रेडिट कार्ड योजना

शेतकऱ्याला कर्जउपलब्धी सरळ व सोयीस्कर करण्याच्या हेतूने ऑगस्ट १९९८ पासून किसान क्रेडिट कार्ड ही योजना सुरू करण्यात आली.

२) राष्ट्रीय कृषी विमा योजना

१९८५ पासून भारत सरकारने पीक विमा योजना सुरू केली होती, तर १९९९-२००० पासून दुष्काळ, पूर, कीड इ. नैसर्गिक आपत्तींपासून शेतकऱ्यांच्या रक्षणासाठी व्यापक राष्ट्रीय कृषी विमा योजना सुरू केली. ही योजना भारतीय कृषी विमा कंपनी लिमिटेड द्वारे कार्यान्वित केली जाते. यामध्ये सर्वच शेतकरी व पिके समाविष्ट केलेले आहेत.

३) पीक कर्ज योजना

खरीप हंगाम सुरू होण्यापूर्वी शेतकऱ्यास शेती लागवडीची साधने जुळविण्याकरिता पैशाची गरज असते. शेतकऱ्यांची ही गरज भागविण्याकरिता त्यांना पीक कर्ज दिले जाते. या अंतर्गत जमिनीच्या तारणाऐवजी पुढील काळात येणाऱ्या पिकास तारण मानून कर्ज दिले जाते.

४) किसान क्रेडिट कार्ड

शेतकऱ्याला कर्जाची उपलब्धता सरळ व सोयीस्कर करण्याच्या हेतूने ऑगस्ट १९९८ पासून किसान क्रेडिट कार्ड योजना सुरू करण्यात आली. या योजनेची कार्यवाही २७ वाणिज्य बँका, ३६८ सहकारी बँका व १९६ क्षेत्रीय ग्रामीण बँकांच्या माध्यमातून केली जात आहे.

५) किसान कॉलसेंटर

देशांतर्गत सर्व शेतकऱ्यांना शेतीसंबंधी आवश्यक माहिती देणे, मार्गदर्शन करण्याच्या हेतूने २१ जानेवारी २००४ पासून किसान कॉलसेंटर नामक योजना सुरू केली गेली. या अंतर्गत १५५१ या टोल फ्री क्रमांकावरून इंग्रजी, हिंदी व स्थानिक भाषांमधून आवश्यक माहिती व मार्गदर्शन उपलब्ध केले जाते.

६) पंतप्रधान पॅकेज

विदर्भातील शेतकरी आत्महत्याग्रस्त असलेल्या सहा जिल्ह्यांसाठी १ जुलै २००६ रोजी ३७५० कोटी रुपये पंतप्रधान पॅकेज अंतर्गत देण्यात आले. याद्वारे नापिकी कर्जबाजारीपणा थांबवून शेतकऱ्यांना स्वयंपूर्ण करण्याचा हेतू आहे.

७) कर्जमाफी

केंद्र सरकारने आपल्या २००८-०९ च्या अंदाजपत्रकामध्ये ४ कोटी शेतकऱ्यांना ६०,००० कोटी रु. कर्जमाफी देण्याचा निर्णय घेतला. त्यानंतर देशातल्या २३७ समस्याग्रस्त जिल्ह्यांतील मोठ्या शेतकऱ्यांनाही कर्जमाफी दिली गेली, त्यामुळे कर्जमाफीची रक्कम ७१,६०० कोटी रु.वर गेली.

८) राष्ट्रीय शेतकरी आयोग

शेतीक्षेत्रामध्ये गुंतवणूक वाढविणे, शेतीच्या विकासाला उत्तेजन व शेतीतील विविध समस्यांच्या अध्ययनाकरिता २००४ ला डॉ. एम.एस. स्वामिनाथन यांच्या अध्यक्षतेखाली राष्ट्रीय शेतकरी आयोग स्थापन करण्यात आला.

९) ग्रामीण भागात शहरी सुविधा निर्माण करण्याबाबतची योजना (Provision of Urban Amenities in Rural Area PURA - पुरा)

भारताचे तत्कलीन राष्ट्रपती डॉ.ए.पी.जे. अब्दुल कलाम यांनी ग्रामीण-शहरी अंतर दूर करणे व संतुलित सामाजिक-आर्थिक विकास प्राप्त करण्यासाठी या योजनेबाबत महत्त्वपूर्ण तरतुदी सुचविल्या व पंतप्रधान यांनी १५ ऑगस्ट २००३ मध्ये पुरा योजनेची प्रायोगिक तत्त्वावर सात राज्यांमध्ये (आंध्र प्रदेश, आसाम, बिहार, महाराष्ट्र, ओडिशा, राजस्थान व उत्तरप्रदेश) सुरू केली. या योजनेत परिवहन व विद्युत संपर्कता, विश्वसनीय दूरसंचार, इंटरनेट तसेच माहिती तंत्रज्ञान सेवा (Electronic Connectivity) चांगले शैक्षणिक कार्यक्रम तसेच प्रशिक्षण संस्थांमार्फत ज्ञान उपलब्धी (Knowledge Connectivity) आणि बाजार संपर्कता (Market Connectivity) या मुख्य गोष्टींवर भर देण्यात येणार असून ही योजना संपूर्ण भारतात विस्तारित स्वरूपात राबविण्याचे धोरण ग्रामीण मंत्रालयाने ठरविलेले आहे.

२.४.६ जागतिक व्यापार संघटना व शेती (WTO and Agriculture)

१९४७ मध्ये स्थापन झालेल्या GATT चे १९९५ मध्ये जागतिक व्यापार संघटनेत (WTO) रूपांतर झाले. सध्या या संघटनेचे १५६ सदस्य देश आहेत.

WTO ची उद्दिष्टे

१) आंतरराष्ट्रीय व्यापारात वाढ करणे

२) रोजगाराच्या पातळीत वाढ करणे

३) उत्पन्न व राहणीमानाचा दर्जा उंचावणे

४) पर्यावरणाचे संरक्षण करणे

५) जागतिक संसाधनांचा पर्याप्त वापर, शाश्वत विकास या संकल्पनांचा स्वीकार करणे

जागतिक व्यापार संघटनेच्या मंत्रिस्तरीय परिषदा

	परिषद	वर्ष	स्थान
१)	पहिली	१९९६	सिंगापूर
२)	दुसरी	१९९८	जिनिव्हा
३)	तिसरी	१९९९	सिएटल
४)	चौथी	२००१	दोहा
५)	पाचवी	२००३	कॅनकुन (मेक्सिको)
६)	सहावी	२००५	हाँगकाँग (चीन)
७)	सातवी	२००८	जिनिव्हा

जागतिक व्यापार संघटनेची व्यापारविषयक तत्त्वे

१) आयातीवरील बंधने ही केवळ आयात शुल्काच्या स्वरूपात असतील. आयातीवर संख्यात्मक बंधने अथवा प्रत्यक्ष बंदी घालता येणार नाही.

२) आयात शुल्काचे दर कमी करण्याचे बंधन प्रत्येक सभासद देशावर आहे व करारातील मान्यतेनुसार प्रत्येक उद्देशाने विशिष्ट मुदतीत विविध वस्तूंवरील आयातशुल्क कमी करून मुक्त आंतरराष्ट्रीय व्यापारास परवानगी दिली पाहिजे.

३) आयात शुल्काचे दर व बंधने विशिष्ट देशासाठी शिथिल अथवा कठोर असता कामा नयेत.

४) देशात उत्पादित केलेला माल व आयात केलेला माल या दोघांमध्ये कर आकारणीच्या व बंधने लावण्याच्या दृष्टीने भेदभाव करता येणार नाही.

५) स्पर्धात्मकतेला उत्तेजन देणे तसेच निर्यातीवर अनुदान किंवा कमी किमतीत उत्पादनांचे डंपिंग अशा अनुचित व्यवहारांना हतोत्साहित करणे.

जागतिक व्यापार संघटनेची कार्ये

१) विश्व व्यापार करार व बहुपक्षीय तथा बहुवचनीय करारांचे कार्यान्वयन, प्रशासन व परिचालन करणे.

२) व्यापार व प्रशुल्काशी संबंधित कोणत्याही मुद्द्यावर सदस्य देशांमध्ये विचारविमर्श करण्यासाठी एका मंचाच्या स्वरूपात कार्य केले पाहिजे.

३) विवाद मिटवण्यासंबंधी (Settlement of Disputes) नियम व प्रक्रिया प्रस्थापित करणे

४) जागतिक आर्थिक धोरणात सामंजस्य आणण्यासाठी आंतरराष्ट्रीय नाणे निधी (IMF) व विश्व बँक यांना सहयोग करणे

५) व्यापार धोरण समीक्षा प्रक्रियेशी (Trade Policy Review Mechanism) संबंधित नियम व करार लागू करणे

जागतिक व्यापार संघटना व शेतीविषयक करार (WTO & AOA - Agreement on Agriculture)

या करारामध्ये पुढील तरतुदी आहेत -

१) जकात आकारणी (Tarification)

या प्रक्रियेनुसार कृषी उत्पादनावर असणारे कर हे विकसित राष्ट्रांनी ६ वर्षांत ३६% पर्यंत तर विकसनशील राष्ट्रांनी १० वर्षांत २४% पर्यंत कमी करावयाचे आहेत.

२) देशांतर्गत अनुदाने (Domestic Support)

यानुसार प्रत्येक सदस्य राष्ट्राने आपण कृषी व कृषी उत्पादनावर किती अनुदाने देतो हे निश्चित करावयाचे आहे. यानुसार कृषी अनुदाने, विकसित देशाला ६ वर्षांत २०% कमी करणे, तर विकसनशील देशाला १० वर्षांत १३% कमी करणे आवश्यक आहे.

तसेच WTO च्या सदस्य देशात कृषीक्षेत्राला कशा प्रकारे व किती अनुदाने द्यावीत यासाठी तीन अनुदान पेट्यांचा अवलंब केला जातो. या अनुदान पेट्यांनुसार (Box Subsidies) देशांना आपल्या अनुदानांवर नियंत्रण ठेवणे बंधनकारक आहे.

अ) नारिंगी पेटीतील अनुदाने (Ambar Box Subsidies)

वीज, पाणी, खते, कर्जावरील व्याज यावरची अनुदाने आणि हमी भावाच्या मार्गाने बाजारपेठेतील भावापेक्षा जास्त किंमत देणे याला 'नारिंगी पेटीतील अनुदाने' असे म्हणतात. आर्थिक उत्पादनाला प्रोत्साहित करणे हा या अनुदानांचा मुख्य उद्देश आहे.

ब) हिरव्या पेटीतील अनुदाने (Green Box Subsidies)

पर्यावरण, संरक्षण, बाजारपेठेचे सर्वेक्षण, पायाभूत सुविधा, कीड नियंत्रण यासाठी शेतकऱ्यांना प्रत्यक्ष अनुदाने दिली जातात. या प्रकारची अनुदाने पर्यावरण आणि पशुधनाच्या नावावर दिली जातात.

क) निळ्या पेटीतील अनुदाने (Blue Box Subsidies)

आपल्या कृषी उत्पादनावर शेतकऱ्यांना नियंत्रण ठेवण्यासाठी तसेच कृषी व ग्रामीण विकासाला प्रोत्साहन देण्यासाठी अशी अनुदाने दिली जातात.

वरील तीन प्रकारे कृषीक्षेत्राला अंतर्गत अनुदाने दिली जातात, परंतु WTO च्या कृषी करारानुसार (AOA) विकसित देशांनी १९९५ पासून पुढील ६ वर्षांमध्ये प्रतिवर्षी २०% दराने कृषीअनुदानात कपात करून हे अनुदान कृषीउत्पादन मूल्याच्या ५% पर्यंत आणण्याची मर्यादा घालण्यात आली तर विकसनशील देशांनी पुढील १० वर्षांमध्ये ही कृषीअनुदाने प्रतिवर्षी १३.३% दराने कमी करून एकूण कृषीउत्पादन मूल्याच्या १०% पर्यंत आणावे असे ठरले.

३) निर्यात अनुदाने (Export Subsidies)

यानुसार विकसित देशाने निर्यात अनुदाने ६ वर्षांत ३६% कमी करणे, तर अनुदानित निर्यात २१% कमी करणे, विकसनशील देशाने निर्यात अनुदाने १० वर्षांत २४% कमी करणे तर अनुदानित निर्यात १४% कमी करणे आवश्यक आहे.

जागतिक व्यापारसंघटनेचे अन्य करार

अ) व्यापाराशी संबंधित बौद्धिक संपदा अधिकार (Trade Related Intellectual Property Rights - TRIPs)

ब) व्यापाराशी संबंधित गुंतवणूक उपाय (Trade Related Investment Measures - TRIMs)

क) व्यापारसेवांशी संबंधित सामान्य करार (General Agreement on Trade in Service - GATS)

ड) बहुपक्षीय व्यापार करार (Plurilateral Trade Agreement - PTA)

इ) व्यापारात येणाऱ्या तांत्रिक अडथळ्यांबाबत करार (Agreement on Technical Barrior to Trade)

फ) राशीपतन विरोध करार (Anti Dumping Agreement)

ग) व्यापार धोरण पुनरावलोकन तंत्र (Trade Policy Review Mechanism - TPRM)

शेतकऱ्यांचे व पैदासकांचे हक्क

माणसाने स्वत:च्या बुद्धिचातुर्याने नवनवीन गोष्टी शोधून काढल्या तर विशिष्ट कालावधीसाठी मिळालेला उत्पादन, विक्री इ.चा मक्तेदारी अधिकार म्हणजे पेटंट होय. या बुद्धिचातुर्याद्वारे निर्माण झालेल्या गोष्टींना बौद्धिक संपदा (Intellectual Property) असे म्हणतात. WTO च्या (TRIPS - Trade Related Intellectual Prpoerty Right) बौद्धिक संपदा अधिकार या करारांतर्गत बौद्धिक संपदेला पेटंट देण्यात येते व त्या विशिष्ट वस्तूबाबत किमान २० वर्षे मुदतीसाठी पेटंट दिले जाते.

बौद्धिक संपदेत खालील बाबींविषयीच्या अधिकारांचा समावेश होतो :-

१) साहित्य, कला व शास्त्रीय कार्य

२) मानवी प्रयत्नांचे सर्व क्षेत्रांतील शोध

३) औद्योगिक संकल्पचित्र नकाशे

४) व्यापारी चिन्हे

५) वनस्पती व झाडेझुडपे

बौद्धिक संपदा अधिकार पुढीलप्रमाणे आहेत :-

१) कॉपी राईट व तत्संबंधित अधिकार

२) ट्रेड मार्क

३) भौगोलिक संकेत

४) औद्योगिक डिझाइन

५) ज्यात सूक्ष्म जिवाणू व झाडाझुडपांचे विविध प्रकार येतात असे पेटंटस्

६) संघटित सर्किट

७) व्यापारी रहस्य

जैवविविधता

जैवविविधतेत प्रामुख्याने विविध प्रकारच्या वनस्पती, प्राणी, सूक्ष्मजीव यांचा समावेश होतो. या सजीवांचा आकार, प्रकार, संरचना यामध्ये भिन्नता दिसून येते. तरीदेखील एका विशिष्ट वातावरणात विविध प्रकारचे व वेगवेगळ्या संख्यांचे सजीव दिसून येतात. सजीवांच्या या एकत्रित अधिवासास जैवविविधता म्हणतात.

जैवविविधतेचे प्रकार

अ) गुणसूत्रीयआनुवंशिक विविधता (Genetic Diversity)

एकाच जातीच्या सजीवांच्या जीनमध्ये दिसून येणारी विविधता म्हणजे आनुवंशिक विविधता होय. आनुवांशिक विविधतेमुळे जीव सृष्टीतील प्रत्येक वनस्पती जाती, प्राणी ही दुसऱ्या वनस्पती किंवा प्राणी जातीपेक्षा गुणसूत्रीय गुणधर्मानुसार वेगवेगळी असते. वन्य जातींचा उपयोग करून जास्तीत जास्त उत्पादन देणाऱ्या संकरित बियाणे व संकरित पशुधन अशा जाती तयार होणे म्हणजे आनुवंशिक विविधता होय.

ब) जातीय विविधता (Species Diversity)

एकाच ठिकाणी विविध प्रकारचे व विविध जातींचे सजीव वेगवेगळ्या संख्यांने राहतात त्यास जातीय विविधता म्हणतात. जातीय विविधता नैसर्गिक परिसंस्था व कृषी परिसंस्थेत जास्त आढळते.

क) परिसंस्था विविधता (Ecosystem Diversity)

प्रत्येक परिसंस्थेतील पर्यावरण, अधिवास, त्यातील सजीव जातींचे प्रकार ठरावीक असतात. परिसंस्था

बदलाबरोबर हे सर्व घटकही बदलतात. यालाच परिसंस्था विविधता असे म्हटले जाते.

भारतात पर्यावरणीय विविधता मोठ्या प्रमाणात आहे. हिमालयातील उंच पर्वत, पठारे, विस्तीर्ण मैदानी प्रदेश, वाळवंट, बंगालचा उपसागर, अरबी समुद्र, हिंदी महासागर तसेच हवामानातील विविधता या सर्व घटकांमुळे भारतात वनस्पती व प्राण्यांमध्ये मोठ्या प्रमाणात वैविध्य आढळून येते. त्यामुळे येथे जैवविविधता मोठ्या प्रमाणावर दिसून येते. भारताच्या जैवसंपदेमध्ये सुमारे ४५,००० वनस्पतींच्या जाती, ८००० प्राण्यांच्या जाती, ३५० सस्तन प्राणीजाती, ७०,००० कीटकांच्या जाती, ४०० सापांच्या, १२००० पक्ष्यांच्या जाती आढळतात. तसेच देशात तांदळाच्या ३०,००० जाती, कडधान्याच्या ३४,००० व तृणधान्याच्या २२००० जाती दिसून येतात.

नैसर्गिक आपत्ती, मानवी हस्तक्षेप, वाढते औद्योगिकीकरण व नागरिकीकरण, खाणकाम, आम्ल पर्जन्य, बहुउद्देशीय प्रकल्प, कृषीतील रासायनिक घटकांचा वापर, तापमान वाढ, पशु-प्राण्यांची हत्या यामुळे जैवविविधता धोक्यात येत आहे.

जैवविविधतेचे महत्त्व

१) वनस्पतींमुळे हवेतील कार्बनचे प्रमाण कमी होते व प्राणवायूची निर्मिती होते.

२) जंगलांमुळे मृदा धूप थांबण्यास मदत होते. तसेच तापमानावर नियंत्रण राहते व पर्जन्यमान वाढते.

३) मृदेतील विविध सूक्ष्म जिवांमार्फत मृत प्राणी, वनस्पती व इतर टाकाऊ पदार्थांचे विघटन होण्यास मदत होते.

४) प्राण्यांनी उत्सर्जित केलेल्या मल, मूत्र, शेण इ.चा शेतीसाठी नैसर्गिक खत म्हणून उपयोग होतो.

५) जंगलातील विविध प्रकारच्या औषधी वनस्पतींचा उपयोग आयुर्वेदिक औषधे तयार करण्यासाठी होतो.

६) वनसंपदेमुळे निसर्गाचे सौंदर्य वाढल्यामुळे निसर्गरम्य सृष्टीसौंदर्याच्या ठिकाणी पर्यटन व्यवसायाला चालना मिळते. तसेच जंगलातील मुख्य व दुय्यम उत्पन्नावर आधारित अनेक उद्योगधंदे सुरू झालेले होता.

७) झाडे लावल्यामुळे उद्योगधंद्यांपासून निर्माण होणारे प्रदूषण कमी होण्यास मदत होते.

८) कृषीसंशोधनामध्ये नवीन व सुधारित जाती निर्माण करताना जैवविविधतेचा उपयोग होतो.

९) सूक्ष्म जिवांच्या विविधतेमुळे नायट्रोजन, फॉस्फरस, इ. घटकांचे स्थिरीकरण करणारे जिवाणू निसर्गात आढळतात. या जिवाणूंचा वापर करून जैविक खतांची निर्मिती करता येते.

जीएम तंत्रज्ञान (Genetic Modified Technology) (जनुकीय सुधारित तंत्रज्ञान)

जागतिक पातळीवरील विचार करता उत्तर अमेरिकेत १९९० पासून प्रथमत: जी. एम. तंत्रज्ञानाचा वापर सुरू झाला. आज जगभर जी. एम. पिकांचा वापर वाढत आहे. जी. एम. तंत्रज्ञानाच्या वापराबाबत भारताचा आज जगात चौथा क्रमांक आहे.

जी. एम. तंत्रज्ञानाच्या वापरामुळे पिकांमध्ये रसशोषक किडींना सहनशील गुणधर्म आणण्यास मदत मिळते. तसेच कीटकनाशकांचा वापर कमी होण्याबरोबरच पिकांचे उत्पादन वाढविणे या तंत्रज्ञानामुळे शक्य होणार आहे.

भारतात बी. टी. कापूस (Basilus Thuringiensis Cotton) या जनुकीय व्यापारी पिकाची लागवड केली जाते. देशात बी. टी. वांग्याचे व्यापारी उत्पादन करण्यासाठी परवानगी दिली पण त्याबाबतचा अंतिम

निर्णय सरकारने अजून घेतलेला नाही. जर ही परवानगी सरकारने दिली तर भारतातील पहिले जनुकीय खाद्यान्न म्हणजे बी. टी. वांगे हे असेल. बी. टी. वांग्याची निर्मिती जालना येथील 'महिको' कंपनीने केली आहे.

जागतिक व्यापार संघटनेच्या कराराचा कृषी विपणनाच्या बाबतीत सूचितार्थ (Implications of WTO Agreement in agricultural Marketing)

जागतिक व्यापार संघटनेने कृषिविषयक करार (Agreement on Agriculture) केला. जकात व कृषीविषयक अनुदाने कमी करणे, देशांतर्गत बाजारपेठा कृषी मालासाठी खुल्या करणे इ. चा या करारात समावेश होता, परंतु दोहा व त्यानंतरच्या हाँगकाँग मंत्रिस्तरावरील परिषदेत विकसनशील राष्ट्रांनी यातील अनेक प्रतिकूल नियमांना विरोध केला. २०११ मध्ये जागतिक व्यापार संघटनेच्या मंत्री स्तरावरील जिनिव्हा परिषदेपर्यंत विकसित व विकसनशील राष्ट्रे यांच्यात कृषी क्षेत्राच्या विपणनाबद्दल एकमत झालेले नव्हते. छुप्या स्वरूपातील जकातीकरणाबद्दल अनेक राष्ट्रांनी चिंता व्यक्त केली आहे. भारतासारख्या देशात कृषी विपणनाच्या जागतिक स्तरावर अनेक शक्यता उपलब्ध आहेत. अन्नधान्याच्या बाबतीत भारत स्वयंपूर्ण झालेला आहे. भारतातील अनेक कृषी उत्पादनांना जागतिक स्तरावर मागणी आहे. विशेषत: बासमती तांदुळाच्या बाबतीत भारत अग्रेसर आहे. आंतरराष्ट्रीय व्यापारात भारताचा वाटा कमी आहे, परंतु तो वाढविण्याच्या अनेक संधी भारतासमोर आहेत.

२.४.७ शेतीसाठी लागणारे साहित्य व उत्पादन यांचे विपणन व मूल्यांकन (Marketing and pricing of agricultural inputs and outputs)

शेतीतून प्राप्त होणारे उत्पन्न हे त्या शेतीत गुंतविलेल्या आदाने व साहित्यांवर अवलंबून असते.

१) पायाभूत सुविधा – वीज, जलसिंचनाची सोय, वाहतूक व दळणवळणाची साधने, चांगल्या बाजारपेठांचा शोध, अद्ययावत माहिती व तंत्रज्ञान, पतपुरवठा इ.

२) पिकांची उत्पादकता वाढविण्यास उपयुक्त संसाधने

ठिबकसिंचन, तुषारसिंचनासारख्या आधुनिक तंत्रज्ञानाचा वापर, संकरित बियाणे, सेंद्रिय खतांचा वाढीव वापर, तुकडीकरण प्रतिबंध कायद्याची योग्य अंमलबजावणी, सहकारी शेती, कोरडवाहू तंत्रज्ञान इ. साहित्य व संसाधनांचा वापर करून शेतीचे विपणन व मूल्यांकन सुधारून उत्पादन व उत्पन्नात वाढ घडून येऊ शकते.

तक्ता क्र. ६

भारतातील कृषी आदानाचा उपयोग व प्रगती

	२०१०–११	२००९–१०	२०००–०१
उच्च प्रतीच्या बियाणांचे वितरण (००० क्विंटल)	२७७३४	२५७११	८६२७
जंतुनाशकाचा वापर (००० मे. टन)	५६.०	४२.०	४४.०
रासायनिक खतांचा वापर (लाख मे. टन)	२८१.०	२६५.०	१६७.०

संदर्भ : एस.आय.आय, पृ. ५४

तक्ता क्र. ४ मध्ये दिल्याप्रमाणे उच्च प्रतीच्या बियाणांच्या, जंतुनाशकांच्या आणि रासायनिक खतांच्या वापरात २०००–०१ ते २०१०–११ या कालावधीत वाढ झाल्याचे दिसून येते.

टीप : 'कृषी किंमती' हा भाग प्रकरण २.५ आणि 'कृषी अर्थव्यवस्थेतील सहकारी संस्थांची भूमिका' हा भाग प्रकरण १.४ मध्ये सविस्तर दिलेला आहे.

स्वाध्यायासाठी प्रश्न

अ) गाळलेल्या जागी योग्य पर्याय निवडा.

१) एखाद्या शेतकऱ्याची जमीन विशिष्ट काळासाठी एखादा उद्योजक भाडेतत्त्वावर घेतो व त्यात योग्य त्या आदानांचा पुरवठा करून बाजारपेठेतील गरजेनुसार व नफ्यासाठी उत्पादन घेतो अशा शेतीला ----- म्हणतात.
(अ) करार शेती (ब) ठरावीक शेती (क) कॉर्पोरेट औद्योगिक शेती.

२) भारतातील ----- या राज्याचे जमिनीचे धारणक्षेत्र सर्वाधिक आहे.
(अ) राजस्थान (ब) गुजरात (क) आंध्रप्रदेश

३) जगातील एकूण पशुधन संख्येत भारताचा क्रमांक ----- आहे.
(अ) दुसरा (ब) चौथा (क) पहिला

४) भारतात वनधोरणास सुरुवात ----- पासून झाली.
(अ) १८६५ (ब) १९६५ (क) १८९४

५) ----- पंचवार्षिक योजनेत कृषी व ग्रामीण विकासावर मुख्य भर दिलेला होता.
(अ) ९व्या (ब) ८व्या (क) १०व्या

६) ----- पासून भारतात किसान क्रेडिटकार्ड योजना सुरू करण्यात आलेली आहे.
(अ) २००० (ब) १९९८ (क) २००५

७) ज्यात विविध प्रकारच्या वनस्पती, प्राणी, सूक्ष्मजीव यांचा समावेश होतो त्यास ----- म्हणतात.
(अ) हरितक्रांती (ब) श्वेतक्रांती (क) जैवविविधता

८) मानवाने स्वत:च्या बुद्धीचातुर्याने नवनवीन गोष्टी शोधून काढल्या तर विशिष्ट कालावधीसाठी मिळालेला उत्पादन विक्री इ.चा. मक्तेदारी अधिकार म्हणजे ----- होय.
(अ) कॉपीराइट (ब) पेटंट (क) ट्रेड मार्क

९) नैसर्गिक शेती म्हणजेच ----- होय.
(अ) सेंद्रिय शेती (ब) करार शेती (क) परंपरागत शेती

ब) योग्य पर्याय निवडा.

१) औद्योगिक शेतीसाठी कमाल किती वर्षांपर्यंत करार केला जातो?
(अ) २५ वर्षं (ब) २० वर्षं (क) १५ वर्षं

२) नैसर्गिक शेती ही ---
(अ) मोठ्या प्रमाणात अनुदान मिळवून देते.
(ब) जमिनीची उत्पादकता कमी करते.
(क) अधिक काळ उत्पादन मिळविताना पर्यावरणावर विपरीत परिणाम होणार नाही याची दक्षता घेते.

३) उच्च पैदाशीच्या तंत्राचा कार्यक्रम भारतात कधीपासून सुरू झाला.
(अ) १९६० (ब) १९७१ (क) १९७५

४) २०११-१२ मध्ये कृषीक्षेत्राचा एकूण जी.डी.पी. मध्ये असणारा वाटा पुढीलप्रमाणे होता.
(अ) १३.०९% (ब) १४.७% (क) १५%

५) भारतात दूध उत्पादनात पुढीलपैकी कोणते राज्य अग्रेसर आहे?

(अ) गुजरात　　　　　(ब) उत्तर प्रदेश　　　　　(क) महाराष्ट्र

६) भारत जगात मत्स्यउत्पादनाबाबत कितव्या क्रमांकावरील देश आहे?

(अ) पहिल्या　　　　　(ब) दुसऱ्या　　　　　(क) तिसऱ्या

७) भारतीत पहिले वन महाविद्यालय पुढीलपैकी कोठे सुरू झाले?

(अ) नागपूर　　　　　(ब) बंगळुरू　　　　　(क) डेहराडून

८) प्रधानमंत्री ग्रामोदय योजना कोणत्या पंचवार्षिक योजनेत सुरू झाली?

(अ) ५व्या　　　　　(ब) ९व्या　　　　　(क) ११व्या

९) राष्ट्रीय शेतकरी आयोगाचे अध्यक्ष पुढीलपैकी कोण होते.

(अ) एम.एस. स्वामीनाथन　　(ब) सी. रंगराजन　　(क) डी. सुब्बाराव

१०) शेतीविषयक सर्वसाधारण करार हा पुढीलपैकी कोणत्या संघटनेचा महत्त्वपूर्ण करार आहे?

(अ) भारतीय संशोधन परिषद　　(ब) जागतिक व्यापारसंघटना (WTO)

(क) संयुक्त राष्ट्र संघ

क) खालील विधाने चूक की बरोबर ते लिहा.

१) १० हजार हेक्टरपेक्षा जास्त जमिनीवर राबविल्या गेलेल्या सिंचनप्रकल्पास मोठे सिंचनक्षेत्र प्रकल्प असे म्हणतात.

२) भारतात २००१ मध्ये राष्ट्रीय फलोत्पादन अभियान सुरू झाले.

३) पर्यावरण संतुलनासाठी एकूण भौगोलिक क्षेत्राच्या एक पंचमांश क्षेत्र वनाखाली असणे आवश्यक आहे.

४) जी एम तंत्रज्ञानाच्या बाबतीत भारताचा आज जगात पहिला क्रमांक लागतो.

५) WTO च्या सदस्य देशात कृषीक्षेत्राला कशा प्रकारे व किती अनुदाने द्यावीत यासाठी तीन अनुदान पेट्यांचा अवलंब केला जातो.

ड) जोड्या लावा

१) डॉ. एम.एस. स्वामीनाथन　　　　　अ) जायकवाडी

२) महाराष्ट्रातील सर्वात मोठा जलसिंचन प्रकल्प　　ब) भारतीय हरितक्रांतीचे जनक

३) गोदावरी-मराठवाडा पाटबंधारे विकास महामंडळ　　क) औरंगाबाद

४) डॉ. वर्गीस कुरियन　　　　　ड) भोपाळ (मध्यप्रदेश)

५) राष्ट्रीय वनव्यवस्थापन संस्था　　　　इ) धवल क्रांतीचे जनक

उत्तरे

अ) १. (क) २. (अ) ३. (क) ४. (क) ५. (अ)
　　६. (ब) ७. (क) ८. (ब) ९. (अ)

ब) १. (ब) २. (क) ३. (ब) ४. (अ) ५. (ब)
　　६. (क) ७. (क) ८. (ब) ९. (अ) १०. (ब)

क) १. बरोबर २. चूक ३. चूक ४. चूक ५. बरोबर

ड) १-ब　२-अ　३-क　४-इ　५-ड

२.५ कृषी
(Agriculture)

२.५.१ राष्ट्रीय अर्थव्यवस्थेत कृषीचे महत्त्व
२.५.२ भारतीय कृषीची कमी उत्पादकतेची कारणे
२.५.३ कृषीविषयक उत्पादन

भारतीय अर्थव्यवस्था ही कृषीवर आधारित आहे. भारताच्या ३२.८७ कोटी हेक्टर भूभागापैकी १४.१ कोटी हेक्टर क्षेत्र निव्वळ लागवडीखाली असून जवळपास ५७% लोकसंख्या प्रत्यक्ष व अप्रत्यक्षपणे उपजीविकेसाठी कृषी क्षेत्रावर अवलंबून आहे.

२.५.१ राष्ट्रीय अर्थव्यवस्थेत कृषीचे महत्त्व (Importance of Agriculture in National Economy)

कृषी हा देशातील सर्वांत मोठा उद्योग व मानवी जीवनाचा पोषणकर्ता म्हणून ओळखण्यात येतो. राष्ट्रीय अर्थव्यवस्थेत कृषीक्षेत्राचे महत्त्व पुढील घटकांच्या आधारावर करणे महत्त्वाचे ठरेल.

१) राष्ट्रीय उत्पन्नात कृषीचा हिस्सा

भारताच्या राष्ट्रीय उत्पन्नामध्ये कृषी क्षेत्राचा सहभाग हा नेहमीच महत्त्वपूर्ण भाग राहिलेला आहे. १९५०–१९५१ आणि १९७०–१९७१ या दरम्यान स्थूल देशांतर्गत उत्पादनात हा भाग अनुक्रमे ५५% ते ४४.०३% इतका राहिलेला होता. परंतु, २०११–२०१२ मध्ये हा भाग १३.९% इतका होता. स्थूल देशांतर्गत उत्पादनात कृषिक्षेत्राचा हिस्सा कमी होण्याचे कारण इतर क्षेत्रांतील (सेवाक्षेत्र व उद्योगक्षेत्र) भागांत झालेली वाढ होय.

तक्ता क्र. १

स्थूल देशांतर्गत उत्पादनाशी (GDP) कृषिक्षेत्राचा वाटा

वर्ष	स्थूल देशांतर्गत उत्पादनाशी कृषी क्षेत्राचा वाटा (%)
१९५०-५१	५५.०१
१९७०-७१	४४.०३
१९९०-९१	३१.०४
१९९९-२०००	२५.००
२००७-०८	१७.०८
२००८-०९	१७.०२
२००९-१०	१४.०६
२०१०-११	१४.०५
२०११-१२	१३.०९

टीप :- (कृषिक्षेत्राच्या हिश्शात कृषी, पशुपालन, वन आणि मात्स्यिकी यांचा समावेश होतो.)

संदर्भ :- गौरवदत्त व अश्विनी महाजन (४९ वी आवृत्ती २०१२) 'भारतीय अर्थव्यवस्था'

२) भारतीय कृषी आणि रोजगाराचे साधन

कृषी प्रत्यक्ष व अप्रत्यक्ष अशा दोन्ही प्रकारे रोजगार निर्माण करते. भारतात झालेल्या जनगणनांद्वारे उपलब्ध झालेल्या आकड्यांचा विचार करता १९५१ मध्ये एकूण श्रमिकांच्या ७०% श्रमिक कृषी क्षेत्रात कार्यरत होते. २००१ मध्ये हे प्रमाण ५९% इतके होते. दहाव्या पंचवार्षिक योजनेत ५७% श्रमिक कृषी क्षेत्रात कार्यरत होते. २०११ च्या जनगणनेनुसार देशात जवळजवळ ५२% लोकांना कृषी क्षेत्रात रोजगार प्राप्त झालेला आहे.

३) औद्योगिक विकासास साहाय्यक

भारतीय कृषी व उद्योगांमध्ये परस्परावलंबन असल्याचे दिसून येते. कृषी उत्पादित माल उद्योगांमध्ये कच्चा माल म्हणून वापरला जातो. यामध्ये कापूस, तेलबिया, ऊस, तंबाखू इ. त्याचप्रमाणे उद्योगांमध्ये तयार होणारे उत्पादन शेतीमध्ये वापरात आणले जाते. जसे खते, मशिन्स व अवजारे, वीज इ. त्यामुळे कृषिक्षेत्राचा विकास हा औद्योगिक विकासासाठी उपयुक्त ठरतो.

४) आंतरराष्ट्रीय व्यापारात कृषी क्षेत्राचे महत्त्व

आंतरराष्ट्रीय व्यापाराच्या बाबतीत कृषिक्षेत्र भारतामध्ये महत्त्वपूर्ण आहे. भारतातून चहा, कॉफी, तांदूळ, कापूस, तंबाखू, काजू, मसाले, फळे, भाजीपाला, साखर, मांस, मासे, अंडी इ. ची निर्यात केली जातो. १९५०-५१ मध्ये जवळजवळ ५०% इतका हिस्सा कृषिक्षेत्राचा एकूण निर्यातीत होता.

तक्ता क्र. २

भारताच्या एकूण निर्यातीत कृषी वस्तूंचा वाटा

वर्ष	कृषी व संबंधित वस्तूंचा हिस्सा
१९५०–५१	५०%
१९८०–८१	३५.५%
२००३–०४	१२.४१%
२००४–०५	१०.०५%
२००६–०७	१०.०३%
२००७–०८	०९.०३%

संदर्भ :– १) गौरव दत्त व अश्विनी महाजन (२०१२) 'भारतीय अर्थव्यवस्था'

निर्यातीसोबत आवश्यकतेनुसार धान्य (गहू, तांदूळ) तसेच वनस्पती तूप, साखर (आवश्यकतेनुसार) खाद्य तेल इ. ची आयातही केली जाते. २००४–२००९ च्या विदेशी व्यापार धोरणात (७ व्या) फळे, भाज्या, फुले, वनउत्पादने इ. वस्तूंच्या निर्यातीस चालना देण्यासाठी 'विशेष कृषी उत्पादन योजना' सुरू करण्यात आलेली आहे.

५) खाद्यान्न पूर्ती

देशाच्या लोकसंख्येच्या वाढीबरोबर खाद्यान्नाचीही मागणी वाढत आहे. तेव्हा खाद्यान्नाच्या बाबतीत देश स्वयंपूर्ण असणे आवश्यक आहे. गेल्या काही वर्षांमध्ये भारताने खाद्यान्नाच्या बाबतीत स्वयंपूर्णता प्राप्त केली व काही प्रमाणात खाद्यान्नाची निर्यातही केली. २०११–१२ मध्ये २५२.५६ मि. टन इतका अन्नधान्याचा साठा होता.

६) कृषीचे दारिद्र्यनिर्मूलनाबाबत योगदान

भारतामध्ये दारिद्र्याचा विचार उष्मांकाच्या उपभोगाच्या आधारावर केला जातो. अन्नधान्याच्या उत्पादनामध्ये वाढ झाल्यास प्रतिव्यक्ती उपलब्धतेमध्ये वाढ होईल, त्याचप्रमाणे अन्नधान्याच्या किमती मर्यादित ठेवण्यात सरकारला यश मिळेल व त्यामुळे दारिद्र्याच्या प्रमाणात घट होईल.

७) मुद्रास्फितीवर नियंत्रण

भारतीय शेती ही अर्थव्यवस्थेच्या विकासाची गुरुकिल्ली आहे. शेती उत्पादनामध्ये वाढ घडवून सामान्य लोकांच्या जीवनस्तरामध्ये वाढ करता येते, त्याचप्रमाणे कृषी उत्पादनाची विशेषत: अन्नधान्य, भाजीपाला व तेलबियांची किंमतवाढ अर्थव्यवस्थेत मुद्रास्फितीला कारणीभूत ठरते, तेव्हा देशातील मुद्रास्फितीवर नियंत्रण ठेवण्यासाठी कृषी उत्पादनामध्ये वाढ करणे आवश्यक ठरते.

२.५.२ भारतीय कृषीची कमी उत्पादकतेची कारणे (Causes of low productivity)

भारताची इतर देशांशी तुलना केली असता प्रति हेक्टरी व प्रति श्रमिक कृषी उत्पादकता अजूनही कमी आहे. याची कारणे पुढीलप्रमाणे सांगता येतील. उत्पादकता कमी असण्यास जबाबदार असणाऱ्या घटकांची विभागणी अ) सर्वसाधारण घटक ब) संस्थात्मक घटक आणि क) तांत्रिक घटक अशा तीन गटांत करता येते.

अ) सर्वसाधारण घटक (General Factors)

१) लोकसंख्येचा अतिरिक्त भार

भारतात शेतीवर अवलंबून असणाऱ्या लोकसंख्येचे प्रमाण मोठे आहे. उत्पादनात कोणत्याही प्रकारची भर न टाकणाऱ्या छुप्या बेकारीच्या स्वरूपात असलेली लोकसंख्या फार मोठी आहे. त्यांची उत्पादकता शून्य आहे, तसेच वाढत्या लोकसंख्येमुळे होणाऱ्या जमिनीच्या तुकडीकरणामुळेही शेती करणे तोट्याचे होऊन उत्पादन कमी राहिलेले आहे.

२) प्रतिकूल ग्रामीण वातावरण

कृषी व्यवसाय हा ग्रामीण भागात मोठ्या प्रमाणावर आहे. मात्र, ग्रामीण भागात या क्षेत्राच्या प्रगतीच्या दृष्टीने अनुकूल असे वातावरण नाही. अंधश्रद्धा, अज्ञान, दैववाद मोठ्या प्रमाणावर अस्तित्वात आहे. विज्ञाननिष्ठ दृष्टिकोनाचा/प्रगती करण्याच्या दृष्टीने आवश्यक असलेल्या मानसिकतेचा या लोकांत अभाव असल्याचे दिसते, त्यामुळे आधुनिकीकरणाद्वारे प्रगती करण्याची धडपड समाजात दिसत नाही.

३) बाजारपेठेची अनिश्चितता

शेतमालाची बाजारपेठ प्रामुख्याने मध्यस्थांच्या हातात आहे. सामान्य शेतकरी आपला माल जास्त करून गावाच्या जवळपास विकतो. उत्पादन वाढल्यास मध्यस्थ कमी भावात खरेदी करतात. भारतातील शेतमाल किंमतविषयक धोरणाला शेतमालाच्या किमतीत होणारे चढ-उतार व त्यातून शेतकऱ्यांचे होणारे नुकसान टाळण्यात फारसे यश आलेले नाही.

४) अपुरा भांडवलपुरवठा

शेतीसाठी कर्ज देण्यासाठी सहकारी संस्था, व्यापारी बँका, प्रादेशिक ग्रामीण बँका आणि भूविकास बँका अशा संस्था काम करीत आहेत, तरीही त्यांपासून मिळणाऱ्या पतपुरवठ्यामुळे शेती उत्पादनासाठी पुरेसा निधी उपलब्ध होत नाही.

५) उत्पादक गुंतवणुकीचा अभाव

शेतीत सुधारणा करण्यासाठी करण्यात येणारी गुंतवणूक मर्यादित आहे, कारण अशा गुंतवणुकीपासून मिळणाऱ्या लाभांचे प्रमाण कमी आहे, तसेच मिळणारा लाभ हा हळूहळू मिळतो. शेतीत पुरेशा प्रमाणात उत्पादक गुंतवणूक होत नसल्याने उत्पादनवाढीस मर्यादित वाव आहे.

६) नैसर्गिक आपत्ती

वादळी वारे, अवेळी येणारा पाऊस, पूर व दुष्काळ अशा नैसर्गिक आपत्तींमुळे मोठ्या प्रमाणात पीक वाया जात असल्याने त्याचा उत्पादकतेवर प्रतिकूल परिणाम होतो.

ब) संस्थात्मक घटक (Institutional Factors)

१) धारणक्षेत्राचा लहान आकार

भारतात शेतीचा सरासरी आकार २ हेक्टरपेक्षाही कमी आहे. लोकसंख्येच्या वाढीबरोबर आकार कमी होत चालला आहे. आकार लहान असल्यामुळे शेतकऱ्याला कमी उत्पन्न मिळते आणि शेतीत गुंतवणूक करण्यासाठी भांडवल उभारता येत नाही. संस्थात्मक कर्ज मिळणेही कठीण जाते, यामुळे आधुनिक तंत्र वापरणे शक्य होत नाही आणि उत्पादकता कमी राहते.

२) जमीन धारणेची अयोग्य पद्धत

स्वातंत्र्यपूर्व काळात देशात जमीनदारी पद्धत अस्तित्वात होती. या पद्धतीत कुळांना मोठ्या प्रमाणावर जमीनदारांना खंड द्यावा लागत असल्याने उत्पादनातील फारच थोडा हिस्सा त्यांच्या वाट्याला येई, त्यामुळे उत्पादनाचे प्रमाण जास्त नव्हते. आज जमीनदारी पद्धती नसली तरी अनेक जमीनमालक इतरांना जमीन कसण्यासाठी देत आहेत. स्वत:ची जमीन नसल्याने त्यांना उत्पादन वाढीत रस न राहून उत्पादकता कमी राहते.

क) तंत्रज्ञानविषयक घटक (Technological Factors)

१) निर्वाहासाठी शेती करण्याची प्रवृत्ती

भारतीय शेतकरी जास्त करून स्वत:साठी धान्य पिकविण्यासाठी शेती करतो. शेती करून नफा मिळवावा अशी त्यांची दृष्टी नसते. बहुसंख्य शेतकरी धान्योत्पादन करतात, पण फारशी विक्री करत नाहीत. नवीन तंत्राचा वापर करावा असे त्यांना वाटत नाही.

२) जलसिंचनाच्या अपुऱ्या सुविधा

भारतातील शेतीचे पावसावर असलेले अवलंबित्व मोठे आहे. जलसिंचनाचे प्रमाण कमी असल्याने ६० ते ६५ टक्के जमिनीवर एकापेक्षा जास्त पिके घेता येत नाहीत. नियोजन काळात जलसिंचन सुविधा वाढविण्याचा प्रयत्न झाला मात्र त्याला अपेक्षेप्रमाणे यश आले नाही. ओलिताखालील क्षेत्राचे प्रमाण कमी असल्याने खतांचा वापर, सुधारित बियाणांचा वापर वगैरे गोष्टी करायला मर्यादा पडतात, त्यामुळे उत्पादकता कमी असलेली दिसते.

३) सुधारित बियाणांचा मर्यादित वापर

देशात कृषी विद्यापीठातून अधिक उत्पादन देणाऱ्या बी-बियाणांची निर्मिती करण्यासाठी सातत्याने संशोधन केले जात आहे. त्यातून अधिक उत्पादन देणारी बियाणे तयार केली आहेत. मात्र, अशा सुधारित बियाणांचा वापर शेतकऱ्यांकडून मोठ्या प्रमाणात केला जात नाही. दर्जेदार बियाणे खरेदी करणे आर्थिक अडचणींमुळे अनेक शेतकऱ्यांना शक्य होत नाही, तसेच देशात सुधारित बियाणांचा पुरवठाही मर्यादित आहे. अलीकडील काळात मात्र सुधारित बियाणांचा वापर करण्याकडे शेतकऱ्यांचा कल वाढत आहे.

४) खतांचा मर्यादित वापर

शेतीची सुपीकता वाढविण्यासाठी तसेच पडीक जमीन लागवडीखाली आणण्यासाठी खतांचा वापर आवश्यक आहे. मात्र, गरीब शेतकरी महागडी रासायनिक खते विकत घेऊन त्यांचा वापर करू शकत नाहीत. सरकारने खतांवर अनुदाने देऊनही खतांच्या किमती दिवसेंदिवस वाढतच आहेत. रासायनिक खते व त्याचबरोबर शेणखत याचा वापर पुरेशा प्रमाणात नसल्याने शेतीची उत्पादकता कमी आहे.

५) अपुरा भांडवल पुरवठा/कर्जपुरवठा

शेतीसाठी कर्ज देण्यासाठी सहकारी संस्था, व्यापारी बँका, प्रादेशिक ग्रामीण बँका आणि भूविकास बँका अशा संस्था काम करीत आहेत, तरीही त्यांपासून मिळणाऱ्या पतपुरवठ्यामुळे शेती उत्पादनासाठी पुरेसा निधी उपलब्ध होत नाही, तसेच अनुत्पादक कर्जामुळेही एका बाजूला शेतकऱ्यांचा कर्जबाजारीपणा वाढत आहे. यांमुळे शेती उत्पादनात वाढ करण्यासाठी त्याला प्रेरणा मिळत नाही.

६) शेती संशोधनाच्या बाबतीतील उणिवा

शेती उत्पादनात वाढ होण्यासाठी या क्षेत्रात मोठ्या प्रमाणावर संशोधन होणे व त्या संशोधनाची माहिती शेतकऱ्यांना मिळून त्याचा उत्पादन कार्यात वापर होणे आवश्यक असते. मात्र, भारतात शेती संशोधनावर तुलनेने फार कमी प्रमाणात खर्च केला जातो, तसेच कृषी विद्यापीठात व अन्य संशोधनसंस्थांत झालेल्या संशोधनाची माहिती सर्व शेतकऱ्यांपर्यंत पोहीचत नाही, त्यामुळे नवीन संशोधनाचा उत्पादन कार्यातील वापर मर्यादित राहून उत्पादकता कमी राहते.

७) योग्य शासकीय धोरणाचा अभाव

शेती विकासासाठी योग्य अशी धोरणे शासकीय पातळीवर आखून त्यांची अंमलबजावणी होणे आवश्यक असते. भारतातील शेतीविषयक धोरणात धरसोड वृत्ती आढळते. योग्य शेतमाल किंमतविषयक धोरणाचा अभाव, शेतीविषयक सुधारणांच्या अंमलबजावणीतील उणिवा, शेती विकासासाठी योग्य कायदे करण्याचा व त्याची अंमलबजावणी करण्याचा अभाव, यामुळे उत्पादकतेवर प्रतिकूल परिणाम झालेला आहे.

२.५.३ कृषीविषयक उत्पादन (Agricultural Production) किंवा कृषी उत्पादकता (Agricultural Productivity)

कृषीची उत्पादकता म्हणजे शेतजमिनीची उत्पादन करण्याची क्षमता होय. कृषीची उत्पादकता दोन पद्धतींनी स्पष्ट करता येते.

१) दर हेक्टरी कृषी क्षेत्रातील उत्पादन

२) प्रत्येक शेतमजुरामागे होणारे सरासरी उत्पादन

पहिल्या प्रकारात शेतजमिनीत होणाऱ्या एकूण उत्पादनाला जमिनीच्या क्षेत्रफळाने (हेक्टरमध्ये) भागले असता दर हेक्टरी उत्पादकता मिळते.

$$\text{दर हेक्टरी उत्पादकता} = \frac{\text{शेतीतील एकूण उत्पादन}}{\text{एकूण क्षेत्रफळ (हेक्टर)}}$$

दर दुसऱ्या प्रकारात शेतजमिनीतील उत्पादन व त्यासाठी वापरलेल्या एकूण श्रमिकांची संख्या यांचे गुणोत्तर म्हणजे प्रतिश्रमिक उत्पादकता होय.

$$\text{प्रति श्रमिक उत्पादकता} = \frac{\text{शेतीतील एकूण उत्पादन}}{\text{श्रमिकांची संख्या}}$$

भारतीय कृषीची प्रतिहेक्टरी व प्रतिश्रमिक उत्पादकता कमी आहे. याची कारणे मागील घटकात अभ्यासली आहेत. भारतात स्वातंत्र्योत्तर काळात व विशेषत: १९६५ नंतर शेतीच्या उत्पादनात वाढ झाल्याने प्रतिहेक्टरी उत्पादकतेत सुधारणा झाली. मात्र, अशी वाढ झाली असली तरी इतर देशांशी तुलना करता ती कमीच आहे असे दिसते, तसेच प्रतिश्रमिक उत्पादकतेच्या बाबतीत शेती व्यवसायातील श्रमिकांची उत्पादकता उद्योग, व्यापार व सेवा क्षेत्रातील श्रमिकांपेक्षा कमी आहे.

भारतातील कृषी उत्पादन

भारतीय कृषी मंत्रालयाने ८ फेब्रुवारी २०११ रोजी जाहीर केलेल्या आकडेवारीनुसार अन्नधान्याचे

उत्पादन २३२.०७ मिलियन टन इतके होते. जे २००९-१० मध्ये २१८.११ मि.टन इतके होते. २००९-१०
च्या तुलनेत हे उत्पादन ६.७% जास्त होते. तर २००८-०९ मध्ये अन्नधान्याचे उत्पादन २३४.४७ मि. टन
इतके होते. २०१०-११ मध्ये तांदळाचे उत्पादन ९४.०१ मि.टन; गव्हाचे ८१.४७ मि.टन, ज्वारी, बाजरी,
मका, रागी (मोटे अनाज-हिंदी) चे उत्पादन ४०.०८ मि. टन व डाळीचे १६.५१ मि. टन इतके झालेले होते.
पुढील तक्त्यात वर्ष २००९-१० व २०१०-११ चे कृषी उत्पादन दिलेले आहे.

तक्ता क्र.३

भारतातील कृषी उत्पादन

पीक	कृषी मंत्रालयाद्वारे प्राप्त अनुमान (द.ल.मे.टन) (२००९-१०)	कृषी मंत्रालयाद्वारे प्राप्त अनुमान (द.ल.मे.टन) (२०१०-११)
तांदूळ	८९.०९	९४.०१
गहू	८०.४०	८१.४७
ज्वारी, बाजरी		
मका, रागी (मोटे अनाज)	–	४०.०८
डाळी	–	१६.५१
एकूण अन्नधान्य	२१८.११	२३२.०७
तेलजन्य उत्पादन (भुईमूग, सोयाबीन व इतर)	२४.९२	२७.८५
कापूस	२३.९४ मि.गाठी	३३.९३ मि.गाठी
ऊस	२७७.७	३३६.७

संदर्भ : कृषिमंत्रालय, भारत सरकार

भारतातील २०११ मधील सर्वाधिक उत्पादन केलेली राज्ये-

गहू उत्पादन – १) उत्तर प्रदेश २) पंजाब ३) हरियाणा.

तांदूळ उत्पादन – १) पश्चिम बंगाल २) उत्तर प्रदेश ३) पंजाब

डाळ उत्पादन – १) मध्यप्रदेश २) उत्तर प्रदेश ३) राजस्थान

सोयाबीन – मध्यप्रदेश

ज्वारी, बाजरी, मका, रागी इ. – १) राजस्थान २) महाराष्ट्र ३) कर्नाटक

तेलजन्य पदार्थांचे उत्पादन – १) गुजरात २) मध्यप्रदेश ३) राजस्थान

कापूस उत्पादन – गुजरात

२.५.४ जमीन सुधारणा व जमिनीचा वापर (land reforms and land utilisation)

भारताला स्वातंत्र्य मिळाल्यानंतर शेतजमिनीची उत्पादकता वाढवून शेतीचा विकास घडवून आणण्याच्या
दृष्टीने अनेक उपाययोजना करण्यात आल्या; त्यापैकी एक अत्यंत महत्त्वाची उपाययोजना म्हणजे जमीन
सुधारणा होय.

मध्यस्थांचे उच्चाटन, कमाल जमीनधारणेवर मर्यादा, कूळविषयक सुधारणा इ. चा जमीन सुधारणांत समावेश होतो.

उद्दिष्टे

१) जमीनदारी पद्धतीचे व अन्य मध्यस्थांचे उच्चाटन करणे व 'कसेल त्याची जमीन' हे तत्त्व प्रत्यक्षात आणणे

२) धारणक्षेत्रावर कमाल मर्यादा घालून जमिनीच्या मालकी हक्काचे केंद्रीकरण टाळणे

३) कुळांना संरक्षण व जमीन मालकाची शेतजमीन खरेदी करण्याचा हक्क प्राप्त करून देणे

४) शेतजमिनीच्या विभाजनाला प्रतिबंध करून किफायतशीर धारणक्षेत्र निर्माण करणे

स्वातंत्र्यपूर्वकाळातील भारतातील जमीन सुधारणा

१) कायमधारा पद्धत

ही पद्धत म्हणजे एक जमीन महसूल पद्धत होय. ही पद्धत गव्हर्नर जनरल लॉर्ड कॉर्नवॉलिसने १७९३ मध्ये लागू केली. जमिनीचे निश्चित क्षेत्र एका विशिष्ट व्यक्तीला निश्चित दराने एका निश्चित कालावधीसाठी लागवडीकरिता देणे यालाच 'कायमधारा' पद्धत असे म्हटले आहे. ज्या व्यक्तीकडे जमीन कसण्याचे अधिकार असतील ती व्यक्ती त्या जमिनीचा मालक असे. यातूनच जमीनदारी पद्धत अस्तित्वात आली. यात जमीनदार कुळांना जमीन कसण्यासाठी देत, शेतकऱ्यांकडून मोठ्या प्रमाणात शेतसारा वसूल करीत असत, त्यामुळे कुळाची मोठ्या प्रमाणात पिळवणूक होत असे.

२) रयतवारी जमीन सुधारणा पद्धत

ही पद्धत मद्रास प्रांतात सर थॉमस मन्रो या इंग्रज अधिकाऱ्याने १९२० मध्ये लागू केली. या पद्धतीनुसार प्रत्यक्ष जमीन कसणारी व्यक्ती त्या जमिनीचा मालक म्हणून ओळखली जात असे. तो जमिनीचा शेतसारा थेट सरकारकडे जमा करीत असे, यामुळे सरकार व शेतकरी यांच्यातील जमीनदार वर्गाचे उच्चाटन करणे शासनाला शक्य झाले.

३) महालवारी जमीन सुधारणा पद्धत

महाल म्हणजे गाव, गावातील संपूर्ण जमिनीवर गावाची मालकी म्हणजे महालवारी पद्धत होय. या पद्धतीत सरकार संपूर्ण गावाकरिता साधारण ३० ते ४० वर्षांकरिता शेतसारा निश्चित करीत असे. हा शेतसारा शासनाकडे जमा करण्याची जबाबदारी त्या गावाची संयुक्तपणे असे; ही पद्धत मध्य भारत, आग्रा, पंजाब या प्रांतांत सुरू होती.

स्वातंत्र्यानंतर सरकारने केलेल्या जमीन सुधारणा

१) मध्यस्थांचे उच्चाटन

स्वातंत्र्यपूर्वकाळात भारतात शेती कसण्याच्या जमीनदारी पद्धत, महालवारी पद्धत व रयतवारी पद्धत या तीन पद्धती अस्तित्वात होत्या. यात मध्यस्थांचे हक्क मोठे होते ते दूर करून प्रत्यक्ष शेती कसणारा व सरकार यांमध्ये प्रत्यक्ष संबंध प्रस्थापित करणे म्हणजे मध्यस्थांचे उच्चाटन होय. यासाठी मध्यस्थांचे हक्क नाहीसे करणारे अनेकविध कायदे पास केले. सर्वांत अगोदर मद्रास, मुंबई व हैदराबाद या राज्यांत १९४८-४९ च्या सुमारास असे कायदे करण्यात आले. पश्चिम बंगाल, हिमाचल प्रदेश, कर्नाटक या राज्यांत हे कायदे १९५४-५५ मध्ये झाले. या कायद्यांचा परिणाम होऊन २० लाख कुळांना जमिनीची मालकी मिळाली.

२) जमीनदारी निर्मूलन व घटनात्मक तरतुदी

जमीन (शेती) हा विषय राज्य सरकारच्या अंतर्गत राज्यसूचीत असल्यामुळे जमीनदारी नष्ट करण्यासंबंधीचे कायदे करण्याचे अधिकार राज्य सरकारांना आहेत, यामुळे प्रत्येक राज्यात यासंबंधीचे कायदे केले गेले; या योजनेमुळे जमिनीची मालकी मिळाल्याने कुळाला जमिनीची शाश्वती मिळाली.

३) कूळहक्क विषयक सुधारणा

जो कोणी दुसऱ्याच्या मालकीची जमीन खंडाने कसावयास घेतो त्याला 'कूळ' असे म्हणतात. जमीन मालकाला द्यावयाचा खंड मालक आणि कूळ यांच्यातील कराराने ठरविलेला असतो आणि तो रोख पैशाच्या स्वरूपात किंवा बटाई (खंडाच्या) स्वरूपात म्हणजे एकूण पिकातील वाट्याच्या स्वरूपात ठरविलेला असतो. कुळांचे तीन प्रकार आढळतात. कायम, तात्पुरती व पोटकुळे (कायम कुळांनी आपल्यामार्फत ज्यांना जमीन कसावयास दिलेली असते.) जमीन कसणाऱ्या कुळांना कूळ-हक्कांची शाश्वती व संरक्षण देणे, त्यांचा खंड निश्चित करणे आणि शेवटी कुळांना जमिनीची मालकी मिळेल अशी संधी देणे, ही उद्दिष्टे साध्य करण्यासाठी १९५०-५१ ते १९५६-५७ या काळात विविध राज्यांत कूळकायदे करण्यात आले.

महाराष्ट्रात १९३९ मध्ये पहिला कूळकायदा करण्यात आला. त्यानंतर १९४८, १९५७ ते १९६५ या कालावधीत त्यात अनेक सुधारणा करण्यात आल्या.

४) कमाल जमीन धारणा कायदा

जमीनधारणेवर कमाल मर्यादा घालण्यासाठी १९५८ मध्ये संसदेने घटनादुरुस्ती करून प्रांतांनी जमीन धारणा कायदा पास करावा अशी शिफारस केली. सन १९६१-६२ पर्यंत भारतातील सर्व राज्यांनी कमाल जमीन धारणा कायदा पास केला. या कायद्यामुळे जवळजवळ ५७ लक्ष हेक्टर अतिरिक्त जमीन शासनाने ताब्यात घेतली व ती भूमिहीनांना वाटून देण्यात आली. कमाल जमीन धारणा ठरविण्याचे अधिकार राज्यांना दिले गेले. १९७२ नंतर शेतकरी कुटुंब हा जमीन धारणेचा आधार मानण्यात आला.

कमाल जमीन धारणेची मर्यादा प्रत्येक राज्यात वेगवेगळी आहे. कमाल जमीन धारणा कायदा पास करण्यामागे भारत सरकारचे पुढील उद्देश आहेत-

१) सामाजिक न्याय प्रस्थापित करणे

२) जमिनीचे समान वाटप करणे

३) श्रमप्रधान लागवडीस उत्तेजन देणे व ग्रामीण भागातील बेकारी हटविणे

४) वर्गहीन समाजव्यवस्था स्थापन करणे

भारतात १९७०-७१ मध्ये सरासरी जमीन धारणा २.२८ हेक्टर इतकी होती. १९९०-९१ मध्ये हे प्रमाण १.५७ हेक्टर व २०००-२००१ मध्ये जमीन धारण क्षेत्र (सरासरी) १.३२ हेक्टर इतके होते, त्याचप्रमाणे भारतात राजस्थान या राज्यात कमाल जमीन धारणेचे प्रमाण ३.६५ हेक्टर (२०००-२००१) इतके सर्वाधिक आहे. तर केरळ या राज्यात सर्वांत कमी म्हणजे ०.२४ हे. इतके प्रमाण आहे. महाराष्ट्रात २०००-०१ मध्ये कमाल जमीन धारणेचे प्रमाण १.५७ हेक्टर इतके आहे.

महाराष्ट्रात पहिला जमीन धारणा कायदा २६ जानेवारी १९६२ रोजी लागू केला. दुसरा जमीन धारणा कायदा २ ऑक्टोबर १९७५ रोजी करण्यात आला.

मृद्संधारण

भारतात वारा, पूर, वादळे, वृक्षतोड, खाणकाम, बांधकाम इ.मुळे जमिनीची धूप होण्याचे प्रमाण एकूण जमिनीच्या जवळपास ४५% आहे. यासाठी मृदूसंधारण व वनीकरण कार्यक्रम हाती घेतलेले आहेत. जलसंधारणासाठीही हे कार्यक्रम उपयुक्त आहेत.

२.५.५ पर्जन्याश्रयी शेती यासारख्या विकासकामांकरिता सिंचन आणि त्याच्या पद्धती (Rainfed farming, Irrigation and its methods)

शेती विकासाच्या दृष्टीने जलसिंचनाचे महत्त्व लक्षात घेऊन भारतात नियोजन काळापासून जलसिंचन सुविधांचा विकास करण्यावर भर देण्यात आला आहे.

भारतातील जलसिंचन प्रकल्पांचे वर्गीकरण तीन प्रकारांत केले जाते.

१) मोठे जलसिंचन (पाटबंधारे) प्रकल्प –
प्रकल्प खर्च ५ कोटी रुपयांपेक्षा जास्त

२) मध्यम जलसिंचन प्रकल्प –
प्रकल्प खर्च २५ लाख व ५ कोटी रुपयांच्या दरम्यान

३) लघु जलसिंचन प्रकल्प –
प्रकल्प खर्च २५ लाख रुपयांपेक्षा कमी

नवीन वर्गीकरण

नियोजन आयोगाने १९७८–७९ पासून जलसिंचन प्रकल्पांचे वर्गीकरण मशागतयोग्य लाभक्षेत्राच्या (Culturble Command Area - CCA) आधारे केले आहे.

१) मोठे जलसिंचन प्रकल्प – लाभ क्षेत्र १०,००० हेक्टरपेक्षा जास्त
२) मध्यम जलसिंचन प्रकल्प – लाभ क्षेत्र २,००० ते १०,००० हे. दरम्यान
३) लघु जलसिंचन प्रकल्प – लाभ क्षेत्र २,००० हेक्टरपर्यंत

भारतात नवव्या पंचवार्षिक योजनेत (१९९७–२००२) एकूण सिंचनक्षमता क्षेत्र ९३.९५ मिलियन हेक्टर इतके होते व त्यापैकी ८१.०० मि.हे. क्षेत्र उपयोगात आलेले होते. १० व्या पंचवार्षिक योजनेत हेच प्रमाण अनुक्रमे १०२.७७ मि.हे. व ८७.२३ मि. हे. इतके होते.

महाराष्ट्रात ६४ मोठे, १८२ मध्यम व २४०० लघु प्रकल्प आहेत. महाराष्ट्रातील सर्वांत मोठा जलसिंचन प्रकल्प 'जायकवाडी प्रकल्प' असून त्याचे लाभक्षेत्र २ लाख हेक्टर पेक्षा अधिक आहे.

ज्या लघुपाटबंधारे प्रकल्पांचे सिंचन क्षेत्र (लाभक्षेत्र) १०० हेक्टर पर्यंत आहे अशा प्रकल्पांना 'लघुपाटबंधारे (स्थानिक क्षेत्र) योजना' असे म्हणतात.

जलसिंचनाचे प्रमुख उद्देश

१) पाण्याच्या उगमापासून शेतापर्यंत पाणी वाहून नेणे
२) शेतामध्ये व शेताच्या पोट हिश्शांमध्ये पाण्याचे विभाजन व वितरण करणे
३) पाण्याचे नियंत्रण व मापन करण्याची सोय करणे
४) पिके व माती थंड ठेवणे–तुषार सिंचनामुळे पिकांचे व मातीचे तापमान कमी राहण्यास मदत होते.

२.५.६ शेतीचे यांत्रिकीकरण :- (Mechanisation of Agriculture)

शेतीत करण्यात येणाऱ्या तंत्रज्ञानाचा वापर व शेतीची उत्पादकता यामध्ये जवळचा संबंध आहे. आधुनिक शेतीमध्ये उत्पादकता वाढविण्यासाठी यांत्रिकीकरण महत्त्वाचे आहे.

भारतात १९६६ नंतर शेतीत आधुनिक तंत्रज्ञानाचा वापर करण्यास सुरुवात झाली.

यांत्रिकीकरणाचे लाभ (Advantages of Mechanisation)

१) उत्पादन व उत्पादकतेत वाढ
२) भारतातील शेतीतील अतिरिक्त श्रमिकांना इतर व्यवसायांकडे वळविणे
३) उत्पादन खर्चात घट
४) तंत्रज्ञानविषयक सुधारणांमुळे कृषी उद्योगांचा विकास होण्यास मदत
५) व्यावसायिक पद्धतीत बदल
६) सहकारी शेती व तुकडे बंदीच्या योजना यासारखे फायदे मिळतात.

यांत्रिकीकरणामध्ये ट्रॅक्टर, पाण्याचे पंप, नांगर, कापणी यंत्रे, मळणी यंत्रे, उपसा जलसिंचन, तुषार सिंचन, रासायनिक खते, बी-बियाणे, औषधे व कीटकनाशके यांचा समावेश होतो.

२.५.७ भारतीय कृषी अनुसंधान परिषद - (Indian Council of Agricultural Research) (ICAR)

भारतीय कृषी अनुसंधान परिषदेची स्थापना १६ जुलै १९२९ रोजी करण्यात आली. भारतात कृषी संशोधन व उत्पादनवाढीसाठी या परिषदेची भूमिका महत्त्वाची आहे. याचे मुख्य कार्यालय नवी दिल्ली येथे आहे. कृषी मंत्री शरद पवार हे या परिषदेचे अध्यक्ष असून डॉ. एस्. अय्यापन हे डायरेक्टर जनरल आहेत.

भारतात ९९ ICAR इन्स्टिट्यूटस् व ५३ कृषी विद्यापीठे आहेत.

उद्देश

१) कृषीशास्त्रातील अनेक अभ्यासकक्षांत मूलभूत व व्यावहारिक संशोधन करणे
२) कृषीशास्त्रातील पदव्युत्तर अभ्यासाची सोय करणे
३) पदवीधारकांना प्रशिक्षण देऊन प्रशिक्षित अधिकारी पुरविणे
४) कृषीशास्त्रातील अद्ययावत ज्ञान व तंत्रे सामान्य शेतकऱ्यांपर्यंत पोहीचविणे

या संस्थेत जमिनीतील पोषक द्रव्य, खतांचा जमिनीतील वापर, खत प्रक्रिया, फळझाडांचे उत्पादन, फळे, भाज्या व उपपदार्थ टिकविण्याचे तंत्र, पिकांवरील कीड व कीटक यांचा नाश करणारी रासायनिक औषधे व त्याविषयीचे कीटकशास्त्र, शेतीची अवजारे व तंत्रज्ञान, सेंद्रिय व हिरवी खते यांबद्दल ज्ञान इ. बाबींवर संशोधन होत असते.

२.५.८ महाराष्ट्र कृषी शिक्षण व संशोधन परिषद (Maharashtra Council of Agricultural Education & Research) (MCAER)

महाराष्ट्र कृषी शिक्षण व संशोधन परिषद १० सप्टेंबर १९८४ रोजी अस्तित्वात आली असून या परिषदेचे मुख्यालय पुणे येथे आहे.

महाराष्ट्रात चार कृषी विद्यापीठे असून, चारीही कृषी विद्यापीठांमध्ये प्रभावी समन्वय व सुसूत्रता साधण्यासाठी महाराष्ट्र कृषी विद्यापीठ कायदा १९८३ कलम १२ नुसार महाराष्ट्र शिक्षण व संशोधन परिषदेची (ज्याचा उल्लेख

यापुढे कृषी परिषद असा केला आहे.) स्थापना करण्यात आली. कृषी विद्यापीठांच्या कार्याचा आढावा घेणे, मूल्यमापन करणे आणि पर्यवेक्षण व मार्गदर्शन करण्याची जबाबदारी या कायद्यान्वये कृषी परिषदेवर सोपविण्यात आलेली आहे.

उद्देश

१) राज्यातील कृषी विद्यापीठाच्या वार्षिक योजना व अशा योजनांचे भाग असणाऱ्या योजनांना मान्यता देणे
२) कोणत्याही नवीन विद्याशाखा, पाठ्यक्रम किंवा ज्ञानशाखा/विभाग सुरू करण्यासाठी त्याचप्रमाणे कोणत्याही अभ्यासक्रमासाठी जादा वैकल्पिक विषय सुरू करण्याकरिता विद्यापीठांना परवानगी देणे
३) विद्यापीठाच्या कार्यात प्रभावी समन्वय घडवून आणण्याच्या आणि त्यांना योग्य मार्गदर्शन व निर्देशन करण्याच्या दृष्टीने कृषी, विद्यान विद्या, वनशास्त्र, फलोत्पादन, अन्नतंत्रज्ञान, कृषी अभियांत्रिकी, जैवतंत्रज्ञान, गृहविज्ञान, कृषी व्यवसाय व्यवस्थापन यांच्याशी संबंधित असलेली कामे धरून कृषी शिक्षण, अध्यापन, संशोधन आणि विस्तार शिक्षण कार्यक्रम यांच्या संदर्भात विद्यापीठामध्ये पार पाडण्यात आलेल्या कार्याचा वेळोवेळी आढावा घेणे

२.५.९ ग्रामीण कर्जबाजारीपणा व कृषी पतपुरवठ्याच्या समस्या :– (Problems of Agricultural Credit)

१) कर्ज मिळविण्याची गुंतागुंतीची पद्धत

शेतकऱ्यांना कर्ज मिळविण्याच्या बाबतीत किचकट व गुंतागुंतीच्या पद्धतीला सामोरे जावे लागते. कर्ज मिळविण्यासाठी अनेक औपचारिकता पूर्ण करणे गरजेचे असते. शेतकरी अशिक्षित असल्याने त्यांना आवश्यक ती माहिती पुरविणे अवघड होते, त्यामुळे शेतकरी सावकारांकडून कर्ज घेणे पसंत करतात, तसेच कर्जमंजुरीच्या बाबतीत विलंब लागतो.

२) वेळ व श्रमाचा अपव्यय

बहुतेक व्यापारी बँका व सहकारी बँका शहरात आहेत. शेतकऱ्यांना कर्ज मिळविण्यासाठी अनेकदा या बँकांना भेट द्यावी लागते, त्यात वेळ व श्रमाचा अपव्यय होतो.

३) कर्जाचा दुरुपयोग

शेतकऱ्यांना ज्या कारणासाठी कर्ज उपलब्ध होते; बऱ्याच वेळा त्यासाठी कर्जाचा वापर होत नाही. बऱ्याचदा पिकांसाठी किंवा इतर कारणांसाठी घेतलेले कर्ज अनुत्पादक कारणांसाठी (उदा. मुलीचा/मुलाचा विवाह, धार्मिक समारंभ यांच्यासाठी) वापरले जाते, त्यामुळे अशा कर्जाची शेती विकासासाठी मदत होत नाही व शेतकऱ्यांना कर्जफेड करणेही अडचणीचे ठरते.

४) प्रादेशिक असमतोल

शेती पतपुरवठ्याच्या बाबतीत मोठ्या प्रमाणावर प्रादेशिक असमतोल असलेला दिसतो. गुजरात, आंध्रप्रदेश, महाराष्ट्र, पंजाब, तमिळनाडू या राज्यांचा एकूण पतपुरवठ्यातील वाटा २०१० नुसार ५२% एवढा आहे, त्यामुळे या राज्यांतील शेतीच्या उत्पादकतेत वाढ झालेली आहे. मात्र, इतर राज्यांत पतपुरवठ्याचे प्रमाण कमी असल्याने अडचणी येऊन शेतीच्या उत्पादकतेवर विपरीत परिणाम झालेला आहे.

५) वाढती थकबाकी

शेतकऱ्यांना दिल्या जाणाऱ्या कर्जाच्या बाबतीत महत्त्वाची समस्या अशी की, शेतकऱ्यांकडून होणाऱ्या कर्जफेडीचे प्रमाण कमी असल्याने थकबाकीचे प्रमाण वाढत आहे. बऱ्याचदा शेतकऱ्यांना कर्जात सूट दिली जाते. त्याचा परिणाम शेतकऱ्यांची कर्जफेडीची मानसिकता बदलण्यात झालेला आहे, तसेच अनुत्पादक कारणांसाठी कर्जाचा वापर केला गेल्याने शेतकऱ्यांना कर्ज फेडणे शक्य होत नाही. वाढत्या थकबाकीमुळे बँकांना कर्जपुरवठा करण्याच्या बाबतीत अडचणी येतात.

६) उपभोग कर्जाची तरतूद नाही

शेतीच्या हंगामी स्वरूपामुळे शेतकऱ्याला उत्पादन कार्याबरोबरच कुटुंबाच्या उपभोगासाठीही कर्जाची आवश्यकता असते. व्यापारी बँका टिकाऊ उपभोग्य वस्तुंसाठी शहरी भागात कर्जपुरवठा करतात. शेतकऱ्यांना असे कर्ज बँकांकडून उपलब्ध होत नसल्याने सावकारावर अवलंबून राहावे लागते.

७) विकासातील अल्प सहभाग

शेतीची उत्पादकता मर्यादित असल्याने, विकासातील या क्षेत्राचा सहभाग कमी आहे, अत्याधुनिक तंत्रज्ञानाचा अवलंब शेतीत कमी प्रमाणात आहे. व्यापारी बँका उद्योग व व्यापार यासाठी कर्जपुरवठा करण्यास प्राधान्य देतात. मोठ्या शेतकऱ्यांना कर्जाचा लाभ मिळतो. मात्र, लहान शेतकऱ्यांच्या कर्जाच्या गरजा भागविण्याचा फारसा विचार केला जात नाही.

८) बचतीचा अभाव

ग्रामीण भागात बचतीचे प्रमाण कमी आहे; कारण शेतकऱ्याचे उत्पन्न कमी आहे. त्यामुळे ग्रामीण भागातील उपलब्ध बचतीतून त्या भागाच्या कर्जविषयक गरजा भागविणे शक्य होत नाही. या भागातील कर्जाच्या गरजा भागविण्यासाठी इतर भागांतील बचती या भागाकडे वळविण्याची गरज आहे.

९) समन्वयाचा अभाव

सहकारी बँका व व्यापारी बँका यांच्यात पतनियोजनाच्या संदर्भात समन्वयाचा अभाव असल्याचे आढळते, त्यामुळे काही भागाला जास्त कर्जपुरवठा व काही भाग कर्जपुरवठ्याच्या बाबतीत वंचित असल्याची स्थिती आढळते. समन्वयाच्या अभावामुळे शेती क्षेत्राच्या कर्जविषयक गरजा योग्य प्रकारे भागवल्या न जाऊन शेती क्षेत्राच्या प्रगतीत अडथळा येतो.

१०) खाजगी संस्थांचे वर्चस्व

नियोजन काळापासून सहकारी व सार्वजनिक संस्थांकडून होणाऱ्या पतपुरवठ्यात वाढ झाली असली तरी अजूनही खाजगी संस्थांकडून होणाऱ्या पतपुरवठ्याचे प्रमाण मोठे आहे. खाजगी स्रोतांकडून होणाऱ्या पतपुरवठ्याच्या बाबतीत अनेक दोष असल्याने असा पतपुरवठा कमी होईल हे पाहणे आवश्यक आहे, त्यासाठी संस्थात्मक स्रोतांकडून (Institutional Sources) होणाऱ्या पतपुरवठ्यात आणखी वाढ होणे आवश्यक आहे.

शेती पतपुरवठ्याच्या बाबतीतील या समस्या सोडविण्याच्या बाबतीत प्रयत्न करणे गरजेचे आहे. या समस्यांची सोडवणूक झाल्यास शेती क्षेत्राला आवश्यक असलेला पतपुरवठा पुरेशा प्रमाणात व वेळेत उपलब्ध होऊन या क्षेत्राच्या विकासास मदत होईल.

कृषी पतपुरवठ्याची गरज (Need of Agricultural Credit)

भारतीय शेतकऱ्यांच्या वित्तीय आवशकतांना पुढील तीन गटांत वर्गीकृत करता येईल. हे वर्गीकरण शेतकऱ्यांना कोणत्या उद्देशासाठी व कोणत्या वेळी कर्जाची आवश्यकता आहे या आधारावर केलेले आहे.

१) शेतकऱ्यांना शेती व घरगुती आवश्यकतांसाठी अशा कर्जाची आवशकता असते. साधारणत: १५ महिन्यांपर्यंतच्या अल्पकालीन स्वरूपाचे हे कर्ज असते. बी-बियाणे, खते, कीटकनाशके, जनावरांचा चारा इ. कारणांसाठी शेतकऱ्यांना अल्प मुदतीच्या कर्जाची आवश्यकता असते. अशा कर्जाची परतफेड पीक हाती आल्यानंतर त्याच्या विक्रीतून आलेल्या पैशातून लगेच केली जाते.

२) शेतकऱ्यांना जमीन सुधारणा, जनावरांची खरेदी, शेतीच्या अवजारांची खरेदी करण्यासाठी १५ महिने ते ५ वर्षे मुदतीच्या (मध्यम मुदतीच्या स्वरूपाच्या) कर्जाची आवश्यकता असते.

३) शेतकऱ्यांकडून अतिरिक्त जमीन खरेदी करण्यासाठी, जमिनीची दीर्घ स्वरूपाची सुधारणा करण्यासाठी, महाग कृषी यंत्रे खरेदी करणे, विहीर खोदणे इ. कारणांसाठी दीर्घ मुदतीची कर्जे उभारली जातात. ही कर्जे ५ वर्षांपेक्षा जास्त कालावधीसाठी घेतली जातात.

अजून एका बाजूने शेतकऱ्यांच्या कर्जासंबंधी आवश्यकतांना दोन वर्गांत विभागले जाऊ शकते. उत्पादक आणि अनुत्पादक कर्जे. उत्पादक कर्जांमध्ये अशा स्वरूपाच्या कर्जांचा समावेश होतो, जी शेतकऱ्यांना उत्पादन कार्य चालू ठेवण्यासाठी उदा. खते, बी-बियाणे खरेदी, मजुरांचे वेतन, शेतातील कायम स्वरूपाच्या सुधारणा अशा कारणांसाठी घेतली जाणारी कर्जे ही उत्पादन कार्यासाठी घेतली जातात. अशी कर्जे आर्थिक दृष्टीने योग्य ठरतात.

विवाह समारंभ, दाग-दागिने खरेदी, जन्म-मृत्युशी संबंधित कार्यक्रम इ. वर खर्च करण्यासाठी शेतकरी कर्ज घेत असतो. अशा खर्चामुळे उत्पादनवाढीस मदत होत नाही, त्यामुळे या कारणांसाठी घेतलेले कर्ज हे अनुत्पादक कर्ज होय. अशा कर्जाची परतफेड करण्यात अडचणी येतात.

२.५.१० कृषी पतपुरवठ्यात गुंतलेल्या विविध संस्था :– (Sources of Agricultural Credit)

भारतातील शेतकऱ्यांना विविध कारणांसाठी व वेगवेगळ्या कालावधीसाठी कर्जाची गरज असते. शेतीसाठी ज्या विविध स्रोतांद्वारे पतपुरवठा केला जातो त्याची विभागणी संस्थात्मक स्रोत व बिगर संस्थात्मक स्रोत या दोन प्रकारात केली जाते.

अ) संस्थात्मक स्रोत (Institutional Sources of Credit)

संस्थात्मक कर्जांमध्ये अशा राशींचा समावेश होतो ज्या सहकारी संस्था, व्यापारी बँका, प्रादेशिक ग्रामीण बँका यांच्यामार्फत दिल्या जातात. सध्या जवळजवळ ६५% कर्ज संस्थात्मक स्रोतातून उपलब्ध करून दिले जाते. २०११-१२ मध्ये ४,७५,००० कोटी रु. कर्ज संस्थात्मक स्रोतातून दिले गेले.

१) सरकार

भारतात केंद्र व राज्य सरकारमार्फत शेतीला प्रत्यक्ष व अप्रत्यक्षपणे कर्जपुरवठा केला जातो. केंद्र व राज्य सरकार राज्य सहकारी बँका व भूविकास बँकांना वित्तीय साहाय्यता देण्याव्यतिरिक्त 'तक्कावी कर्ज' (Taccavi Loans) ही उपलब्ध करून देते. महाराष्ट्रात याला तगाई कर्ज म्हटले जाते. ही कर्जे साधारणपणे दुष्काळ, पूर यासारख्या आपत्तीच्या वेळी दिली जातात. अशा कर्जावरील व्याजदर कमी असतो.

२) सहकारी संस्था

सहकारी संस्थांकडून होणारा वित्तपुरवठा हा शेतीच्या दृष्टीने चांगला मार्ग असून, तो स्वस्तही आहे हे विचारात घेऊन सरकारने स्वातंत्र्यप्राप्तीनंतर सहकारी चळवळीच्या विकासास प्रोत्साहन देण्याचे धोरण राबविले आहे. प्राथमिक सहकारी पतसंस्था व भूविकास बँका अशा दोन सहकारी संस्थांकडून शेतीला वित्तपुरवठा केला जातो.

३) व्यापारी बँका (Commercial Banks)

१९६९ नंतर १४ बँकांच्या राष्ट्रीयीकरणामुळे व्यापारी बँकांपासून मोठ्या प्रमाणात शेती क्षेत्राला कर्जपुरवठा होऊ लागला. १९५१-५२ मध्ये कृषी पतपुरवठ्यातील व्यापारी बँकांचा वाटा केवळ ०.९% होता. तो २०१०-११ मध्ये ७५% पर्यंत वाढला. २०१०-११ या वर्षी शेती क्षेत्रासाठी १४५८०१ कोटी रु. चा कर्ज पुरवठा व्यापारी बँकांनी केलेला होता. शेती क्षेत्रासाठी कर्जपुरवठा करण्यासाठी व्यापारी बँकांचे योगदान सर्वाधिक आहे.

४) प्रादेशिक ग्रामीण बँका (Regional Rural Banks - RRB's)

अल्पभूधारक व सीमांत शेतकरी, शेतमजूर, कारागीर यांना प्रत्यक्ष कर्ज उपलब्ध करून देण्यासाठी एम्. नरसिंहन यांच्या अध्यक्षतेखाली नेमलेल्या कार्यगटाच्या शिफारशीवरून २६ सप्टेंबर १९७५ रोजी प्रादेशिक ग्रामीण बँकेची स्थापना भारतात करण्यात आली. तसेच 'प्रादेशिक ग्रामीण बँक कायदा'-१९७६ (RRB's Act 1976) मध्ये करण्यात आला.

भारतात सिक्कीम व गोवा राज्यात RRB's नाहीत. १९८७ च्या केळकर समितीने नवीन RRB's स्थापन न करण्याची शिफारस केल्याने तेव्हापासून RRB's ची संख्या १९६ वर होती. (२००६-०७). २००५-०६ वर्षापासून RRB's च्या विलिनीकरणाचे प्रयत्न होत असल्याने त्यांची संख्या कमी होत आहे. २०१०-११ मध्ये भारतात केल्या जाणाऱ्या एकूण कृषी पतपुरवठ्यापैकी १०% कृषी पतपुरवठा प्रादेशिक ग्रामीण बँकांनी केलेला होता व ही रक्कम १९१४१ कोटी रु. इतकी होती.

(RBI ने १९७९ मध्ये श्री. बि. शिवरामन् यांच्या अध्यक्षतेखाली 'कृषी व ग्रामीण विकासासाठी संस्थात्मक पत व्यवस्थेसाठी आढावा समिती' स्थापन केलेली होती. या समितीच्या शिफारशीवरून नाबार्डची स्थापना करण्यात आलेली आहे.)

ब) बिगर संस्थात्मक स्रोत (Non-Institutional Source)

या घटकामध्ये पुढील स्रोतांचा समावेश होतो.

१) सावकार (Moneylenders)
२) व्यापारी व कमिशन एजंट (Praders & Commission Agents)
३) नातेवाईक (Relatives)
४) भूस्वामी/जमीनदार व इतर (Landlords & others)

बिगर संस्थात्मक स्रोतांद्वारे अनुत्पादक कार्यासाठी कर्जपुरवठा मोठ्या प्रमाणात होतो. व्याजदर जास्त, लहान शेतकऱ्यांची कर्जपरतीची असमर्थता इ. दोष यात दिसून येतात.

या स्रोतांकडून शेतीला करण्यात आलेल्या पतपुरवठ्यात मोठ्या प्रमाणावर घट झालेली आहे.

२.५.११ नाबार्ड (NABARD) व भूविकास बँक

राष्ट्रीय कृषी व ग्रामीण विकास बँक (National Bank for Agriculture & Rural Development) -
ग्रामीण भागाचा विकास करणे आणि कृषी वित्तपुरवठ्यातील विविध बँकांमध्ये समन्वय साधणे या हेतूने नाबार्डची स्थापना १२ जुलै १९८२ रोजी करण्यात आली. राष्ट्रीय पातळीवर कृषी व ग्रामीण विकास या क्षेत्रासाठी शिखर संस्था म्हणून नाबार्ड काम करते.

नाबार्डची कार्ये

१) कृषी, ग्रामोद्योग, कुटिरोद्योग, हस्तकला आणि अन्य ग्रामीण उत्पादक क्षेत्रांना कर्ज देणाऱ्या संस्थांची पुनर्वित्त संस्था म्हणून नाबार्ड कार्य करते.

२) राज्य सहकारी बँका, प्रादेशिक ग्रामीण बँका, भूविकास बँका आणि रिझर्व्ह बँकेची मान्यता असलेल्या इतर वित्तीय संस्था यांना अल्पकालीन, मध्यमकालीन व दीर्घकालीन कर्जपुरवठा नाबार्ड करते.

३) सहकारी सोसायट्यांच्या भागभांडवलात सहभागी होण्यासाठी राज्य सरकारांना (२० वर्षांपर्यंत) दीर्घ मुदतीची कर्जे देणे.

४) ही केंद्र सरकारद्वारे मान्यताप्राप्त कोणत्याही संस्थेला दीर्घकालीन कर्ज देऊ शकते किंवा कृषी व ग्रामीण विकासाशी संबंधित कोणत्याही संस्थेच्या भाग-भांडवल किंवा प्रतिभूतींमध्ये गुंतवणुकीचे योगदान देऊ शकते.

५) केंद्र सरकार, राज्य सरकारे, योजना आयोग, कृषी/ग्रामीण विकास क्षेत्रात कार्य करणाऱ्या राज्यस्तरीय संस्था यांच्या प्रयत्नात सुसूत्रता आणण्याची जबाबदारी नाबार्डवर आहे.

६) नाबार्ड ग्रामीण व सहकारी बँकांची तपासणी करणे, तसेच शेती व ग्रामीण विकासाशी संबंधित अशा संशोधनाला मदत करण्याचेही कार्य करते.

७) शिखर संस्था म्हणून आणि पुनर्वित्त संस्था म्हणून नाबार्डला कृषी व ग्रामीण पतपुरवठ्याच्या बाबतीत दुहेरी भूमिका बजावावी लागते.
नाबार्डची स्थापना करून पुढील दोन गोष्टींचे एकत्रीकरण त्यात करण्यात आले.
अ) RBI चे कृषी पत विभाग व ग्रामीण नियोजन आणि पत-कक्ष हे विभाग
ब) कृषी पुनर्वित्त आणि विकास महामंडळ (ARDC) - (Agricultural Refinance & Development Corporation)

मुख्यालय :- नाबार्डचे मुख्यालय मुंबई येथे आहे.

भांडवल :- नाबार्डचे सुरुवातीचे अधिकृत भांडवल ५०० कोटी रु. तर भाग भांडवल १०० कोटी रु. होते. हे भागभांडवल निम्मे भारत सरकारने तर निम्मे RBI ने पुरविले होते. 'नाबार्ड (सुधारणा) कायदा-२०००' नुसार जानेवारी २००१ पासून नाबार्डचे अधिकृत भांडवल वाढवून २००० कोटी रु. करण्यात आले.

रिझर्व्ह बँक ऑफ इंडियाने (RBI) नाबार्डमधील आपला १४५० कोटी रु. पैकी १४३० कोटी रु. चा हिस्सा केंद्र सरकारला विकला (ऑक्टोबर २०१०). त्यामुळे RBI चा आता नाबार्डमध्ये केवळ १% हिस्सा उरला असून उर्वरित ९९% हिस्सा केंद्र सरकारचा झाला आहे.

नाबार्डचे निधी :- नाबार्डने आपले कार्य करण्यासाठी पुढील निधी निर्माण केले आहेत.

१) राष्ट्रीय ग्रामीण पत (दीर्घकालीन कार्य) निधी

२) राष्ट्रीय ग्रामीण पत (स्थैर्य) निधी

३) ग्रामीण पायाभूत सुविधा विकास निधी (Rural Infrastructure Development Fund -RIDF) नाबार्डने हा निधी १ एप्रिल १९९५ ला निर्माण केला.

भूविकास बँक (Land Development Bank)

'शेतकऱ्यांना शेती विकासासाठी जमिनीच्या तारणावर शेतजमिनीमध्ये कायमस्वरूपी सुधारणा घडवून आणण्यासाठी दीर्घ मुदतीचा कर्जपुरवठा करणारी, सहकारी तत्त्वावर स्थापन करण्यात आलेली व मर्यादित जबाबदारीच्या तत्त्वावर कार्य करणारी संस्था म्हणजे भूविकास बँक होय.'

स्थापना

भूविकास बँकांना सुरुवातीला भूतारण बँका असे म्हटले जाई. भारतात अशी पहिली बँक १९२० मध्ये पंजाबमध्ये झांब येथे सुरू करण्यात आली. नंतरच्या दहा वर्षांत आणखी काही बँका स्थापन करण्यात आल्या.

मात्र, भारतात भूतारण बँकांचा खरा प्रारंभ १९२९ मध्ये मद्रास येथे स्थापन करण्यात आलेल्या 'मध्यवर्ती भूतारण बँक' (Central Mortgage Bank) च्या स्थापनेपासून झाला. पुढे इतर राज्यांमध्येही अशा बँकांची स्थापना करण्यात आली. भूविकास बँक ही आता 'राज्य सहकारी कृषी व ग्रामीण विकास बँक' (Co-operative Agriculture & Rural Development Banks- ARDBs) या नावाने ओळखली जाते.

भूविकास बँकेची संरचना

भारतात भूविकास बँकांची संरचना राज्यानुसार वेगवेगळी आहे. मात्र, तिचे दोन प्रकार आढळून येतात–

अ) संघानुवर्ती प्रकार (Federal type) – या प्रकारात भूविकास बँकांची द्विस्तरीय रचना असते.

१) राज्य स्तरावर राज्य किंवा मध्यवर्ती भूविकास बँक असते. यांना राज्य सहकारी कृषी व ग्रामीण विकास बँक (State Co-operative Agriculture & Rural Development Bank) असे म्हटले जाते.

२) स्थानिक पातळीवर (जिल्हा/तालुका) प्राथमिक सहकारी कृषी व ग्रामीण विकास बँक (Primary Co-op.Agri. & Rural Dev. Bank) असे म्हटले जाते.

ब) एकानुवर्ती/एकात्मिक प्रकार (Unitary type)

या प्रकारात फक्त मध्यवर्ती भूविकास बँक अस्तित्वात असून ती आपल्या शाखांमार्फत कार्य करते व व्यक्तींना थेटपणे कर्ज देते. अशी पद्धत बिहार, गुजरात, उत्तर प्रदेश, जम्मू व काश्मीर इ. राज्यांमध्ये रूढ झालेली आहे.

महाराष्ट्रात भूविकास बँकेची एकात्मिक पद्धत १९७१ ते २००१ दरम्यान अस्तित्वात होती.

राष्ट्रीय पातळीवरही भूविकास बँकांनी आखिल भारतीय भूविकास बँकांचा संघ (All India Land Development Banks Union) स्थापन केलेला आहे.

भूविकास बँकेची कार्ये

अ) प्राथमिक भूविकास बँकेची कार्ये

प्राथमिक भूविकास बँकेचे मुख्य कार्य म्हणजे शेतकऱ्यांना दीर्घ मुदतीची कर्जे व अग्रिमे अल्प दराने उपलब्ध करून देणे– अशी कर्जे खालील कारणांसाठी दिली जातात.

१) जुन्या कर्जाची परतफेड करण्यासाठी

२) शेतजमीन खरेदी, कृषी यंत्रसामग्री खरेदी इ.साठी

३) शेतजमिनीत कायमची सुधारणा घडवून आणण्यासाठी. उदा. जमीन सपाटीकरण, विहीर खोदणे, सिंचन सुविधा करणे इ.साठी

४) शेतमालाच्या साठवणुकीसाठी गोदामे बांधण्यासाठी

५) शेती संलग्न उद्योगांना कर्जे

६) शेतीवर आधारित प्रक्रिया उद्योगांना कर्जे

ब) राज्य/मध्यवर्ती भूविकास बँकांची कार्ये

१) कार्यक्षेत्रातील प्राथमिक भूविकास बँकांना दीर्घ मुदतीचे कर्ज देणे

२) स्वतःच्या भांडवल उभारणीसाठी कर्ज रोख्यांची विक्री करणे, ठेवी जमा करणे इ.

३) कार्यक्षेत्रातील प्राथमिक भूविकास बँकांच्या कार्याचे नियंत्रण, देखरेख, मार्गदर्शन करणे ; तसेच, त्यांच्या व्यवहारांची तपासणी करणे

४) एका बाजूला नाबार्ड व सरकार तर दुसऱ्या बाजूला प्राथमिक भूविकास बँका यांमधील मध्यस्थाची भूमिका पार पाडणे

१९५१ साली देशात ५ राज्य भूविकास बँका होत्या, तर २८० प्राथमिक भू-विकास बँका होत्या. त्यांनी केलेला कर्जपुरवठा ३ कोटी रु. इतका होता. त्यांची संख्या, ठेवी, कर्जपुरवठा इ. बाबी वेगाने वाढत होत्या. मार्च २०१० मध्ये देशात २० राज्य भूविकास बँका होत्या तर ६९७ प्राथमिक भूविकास बँका होत्या.

२.५.१२ कृषी किमती, घटक– विविध कृषी उत्पादनांवर परिणाम करणारे घटक
(Agriculture pricing- components, factors affecting prices of various Agriculture produces)

शेतमालाच्या किमती नियंत्रणाखाली असल्या तर त्याच शेतकऱ्यांना योग्य मोबदला मिळतो, त्याचबरोबर ग्राहकांनासुद्धा योग्य दरात अन्नधान्य खरेदी करता येते. अन्नधान्याच्या किमती वाढण्याचा सर्वांत जास्त परिणाम चलनवाढीच्या दरावर होतो. या सर्व बाबी टाळण्याकरिता शेतमालाच्या खरेदी व विक्री किमतीवर नियंत्रण ठेवणे ही शासनाची महत्त्वपूर्ण जबाबदारी आहे.

भारतातील शेतमाल किमतविषयीच्या धोरणाची उद्दिष्टे

१) सर्वसाधारण किमती स्थिर ठेवणे– विशेषतः तुटवड्याच्या काळात किमती वेगाने वाढू न देणे

२) शेती-उत्पादनात वाढ करण्यास प्रोत्साहन देणे, शेती उत्पादन तोट्यात होणार नाही या दृष्टीने उत्पादनखर्च भरून निघेल आणि थोडा नफा मिळेल अशी किमत ठेवणे

३) समाजातील गरीब वर्गाला परवडेल अशा किमतींना जीवनावश्यक वस्तू उपलब्ध करून देणे

शेतमाल किंमत धोरण यशस्वी करण्यासाठी साधने

१) शेतमालासाठी आधारभूत किमती ठरविणे

२) सरकारमार्फत शेतमालाची खरेदी

३) धान्याचे राखीव साठे निर्माण करणे

कृषी मूल्य आयोग

शेतकऱ्यांच्या उत्पादनाला उत्पादनखर्चानुसार किमान भाव मिळावा याकरिता उपाययोजना सुचविण्याच्या उद्देशाने १९६४ मध्ये भारत सरकारने 'झा समिती' नेमली होती. या समितीने केलेल्या शिफारशींनुसार भारत

सरकारने १९६५ मध्ये धान्याची वसुली आणि धान्य तसेच अन्य शेतमालाच्या किमती याबाबत धोरण सुचविण्यासाठी कृषी मूल्य आयोग कायमचा स्थापन करण्यात आला.

प्रथमच उत्पादकाला उत्पादन खर्चावर आधारित किंमत मिळावी हा विचार होऊ लागला. याचवेळी सुरू झालेल्या हरितक्रांतीमुळे उत्पादन वाढण्याला या धोरणाची मदत झाली आहे.

१९९० मध्ये सरकारने कृषी मूल्य आयोगाची पुनर्रचना करून त्याचे नाव 'कृषी परिव्यय' व 'किंमत आयोग' असे ठेवले. हा आयोग शेतमालासाठी किमती ठरवून देण्याबरोबर आयात, खरेदी व साठे याबाबत सल्ला देत असे.

राष्ट्रीय धान्य निगम

अन्नधान्याची योग्य पद्धतीने खरेदी व साठवणूक करण्याकरिता भारत सरकारने १ जानेवारी १९६५ रोजी 'राष्ट्रीय धान्य निगम'ची स्थापना केली. हे निगम, धान्याची खरेदी करणे, आवश्यकतेनुसार अन्नधान्याची आयात किंवा निर्यात करणे, अन्नधान्याचा राखीव साठा ठेवणे, अन्नधान्याची वाहतूक व वितरण करणे इ. कार्य करते.

भारतीय शेतमाल किमतीवर परिणाम करणारे घटक

शेतमालाच्या किमती मागणी व पुरवठा यांवर अवलंबून असतात. सरकार जेथे किमती नियंत्रित करते तेथे नियंत्रणाच्या परिणामकारकतेचा प्रभाव किमतीवर पडतो.

अ) भारतात शेतमालाच्या किमतीवर परिणाम करणारे पुरवठ्याच्या बाजूचे घटक

१) **उत्पादन**

शेतमालाचे उत्पादन नैसर्गिक घटकांमुळे किंवा इतर घटकांमुळे कमी-जास्त होऊ शकते, त्याचा शेतमाल किमतीवर परिणाम होतो.

२) उत्पादनापैकी बाजारात पाठविला जाणारा भाग –

३) आयात-निर्यात

४) बाजारातील पूर्वीचा साठा

ब) मागणीच्या बाजूचे घटक

१) **लोकसंख्या वाढ**

लोकसंख्या वेगाने वाढत असेल तर मागणी वाढून शेतमालाच्या/अन्नधान्याच्या किमती जास्त राहतात.

२) **उत्पन्न वाढ**

लोकांच्या उत्पन्नातील वाढीमुळे शेतमालाची मागणी वेगाने वाढत जाते आणि किमती वाढण्याची प्रवृत्ती निर्माण होते.

३) **औद्योगिक उत्पादनासाठी मागणी**

शेतमाल ज्या उद्योगात कच्चा माल म्हणून वापरला जातो त्या उत्पादनाच्या मागणीवर कच्च्या मालाच्या किमती अवलंबून राहतात.

क) सरकारचा हस्तक्षेप

किमती स्थिर ठेवण्यासाठी सरकार बाजारात हस्तक्षेप करते आणि किमतीत मोठी वाढ किंवा मोठी घट होण्याची प्रवृत्ती रोखते.

शासकीय आधारभूत किमती

भारतात १९६५ पासून 'कृषी मूल्य व व्यय आयोग' शेतमालाच्या किमान आधारभूत किमतीविषयी अहवाल सादर करतो. या अहवालातील शिफारशी विचारात घेऊन केंद्र सरकार शेतमालाच्या किमान आधारभूत किमती जाहीर करते. जर बाजारपेठेत केंद्र सरकारने घोषित केलेल्या आधारभूत किमतीपेक्षा शेतमालाचे भाव कमी असतील तर, जाहीर केलेल्या किमतीनुसार सरकार (राष्ट्रीय अन्नधान्य निगम) धान्याची किंवा शेतमालाची खरेदी करते.

राज्यात किमान आधारभूत किंमत योजनेअंतर्गत खरेदी करण्यासाठी पुढील संस्था काम करतात.

१) महाराष्ट्र राज्य सहकारी पणन महासंघ
२) महाराष्ट्र राज्य सहकारी आदिवासी विकास महामंडळ
३) राष्ट्रीय कृषी सहकारी पणन महासंघ (नाफेड)
४) महाराष्ट्र राज्य सहकारी कापूस उत्पादक महासंघ

१९८४ मध्ये स्थापन झालेले महाराष्ट्र राज्य कृषी पणन मंडळ पुढील बाबींकडे लक्ष देते.

१) राज्यातील बाजार समित्यांच्या कामामध्ये समन्वय ठेवणे
२) निर्यातीला उत्तेजन देणे
३) कार्यशाळा, प्रदर्शने, प्रशिक्षण आयोजित करणे

२.५.१३ अर्थसाहाय्य/अनुदान (Subsidies)

'अन्नधान्यासाठी शेतकऱ्यांना जास्त किमती देणे आणि गरीब वर्गासाठी सार्वजनिक वितरण व्यवस्थेतून खर्चापेक्षा कमी किमतीला धान्य विकणे याला धान्यासाठी अनुदान असे म्हणतात.' यातून उत्पादक व ग्राहक या दोघांचेही हित साधले जाते. शेतीतील उत्पादन खर्च कमी करण्यासाठी खतांचा पुरवठा कमी किमतीत केला जातो. याला खतांसाठी अर्थसाहाय्य असे म्हणतात. याशिवाय कमी दराने सिंचन व वीज-पुरवठ्याच्या सोयी, कमी व्याजदरात कर्जे हे देखील अर्थसाहाय्याचे प्रकार आहेत.

२.५.१४ कृषीपणन (Agriculture Marketing)

कृषी पणन/विपणन ही अशी प्रक्रिया आहे, ज्याद्वारे उत्पादक व ग्राहक यांना एकत्र आणले जाते. शेतकऱ्याने उत्पादित केलेला माल घरी आणल्यापासून ते उपभोक्त्याच्या हातात पडेपर्यंत ज्या विविध प्रक्रिया करण्यात येतात, त्या सर्वांचा कृषी विपणन व्यवस्थेमध्ये समावेश होतो.

सद्य:स्थिती

भारतात अजूनही शेतकरी आपला शेतमाल गावातच सावकार किंवा महाजनांना विकतात. पंजाबमध्ये आजही गव्हाच्या ६०% भागाची व तेलयुक्त पदार्थांच्या ७०% भागाची गावातच विक्री होते.

भारतीय शेतकऱ्यांच्या प्रचलित विक्रीमध्ये दुसऱ्या प्रणालीनुसार शेतकरी आपले उत्पादन आठवडे बाजार, ग्रामीण बाजारात विकताना दिसतात.

तिसऱ्या प्रणालीनुसार छोट्या तसेच मोठ्या बाजार समिती व मंडीमध्ये शेतमाल विक्री होते. शेतकऱ्यांसाठी उपलब्ध कृषी विपणनसंबंधी मुख्य सुविधा-पुढील मुख्य सुविधांची कृषी विपणनासाठी आवश्यकता आहे.

१) शेतकऱ्यांकडे स्वत:ची शेतमाल ठेवण्यासाठी गोदामे असावीत.
२) ज्यात काही दिवस शेतमाल साठवणूक ठेवण्याची चांगली व्यवस्था असावी, जेणेकरून साठवलेला माल चांगल्या किमतीला विक्री करता येऊ शकेल.
३) स्वत:कडे किंवा स्वस्त परिवहन (Transport Facilities) सुविधा पाहिजे.
४) शेतकऱ्याला बाजाराची सद्य:स्थिती व बाजार किमतीचे पूर्ण ज्ञान असावे.
५) व्यवस्थित व विनियमित बाजार व्यवस्थांचा (Organised & Regulated Markets) विकास झाला पाहिजे.
६) मध्यस्थांची (intermediaries) संख्या जितकी कमी होईल तितकी केली पाहिजे.

२.५.१५ शासनाची भूमिका आणि कृषी विपणनातील त्यांच्या संस्था (Role of Govt. and its institutes in agriculture marketing)

१) अन्नधान्य साठवणुकीच्या सोयी

शेतकऱ्यांना माल साठवणुकीस मदत व्हावी म्हणून १९५६ मध्ये भारत सरकारने 'राष्ट्रीय सहकारी विकास व गोदाम महामंडळ' स्थापन केले. १९६७ मध्ये 'केंद्रीय गोदाम महामंडळ व राज्य गोदाम महामंडळ' स्थापन झाले.

२) प्रमाणित वजनमापाचा वापर

सर्व देशभर एकाच प्रमाणित वजन मापनाचा वापर करण्यासाठी व फसवणूक कमी होण्यासाठी सरकारने १९३९ मध्ये 'प्रमाणित वजन मापनाचा कायदा' पास केला गेला. याची अंमलबजावणी स्वातंत्र्यानंतर १९६२ पासून करण्यात आली.

३) प्रतवारी व प्रमाणीकरण

दर्जेदार मालाला चांगल्या किमती प्राप्त होण्यासाठी व मालामधील भेसळ कमी होण्यासाठी भारत सरकारतर्फे १९३७ मध्ये 'शेतमाल वर्गवारी व खरेदी-विक्री कायदा' करण्यात आला. या कायद्यानुसार विशिष्ट दर्जाच्या धान्यावर 'ॲगमार्क' हा सरकारी शिक्का मारला जातो.

४) सहकारी विपणन

शेतकऱ्यांनी अथवा उत्पादकांनी एकत्र येऊन शेतमालाच्या खरेदी-विक्रीसंबंधीची विविध कामे सहकाराच्या तत्त्वावर करणे याला 'सहकारी विपणन व्यवस्था' म्हणतात.

१९५४ मध्ये भारतात सहकारी विपणन समित्या (Co-operative Credit Societies) स्थापन करण्यात आल्या. महाराष्ट्रात १९५६ नंतर सहकारी तत्त्वावर शेतमालाची विक्री करण्यास सुरुवात झाली. आज महाराष्ट्रात सहकारी विपणन सोसायट्यांची संख्या ४५० पेक्षा जास्त आहे.

सहकारी विपणन तंत्रामध्ये ६००० पेक्षा अधिक प्राथमिक विपणन समित्या भारतात कार्यरत आहेत, ज्यात ३५०० विशेष वस्तू विपणन समित्या होत्या. जिल्हा स्तरावर १६० केंद्रीय विपणन समित्या होत्या, राज्यस्तरावर २९ शीर्ष समित्या (Apex Societies) आणि २५ विपणन फेडरेशन (Marketing Federations) होते.

सहकारी विपणनाचे फायदे

१) अनावश्यक मध्यस्थ कमी होऊन बाजारखर्चामध्ये घट होते.
२) वाहतूक खर्च कमी- सर्वांच्या मालाची वाहतूक एकाच साधनाने केल्यामुळे वाहतूक खर्चात घट होते.

३) साठवणूक, प्रतवारी, हाताळणी, पॅकिंग इ. सुविधा कमी खर्चात पुरविल्या जातात.
४) शेतकऱ्यांची सौदा शक्ती वाढते.

शेतमाल खरेदी-विक्री कार्य करणाऱ्या संस्था

१) राष्ट्रीय शेतकी सहकारी खरेदी-विक्री संघ :- (National Agricultural Co-operative Marketing Federation - NAFED)

अखिल भारतीय स्तरावर सहकारी तत्त्वावर शेतमाल खरेदी-विक्री करण्याविषयीची जबाबदारी नाफेड पार पाडते. सध्या भारतात नाफेडच्या एकूण २५ शाखा कार्यरत आहेत. ही संस्था देशात मोठ्या प्रमाणात उत्पादित झालेल्या शेतमालाची खरेदी करते, साठवणूक करते व त्याची निर्यात करते. नाफेडच्या या भूमिकेमुळे देशातील शेतमालाच्या किमतीच्या पातळीवर स्थैर्य राहून शेतकऱ्यांना त्यांच्या मालाचा योग्य मोबदला मिळतो.

२) राष्ट्रीय सहकारी विकास महामंडळ :- (National Corporation of Co-operative Development -NCDC)

भारतात १९६३ मध्ये या महामंडळाची स्थापना केली गेली. हे महामंडळ सरकारने निश्चित केलेल्या शेतमालाच्या उत्पादनास शेतकऱ्यांना प्रोत्साहन देणे, त्याची खरेदी करणे, त्याची साठवण करणे इ. कार्य पार पाडते.

शेतमाल विक्रीसंबंधित कार्य करणाऱ्या संस्था

१) भारतीय खाद्य निगम - (Food Corporation of India -FCI)
२) कृषी मूल्य आयोग - १९६५ मध्ये स्थापना - किमान हमी किंमत ठरवितो.
३) राष्ट्रीय कृषी सहकारी विपणन महासंघ - (NAFED) -
४) राज्य कृषी सहकारी विपणन महासंघ - (महाफेड)
५) राज्य कापूस विपणन सहकारी महासंघ (कॉटन मार्केट फेडरेशन)-राज्य एकाधिकार कापूस खरेदीचे राज्य सरकारचा प्रतिनिधी म्हणून कार्य करतो.
६) जिल्हा कृषी औद्योगिक सहकारी संस्था- दातवाला समिती (१९५४) यांच्या शिफारशींवरून स्थापना
७) तालुका सहकारी खरेदी-विक्री संघ
८) भारतीय मानक ब्युरो- शेतमालाच्या बाबतीत प्रमाणके/मानके तयार करण्याचे काम करणे
९) निर्यात पत व हमी निगम (Export Credit & Guarantee Corporation) -
१०) राष्ट्रीय सहकारी विकास निगम (NCDC)
११) विविध मालांसाठीची निर्यात प्रोत्साहन मंडळे - (Export Promotion Councils), उदा. मसाला पिके, कापूस, काजू इ.
१२) व्यापार विकास प्राधिकरण - (Trade Development Authority) विशिष्ट उत्पादनांच्या निर्यातीसाठी साहाय्य करते.
१३) महाराष्ट्र राज्य कृषी पणन मंडळ
या मंडळाची स्थापना महाराष्ट्र कृषी उत्पन्न पणन विनिमय १९६३ चे कलम ३९(अ) अन्वये २३ मार्च १९८४ रोजी झाली. याचे कार्यालय पुणे येथे आहे.
१४) अॅपेडा (APEDA) - (Agriculture & Processed Food Products Export Development Authority)

मुख्यालय – नवी दिल्ली येथे आहे.

ही संस्था देशाची प्रमुख संस्था असून ती विविध प्रकारे निर्यातीस साहाय्य देते, तसेच इतर देशांतील मालाची मागणी, किमती इ. ताजी माहिती प्रसारित करते.

मूल्यवर्धित कृषी उत्पादने

कृषी उत्पादनाची मूल्यवाढ निरनिराळ्या प्रकारे होऊ शकते. उदा. आंब्यापासून जेली वा जॅम उत्पादन करणे किंवा कृत्रिम खताचा वापर न करता नैसर्गिक खतांचा वापर करून कृषी उत्पादन करणे. यामुळे कृषी उत्पादनाच्या मूल्यात मोठ्या प्रमाणात वाढ होऊ शकते.

कृषी उत्पन्न बाजार समिती

कृषी उत्पन्न बाजार समित्यांचे त्यांच्या उत्पन्नावरून वर्गीकरण करण्यात येते. या समितीचे प्रमुख उत्पन्न बाजार शुल्क (Market Fees) हे आहे. हे शुल्क शेतमालाच्या विक्री किमतीवर शेकडा दराने आकारले जाते.

महाराष्ट्रातील उत्पन्नावर आधारित वर्गवारीच्या निकषावर असलेल्या बाजार समित्या –

१) उत्तम – १० लाख रु. पेक्षा जास्त उत्पन्न
२) 'अ' वर्ग – ३ ते १० लाख रु. उत्पन्न
३) 'ब' वर्ग – १.७५ ते ३ लाख रु. उत्पन्न
४) 'क' वर्ग – १ लाख ते १.७५ लाख रु. उत्पन्न
५) 'ड' वर्ग – ५०,००० ते १ लाख रु. उत्पन्न
६) 'इ' वर्ग – ४० ते ५० हजार रु. उत्पन्न
७) 'फ' वर्ग – २५ ते ४० हजार रु. उत्पन्न

एपीएमसी (APMC- Agricultural Produce Marketing Committee) - कृषी उत्पादन विपणन समिती

स्वातंत्र्यानंतर व्यापक स्तरावर हे लक्षात आले की, कृषी क्षेत्रातील बाजार कुशलतापूर्वक कार्य करत नव्हते. वितरणाची समस्या सोडविण्यासाठी वेगवेगळ्या राज्यांनी आपापले एपीएमसी अधिनियम बनविले. यानुसार शेतकऱ्यांना शोषणापासून मुक्त करण्यासाठी कठोर कायदे केले गेले.

कृषी उत्पादन विपणन समिती (एपीएमसी) ने बाजारामध्ये अंतिम निर्णय घेणारी संरचना अशी बनविली की, जास्त बहुमत शेतकऱ्यांचे असेल व या समितीचा अध्यक्ष शेतकरी असेल.

कृषी विपणन व्यवस्थेला अधिक मजबूत प्रतिस्पर्धी बनविण्यासाठी भारत सरकारने सुरुवातीला कृषी विपणनावर एक विशेष तज्ज्ञ समितीचे गठन केले, नंतर कृषी विपणन सुधारणांसाठी एक मंत्रालयी टास्क फोर्स गठित केली गेली. या विशेष समितीच्या मुख्य शिफारशींवरून व त्यांनी सांगितलेल्या पुढील ९ क्षेत्रांना प्राथमिकता दिली.

१) कायद्याने सुधारणा
२) प्रत्यक्ष विपणन
३) बाजाराचा आधारभूत आकार
४) वित्त पुरवठा
५) भंडारण रसीद प्रणाली
६) वायदा बाजार

७) समर्थन मूल्य योजना
८) कृषी विपणनामध्ये माहिती व तंत्रज्ञान
९) विपणन विस्तार, प्रशिक्षण व संशोधन

या टास्क फोर्समधील शिफारशींमधली सगळ्यात महत्त्वाची शिफारस म्हणजे राज्य ए.पी.एम.सी. अधिनियम आणि अनुबंध शेतीमध्ये संशोधन

या राज्य ए.पी.एम.सी. कायदाच्या संशोधनाची महत्त्वाची बाजू म्हणजे राज्यांच्या मार्गदर्शन हेतूने केंद्र सरकारने 'कृषी विपणनावर मॉडल अॅक्ट'चा मसुदा तयार केला. ज्यात अन्य गोष्टींशिवाय प्रत्यक्ष खरेदी केंद्र व उपभोक्ते यांना सरळ विक्री करण्यासाठी शेतकऱ्यांच्या बाजाराच्या स्थापनेस संमती देण्यात आली. या मॉडल अॅक्टवर सुधारणांसाठी ७ जानेवारी २००४ ला दिल्ली मध्ये चर्चा केली गेली. जास्तीतजास्त राज्यांमध्ये ए.पी.एम.सी. अॅक्टद्वारे बाजाराबाहेर (Markets) खरेदी-विक्री बंद करण्याची महत्त्वाची तरतूद करण्यात आलेली आहे.

स्वाध्यायासाठी प्रश्न

अ) गाळलेल्या जागी योग्य पर्याय निवडा.

१) २०११-१२ मध्ये भारताच्या राष्ट्रीय उत्पन्नात कृषी क्षेत्राचा वाटा .... इतका होता.
(अ) ५०% (ब) १९.५% (क) १३.९%

२) २०११ च्या जनगणनेनुसार .... टक्के लोकांना कृषी क्षेत्रात रोजगार उपलब्ध झालेला आहे.
(अ) ५२ (ब) ६० (क) ४५

३) .... या वस्तूंची किंमतवाढ प्रामुख्याने मुद्रास्फितीला कारणीभूत असते.
(अ) कापड (ब) गृहबांधणी (क) अन्नधान्य

४) शेतीतील एकूण उत्पादनास एकूण क्षेत्रफळाने भागले असता............ उत्पादकता मिळते.
(अ) प्रति श्रमिक (ब) प्रति हेक्टरी (क) प्रति पीक

५) भारतात गव्हाचे सर्वाधिक उत्पादन २०११ मध्ये .... राज्यात झाले.
(अ) महाराष्ट्र (ब) उत्तर प्रदेश (क) राजस्थान

६) कूळकायदा ही .... सुधारणा आहे.
(अ) तंत्रज्ञानात्मक (ब) संस्थात्मक (क) उत्पादनात्मक

७) सर्वांत कमी धारणाक्षेत्र असलेले राज्य म्हणजे .... होय.
(अ) उत्तर प्रदेश (ब) महाराष्ट्र (क) केरळ

८) नाबार्डची स्थापना .... या वर्षी झाली.
(अ) १९८२ (ब) १९८३ (क) १९८४

९) भूविकास बँक ही .... कर्ज पुरवठा करते.
(अ) अल्पकालीन (ब) दीर्घकालीन (क) मध्यम मुदतीचा

१०) मूल्यवर्धित कृषी उत्पादनात .... कृषी वस्तूंचा समावेश होतो.
(अ) प्रक्रिया केलेल्या (ब) प्रक्रिया न केलेल्या (क) निर्यात केलेल्या

ब) योग्य पर्याय निवडा.

१) मध्यस्थांचे उच्चाटन करण्याचा प्रयत्न या जमीन सुधारणा कायद्यात करण्यात आलेला आहे.
(अ) कूळ कायदा
(ब) कमाल जमीन धारणा कायदा
(क) जमीनदारी उच्चाटन कायदा

२) १९७८-७९ पासून जलसिंचन प्रकल्पाचे वर्गीकरण पुढील निकषाच्या आधारे केले जाते-
(अ) लाभ क्षेत्र (ब) उत्पादन (क) एकूण खर्च

३) बिगर संस्थात्मक स्रोतात कर्जपुरवठा करणाऱ्या पुढील स्रोताचा उल्लेख केला जातो.
(अ) सावकार (ब) सहकारी पतसंस्था (क) भूविकास बँका

४) राष्ट्रीय स्तरावर कृषी व ग्रामीण विकासात पुढील बँक शिखर बँक म्हणून कार्य करते -
(अ) राज्य सहकारी बँक (ब) नाबार्ड (क) प्रादेशिक ग्रामीण बँक (RRB)

५) कृषी उत्पन्न विपणन समितीचा मुख्य उद्देश म्हणजे -
(अ) मध्यस्थांचे उच्चाटन व उचित व्यापार
(ब) निर्यातीला मदत
(क) आधारभूत किमती निश्चित करणे

क) पुढील विधाने चूक की बरोबर ते लिहा.

१) २०११-१२ या वर्षात भारतातील राष्ट्रीय उत्पन्नात सर्वाधिक हिस्सा सेवा क्षेत्राचा आहे.
२) धारणाक्षेत्राच्या लहान आकारामुळे यांत्रिकीकरण करण्यात अडचणी निर्माण होतात.
३) कृषी पतपुरवठ्याच्या संस्थात्मक स्रोतात सावकाराचा समावेश केला जातो.
४) प्रादेशिक ग्रामीण बँका लहान व सीमान्त शेतकऱ्यांना कर्जपुरवठा करतात.
५) मूल्यवर्धित कृषी उत्पादनामुळे कृषी उत्पादनाची मूल्यवाढ होत नाही.

ड) जोड्या लावा.

१)	जमीन सुधारणा	अ) कृषी व ग्रामीण विकास शिखर संस्था
२)	पतपुरवठ्याचा संस्थात्मक स्रोत	ब) दीर्घकालीन कर्जपुरवठा
३)	नाबार्ड	क) शेतीमाल किमती
४)	भूविकास बँक	ड) व्यापारी बँका
५)	कृषी परिव्यय व किंमत आयोग	इ) कमाल जमीन धारणा कायदा

उत्तरे

अ)	१. (क)	२. (अ)	३. (क)	४. (ब)	५. (ब)
	६. (ब)	७. (क)	८. (अ)	९. (ब)	१०. (अ)
ब)	१. (क)	२. (अ)	३. (अ)	४. (ब)	५. (अ)
क)	१. बरोबर	२. बरोबर	३. चूक	४. बरोबर	५. चूक
ड)	१-इ	२-ड	३-अ	४-ब	५-क

२.६ अन्न व पोषण आहार
(Food and Nutrition)

२.६.१ भारतातील अन्नउत्पादन व खप यामधील कल, पहिली व दुसरी हरितक्रांती.
२.६.४ साठवणुकीतील समस्या व प्रश्न, प्रापण व वितरण
२.६.५ भारतातील अन्नधान्याची आयात-निर्यात
२.६.६ अन्नाचे उष्मांकमूल्य व त्याची मोजणी
२.६.८ भारतातील नेहमीच्या पोषणविषयक समस्या व त्याची कारणे व परिणाम

२.६.१ भारतातील अन्न उत्पादन व खप यामधील कल, पहिली व दुसरी हरितक्रांती
(Trends in food production and consumption in India, First and ensuing second Green Revolutions)

१९५० मध्ये केवळ ५ कोटी टन असणारे भारतातील अन्नधान्य उत्पादन २०११-१२ मध्ये २५:२५ कोटी टन राहील असे जाहीर करण्यात आले. अन्नधान्याचे उत्पादन एका बाजूला वाढत असताना लोकसंख्या दुसऱ्या बाजूला वाढत आहे, म्हणून अन्न वितरणाच्या समस्याही वाढताना दिसत आहेत, म्हणून विज्ञान तंत्रज्ञानाचा वापर, सकस अन्नधान्याची साठवण, शेतीसोबत फायदेशीर ठरणारे जोडधंदे इ. बाबत नवीन संशोधन होणे गरजेचे आहे.

भारतात १९६६ नंतर पहिली हरितक्रांती घडून आली. (२.४ या प्रकरणातील २.४.२.१ या मुद्द्यामध्ये याबाबत चर्चा करण्यात आलेली आहे.)

भारतात हरितक्रांती घडून आल्यानंतर कृषीक्षेत्राचे चित्र पार पालटून गेले. हरितक्रांतीमुळे अन्नधान्याच्या उत्पादनामध्ये प्रचंड वाढ झाली, परंतु भरड धान्य व डाळीच्या उत्पादनातील वाढ नाममात्र होती, म्हणजेच हरितक्रांतीचा प्रभाव सर्व पिकांच्या बाबतीत एकसारखा दिसत नाही. पहिल्या हरितक्रांतीमुळे अन्नधान्याचे उत्पादन वाढले, रोजगारात वाढ झाली व शेतीतील गुंतवणुकीत वाढ झाली. या फायद्यांसोबतच उत्पन्नातील विषमता, प्रादेशिक विषमता व विशिष्ट पिकांच्या उत्पादनातच फक्त वाढ झाली.

भारतात दुसऱ्या हरितक्रांतीची गरज निर्माण झाली. भारतात संकरित बियाण्यांच्या क्षेत्रात आजही योग्य वाढ झालेली नाही. कमी पाण्यात व बदलत्या हवामानात टिकून राहण्याची व अधिक उत्पादन देण्याची कुवत पिकांमध्ये निर्माण केली पाहिजे. भले ती पिके G.M. असतील पण संकर करूनच या पिकांची तग धरण्याची क्षमता वाढविणे शक्य आहे.

भविष्यात आपणास कितीतरी पटींनी अन्नधान्याचे उत्पादन वाढवावे लागणार आहे, कारण दिवसेंदिवस लोकसंख्येचे प्रमाण वाढत चाललेले आहे. हरितक्रांतीचे प्रणेते डॉ. नॉर्मन बोरलाग हे मात्र जैव-तंत्रज्ञानाच्या आधारे शेतीतील अधिक उत्पादनाचे ध्येय गाठता येते असे सांगतात.

भारतात २००५ मध्ये राबविलेल्या डॉ. एम. एस. स्वामीनाथन यांच्या अध्यक्षतेखालील 'राष्ट्रीय शेतकरी आयोगाच्या' राबविलेल्या शिफारशींवरून भारतात दुसऱ्या हरितक्रांतीची सुरुवात झाल्याचे दिसून येत आहे.

दुसऱ्या हरितक्रांतीच्या आगमनाने वेगवान आर्थिक विकासाकडे वाटचाल करणे सोपे होईल.

२.६.२ अन्न स्वावलंबन (Self-sufficiency in food)

भारतातील अन्नधान्य उत्पादनात तांदूळ, गहू, ज्वारी, बाजरी, मका, रागी, तूर, हरभरा, उडीद, मूग, खरीप व रब्बी डाळी यांचा समावेश होतो. खरीप व रब्बी दोन्ही हंगामांचा विचार करता भारतात २००८-०९ ते २०१०-११ मध्ये पुढीलप्रमाणे अन्नधान्य उत्पादन दिसून येते.

तक्ता क्र. १

भारतातील अन्नधान्य उत्पादन

वर्ष	अन्नधान्य उत्पादन
२००८-०९	२३४.४७ मिलियन टन
२००९-१०	२१८.१९ मिलियन टन
२०१०-११	२३२.०७ मिलियन टन

संदर्भ : आर्थिक सर्वेक्षण २००९-१०

वरील तक्त्यातील आकडेवारीचा विचार करता भारतात २००९-१० मध्ये अन्नधान्य उत्पादनाचे प्रमाण इतर दोन्ही वर्षांपेक्षा कमी राहिलेले आहे. तसेच २०१०-११ मध्ये अन्नधान्य उत्पादन २००९-१० पेक्षा जास्त आहे पण आधीच्या वर्षांपेक्षा ते कमी आहे.

तक्ता क्र. २

अन्नदान्य व कृषी क्षेत्रातील उत्पादनाची अग्रेसर राज्यांची आकडेवारी (२००७-०८)

घटक	राज्य	एकूण उत्पादनाशी शेकडा प्रमाण
तांदूळ	प. बंगाल	१५.२२
गहू	उत्तरप्रदेश	३२.६८
मका	आंध्र प्रदेश	१९.०९
मोठे धान्य (बाजरी, ज्वारी)	राजस्थान	१७.४७
डाळी	महाराष्ट्र	२०.४६
एकूण अन्नधान्य	उत्तर प्रदेश	१८.२४
भुईमूग	गुजरात	३५.९५
सोयाबीन	मध्य प्रदेश	४९.९५
सूर्यफूल	कर्नाटक	४०.४१
ऊस	उत्तर प्रदेश	३५.८१
कापूस	गुजरात	३१.९९
ज्यूट	प. बंगाल	७३.९५
बटाटा	उत्तर प्रदेश	४१.७७
कांदा	महाराष्ट्र	२८.४४

संदर्भ : आर्थिक सर्वेक्षण २००९-१०

२.६.३ अन्न सुरक्षिततेमधील समस्या (Problem of food security)

भारतात १९५१ मध्ये अन्नधान्य उत्पादन ५०.८२ दशलक्ष टन, तर दरडोई उपभोगाचे प्रमाण ३३४.२ ग्रॅम इतके होते. २०११ मध्ये अन्नधान्य उत्पादन २४१.०० दशलक्ष टन, तर दरडोई उपभोग ४७३.९ ग्रॅम इतका होता. याचा अर्थ अन्नधान्याचे उत्पादन चार पटींपेक्षा जास्तीने वाढले, मात्र दरडोई उपभोग फक्त १३९.७ ग्रॅमने वाढला. याचा अर्थ अन्नसुरक्षा आजही गरजेची बाब आहे. भारतातील अन्नसुरक्षितेतील समस्या पुढीलप्रमाणे–

१) वाढती लोकसंख्या
२) अन्नधान्याच्या वाढत्या किंमती
३) शेतीचा लहान आकार
४) निर्वाहासाठी शेती करण्याची प्रवृत्ती
५) अपुरा भांडवलपुरवठा
६) सार्वजनिक वितरणव्यवस्थेतील दोष
७) अन्नधान्याचे घटते उत्पादन
८) पर्यावरणाचा ऱ्हास
९) वाढते शहरीकरण
१०) जमिनीचे क्षारीकरण
११) रासायनिक खतांचा वाढता वापर

२.६.४ साठवणुकीतील समस्या व प्रश्न : प्रापण, वितरण (Problems and issues of storage, procurement, distribution)

शेतमाल ठरावीक हंगामात भरपूर प्रमाणात उपलब्ध असतो, त्यामुळे त्या हंगामात त्याची किंमत कमी असते, परंतु फळे व भाज्यांची हाताळणी, व्यवस्थित बांधून दुसरीकडे विक्रीस पाठविणे इ. गोष्टी करण्यासाठी वेळ लागतो. शीतगृहाची सोय नसेल तर शेतमाल खराब होऊ शकतो, म्हणून तो आहे त्या भावात विक्री करण्याने नुकसान होते.

भाजीपाला व फळे यांची साठवणूक अयोग्य स्वरूपाची असेल तर त्यावर बॅक्टेरिया, यीस्ट व मिल्ड्यू अशा रोगांचा प्रादुर्भाव होतो.

अन्नधान्य हा माल इतर शेतमालापेक्षा दीर्घकाळ टिकतो, परंतु अन्नधान्याला काही दिवसांनंतर कीड, अळी लागण्याची संभाव्यता असते, यासाठी योग्य कीटकनाशके व साठवणुकीचे नियोजन करणे गरजेचे आहे.

२.६.५ अन्नाची आयात–निर्यात (Import and export of food)

तक्ता क्र. ३

भारतातील अन्नधान्याची निर्यात **प्रमाण ००० मे.टन**
मूल्य कोटी रु.

	२००२–०३		२००४–०५		२००७–०८		२०१०–११		२०११–१२	
	प्रमाण	मूल्य	प्रमाण	मूल्य	प्रमाण	मूल्य	प्रमाण	मूल्य	प्रमाण	मूल्य
गहू	३६७१	१७६०	२००९	१४६०	०.२४	०.२४	०.४०	०.७०	७४१	१०२४
तांदूळ (बासमती वगळून)	४२५९	३७७३	३६१५	३९४५	५२८६	७४१०	१०१	२३१	४०९९	८६६८

संदर्भ :- डी.जी.सी. आय ॲण्ड एस. मिनिस्ट्री ऑफ कॉमर्स, भारत सरकार

टीप :- आकडे पूर्णांकात

तक्ता क्र. ४

भारतातील अन्नधान्याची आयात **प्रमाण ००० मे टन**

मूल्य – कोटी रु.

	२००२-०३		२००४-०५		२००७-०८		२०१०-११		२०११-१२	
	प्रमाण	मूल्य	प्रमाण	मूल्य	प्रमाण	मूल्य	प्रमाण	मूल्य	प्रमाण	मूल्य
गहू	–	–	१७९३	२६५७	१८५	२५६	०.०२	०.०८		
तांदूळ	०.८७	१.०९	७.०	७.०	०.१६	०.४२	०.२२	१.१२	१.०८	५.७३

संदर्भ – पूर्वोक्त टीप – आकडे पूर्णांकात

तक्ता क्र.३ व तक्ता क्र. ४ वरून असे दिसून येते की, भारत हा आता अन्नधान्याची निर्यात करणारा देश झालेला आहे. आयात अन्नधान्याचे प्रमाणही नगण्य आहे. अन्नधान्याच्या बाबतीत भारत स्वयंपूर्ण झालेला आहे.

२.६.६ अन्नाचे कॅलरीमूल्य व त्याची मोजणी (Calorific value of foods and its measurement)

प्रत्येक जिवंत प्राण्याला व वनस्पतींना जगण्यासाठी, हालचाल करण्यासाठी, वाढीसाठी ऊर्जेची आवश्यकता असते.

ऊर्जा मोजण्याचे प्रमाण म्हणजे कॅलरी (उष्मांक) होय. सामान्यत: ज्याची वाढ पूर्ण झालेली आहे अशा (२० ते ३९ वर्षं) ६५ किलो वजन असणाऱ्या तंदुरुस्त पुरुषाला रोज ३००० कॅलरीज् लागतात. ७ वर्षांच्या मुलाला २००० कॅलरीज् लागतात, ६५ वर्षांच्या स्त्रीला १९०० कॅलरीज पुरतात. वय वर्ष ४० नंतर उष्मांकांची गरज कमी होऊ लागते. गर्भवतीला रोज १५० कॅलरीज्पेक्षा जास्त कॅलरीज लागतात.

अ) कॅलरी – वय, लिंगभेद, क्रियाशीलता याप्रमाणे व्यक्तीला लागणाऱ्या कॅलरीज्मध्ये भिन्नता असते. मेहनतीचे काम करणाऱ्यांना पुरुषाला २८०० व स्त्रीला २३० कॅलरीज लागतात. गर्भावस्थेत ३०० कॅलरीज् जास्त व स्तनपान करणाऱ्या मातेला ७०० कॅलरीज जास्त लागतात.

ब) प्रथिने – सामान्य व्यक्तीस दर किलोग्रॅम वजनास १ ग्रॅम प्रथिने आवश्यक असतात.

क) स्निग्ध पदार्थ – प्रौढ व्यक्तीस १५ ते २५ प्रतिशत कॅलरीज् स्निग्धापासून मिळायला हव्यात. मुलांसाठी हे प्रमाण २०-३०% असावे. प्राणिज व वनस्पतीजन्य प्रकारच्या स्निग्धांचा समावेश आहारात करावा.

ड) कर्बोदके – प्रौढ व्यक्तीला ६० ते ७०% कॅलरीज् प्रतिशत मिळायला हव्यात. आहारात साधी कर्बोदके – म्हणजे साखर, गूळ ज्यांचे शोषण त्वरित होते अशी कर्बोदके – व गुंतागुंतीची रचना असलेली, सेल्युलोज असलेली कर्बोदके असायला हवीत.

इ) जीवनसत्त्वे – संरक्षक पदार्थात जीवनसत्त्वांचा समावेश होतो. प्रौढ स्त्री व पुरुषास रोज जीवनसत्त्व 'अ' ३००० आय यू. जीवनसत्त्व 'ड' १०० आय. यू., जीवनसत्त्व 'ब' १.२ ते २.२ मि.ग्रॅ. 'क' जीवनसत्त्व ५० मि.ग्रॅ. एवढे आवश्यक असते.

अधिक कॅलरीज् देणारे अन्नघटक

सर्व धान्ये (गहू, ज्वारी, बाजरी, तांदूळ, मका), कडधान्ये (मूग, तूर, मटकी, चवळी, वाटाणा, पावटा, हरभरा), सर्व स्निग्ध पदार्थ (तूप, लोणी, साय, तळलेले पदार्थ, अंडी, मटण), सर्व प्राणिजन्य आहार (मटण, चिकन, मासे, अंडी), सर्व गोड पदार्थ (साखर, मिठाई, गूळ), जमिनीखाली वाढणाऱ्या कंदाच्या भाज्या (बटाटा, रताळे, बीट), सर्व प्रकारचे मद्य (बिअर, व्हिस्की, रम, वाईन, देशी दारू) या पदार्थांत कॅलरीज खूप असतात. ज्यांना वजन कमी करावयाचे आहे त्यांच्या आहारात वरील पदार्थ कमी असावेत. मद्य, साखर, साबुदाणा, आंबा, केळी, चिक्कू, द्राक्षे यांसारखी फळे कमी असावीत.

२.६.७ चांगले आरोग्य व समतोल आहारासाठी मानवी शरीरास आवश्यक असलेली ऊर्जा व पोषणमूल्य (Energy and nutrient needs of human body for better health and balanced diet)

भारतीय वैद्यकीय संशोधन परिषद (आय.सी.एम.आर.) च्या अहवालानुसार भारतीय व्यक्तीच्या आहारामधील प्रतिदिन आवश्यक अन्नघटक -

१) तृणधान्य - ५२० ग्रॅम

२) कडधान्य - ४० ग्रॅम

३) तेल किंवा तूप - ४५ ग्रॅम

४) भाजी - २०० ग्रॅम

५) दूध - २०० ग्रॅम

एखाद्या व्यक्तीस आवश्यक समतोल आहार ठरविताना पुढील अन्नघटकांचा विचार उष्मांक, प्रथिने, कर्बोदके, स्निग्ध पदार्थ, जीवनसत्त्वे, क्षार, पाणी, चघळ/चोथा व चवसमाधान केला जातो.

१) प्रथिने

सर्व पेशी तयार होण्याकरिता, वाढण्याकरिता, झीज भरून काढण्याकरिता, प्रतिकारशक्तीसाठी, अनेक प्रकारची संप्रेरके बनविण्याकरिता, पाचक रस तयार करण्याकरिता प्रथिनांची गरज असते. प्रथिनांच्या अपूर्णतेमुळे अशक्तपणा, रक्तक्षय, प्रतिकारशक्ती कमी होणे, रक्त गोठणे असे विकार होऊ शकतात. दूध, डाळी, उसळी, चवळी, सोयाबीन, शेंगदाणे, बदाम, काजू, पिस्ता, अक्रोड, मांसाहारी पदार्थ हे प्रथिनयुक्त पदार्थ आहेत.

२) पिष्टमय पदार्थ/कर्बोदके/कार्बोहायड्रेट्स

अन्नपदार्थातील दुसरा महत्त्वाचा घटक म्हणजे कर्बोदके. यांचे प्रमुख कार्य उष्मांकामार्फत ऊर्जा पुरविणे हे होय. साखर, भात, तृणधान्य, बटाटा, रताळे, साबुदाणा, गोड फळे यांतून कर्बोदके विपुल मिळतात.

३) स्निग्ध पदार्थ (फॅट्स)

अन्नपदार्थातील तिसरा घटक म्हणजे स्निग्ध पदार्थ. याचे मुख्य काम ऊर्जा पुरविण्याचे असले तरी जीवनावश्यक सत्त्वे पुरविण्याचे काम स्निग्ध पदार्थ करतात. अ,ड,ई,आय,के ही जीवनसत्त्वे स्निग्ध पदार्थांच्या सेवनातून प्राप्त होतात.

४) जीवनसत्त्वे

समतोल आहारातून जीनवसत्त्वे मिळत असतात. अ जीवनसत्त्व मिळण्यासाठी गाजर, दूध, मांसाहार, ताज्या पालेभाज्या, आंबा, खजूर यांचा उपयोग होतो.

ब जीवनसत्त्व मिळण्यासाठी ताज्या भाज्या, दूध, ताजी फळे, कोशिंबिरी, मोड आलेली कडधान्ये उपयोगी ठरतात. सर्व ताज्या फळांतून क जीवनसत्त्व मिळते. लोहाचे शरीरात शोषण होण्यासाठी क जीवनसत्त्व आवश्यक असते.

५) क्षार

कॅल्शियम, लोह, सोडियम, पोटॅशियम, कोबाल्ट, मँगेनीज, झिंक, कॉपर (तांबे) असे अनेक क्षार आपल्याला लागतात. सोडियम मिठातून मिळते. पोटॅशियम हे सर्व शाकाहारी व मांसाहारी स्रोतांत सापडते. तसेच फळे, फळांचा रस, नारळाचे पाणी यातही ते मिळते. लोह मिळण्यासाठी टोमॅटो, खजूर, काळ्या मनुका, शेवगा इ. पदार्थांचा वापर उपयोगी ठरतो. गुळात लोह असते. साखरेत ते नसते.

६) पाणी

पाण्याचे महत्त्व अनन्यसाधारण आहे. साधारणत: दरडोई २००० ते २५००० मिलिलीटर पाणी मानवी शरीराला आवश्यक आहे. सामान्यपणे १५०० मिलिलीटर पाणी घामामार्फत शरीराबाहेर पडते. पाणी शरीरात कमी पडले की, चयापचयाला अडचण होऊ लागते, हृदयाच्या कामावर तणाव येतो. मूत्रपिंडाचे काम नीट होत नाही. त्यातून जिवाला धोका निर्माण होतो. पाणी अति घेऊनही अपाय संभावतो.

पोषण म्हणजे जगण्यास आवश्यक असे अन्नघटक की, जे शरीराला मिळाल्यावर त्यावर प्रक्रिया होते. तसेच शरीरातील अन्नपचन करणारे अवयव त्याचा उपयोग पचनासाठी करतात. योग्य पोषणामुळे १) शरीराची वाढ होऊन सर्व प्रकारच्या पुनर्निर्मितीस मदत होते. २) व्यक्ती क्रियाशील राहते. ३) शारीरिक विकास, शारीरिक रचना व रोगप्रतिकारकशक्ती वाढते.

२.६.८ भारतातील नेहमीच्या पोषणविषयक समस्या आणि त्याची कारणे व परिणाम (Common nutritional problems in india and its causes and effects)

उत्तम पोषणाशिवाय उत्तम आरोग्य राहू शकत नाही. पोषण व आरोग्याचा जवळचा संबंध आहे. मानसिक/शारीरिक स्वास्थ्य, मानसिक तत्परता आणि कार्यक्षमता यासाठी पोषण हा पाया समजला जातो. भारतात जवळजवळ निम्म्या जनतेस अपुरे अन्न मिळते, तर काही जनतेस कुपोषण होणारे अन्न मिळते.

भारतातील अन्न पोषणविषयक समस्या व कारणे

१) सार्वजनिक ठिकाणच्या कार्यक्रमातील अन्नधान्याची नासाडी. तसेच नैसर्गिक आपत्तींमुळे अन्नाच्या होणाऱ्या नासाडीमुळे अन्नातील पोषणतत्त्वे कमी होतात.

२) अन्नधान्याची पारंपरिक मळणी करण्याच्या पद्धतीमुळे पोषणविषयक समस्या उद्‌भवतात.

३) सार्वजनिक वितरणव्यवस्थेतील अकार्यक्षम व्यवस्थापन

४) अन्नधान्याच्या वाढत्या किंमती

५) रासायनिक द्रव्यांचा वापर वाढल्यामुळे नैसर्गिक पोषण त्या पिकांमध्ये अभावानेच दिसते.

६) भारतात बालक व महिला कुपोषित आहेत. जागतिक भूक निर्देशांकानुसार ८१ विकसनशील देशांमध्ये भारताचा ६७ वा क्रमांक लागतो.

७) वाढत्या लोकसंख्येमुळे अन्नधान्याची मागणी वाढते.

८) खनिज तेलांच्या किमतीत वाढ झाल्यामुळे वाहतुकीचे दर वाढून अन्नधान्याच्या किमतीत वाढ होते.

पोषणविषयक समस्यांमुळे होणारे परिणाम

१) दारिद्र्य व कुपोषण

२००५ सालापासून आतापर्यंत अन्नधान्यांच्या किमतीत ८०% पर्यंत वाढ झालेली आहे, परिणामी सुमारे १० कोटी लोक दारिद्र्यरेषेच्या खाली जाण्याची शक्यता आहे.

२) सामाजिक व राजकीय असंतोष

सेनेगल, मॉरिशियाना, आफ्रिका व इतर काही देशांमध्ये अन्नधान्याच्या किमती वाढल्याने त्याविरोधात तेथील नागरिकांनी हिंसक आंदोलन केले. तशा स्वरूपाचे परिणाम दिसू शकतात.

३) इतर वस्तूंच्या किमतीत वाढ

अन्नधान्याच्या किमती वाढल्याने मांस, पोल्ट्री, अंडी तसेच दुग्धोत्पादनांच्या किमतीत वाढ झाली. नजीकच्या काळात ही वाढ कमी होण्याची चिन्हे दिसत नसून ती आणखी वाढण्याची शक्यता आहे.

४) भुकेचा प्रश्न

फक्त गरीब जनतेला या प्रश्नाला तोंड द्यावे लागत नसून त्याचा शहरातील मध्यमवर्गीयांच्या जीवनपद्धतीवर परिणाम झालेला आहे. बाजारपेठेत व दुकानात अन्नधान्य उपलब्ध असले तरी ते अन्नटंचाईमुळे निर्माण झालेल्या महागाईमुळे योग्य प्रमाणात खरेदी करता येत नाही, परिणामी पर्यायी स्वरूपाचे हलक्या दर्जाचे अन्नधान्य खरेदी करावे लागते.

२.६.९ सरकारची धोरणे, योजना व कार्यक्रम (Govt. Policies, schemes, programs)

लहान मुले, गरोदर स्त्रिया व स्तनदा माता यांच्या किमान पोषणाच्या गरजा भागविण्यासाठी व त्यांना आरोग्य सुविधा पुरविण्याच्या दृष्टीने राज्य शासन पोषण कार्यक्रमांतर्गत विविध योजना राबविते.

१) ग्रामीण क्षेत्राकरिता पूरक पोषक आहारयोजना

एकात्मिक बाल विकास सेवा योजनेअंतर्गत पूरक पोषण आहार योजना राबविली जाते. ६ वर्षांखालील बालकांना पौष्टिक आहार देऊन त्यांच्या आरोग्याचा दर्जा उंचावणे, समाजातील दुर्लक्षित गरोदर महिला आणि स्तनदा माता यांना आहार पुरविणे, दुर्गम आणि अति संवेदनशील क्षेत्रातील कुपोषणावर लक्ष केंद्रित करून ते नियंत्रणात आणणे आणि बालमृत्यूचे प्रमाण कमी करणे ही या योजनेची मुख्य उद्दिष्टे आहेत. हा कार्यक्रम अंगणवाडी केंद्रांमार्फत संपूर्ण जिल्हा परिषद कार्यक्षेत्रात राबविला जातो.

ही योजना २ ऑक्टोबर १९७५ रोजी सुरू करण्यात आलेली आहे. या योजनेचा लाभ तीन महिन्यांच्या बालकापासून ६ वर्षाचे मूल, गरोदर व स्तनदा माता यांना मिळतो. बालकांमधील ३०० कॅलरीज उष्मांकांची आणि १० ते १२ ग्रॅम प्रथिनांची कमतरता भरून काढण्याकरिता प्रतिदिन प्रतिलाभार्थी रुपये १.५० इतकी तरतूद करून अंगणवाडी केंद्राद्वारे त्यांना उसळ व खिचडी पुरविण्यात येते. रिक्त खर्चाची पूर्ती केंद्र शासनाकडून केली जाते.

२) नागरी भागाकरिता पूरक पोषण आहारयोजना

राज्यातील नागरी भागात ३०० कॅलरीज उष्मांकांची व १० ते १२ ग्रॅम प्रथिनांची कमतरता भरून काढण्यासाठी प्रतिदिन प्रतिलाभार्थी रु. १.५० इतकी तरतूद असून त्यांना 'शिरा' व 'उसळ' यासारखे सोयीस्कर अन्न पुरविले जाते.

३) प्रधानमंत्री ग्रामोदय योजना (२०००-०१)

गाव पातळीवरील लोकांचा सतत विकास घडावा या हेतूने ही योजना सुरू आहे. या योजनेखाली कुपोषित श्रेणी १ ते ४ मधील ६ महिने ते ३ वर्षं वयोगटातील बालकांचा समावेश आहे. प्रतिदिन प्रति लाभार्थी १ रुपया प्रमाणे ३०० कॅलरीज उष्मांकांची व १० ते १२ ग्रॅम प्रथिनांची कमतरता भरून काढण्यासाठी लाभार्थ्याला पौष्टिक आहार म्हणजे भुकटी स्वरूपात उपचारशास्त्रभूत आहार देण्यात येतो.

४) अंत्योदय अन्न योजना

ही केंद्र सरकार पुरस्कृत योजना दारिद्र्यरेषेखालील कुटुंबांसाठी आहे. डिसेंबर २००० मध्ये या योजनेची सुरुवात झालेली आहे. गहू, तांदूळ शिधापत्रिकेवर कमी किमतीत उपलब्ध करून दिला जातो. सुरुवातीला १ कोटी गरीब कुटुंबांना ही योजना लागू केलेली होती. एप्रिल २००१ पासून ३५ किलोग्रॅम धान्य प्रति कुटुंब वितरित करण्यास सुरुवात केली. २००५-०६ पासून २.५० कोटी कुटुंबांना सहभागी केले गेले. एप्रिल २००६ पासून वितरित धान्याचे प्रमाण ३५ किलोंवरून ३० किलोंवर आले.

५) अन्नपूर्णा योजना

ही पूर्णत: केंद्रपुरस्कृत योजना असून ती २००१ मध्ये सुरू झाली. या योजनेअंतर्गत ६५ वर्षे व त्यावरील निराधारांना दरमहा १० किलो धान्य मोफत पुरविले जाते. ज्या व्यक्तींना वृद्धापकाळ निवृत्ती वेतन या योजनांतर्गत लाभ मिळत नाही अशा व्यक्तींना ही योजना लागू आहे.

६) विशेष आहार कार्यक्रम

ही योजना १ लाखापेक्षा जास्त लोकसंख्येच्या शहरात राबविली जाते. गलिच्छ वस्तीतील गर्भवती स्त्रिया, माता व ६ वर्षांपर्यंतची बालके यांच्यासाठी ही योजना राबविली जाते. मुलांना पोषक आहार पुरविणे, मातांना लोह, कॅल्शियम व जीवनसत्त्वाच्या औषधांचा पुरवठा करणे यांचा या योजनेत समावेश असतो.

७) माता बालसंगोपन कार्यक्रम

कुटुंबकल्याण कार्यक्रमांतर्गत हा कार्यक्रम राबविला जातो. यामध्ये गर्भवती स्त्रिया व ५ वर्षांपर्यंतची मुले यांचा समावेश होतो. गर्भधारणेपासून नियमित तपासणी व उपचार, धनुर्वात प्रतिबंधक लस टोचणी, लोह व फॉलिक ॲसिड गोळ्यांचे वाटप, निर्जंतुक प्रसूती, मातेचे पोषण, बालकांचे लसीकरण, बालकांचे पोषण यांचा समावेश होतो.

२.६.१० अन्नसुरक्षा अधिनियम (Proposed Food Security Act)

भारतात २००७-०८ पासून राष्ट्रीय अन्नसुरक्षा अभियान (National Food Security Mission) अमलात आणले आहे. यानुसार देशातील ग्रामीण भागातील ७५% आणि शहरातील ५०% गरीब जनतेला स्वस्तात धान्य वाटप, ६८% जनतेला अन्नधान्य स्वस्त मिळण्याची शक्यता, लाभार्थींना स्वस्तात अन्नधान्य मिळणे हा कायदेशीर अधिकार, दारिद्र्यरेषेखालील प्रत्येक व्यक्तीला दरमहा ७ किलो अन्नधान्य उपलब्ध करून दिले जाणार, गहू प्रतिकिलो २ रुपये व तांदूळ ३ रुपये दराने वाटप, दारिद्र्यरेषेवरील प्रत्येक व्यक्तीला दरमहा ३-४ किलो धान्य पुरविणे, सार्वजनिक वितरणव्यवस्थेसाठी अनुदान देण्याची तरतूद, बोगस शिधापत्रिकांना आळा घालण्यासाठी प्रयत्न इ. तरतुदी या अभियानात आहेत.

११ व्या पंचवार्षिक योजनेदरम्यान (२००७-१२) राष्ट्रीय अन्नसुरक्षा मिशनचा एकूण खर्च ४८८२.५ कोटी रु. इतका आहे. याद्वारे तांदूळ १० मिलियन टन, गहू ८ मिलियन टन व डाळी २ मिलियन टनने वाढविण्याचे उद्दिष्ट आहे.

अन्नसुरक्षा विधेयकासाठी राष्ट्रीय सल्लागार परिषद (NAC) ने सुचविलेल्या सुधारणांवर व तरतुदींवर विचार करण्यासाठी डॉ. सी. रंगराजन यांच्या अध्यक्षतेखाली नेमलेल्या समितीने १३ जानेवारी १९११ रोजी अहवाल सादर केला - त्यात केवळ गरज असणाऱ्यांसाठी २ रु. प्रति कि.ग्रॅ. गहू व ३ प्रति कि. ग्रॅ. तांदूळ उपलब्ध करून दिला जावा असे सुचविण्यात आलेले आहे. तसेच प्राथमिक परिवारांना (Puriority Households) प्रतिमहा ३५ कि.ग्रॅ. विशेष लाभदायक मूल्यावर सामान्य परिवारांना (General Households) २० किलोग्रॅम अन्नधान्य प्रतिमहा सवलतीच्या दरात उपलब्ध करून द्यावे असे सुचविले. त्यामुळे यानुसार २०११-१२ मध्ये ५६३.५ लाख टन व २०१३-१४ मध्ये ५७६.१ लाख टन अन्नधान्याची उपलब्धता लागेल. यामुळे राष्ट्रीय अन्नसुरक्षा कायदा पास होण्यास अडचणी येत आहेत किंवा हा कायदा पास होत नसताना दिसून येते.

१६ ऑक्टोबर हा दिवस 'जागतिक अन्न दिवस' म्हणून साजरा केला जातो. जागतिक अन्न व कृषीसंघटना (FAO) ही जागतिक स्तरावर कार्य करणारी संघटना विविध राष्ट्रांच्या सहकार्याने अन्नविषयक व कृषीविषयक प्रश्नांची सोडवणूक करण्यासाठी प्रयत्न करते.

स्वाध्यायासाठी प्रश्न

अ) गाळलेल्या जागी योग्य पर्याय निवडा.

१) पश्चिम बंगाल हे राज्य ----- उत्पादनात अग्रेसर आहे. (२००७-०८, २०१०-११)

(अ) तांदूळ   (ब) गहू   (क) ऊस

२) भारतात अन्नसुरक्षा अभियान ----- पासून अमलात आणले जाते.

(अ) २००५-०६   (ब) २००७-०८   (क) २०११-१२

३) भारतात ग्रामीण भागाकरिता पूरक पोषक आहार योजना ----- रोजी सुरू झाली.

(अ) २ ऑक्टोबर १९७५   (ब) २ ऑक्टोबर १९८५   (क) २००१

४) २०११-१२ मध्ये भारतात अन्नधान्याचे उत्पादन ----- मिलियन टन गृहीत धरण्यात आलेले होते.

(अ) २३२.०७   (ब) २५२.५६   (क) २३४.४७

५) ऊर्जा मोजण्याचे प्रमाण म्हणजे ----- होय.

(अ) उष्मांक   (ब) प्रथिने   (क) कर्बोदके

ब) योग्य पर्याय निवडा.

१) भारतात हरितक्रांती पुढीलपैकी कोणत्या वर्षी घडून आली?

(अ) १९६०   (ब) १९६६   (क) १९७१

२) जागतिक अन्न दिवस पुढीलपैकी कोणता आहे?

(अ) २४ सप्टेंबर   (ब) ५ सप्टेंबर   (क) १६ ऑक्टोबर

३) मेहनतीचे काम करणाऱ्या पुरुषाला व स्त्रीला पुढीलपैकी किती कॅलरीज (उष्मांक) लागतात?

(अ) २३०० व २१००   (ब) २८०० व २३००   (क) २५०० व २

४) प्रधानमंत्री ग्रामोदय योजना कधी सुरू करण्यात आली?

(अ) २००५   (ब) २०००-०१   (क) २०१०

५) भारतात २००५ मध्ये कोणाच्या अध्यक्षतेखाली 'राष्ट्रीय शेतकरी आयोग' नेमण्यात आला?

(अ) डॉ. एम.एस. स्वामीनाथन   (ब) डॉ.नरेंद्र जाधव   (क) डॉ. सी. रंगराजन

क) पुढील विधाने चूक की बरोबर ते लिहा.

१) २०१०-११ मध्ये भारतातील अन्नधान्याचे उत्पादन २३२.०७ मिलियन टन इतके होते.

२) गहू उत्पादनाच्या बाबतीत आंध्रप्रदेश हे राज्य अग्रेसर होते.

३) अंत्योदय अन्नयोजनेची सुरुवात २००५ मध्ये करण्यात आली.

४) जनतेला वाजवी दरात अन्नधान्य उपलब्धतेची हमी तसेच गरिबांच्या अन्नसुरक्षेत वाढ या सरकारच्या आर्थिक धोरणामधील महत्त्वाचे साधन म्हणून सार्वजनिक वितरण व्यवस्था (PDS) कार्य करते.

५) वाढती लोकसंख्या हे अन्न असुरक्षा होण्याचे कारण नाही.

ड) जोड्या लावा.

१) एकूण सर्वाधिक अन्नधान्य उत्पादन	अ) पोषणविषयक समस्या
२) दारिद्र्य व कुपोषण	ब) अन्नपोषण विषयक योजना
३) सर्वाधिक मका उत्पादन	क) आंध्र प्रदेश
४) अन्नपूर्णा योजना	ड) उत्तरप्रदेश
५) भुईमूग उत्पादन	इ) गुजरात

उत्तरे

अ) १. (अ)   २. (ब)   ३. (अ)   ४. (ब)   ५. (अ)

ब) १.(ब)   २. (क)   ३. (ब)   ४. (ब)   ५. (अ)

क) १. बरोबर २. चूक ३. चूक ४. बरोबर ५. चूक

ड) १-ड   २-अ   ३-क   ४-ब   ५-इ

२.७ भारतातील उद्योग, पायाभूत सुविधा व सेवाक्षेत्र
(Indian Industry, Infrastructure and Services Sector)

२.७.१ कल, उद्योगाची रचना व वाढ, भारतातील पायाभूत सुविधा व सेवाक्षेत्र
२.७.२ भारतातील सार्वजनिक खाजगी व सहकारी क्षेत्राची भूमिका
२.७.३ लघुउद्योग, कुटीरोद्योग, बी.पी.ओ.
२.७.४ उदारीकरण व भारतावर त्याचा परिणाम
२.७.५ औद्योगिक आजारीपण

२.७.१ कल, उद्योगाची रचना व वाढ (Trends, composition and growth)

१९५०-५१ मध्ये एकूण जी.डी.पी.त उद्योगक्षेत्राचा हिस्सा १५% होता. तो २०११-१२ पर्यंत २७% पर्यंत वाढला.

उद्योगांमुळे औद्योगिकीकरण घडून येते. यामध्ये नैसर्गिक साधनसामग्री व इतर कच्चा माल यावर प्रक्रिया करून उपभोगासाठी योग्य अशा वस्तूंचे उत्पादन केले जाते. औद्योगिकीकरणामुळे देशाचा आर्थिक विकास घडून येण्यास मदत होते, त्यामुळे कोणत्याही अर्थव्यवस्थेत औद्योगिकीकरणास महत्त्वाचे स्थान असते.

तक्ता क्र. १
औद्योगिक उत्पादनाचे पंचवार्षिक योजनाकाळातील वृद्धीदर

	योजना	वृद्धीदर
१ली पंचवार्षिक योजना		७.५%
२री पंचवार्षिक योजना	(१९५६-६१)	६.६%
३री पंचवार्षिक योजना	(१९६१-६६)	९.०%
तीन वार्षिक योजना	(१९६६-६९)	१.६%
४थी पंचवार्षिक योजना	(१९६९-७४)	४.५%
५वी पंचवार्षिक योजना	(१९७४-७९)	५.९%
६वी पंचवार्षिक योजना	(१९८०-८५)	६.४%
७वी पंचवार्षिक योजना	(१९८५-९०)	८.५%
८वी पंचवार्षिक योजना	(१९९२-९७)	६.८%
९वी पंचवार्षिक योजना	(१९९७-२००२)	४.६%
१०वी पंचवार्षिक योजना	(२००२-०७)	८.३%

संदर्भ : नियोजन आयोग भारत सरकार

योजनाकाळात देशातील औद्योगिक प्रगतीसाठी मोठ्या प्रमाणावर प्रयत्न करण्यात आले, त्यामुळे देशात औद्योगिक प्रगती घडून आली.

औद्योगिक रचनेतील बदल व महत्त्व

१) पायाभूत सुविधांचा विकास

भारतातील नियोजनाच्या सुरुवातीच्या काळात वीज, वाहतूक, दळणवळण यांसारख्या विविध पायाभूत सुविधांच्या उभारणीसाठी गंभीरपणे प्रयत्न करण्यात आले.

२) अवजड व भांडवली वस्तूंच्या उद्योगांचा विकास

२ऱ्या पंचवार्षिक योजनेपासून सरकारने अवजड यंत्रनिर्मिती उद्योग आणि भांडवली वस्तू उद्योगांच्या विकासावर भर दिला.

३) स्थूल राष्ट्रीय उत्पादनात वाटा

१९५०-५१ मध्ये एकूण जी.डी.पी.त उद्योग क्षेत्राचा वाटा १५% होता. २०११-१२ पर्यंत हा वाटा २७ पर्यंत वाढला.

३) टिकाऊ उपभोग्य वस्तूंचा विस्तार

१९८१-८५ या काळात टिकाऊ उपभोग्य वस्तूंचा वार्षिक वृद्धीदर १४.४% होता, १९९५-९६ मध्ये हा वृद्धीदर ३७.१% झाला.

४) रसायने, पेट्रोकेमिकल आणि संलग्न उद्योगांवर भर

औद्योगिक रचनेच्या बाबतीत आणखी एक लक्षात घेण्याजोगा बदल म्हणजे १९८० च्या दशकात रसायने, पेट्रोकेमिकल आणि संलग्न उद्योगाचा मोठ्या प्रमाणावर विस्तार झाला. या काळात रसायने आणि रसायन उत्पादनाच्या उद्योगांचा वृद्धीदर जवळपास १२.२% होता.

५) १९९१ चे औद्योगिक धोरण

१९९१ मध्ये जाहीर झालेल्या धोरणाने १९५६ च्या औद्योगिक धोरणाच्या मूलभूत चौकटीत महत्त्वाचे बदल घडवून आणले.

या औद्योगिक धोरणाची उद्दिष्टे

अ) अनावश्यक नियंत्रणाच्या शृंखलांमधून भारतीय औद्योगिक व्यवस्था मुक्त करणे

ब) भारतीय अर्थव्यवस्थेची जागतिक अर्थव्यवस्थेशी सांगड घालणे

क) प्रत्यक्ष परकीय गुंतवणुकीवरील निर्बंध काढून टाकणे

ड) सार्वजनिक क्षेत्राबाबत पूर्वग्रहरहित असे डोळस धोरण स्वीकारणे

इ) उत्पादनक्षेत्रात मक्तेदारी निर्माण होणार नाही याची काळजी घेणे

फ) मागासलेल्या प्रदेशात औद्योगिकीकरणास वेग देणे

ग) रोजगाराच्या संधीत वाढ करणे

तक्ता क्र. २

भारतातील स्थूल राष्ट्रीय उत्पादनात निरनिराळ्या क्षेत्रांचा वाटा

(२००४.०५ च्या किंमतीनुसार % वाटा)

वर्ष	कृषी	औद्योगिक	सेवा
१९५०–५१	५५.०	१४.७	३०.३
१९७०–७१	४४.५	२१.७	३३.८
१९९०–९१	३३.१	२४.२	४२.७
२०००–०१	२५.३	२४.४	५०.४
२०१०–११	१६.८	२५.६	५७.७
२०११–१२	१६.१	२४.९	५८.०

संदर्भ : स्टॅटिस्टिकल आऊटलाईन ऑफ इंडिया, २०१२–१३

तक्ता क्र. २ वरून असे दिसून येते की, १९५०–५१ ते २०११–१२ या काळात स्थूल राष्ट्रीय उत्पादनात औद्योगिक क्षेत्राचा वाटा वाढत असला तरी १९९०–९१ नंतर यात विशेष वाढ दिसून येत नाही, परंतु सेवाक्षेत्राच्या वाट्यात मात्र लक्षणीय वाढ झालेली आहे. कृषीक्षेत्राचा स्थूल राष्ट्रीय उत्पादनातील हिस्सा मात्र कमी झालेला आहे.

२.७.२ भारतातील सार्वजनिक, खाजगी व सहकारी क्षेत्रांची भूमिका (Role of public, private and cooperative sectors in india)

प्रत्येक देशाच्या अर्थव्यवस्थेमध्ये शेती, उद्योग व सहकारक्षेत्राची महत्त्वाची भूमिका असते. उद्योगांची मालकी जेव्हा संस्थेकडे असते, तेव्हा तो उद्योग खाजगी क्षेत्रामध्ये आहे असे म्हणतात, याउलट जेव्हा एखाद्या उद्योगाची मालकी व नियंत्रण सरकारकडे असते, तेव्हा तो उद्योग सार्वजनिक क्षेत्रामध्ये आहे असे म्हणतात. सहकारी संस्थांकडून संचालित करण्यात येणाऱ्या उद्योगांच्या बाबतीत ते उद्योग सहकारीक्षेत्रात आहेत असे म्हटले जाते. जेव्हा उद्योगांची मालकी खाजगी व्यक्ती व संस्था आणि सरकार यापैकी दोघांकडेही असते, तेव्हा त्याला संयुक्त क्षेत्र म्हणतात.

सार्वजनिक उद्योग

ज्या उद्योगांवर सरकारची, पर्यायाने जनतेची मालकी असून त्याचे व्यवस्थापन व संचालन सरकारी यंत्रणेद्वारे करण्यात येते असे उद्योग म्हणजे सार्वजनिक उद्योग होत.

दुसऱ्या पंचवार्षिक योजनेदरम्यान आसाम, बिहार, ओडिशा, आंध्र प्रदेश, मध्य प्रदेश, राजस्थान येथे सरकारने भांडवलाची प्रचंड प्रमाणावर गुंतवणूक करून सार्वजनिक क्षेत्रामध्ये केलेल्या उद्योगांमुळे, या प्रदेशांमध्ये आर्थिक विकासाची प्रक्रिया सुरू झाली. झारखंड, बिहार व आडिशा ही राज्ये औद्योगिकीकरणाची केंद्रे बनली.

झारखंडमध्ये असलेल्या हेवी इंजिनिअरिंग कॉर्पोरेशन, नॅशनल कोल डेव्हलपमेंट कॉर्पोरेशन, बोकारो स्टील, इंडियन ऑईल कॉर्पोरेशन, फर्टिलायझर कॉर्पोरेशन, नॅशनल मिनरल डेव्हलपमेंट, हिंदुस्थान स्टील इ.

सार्वजनिक क्षेत्रांतील उद्योगांनी तेथील आर्थिक मागासलेपण कमी करण्यास साहाय्य केले. त्याचप्रमाणे ओडिशा, राजस्थान, छत्तीसगढ या राज्यांमधील हिंदुस्थान स्टील (भिलाई), हेवी इलेक्ट्रिकल्स, नॅशनल मिनरल डेव्हलपमेंट कॉर्पोरेशन, भारत अॅल्युमिनिअम कंपनी व सिमेंट कॉर्पोरेशन ऑफ इंडिया हे सार्वजनिक क्षेत्रातील उद्योग महत्त्वाचे आहेत.

सार्वजनिक क्षेत्रातील उद्योगांमुळे आर्थिक विकासाकरिता आवश्यक शास्त्रीय व सुदृढ पायानिर्मिती होण्यास मदत मिळते. तसेच रोजगारवाढ व कामगार कल्याणात सुधारणा होण्यास मदत मिळते. सार्वजनिक क्षेत्रासाठी राखीव उद्योग म्हणजे –

१) अणू ऊर्जा, २) रेल्वे परिवहन, ३) अणू ऊर्जेच्या यादीत समाविष्ट खनिजे

खाजगी उद्योगांची भूमिका

महत्त्व

१) उत्पादक साधनांचा पूर्ण उपयोग करण्याच्या दृष्टीने खाजगी क्षेत्रातील उद्योगांची भूमिका महत्त्वाची असते.

२) उत्पादन तंत्रामध्ये सुधारणा होण्यासाठी खाजगी क्षेत्र आवश्यक आहे.

३) खाजगी क्षेत्रातील उद्योगांच्या उत्पादकतेमध्ये वाढ झाल्याने, उत्पादनाची पातळी वाढते, उत्पादनाच्या खर्चात घट होते व उत्पादित वस्तूंच्या दर्जामध्ये सुधारणा होते.

४) अर्थव्यवस्थेचे एक प्रभावी क्षेत्र –

२०००-०१ या वर्षी देशात जेवढे नोंदणी झालेले उद्योग कार्य करीत होते, त्यांपैकी ८५% उद्योग हे खाजगी क्षेत्रात कार्यरत होते, ४९.३% व्यक्ती खाजगी क्षेत्रामधील उद्योगांमध्ये कार्यरत होत्या. देशातील सर्व उद्योगांमध्ये झालेल्या उत्पादनापैकी २९.४% उत्पादन हे खाजगी क्षेत्रांमध्ये असलेल्या उद्योगांमध्ये झाले होते. त्यामुळे खाजगी क्षेत्र हे अर्थव्यवस्थेचे एक प्रभावी क्षेत्र आहे.

५) स्वयंचालकता व रोजगारनिर्मितीस साहाय्यभूत –

खाजगी क्षेत्र हे स्वयंचलित क्षेत्र आहे व औद्योगिक क्षेत्राच्या विस्तारामुळे रोजगाराच्या अधिकाधिक संधी उपलब्ध होतात.

भारतात १९४७ नंतर औद्योगिक विकासाला चालना मिळाली. इंडस्ट्रियल पॉलिसी रिझोल्यूशन १९४८ ने देशातील औद्योगिक धोरणाला दिशा दिली. १९९१ च्या औद्योगिक धोरणाने भारतातील उद्योगांचे स्वरूप बदलले.

सध्या फक्त पाचच क्षेत्रांतील उद्योगांना सरकारी मान्यतेची गरज असून त्यासाठी परवाने घ्यावे लागतात. हे पाच उद्योग म्हणजे –

१) अल्कोहोलयुक्त पदार्थ

२) तंबाखूनिर्मित सिगरेट आणि तंबाखूजन्य पदार्थ

३) इलेक्ट्रॉनिक एअरोस्पेस आणि सर्व प्रकारची संरक्षण उत्पादने

४) सर्व प्रकारची औद्योगिक स्फोटके

५) विशिष्ट प्रकारची धोकादायक रसायने

भारतातील उद्योगांचा वार्षिक वृद्धीदर

तक्ता क्र. ३
उद्योग व वार्षिक वृद्धी दर (%)

उद्योग	२००५–०६	२०१०–११
१) खाद्य उत्पादन व पेय	१३.१	६.८
२) तंबाखू उत्पादन	१.०	१.९
३) कापड उद्योग	८.३	६.६
४) वस्त्र परिधान	१४.०	३.९
५) सामान, हँड बॅग इ.	–९.१	८.०
६) लाकूड उत्पादन	६.८	–२.२
७) कागद उत्पादन	६.३	८.५
८) प्रिटिंग, पब्लिकेशन्स	१३.७	११.३
९) कोक, संशोधित पेट्रोलियम	०.६	–०.२
१०) रासायनिक उत्पादन	१.०	१.७
११) रबर व प्लॅस्टिक उत्पादन	१२.३	१०.४
१२) धातू, खनिज व इतर उत्पादने	७.८	४.०
१३) मूलभूत धातू	१५.५	८.८
१४) कृत्रिम धातू उत्पादन	११.१	१५
१५) मशिन व उपकरणे	६२.१	१२.९
१६) रेडिओ, टीव्ही व दूरसंचार उपकरणे	२२.७	१२.८
१७) मोटार वाहन	१०.१	३०.२
१८) इतर परिवहन	१५.३	२३.२
१९) फर्निचर	१६.२	–७.४
२०) खनन आणि उत्खनन	२.३	५.२
२१) विनिर्माण	१०.३	८.९
२२) विद्युत	५.२	५.५

संदर्भ : Indian Economy Datta & Sundaram, 63rd Edi.

(भारतातील पायाभूत सुविधा व सेवाक्षेत्र याबाबतचे सविस्तर विवेचन प्रकरण १.२ मध्ये केलेले आहे.)

सहकारी क्षेत्र

सहकारी तत्त्वातून भारतात सहकारी साखर कारखाने, सूत गिरण्या, सहकारी दुग्धव्यवसाय उभे राहिलेले आहेत. सहकारी क्षेत्राच्या साहाय्याने आर्थिक विकासाला हातभार लागतो व ग्रामीण विकास घडून येतो.

रोजगाराच्या अधिक संधी निर्माण करणे हा मुख्य उद्देश समोर ठेवून औद्योगिक विकास महामंडळाव्यतिरिक्त औद्योगिक वसाहती सहकारी तत्त्वावर विकसित करण्याचा कार्यक्रम राज्य शासनांद्वारे हाती घेतला जातो, यात राज्य शासन सहकारी औद्योगिक वसाहती स्थापन करण्यासाठी २०% खर्च भांडवल स्वरूपात देते. नोव्हेंबर २०११ अखेर १४२ सहकारी औद्योगिक वसाहती मंजूर झाल्या होत्या, त्यांपैकी १०१ वसाहती कार्यरत असून ३४ अद्याप कार्यान्वित व्हायच्या आहेत आणि उर्वरित ७ बंद पडल्या आहेत. सहकारी औद्योगिक वसाहतीच्या एकूण भागभांडवलामध्ये राज्य शासनाच्या १५.४९ कोटी रुपयांचा वाटा आहे.

२.७.३ लघुउद्योग व कुटीर उद्योग (small and cottage industries)

लघुत्तम, लघु व मध्यम उद्योग विकास कायदा, २००६ (Micro, Small & Medium Enterprises Development Act, 2006) नुसार उद्योगांची विभागणी कारखानदारी आणि सेवा पुरविणारे अशा दोन प्रकारांत करण्यात आली आहे. या दोन प्रकारांची विभागणी संयंत्र व गुंतवणुकीच्या आधारे लघुत्तम, लघु व मध्यम उद्योग अशा तीन प्रकारांत करण्यात आली.

त्यानुसार,

१) लुघत्तम उद्योग – २५ लाख रुपयांपर्यंत गुंतवणूक (सेवाक्षेत्रासाठी ही मर्यादा १० लाख रु.)

२) लघु उद्योग – २५ लाख ते ५ कोटी रु.पर्यंत गुंतवणूक (सेवाक्षेत्रासाठी ही मर्यादा २ कोटी रु.)

३) मध्यम उद्योग – ५ ते १० कोटी रु.पर्यंत गुंतवणूक (सेवाक्षेत्रासाठी ही मर्यादा ५ कोटी रु.)

◆ लघु उद्योगासाठी भारत सरकारने नेमलेली समिती – आबिद हुसेन समिती (१९९७)

◆ लघु उद्योग क्षेत्रातील वित्तीय आणि आजारपणाच्या मूल्यमापन करणाऱ्या 'नायक समिती'ने सप्टेंबर १९९२ मध्ये आपला अहवाल सादर केला.

◆ एकूण उत्पादनक्षेत्रात लघुउद्योगाचा वाटा ४५% असून, निर्यातीत त्याचा वाटा ३५% आहे.

◆ देशातील लघुउद्योगांची संख्या (२००५-०६) १३२.४२ लाख आहे.

◆ लघु उद्योगाद्वारे रोजगारनिर्मिती ९४.४९ कोटी इतकी आहे.

◆ लघु उद्योगक्षेत्रातून निर्यात– १,२४,४१७ कोटी रु. (२०१०) होते.

लघु उद्योगाची वैशिष्ट्ये

लघु उद्योगांमध्ये मोठ्या उद्योगांची तसेच कुटीर उद्योगांची सुद्धा काही वैशिष्ट्ये आढळून येतात.

१) लघु उद्योग हे शहरी किंवा अर्ध शहरी क्षेत्रात स्थापन झालेले असतात.

२) या उद्योगांत, यंत्रांचा, विजेचा तसेच उत्पादनाच्या आधुनिक तंत्रांचा उपयोग करण्यात येतो.

३) लघु उद्योगांचे संचालन लहान कारखानदारांकडून व प्रसंगी सहकारी समित्यांकडून करण्यात येते.

कुटीर उद्योग व वैशिष्ट्ये

१९४९-५० च्या फिस्कल कमिशनच्या मते, कुटुंबातील सदस्यांच्या मदतीने व्यवसाय म्हणून चालविण्यात येणाऱ्या उद्योगाला कुटीर उद्योग म्हणतात. हे उद्योग प्रामुख्याने शेतीशी संबंधित असतात. कारागीर आपल्या घरी राहून ह्या उद्योगांमध्ये काम करतात आणि हंगामी, बिगर हंगामी रोजगार मिळविण्याचा प्रयत्न करतात.

वैशिष्ट्ये

१) ग्रामीण भागातील जनतेला आवश्यक असलेल्या वस्तूंचे उत्पादन कुटीर उद्योगात करण्यात येते.

२) उत्पादनाचे प्रमाण अल्प असते.

३) काम करणाऱ्यांची संख्या १० पेक्षा जास्त नसते.

४) क्रयशक्तीचाच महत्तम वापर करण्यात येतो. काही वेळा कमी किमतीची यांत्रिक उपकरणेही उपयोगात आणली जातात.

५) गुंतवणूक अल्प असते.

६) कच्चा माल गावातच उपलब्ध होत असल्यामुळे वाहतूक खर्च नसतो/कमी असतो.

७) स्थानिक स्वरूपातील बाजारपेठेत मालाची विक्री होते.

८) कामगारांना आर्थिक साधने व बाजारपेठेचे ज्ञान मर्यादित असते.

लाकडी खेळणी तयार करणे, आकर्षक गालिचे तयार करणे, पितळेची भांडी बनविणे, हातमागाचे उद्योग, दोर बनविणे, झाडू बनविणे इ. कुटीरउद्योग आहेत.

भारतातील लघु व कुटीर उद्योगांचे महत्त्व

१) रोजगार उपलब्धता

२) आर्थिक विषमता कमी करण्यास उपयुक्त

३) कमी भांडवलात उभा राहणारा उद्योग

४) उपलब्ध साधनसामग्रीचा पर्याप्त वापर

५) शेतीला पूरक व पोषक व्यवसाय

६) भांडवलनिर्मितीच्या दरात वाढ

७) शेतीवरील अतिरिक्त लोकसंख्येचा भार कमी करण्यास साहाय्यक

८) किंमतपातळी स्थिर ठेवण्यास उपयुक्त

९) विदेशी यंत्रसामग्रीच्या आयतीची आवश्यकता नसल्याने विदेशी चलनाची बचत

लघुउद्योगासंबंधी सरकारी संघटना पुढीलप्रमाणे

१) लघुउद्योग विकास संघटना (१९५४) - लघुउद्योगांच्या संघटित स्वरूपाच्या विकासासाठी व प्रगतीसाठी कार्य

२) खादी ग्रामोद्योग आयोग - (१९५६)

३) लघुउद्योगासाठी क्रेडिट गॅरंटी योजना - १५ ऑगस्ट २०००

४) अखिल भारतीय हस्तोद्योग मंडळ - १९५१

५) अखिल भारतीय हातमाग मंडळ - १९५२

६) अखिल भारतीय ग्रामोद्योग कमिशन - १९५७

७) लघु उद्योग मंडळ - १९५४

८) केंद्रीय रेशीम मंडळ - १९४९

९) राष्ट्रीय लघुउद्योग महामंडळ - ४ फेब्रुवारी १९५५

१०) भारतीय हस्तोद्योग विकास महामंडळ - १९५८

लघु व मध्यम उद्योग विधेयक - २००५

हे विधेयक २ ऑक्टोबर २००६ रोजी संसदेत मंजूर करण्यात आले. ते सूक्ष्म, लघु आणि मध्यम उद्योग

विकास अधिनियम, २००६ म्हणून ओळखले जाते. या विधेयकात लघुउद्योगांच्या विकासासाठी अनेक तरतुदी आहेत.

१) लघु उद्योगामधील गुंतवणुकीची मर्यादा १ कोटी रु. वरून ५ कोटी रु. करण्यात आली.

२) मध्यम उद्योगासाठी ५ कोटींपेक्षा व १० कोटींपेक्षा कमी अशी मर्यादा ठेवण्यात आली.

३) लघु व मध्यम उद्योगाच्या विकासासाठी 'राष्ट्रीय लघु व मध्यम उद्योग बोर्ड' स्थापन करण्यात आले.

४) लघु, मध्यम व कुटीर उद्योगांची स्पर्धात्मकता वाढविण्यासाठी विशेष कोशाची स्थापना करण्यात आली.

बी.पी.ओ. (बिझनेस प्रोसेस आऊटसोर्सिंग)

बी.पी.ओ. याचा अर्थ त्रयस्थ संस्थेकडून अंतर्गत कामे करून देणारी यंत्रणा होय. उदा. मोबाईल उत्पादन करणाऱ्या उत्पादनसंस्थेने मोबाईलसंबंधीच्या तक्रारीसाठी त्रयस्थ संस्थेची नेमणूक करून तक्रार निवारण करणे किंवा बँकेने त्यांच्या कर्ज प्रकरणासंबंधी सर्व माहिती पुरविणे, कर्जासंबंधी सर्व कागदोपत्री कार्यवाही करणे यासाठी त्रयस्थ संस्थेला अधिकार देणे.

व्यावसायिक सेवा वरीलप्रमाणे त्रयस्थ संस्थेकडून घेण्याचा मुख्य उद्देश म्हणजे खर्चात घट घडवून आणणे हा असतो. १९९०-९१ नंतर भारतात बी.पी.ओ.ला वेगाने चालना मिळाली. एकूण जागतिक क्षेत्रात भारतातील बी.पी.ओ.चा वाटा २०११ मध्ये ५८% इतका होता. (संदर्भ : नॅसकॉम) माहिती तंत्रज्ञान (I.T.) क्षेत्रातील एकूण देशांतर्गत उत्पन्नापैकी १७% वाटा बी.पी.ओ.चा आहे.

२.७.४ भारतीय उद्योगधंद्यांमधील उदारीकरण आणि त्याचे परिणाम (Liberation and its effects on Indian industries)

१९९१ च्या नवीन आर्थिक धोरणाद्वारे भारतामध्ये उदारीकरण व जागतिकीकरणाचा विकास झाला. या विकासप्रक्रियेमध्ये अनेक अनुकूल व प्रतिकूल प्रभाव भारतीय अर्थव्यवस्थेवर पडले आहेत. या प्रभावांद्वारे भारतीय अर्थव्यवस्था जागतिक अर्थव्यवस्थेशी जोडली गेली.

उदारीकरण म्हणजे कार्यपद्धतीमधील अनावश्यक नियंत्रणे काढून टाकणे व मुक्त धोरण स्वीकारणे होय. उदारीकरणामुळे जगाच्या बऱ्याच भागांत भांडवलाचा मुक्त संचार होऊन राष्ट्रीय अर्थव्यवस्थेचे राष्ट्रीयत्व कमी होऊन ती संबंधित, परस्परांवर निर्भर अशा अर्थव्यवस्थांशी म्हणजेच जागतिक अर्थव्यवस्थांशी निगडित होऊ लागते.

उदारीकरणाचे परिणाम

१) आयात-निर्यात धोरणात बदल

१९९१ च्या नवीन आर्थिक धोरणानंतर उदारीकरण, जागतिकीकरणाच्या दृष्टीने आयात-निर्यात धोरणात बदल केले. उदा. १९९१ पूर्वी आयातीवर अनेक बंधने होती, ती १९९१ नंतर शिथिल करण्यात आली. उदार आयात धोरणाचा स्वीकार केला, सीमा शुल्क करात टप्प्याटप्प्याने कपात केली, अनेक वस्तूंवरचे आयात कर कमी केले इत्यादी निर्यातीच्या दृष्टीने जागतिक बाजारातील निर्यात वाढविण्यासाठी निर्याताभिमुख उद्योगांची स्थापना केली, निर्यात वाढीसाठी उद्योगांना अनेक सवलती दिल्या गेल्या.

२) परकीय गुंतवणुकीबाबत अधिक उदार धोरण

भारतात १९९१ पूर्वी विदेशी गुंतवणुकीची मर्यादा ४०% पर्यंत, १९९१ नंतर मात्र ही मर्यादा ५१% पर्यंत करण्यात आली.

३) औद्योगिक विकासदरात वाढ

उदारीकरणापूर्वी १९९१-९२ मध्ये औद्योगिक विकासाचा दर २.६% होता. उदारीकरणानंतर तो वाढून १९९५-९६ मध्ये ११% झाला.

४) भांडवल गुंतवणुकीत वाढ

आर्थिक उदारीकरणामुळे भांडवल गुंतवणुकीत सतत वाढ होत आहे. १९९४-९५ मध्ये कंपन्यांनी अंश विकून २७६२१ कोटी रु. जमविले होते व १९९५-९६ मध्ये २०८०५ रु. गोळा केले होते.

५) विदेशी गुंतवणुकीत वाढ

उदारीकरणामुळे विदेशी गुंतवणुकीत गेल्या वर्षांत बरीच वाढ झालेली आहे. १९९१-९२ मध्ये विदेशी गुंतवणूक केवळ १५.८ कोटी डॉलर्स होती, ती वाढून १९९७-९८ पर्यंत २० अब्ज डॉलर्सपर्यंत पोहोचली.

६) उत्पादनात वाढ

१९९३-९४ मध्ये औद्योगिक उत्पादनात ६% वाढ होती. १९९४-९५ मध्ये ही वाढ ९.४%, १९९५-९६ मध्ये ११.५%, तर १९९६-९७ मध्ये ९.७% झाली. हे उदार आर्थिक धोरणाचेच यश होय.

७) निर्यातीमध्ये उत्तरोत्तर वाढ

उदारीकरणानंतर भारताच्या निर्यात व्यापारात १८ टक्क्यांपासून २०% पर्यंत वार्षिक वाढ झाली. १९९०-९१ मध्ये भारताचा निर्यात व्यापार जवळपास ३२.५ हजार कोटी रु. होता. तो वाढून १९९४-९५ मध्ये ८२.६ हजार कोटी रु. व १९९६-९७ मध्ये ९६ हजार कोटी रु. झाला.

त्याचप्रमाणे विदेशी विनिमय कोषात वाढ, राजकोषीय तूट कमी होणे, रोजगारात वाढ, भांडवल निर्मितीच्या दरात वाढ असे अजून सकारात्मक परिणाम उदारीकरणामुळे घडून आले.

२.७.५ औद्योगिक आजारपण (Industrial sickness)

आजारी उद्योग म्हणजे असा उद्योग की ज्याला नगदी तोटा झाला आहे. रिझर्व्ह बँकेच्या मते, ज्याला चालू वर्षी व पुढील वर्षीही तोटा होण्याची शक्यता आहे, ज्या उद्योगाच्या वित्तीय संरचनेमध्ये असंतुलन उत्पन्न झाले आहे आणि ज्याची ऋण-स्वामित्व भांडवल अनुपातासंबंधीची स्थिती बिघडत जाणारी आहे.

अ) औद्योगिक आजारपणाची अंतर्गत कारणे

१) जागेची निवड, यंत्रसामग्री, उत्पादनाचे तंत्र, विशेषत: त्यांचा अभाव इ. बाबींशी संबंधित क्षेत्र

२) कच्चा माल व इतर आवश्यक सामग्रीचा अभाव, तसेच कच्चा माल व आवश्यक सामग्री मिळण्यामध्ये उत्पन्न होणारा खोळंबा

३) स्वस्त व कार्यक्षम वाहतूकसाधनांचा अभाव, त्यामुळे उत्पादनकार्याला आवश्यक असलेला कच्चा माल वेळेवर उपलब्ध न होणे, तसेच उत्पादित वस्तू विक्रीसाठी मध्यस्थांपर्यंत, व्यापाऱ्यांपर्यंत व ग्राहकांपर्यंत योग्य वेळेत न पोहोचणे

४) उत्पादित वस्तूंकरिता पर्याप्त मागणी नसणे, वस्तूंच्या योग्य बाजारपेठेबाबत अपूर्ण ज्ञान, बाजारपेठेतील स्पर्धा, प्रतिस्पर्ध्यांचे श्रेष्ठत्व

५) मनुष्यबळाचे नियोजन नसणे, कामगारांची जादा भरती, अकार्यक्षम कामगार, कामगार व कर्मचाऱ्यांचे सहकार्य न मिळणे

ब) बहिर्गत कारणे

बाह्य पर्यावरणाशी निगडित असलेली कारणे म्हणजे बहिर्गत कारणे होत. उदा. मंदीचा प्रभाव, सरकारच्या आर्थिक धोरणामध्ये घडून आलेले प्रतिकूल बदल, करांचा बोजा, पायाभूत सोयींची कमतरता. बहिर्गत कारणांवर उद्योजकांचे मुळीच नियंत्रण नसल्याने, उद्योजकांना बहिर्गत कारणांमुळे त्यांच्या उद्योगांवर घडून येणारे सर्व दुष्परिणाम सहन करावे लागतात. या प्रकारच्या दुष्परिणामांना परिस्थितीचा संदर्भ असतो, त्यामुळे परिस्थितीमध्ये परिवर्तन घडून आल्यानंतर या दुष्परिणामांची तीव्रता क्रमश: कमी कमी होते व कालांतराने हे दुष्परिणाम कायमचे नाहीसे होतात.

उद्योगातील आजारपणाकरिता उपाय

१) उद्योजकांना तज्ज्ञांचा सल्ला व मार्गदर्शन केले जाते
२) विभिन्न सवलती दिल्या जातात
३) व्यापारी बँकांना सवलती दिल्या जातात
४) सरकारची धोरणविषयक चौकट सैल करणे
५) औद्योगिक आणि वित्तीय पुनर्रचना मंडळाची निर्मिती करणे

स्वाध्यायासाठी प्रश्न

अ)   गाळलेल्या जागी योग्य पर्याय निवडा.

१)   दहाव्या पंचवार्षिक योजनेच्या काळात औद्योगिक वृद्धीचा दर ----- इतका होता.

   (अ) ७.२%   (ब) ६.५%   (क) ८.३%

२)   १९५०-५१ ते २०११-१२ या काळात स्थूल राष्ट्रीय उत्पादनात ----- या क्षेत्राच्या हिश्शात सर्वाधिक वाढ झाली.

   (अ) कृषी   (ब) औद्योगिक   (क) सेवा

३)   कुटीरोद्योगातील बहुतांश वस्तू ----- बाजारपेठेत विकल्या जातात.

   (अ) राष्ट्रीय   (ब) आंतरराष्ट्रीय   (क) स्थानिक

४)   योजना काळात ----- योजनेत मूलभूत व जड उद्योगावर भर देण्यात आला.

   (अ) पहिल्या   (ब) दुसऱ्या   (क) तिसऱ्या

५)   उदारीकरणामुळे विदेशी गुंतवणुकीच्या बाबतीत भारतात -----

   (अ) वाढ झाली.   (ब) घट झाली.   (क) कोणताही परिणाम झाला नाही.

ब)   योग्य पर्याय निवडा.

१)   २०१०-११ या वर्षात स्थूल राष्ट्रीय उत्पादनात औद्योगिक क्षेत्राचा वाटा होता -

   (अ) २४%   (ब) २३%   (क) २५.६%

२)   लघुत्तम उद्योगांसाठी भांडवल गुंतवणूक मर्यादा पुढीलप्रमाणे आहे -

   (अ) रु. १० लाख   (ब) रु. १५ लाख   (क) रु. २५ लाख

३)   बी.पी.ओ. म्हणजे -

   (अ) त्रयस्थ संस्थेकडून सेवा घेणे (ब) आंतरव्यक्तिक संबंध राखणे (क) व्यवसायाचे नियंत्रण करणे

४) लघु उद्योगांसंबंधी आबिद हुसेन समिती पुढीलवर्षी नेमण्यात आली.

    (अ) १९८१   (ब) १९९१   (क) १९९७

५) भारतात लघुत्तम, लघु, मध्यम उद्योग विकास कायदा पुढीलपैकी कोणत्या वर्षी करण्यात आला ते लिहा.

    (अ) २००४   (ब) २००५   (क) २००६

क) **पुढील विधाने चूक की बरोबर ते लिहा.**

१) दुसऱ्या पंचवार्षिक योजनेत कृषी विकासावर भर देण्यात आला.

२) १९५०-५१ ते २०१०-११ या काळात स्थूल राष्ट्रीय उत्पादनातील उद्योग व सेवाक्षेत्राच्या हिश्शात वाढ झाली.

३) लघु उद्योगाच्या विकासासाठी भारत सरकारने १९९७ मध्ये सी. रंगराजन यांच्या अध्यक्षतेखाली समिती नेमली.

४) बी.पी.ओ.चा मुख्य हेतू उत्पादनखर्चात घट घडवून आणणे हा आहे.

५) १९९१ च्या औद्योगिक धोरणात परकीय गुंतवणुकीबाबत उदार धोरण स्वीकारण्यात आले.

ड) **जोड्या लावा.**

    अ) १० व्या पंचवार्षिक योजनेचा काळ   १) २००७-२०१२

    ब) उद्योगांचे आजारपण   २) आबिद हुसेन समिती

    क) लघु उद्योगांचा विकास   ३) माहिती व तंत्रज्ञान

    ड) ११ वी पंचवार्षिक योजना   ४) २००२-२००७

    इ) बी.पी.ओ.   ५) नायक समिती

उत्तरे

    अ) १. क   २. क   ३. क   ४. ब   ५. अ

    ब) १. क   २. क   ३. अ   ४. क   ५. क

    क) १. चूक   २. बरोबर ३. चूक   ४. बरोबर ५. बरोबर

    ड) अ-४   ब-५   क-२   ड-१   इ-३

संदर्भसूची

Alagh Y. K. (Kd.) : Globalisation and Agricultural Crises In India, Deep & Deep Pub.

Datta Gourav & Mahajan Ashwani : Indian Economy, S. Chand Pub.

Deogirikar A. B. (Ed.) : W. T. O. and Indian Economy, Shree Niwas Publications.

Jalal R. S. & Bisht N. S. (Ed.) : Emerging Diamensions of Global Trade : Discussions on Trade Related Issues, Sarup & Sons.

Jhingan M. L. : International Economics, Vrinda Pub.

Kindelberger C. P. : International Economics, Macmillan.

Lipse Richard : An Introduction To Positive Economics, Weidenfeld & Nicolson.

Memomoria C. B. : Agricultural Problems of India, Kitab Mahal Pub.

Misra S. N. : Poverty & Its Alleviation, Deep & Deep Pub.

Misra S. K. & Puri V. K. Indian Economy, Himalaya Publishing House.

Sen A. K. (Ed.): Economic Reforms and Development, Deep Deep Pub.

Sheth M. L. : Money, Banking & Public Finance, Laxmi Narain Agarwal Pub.

SinghPreeti & Marwah Reena : Monetary Theory, Tata McGraw-Hill Publishing Co. Ltd.

Sodersten Bo & Reed Geoffrey : International Economics. Macmillan.

Vaish M. C. & Agarwal H. S. : Public Finance, Wiley Eastern.

Vaish M. C. : Monetary Theory, New Age International Pvt. Ltd.

भारतातील सार्वजनिक आयव्यय, ढमढेरे एस. व्ही., डायमंड पब्लिकेशन.

लोकसंख्या शास्त्र अणि लोकसंख्या शिक्षण, कुलकर्णी एस. व श्रीवास्तव सतीश, विद्या प्रकाशन.

www.investopedia.com

www.rbi.org.in

hdr.undp.org

www.undp.org

www.nabard.org

www.wto.org

Census of India

Data & Statistics Planning Commission, Govt. of India.

D. E. & S., Ministry of Agriculture, Govt. of India.

Statistical Outline of India, Tata Services Limited.

Economic Survey of Maharashtra-2011-12, D. E. & S. Planning Dept. Govt. of Maharashtra.

Indian Public Finance Statistics, 2011-12, Ministry of Finance, Govt. of India.